தலித் தன்வரலாற்றுப் புதினங்கள்

[பாமாவின் 'கருக்கு' & விடிவெள்ளியின் 'கலக்கல்']

AF833496

முது.முனைவர் மு.ஐயப்பன்

அறம்
பதிப்பகம்

தலித் தன்வரலாற்றுப் புதினங்கள்

ஆசிரியர்: முது.முனைவர் மு.ஐயப்பன்

உரிமை : ஆசிரியருக்கு

முதற் பதிப்பு : ஜூலை 2021

அட்டை மற்றும் நூல் வடிவமைப்பு : மெய்யருள் 9841699579

அச்சாக்கம் : துர்கா பிரிண்டர்ஸ், சென்னை

வெளியீடு:

அறம் பதிப்பகம் 3/584, முல்லை தெரு, கஸ்தூரி பாய் நகர் எதிரில், தமிழ்நாடு வீட்டுவசதி வாரியக் குடியிருப்பு முள்ளிப்பட்டு கிராமம் மற்றும் அஞ்சல், ஆரணி வட்டம் - 632 316 திருவண்ணாமலை மாவட்டம்.

email:arampublication50@gmail.com

தொடர்புகொள்ள : 91507 24997

விலை ரூ.360

DALITH THAN VARALAATRU PUTHINANGAL

Editor : Ayyappan ©

First Edition : July 2021

Cover and Layout By : Meyyarul

Printed By : Durga printers, chennai

Published By : Aram Publications

3/584, Mullai Street, Kasthuribai Nagar (Opp)
TNHB, Mullipattu Village & (Post)
Arani (Taluk) Thiruvannamalai (Dist)
Pincode : 632316

Contact Number : 91507 24997

email:arampublication50@gmail.com

ISBN : 978-93-91480-18-9

INR : 360

தலித் தன்வரலாற்றுப் புதினங்கள்

முது.முனைவர் மு.ஐயப்பன் (50)

திருநெல்வேலி மாவட்டம், திருவள்ளுவர் கல்லூரியில் முழு நேரப் பிரிவில் பயின்று இளங்கலைப் பட்டம் பெற்றிருக்கிறார். முதுகலை மற்றும் இளம் முனைவர் பட்டத்தை திருநெல்வேலி மாவட்டம், மதிதா இந்துக்கல்லூரியில் பயின்று முழு நேரப் பிரிவில் நிறைவு செய்திருக்கிறார். நவீன இலக்கியத்தில் தலித் தன் வரலாற்றுப் புதினங்கள் என்ற தலைப்பில் பாளையங்கோட்டை, தூய சவேரியார் கல்லூரியில் முழு நேரப் பிரிவில் ஆய்வு செய்து முனைவர் பட்டம் பெற்றிருக்கிறார். 60 க்கும் மேற்பட்டத் தரமான ஆய்வுக் கட்டுரைகளைத் தேசிய/பன்னாட்டு அளவில் எழுதியிருக்கிறார். 10 க்கும் மேற்பட்ட செம்மொழியிலக்கியப் பயிலரங்குகளில் பங்கு பெற்றிருக்கிறார். இதுவரை 10 தரமான விருதுகளை ஆய்வுப்பணி/ சமூகப் பணி/கல்விப் பணி/ போன்றவற்றிற்காக பெற்றிருக்கிறார். அதில் இரண்டு பன்னாட்டு அளவிலான விருது என்பது குறிப்பிடத்தக்கது. நவீன இலக்கியம்/நாட்டுப்புறவியல்/பண்பாட்டு மானிடவியல்/தொல்லியல் மற்றும் கல்வெட்டியல்/அடித்தள விளிம்பு நிலையியல்/மரபு இலக்கியம்/இலக்கணம்/எனப் பல்துறைகளிலும் தொடர்ந்து கற்றுக் கொண்டே ஆய்வுகளையும் முன்னெடுத்து வருகிற பல்துறை ஆய்வாளராகத் தொடர்ந்து செயல்பட்டு வருகிறார். இது இவரின் முதல் நூலாக அறம் பதிப்பகத்தின் வழி வெளிவந்திருக்கிற தரமான ஆய்வு நூல் என்பது குறிப்பிடத்தக்கது.

பதிப்புரை

முது.முனைவர்.மு.ஐயப்பன் அவர்கள், பல்வேறு திறமைகளை தன்னகத்தே கொண்டு, பல்வேறுத் தளங்களில் சிறப்பாக செயல்பட்டு வரும் இளம் ஆய்வாளர் ஆவார். இவரின் முனைவர் பட்ட ஆய்வேட்டை வெளியிடுவதில் அறம் பதிப்பகம் உள்ளபடியே மகிழ்ச்சி கொள்கின்றது. காரணம், தற்போதைய தேவையை உணர்ந்து ஆறு ஆண்டுகளுக்கு முன்பே தனது ஆய்வை நிகழ்த்தியுள்ள முன்னோடியாவார்.

தலித் தன் வரலாற்று படைப்புகள் என்னும் பொருண்மையில் இவர் நிகழ்த்திய ஆய்வு, வரலாற்று முக்கியத்துவம் வாய்ந்தது. இந்த ஆய்வு மேலும் பலரையும், பல ஆய்வுகளை இந்த பொருண்மையில் முன்னெடுக்கும் தன்மை கொண்டது. இந்த புத்தகத்தை வடிவமைத்த மெய்யருள் தோழருக்கும், அச்சிட்ட துர்கா பதிப்கத்தினருக்கும் நன்றிகள் பல.

அன்புடன்
மா. அமரேசன்
அறம் பதிப்பகத்துக்காக,. ஆரணி. மே 2021

என்னுரை

தலித் தன்வரலாற்றியல்

சமகாலத் தமிழ் ஆய்வுலகச் சூழலின் எல்லை மேனாட்டு இலக்கியத் தாக்கத்தோடு அதிநவீன முறையில் விரிவடைந்து காண்டே வருகின்றது. குறிப்பாகத் தலித்திய ஆய்வுகள் அதிக வீச்சில் நடைபெற்றுக் கொண்டேயிருக்கின்றன. தமிழில் வாழ்க்கை வரலாறு (பிறர்) (Biography) தன் வரலாறு (Auto Biography) என இரு பிரிவாக உள்ள வரலாற்றிலக்கிய வகைப்பாட்டின் கீழ் சில ஆய்வுகள் நிகழ்ந்துள்ளன. இவற்றுள் ஒன்றாகியத் தன்வரலாற்றில் வழித்தடத்தில் அதன் மற்றொரு உட்பிரிவாக உருவெடுத்து இருப்பதே “ தலித் தன் வரலாறு (அ) சுயசரிதை” (Dalit Auto Biography) எனும் புதிய இலக்கிய வகைமையாகும். இவ்வாய்வு — தன் வரலாறுகளின் நீட்சியில் தமிழை மூலமொழியாகக் கொண்டு இங்கு படைக்கப்பட்டிருக்கும் தலித் தன் வரலாறு (அ)சுயசரிதை இலக்கியங்களைப் பற்றி வாழ்க்கை வரலாற்றிலக்கிய மதிப்பீட்டு அணுகுமுறைகளின் கீழாகவும் தலித் சமூகவியல் இலக்கியங்களை மதிப்பீடு செய்வதற்குரியத் திறனாய்வு அணுகுமுறைகளின் ஊடாகவும் பரந்த நிலையில் ஆராய்வதையே நோக்கமாகக் கொண்ட இருக்கை நிலை ஆய்வாக (Arm Chair Research) மேற்கொள்ளப்பட்ட நிலையின் தொடர்ச்சியகவே இன்று புத்தக வடிவினைப் பெறுகின்றது.

சுமார் இருபது ஆண்டு காலமாகவே, தலித் சமூகப் படைப்பாளர்கள் இலக்கியத்தின் எல்லா வடிவங்களிலும் தங்கள் பங்களிப்பினைத் தொடர்ந்து செலுத்தி வருகின்றனர். இவர்கள் உருவாக்கிய இலக்கிய வடிவங்கள் தலித் இலக்கிய அணுகுமுறைகளில் அவ்வப்போழுது மாற்றங்களை நிகழ்த்திக் கொண்டேயிருக்கின்றன. இந்த வகையில் மரபான இலக்கிய வடிவங்களுக்கு மாற்றாக வடிவ அடிப்படையில் புதிய இலக்கிய வகைமைகளைத் தமிழில் சோதனை செய்து பார்க்கும் விதமாகவே பாமா (கருக்கு), விடிவெள்ளி (கலக்கல்), ராஜ்கௌதமன் (சிலுவைராஜ் சரித்திரம்), காலச்சுமை), கே.ஏ. குணசேகரன் (வடு) உள்ளிட்ட

நான்கு சமூகப் படைப்பாளர்கள் அவர்கள் சுயவாழ்க்கை வரலாற்றை அவர்களது சமூக வரலாற்றை அவர்களது சமூக வரலாற்று இலக்கிய வடிவமாகப் படைத்துள்ளனர். ஆனால் தமிழ்ச் சூழலில் தலித் இலக்கியவாதிகளின் பங்களிப்புகள் பெரும்பான்மையும் நாவல் (அ) புதின இலக்கிய வடிவங்கள் சார்ந்தேதான் வெளிவந்து கொண்டிருக்கின்றன. இதற்கு மாற்றாக வாழ்க்கை வரலாற்றிலக்கிய வகைமைகளின் கீழ் மேற்கண்டோர் படைத்திருக்கும் தன் வரலாறுகளை வாழ்க்கை வரலாற்று இலக்கியமாக அணுகாமல் மரபான வடிவமாக உள்ள நாவல் (அ) புதின இலக்கியமாகவே கருதுகின்ற (அ) அணுகுகின்ற பொதுப்போக்கே தமிழ் ஆய்வுத் தளத்தில் மிகுதியாக வெளிப்பட்டிருக்கின்றது. இந்தச் சூழலில் “தலித் தன் வரலாற்றிலக்கியம் x தலித் தன்வரலாற்றுப் புதின இலக்கியம்‘ என்கின்ற இருவேறு வடிவ அடையாளச் சிக்கல்களையும் எதிர்கொள்ளக்கூடியதாக உள்ள சுயவாழ்க்கை வரலாற்றிலக்கியப் படைப்புகளையும் இவற்றைப் புதினம் என்பதாகக் கருதுகின்ற அணுகுகின்ற பொதுப்போக்கையும் அடிப்படையாகக் கொண்டே “தலித் தன்வரலாற்றுப் புதினங்கள் — ஓர் ஆய்வு (1992 — 2009) எனும் ஆய்வுத் தலைப்புச் சிக்கலை மையமிட்டதாகவே உள்ளது என்கின்ற தெளிவான ஆய்வுச் சிந்தனையின் அடிப்படையில் தேர்ந்து கொள்ளப்பட்டு இங்கே விரிவாக மதிப்பீடு செய்யப்பட்டுள்ளது.

வாழ்க்கை வரலாறுகளைப் பொறுத்த அளவில் தன் வரலாறுகளும் பிறர் வரலாறுகளும் ஆய்வு செய்யப் பட்டிருக்கின்றன. தன் வரலாறுகளின் உட்பிரிவாகக்க கிளைத்திருக்கும் தலித் தன் வரலாறுகள் பற்றிய ஆய்வுகளும் ஆய்வு நுல்களும் தமிழகத்தில் பரலவாக வெளிவந்து கொண்டிருக்கின்றன. இவ்வரிசையில் பிறமொழிகளிலிருந்து (மராத்தி, கன்னடம்) தமிழுக்கு மொழி மாற்றம் செய்யப் பட்டவைகளும் இதனுள் அடங்கும். ஆனால் தமிழை மூலமாகக் கொண்டு வெளிவந்துள்ள தலித் தன்வரலாறுகள் அனைத்தையும் ஒரு சேர வைத்து ஆய்வுகள் எதுவும் தொடர்ந்து நிகழ்த்தப்படவில்லை. குறிப்பாக ஒரே — சமூக — சமயத்தைச் சேர்ந்தப் பெண் படைப்பாளர்களால் படைக்கப்பட்டிருக்கின்ற சுயசரிதைகளை வாழ்க்கை வரலாற்றிலக்கிகய ஆய்வு நோக்கில் ஒரு சேர வைத்துப் பரவலாக ஆய்வுகள் நிகழ்த்தப்படவேயில்லை. இதுவரை நிகழ்த்தப்பட்ட ஆய்வுகள் அனைத்தும் தலித் தன்வரலாற்றுப் படைப்புகளைப் புதினம் அல்லது நாவல்

என்கிற அடிப்படையிலேயே அணுகிய அல்லது கருதுகின்ற ஆய்வுகளாகவேதான் நிகழ்த்தப்பட்டிருக்கின்றன. எனவே தான் ஒரே விதமான சமூக — சமயப் பின்புலத்தையும் துறவு சார்ந்த அனுபவப் பின்னனியையும் கொண்ட கத்தோலிக்க கிறித்தவப் பெண் படைப்பாளர்களால் படைக்கப்பட்டட கருக்கு (பாமா)வையும், கலக்க (விடிவெள்ளி)யையும் உரிய அணுகுமுறைகளின் கீழாக இருத்தி ஆய்வு செய்வதே இவ் ஆய்வினை மேற்கொண்டதற்கான நோக்கமாக அமைகின்றது.

தலித் கிறித்தவப் பறையர் சமூகப் படைப்பாளர்களால் படைக்கப்பட்டிருக்கும் இவ் ஆய்விற்குரிய இலக்கியப் படைப்புகள் தன் வரலாற்று இலக்கிய வடிவமாகவே தான் உள்ளது என்பதும் இப்படைப்புகள் தலித் கிறித்தவப் பறையர் சமூகப் படைப்பாளர்களின் ஒடுக்குமுறைக்குள்ளாக்கப்பட்ட சுய வாழ்வியலுடன் அவர்களது சமூக மக்களின் ஒடுக்குதலுக் குள்ளாக்கும் வாழ்வியல் குறித்தும் உரக்கப்பட பேசுகின்றது. இந்த வகையில் சமூகம் சார்ந்த ஒடுக்குமுறைகளைவிட கத்தோலிக்க கிறித்தவச் சமயம் சார்ந்த ஒடுக்குமுறைகளைவிட கத்தோலிக்கச் கிறித்தவச் சமயம் சார்ந்த தளங்களில் உள்ள தலித் கிறித்தவர்கள் மீது அதிலும் பெண்களின் மீது நிகழ்த்தபபடும் ஒடுக்குமுறைகளையே மிக அதிகமாகச் சித்தரிக்கின்றது என்பதும் சமயம் சார்ந்து நடத்தப் படுகின்ற கல்வி நிறுவனங்கில்தான் தலித்துகள் மீதான ஒடுக்குமுறைகள் அதிக வீச்சுக் கொண்டதாக உள்ளது என்பது இவ்வாய்வினை முன்னெடுத்தமைக்கான கருதுகோள்களாக எடுத்துக்கொள்ளப்பட்டு ஆய்வு செய்யப்பட்டுள்ளன.

முன் ஆய்வுப் பார்வைகள் :

தமிழில் தலித் தன்வரலாறுகள் பற்றிய ஆய்வுகளும், திறனாய்வு நூல்களும், கட்டுரைகளும் அவ்வப்போது வெளிவந்து கொண்டேயிருக்கின்றன. முனைவர் பட்ட ஆய்வுகளைப் பொருத்த அளவில் நெல்லை, மதுரை, கோவை, புதுவை, திருச்சி, சென்னை பல்கலைகழகங்களின் கீழ் தமிழை மூலமாகக் கொண்ட தலித் தன் வரலாறுகள் குறித்த ஆய்வுகள் மிகக் குறைவாகவே நிகழ்த்தப்பட்டுள்ளன. தன் வலாற்றுப் படைப்பாளர்களைப் பொருத்த அளவில் பாமாவும், ராஜ்கௌதமனும் மட்டுமே மிகுதியும் ஆய்விற்குட் படுத்தப்பட்டிருக்கின்றனர். இவர்களது இலக்கியப் படைப்புகள் குறித்த ஆய்விற்குள்ளாகத்தான் அவர்களது சுயச் சரிதைப் படைப்பு குறித்த அடையாளத்தைக் காண ஆடிகின்றது.

அதேபோல் விடிவெள்ளி கே.ஏ.குணசேகரன் உள்ளிட்டவர்களின் சுயசரிதைகள் குறித்த ஆய்வுகள் பெரும்பாலும் தனித்த நிலையில் செய்யப்படவில்லை. பெரும்பாலான ஆய்வுகள் தலித் சுயசரிதைப் படைப்புகளைப் புதினம் அல்லது நாவல் என்கிற நோக்கில்தான் அணுகியிருக்கின்றன. பாமாவின் கருக்கையும், விடிவெள்ளியின் கலக்கலையும் வாழ்க்கை வரலாற்றிலக்கிய அணுகுமுறையின் கீழ் இருத்தி ஆய்வாளர் அறிந்த அளவில் பரந்துபட்ட நிலையில் ஆய்வுகள் மேற்கொள்ளப்படவில்லை என்ற புரிதலுடன் நிகழ்த்தப்பட்டதே இந்த ஆய்வு.

தலித் தன்வரலாறுகள் மராத்தி, கன்னடம் உள்ளிட்ட மொழிகளிலிருந்து மொழிமாற்றம் செய்யப்பட்டுத் தமிழில் கனிசமாக வெளிவந்துள்ளன. அதே வேலையில் தமிழிலியே எழுதப்பட்டத் தன் வரலாறுகளும் குறைவான எண்ணிக்கையில் வெளிவந்துள்ளன. இந்த வகையில் கத்தோலிக்கத் கிறித்தவத் தலித் சமூக பெண் படைப்பாளியாகிய பாமாவால் படைக்கப்பட்டக் 'கருக்கும்', மற்றொரு பெண் படைப்பாளியாகிய விடிவெள்ளி என்பவரால் படைக்கப்பட்ட கலக்கலும் ஆகிய இரு தன்வரலாற்று (அ) சுயசரிதை இலக்கியப் படைப்புகள் மட்டுமே இங்கு ஆய்வுப் பரப்பாக அமைகின்றன. ஆய்வின் தேவை கருதியும் தலித் பெண்ணிய அணுகுமுறைகளின் கீழ் அவற்றைப் பகுப்பாய்வு செய்து விளக்கவியல் அணுகுமுறையின் ஊடாக எடுத்துரைக்கும் முயற்சியும் இவ்வாய்வில் மேற்கொள்ளப்பட்டுள்ளன.

இந்த ஆய்வு, ஆய்வு முகவுரை, ஆய்வுத் தொகுப்புரை, உட்பட ஐந்து இயல்களாகப் பிரிக்கப்பட்டுள்ளது. அவை

1. ஆய்வு முகவுரை
2. தன்வரலாறும், தலித்தியத் தன்வரலாறுகளும்
3. கருக்கு தன்வரலாறும், தலித் கிறித்தவர்கள் மீது நிகழ்த்தப்படுகின்ற சமயம் சார்ந்த ஒடுக்குமுறைகளும்
4. கலக்கல் தன்வரலாறும் தலித் கிறித்தவர்கள் மீது நிகழத்ததப்படுகின்ற சமயம் சாரந்த ஒடுக்குமுறைகளும்
5. ஆய்வுத் தொகுப்புரை
6. துணை நுற்பட்டியல்
7. பின்னிணைப்பு

ஆகியவற்றைக் கொண்டு மிக விரிவான நிலையில் முழுநேர

முனைவர் பட்டத்திற்காக என்னால் மேற்கொள்ளப்பட்ட ஆய்வே இன்று உங்கள் கைகளில் புத்தக வடிவில் தவழ்கிறது.

உங்கள் கைகளில் தவழ்கிற இந்த புத்தகத்தை நான் எனது தாய் தந்தைக்கும், எனது முனைவர் பட்ட நெறியாளர் முனைவர் ம.ஜோசப் இருதய சேவியர், தூய சவேரியார் கல்லூரி அவர்களுக்கும்,மேலினும் மேலாக எனது வாழ்நாள் வழிகாட்டி கல்வி மற்றும் ஆய்வுப் புலத்திற்கான முன்னடையாளப் பேராசிரியர் முனைவர். த. கண்ணா கருப்பையா, மதிதா இந்துக் கல்லூரி, பேட்டை அவர்களுக்கும் முதற்கண் சமர்பித்து மகிழ்கிறேன்.

நூலுருவாக்கம் என்பது எனக்குப் பெருங்கனவாகவே இருந்து வந்த நிலையில் உற்ற உடன்பிறப்பாய், நாட்பாய் எனைத் தொட்டுத்தாங்கி, உடன் பயணித்து, எனைப் பலப் படிக்கட்டுகளில் ஏற்றிவிட்டு மகிழ்கிற அறம் பதிப்பகத்தின் நிறுவனர் — இயக்குனர் அண்ணன். மா.அமரேசன் அவர்களுக்கு இந்த நூலையும் என் வாழ்நாள் முழுமைக்குமான நன்றிகளையும் விசுவாக நினைவுகளோடு சமர்பித்து மகிழ்கிறேன்.

இந்த நூல் என்பது நூல் உருவாக்கச் சிந்தனைகளுடன் எழுதப்பட்டதல்ல, இது கல்விப்புல ஆய்வுப்பட்டத்திற்காக நிகழ்த்தப்பட்டு சுமார் ஆறு ஆண்டுகளுக்குப் பிறகே இன்று நூலுருவாக்கம் பெறுகிறது. ஆகையால் நூலினுள் குறை நிறைகள் இருக்கலாம் வாசிப்போர் அவற்றைப் பொருத்துக்கொள்க. நன்றி

பேரன்புகளுடன்

முது முனைவர். மு. ஐயப்பன்.

தூத்துக்குடி வ.ஊசி.\ கல்லூரி

தமிழ்த்துறை

பொருளடக்கம்...

முகவுரை

இன்றைய தமிழ் ஆய்வுலகச் சூழலின் எல்லை, மேனாட்டு இலக்கியத் தாக்கத்தோடு அதிநவீன முறையை நோக்கி விரிவடைந்துள்ளது. குறிப்பாகத் தலித்திய ஆய்வுகள் அதிக வீச்சில் நடைபெற்றுக் கொண்டிருக்கின்றன. இம்மரபு தமிழில் 'வாழ்க்கை வரலாறு (பிறர்) மற்றும் தன்வரலாறு என இருபிரிவுகளின் கீழ் நிகழ்கிறது' இவற்றில் தன்வரலாற்றின் வழிதடத்தில் அதன் மற்றொரு உட்பிரிவாக 'தலித் தன் வரலாறு அல்லது சுயசரியை உருவெடுத்து இருக்கிறது. இதுவகை புதிய இலக்கிய வகையாகவும் அறிமுகமாகிறது. இவ்வாய்வு தன் வரலாறுகளின் நீட்சியில் தமிழை மூலமொழியாகக் கொண்டு இங்குப் படைக்கப்பட்டிருக்கும் தலித் தன்வரலாறு அல்லது சுயசரிதை இலக்கியங்களைப் பற்றி வாழ்க்கை வரலாற்றிலக்கிய மதிப்பீட்டு அணுகுமுறைகளின் கீழாகவும், தலித் சமூகவியல் இலக்கியங்களை மதிப்பீடு செய்வதற்குரிய திறனாய்வு அணுகுமுறைகளின் ஊடாகவும், பரந்த நிலையில் ஆராய்வதையே நோக்கமாகக் கொண்ட, இருக்கை நிலை ஆய்வாக மேற்கொள்ளப்படுகிறது.

சுமார் இருபது ஆண்டு காலமாகத் தலித் சமூகப் படைப்பாளர்கள், இலக்கியத்தின் எல்லா வடிவங்களிலும் தங்கள் பங்களிப்பினைத் தொடர்ந்து செலுத்தி வருகின்றனர். இவர்கள் உருவாக்கிய இலக்கிய வடிவங்கள் தலித் இலக்கிய அணுகுமுறைகளில் அவ்வப்பொழுது மாற்றங்களை நிகழ்த்திக் கொண்டேயிருக்கின்றன. இந்த வகையில் மரபான இலக்கிய வடிவங்களுக்கு மாற்றாக, வடிவ அடிப்படையில் புதிய இலக்கிய வகைமைகளைத் தமிழில் சோதனை செய்து பார்க்கும் விதமாகவே பாமா (கருக்கு), விடிவெள்ளி (கலக்கல்), ராஜ்கௌதம் (சிலுவைராஜ் சரித்திரம், காலச்சுமை), கே.ஏ.குணசேகரன் (வடு) உள்ளிட்ட கிறித்தவப் பறையர் சமூகப் படைப்பாளர்களின் சுய வாழ்க்கை வரலாற்றை, அவர்களது சமூக வரலாற்றினூடாகக் கோர்த்து, சுயசரிதை அல்லது தன் வரலாற்று இலக்கிய வடிவமாகப் படைத்துள்ளனர். ஆனால், தமிழ்ச் சூழலில் தலித் இலக்கியவாதிகளின் பங்களிப்புகள் பெரும்பான்மையும் நாவல் அல்லது புதின இலக்கிய வடிவங்கள் சார்ந்தே வெளிவந்து கொண்டிருக்கின்றன.

இதற்கு மாற்றாக, வாழ்க்கை வரலாற்றிலக்கிய வகைமைகளின் கீழ் மேற்கண்டோர் படைத்திருக்கும் தன்வரலாறுகளை வாழ்க்கை வரலாறு இலக்கியமாக அணுகாமல், மரபான வடிவமாக உள்ள நாவல் அல்லது புதின இலக்கியமாகவே கருதுகின்ற (அ) அணுகுகின்ற பொதுப் போக்கே, தமிழ் ஆய்வுத் தளத்தில் மிகுதியாக வெளிப்பட்டிருக்கிறது. இந்தச் சூழலில் தலித் தன்வரலாற்றிலக்கியம் X தலித் தன் வரலாற்றுப் புதின இலக்கியம் என்கின்ற இருவேறு வடிவ அடையாளச் சிக்கல்களையும் எதிர்கொள்ளக் கூடியதாக உள்ள சுய வாழ்க்கை வரலாற்றிலக்கியப் படைப்புக்களையும், இவற்றைப் புதினம் என்பதாகக் கருதுகின்ற அணுகுகின்ற பொதுப்போக்கையும் அடிப்படையாகக் கொண்டே 'தலித் தன்வரலாற்றுப் புதினங்கள் — ஓர் ஆய்வு (1992 — 2009)' எனும் ஆய்வுப் பொருண்மை நான் தேர்ந்தெடுத்துள்ளேன்.

நோக்கம் :

வாழ்க்கை வரலாறுகளைப் பொறுத்த அளவில் தன் வரலாறுகளும், பிறர் வரலாறுகளும் ஆய்வு செய்யப் பட்டிருக் கின்றன. தன் வரலாறுகளின் உட்பிரிவாகக் கிளைத்திருக்கும் தலித் தன் வரலாறுகள் பற்றிய ஆய்வுகளும் ஆய்வு நூல்களும் தமிழகத்தில் பரவலாக வெளிவந்து கொண்டிருக்கின்றன. இவ்வரிசையில் பிறமொழிகளிலிருந்து (மராத்தி, கன்னடம்) தமிழுக்கு மொழி மாற்றம் செய்யப்பட்டவைகளும் இதனுள் அடங்கும். ஆனால், தமிழை மூலமாகக் கொண்டு வெளிவந்துள்ள தலித் தன்வரலாறுகள் அனைத்தையும் ஒரு சேர வைத்து ஆய்வுகள் எதுவும் இன்னும் நிகழ்த்தப்படவில்லை. குறிப்பாக, ஒரே சமூக சமயத்தைச் சேர்ந்த பெண் படைப்பாளர்களால் படைக்கப்பட்டிருக்கின்ற சுயசரிதைகளை வாழ்க்கை வரலாற்றியக்கிய ஆய்வு நோக்கில் ஒருசேர வைத்துப் பரவலாக ஆய்வுகள் நிகழ்ர்த்தப்படவில்லை. இதுவரை நிகழ்த்தப்பட்ட ஆய்வுகள் அனைத்தும் தலித் தன்வரலாற்றுப் படைப்புகளைப் புதினம் அல்லது நாவல் என்கிற அடிப்படையிலேயே அணுகிய அல்லது கருதுகின்ற ஆய்வுகளாகவே தான் நிகழ்த்தப்பட்டிருக்கின்றன. எனவே தான், ஒரே விதமான சமூக — சமயப் பின்புலத்தையும், துறவு சார்ந்த அனுபவப் பின்னணியையும் கொண்ட கத்தோலிக்கக் கிறித்தவப் பெண் படைப்பாளர்களால் படைக்கப்பட்ட கருக்கு (பாமா)வையும், கலக்க(விடிவெள்ளி)லையும் உரிய அணுகுமுறைகளின் கீழாக இருத்தி ஆய்வு செய்வதை இவ்வாய்வு நோக்கமாக கொண்டமைகிறது.

கருதுகோள் :

தலித் கிறித்தவப் பறையர் சமூகப் படைப்பாளர்களால் படைக்கப்பட்டிருக்கும் தன் வரலாற்றிலக்கியப் படைப்புகள் புதின இலக்கிய வடிவமாகவே தான் உள்ளது என்பதும், இப்படைப்புகள் தலித் கிறித்தவப் பறையர் சமூகப் படைப்பாளர்களின் ஒடுக்குமுறைக்குள்ளாக்கப்பட்ட சுய வாழ்வியலுடன், அவர்களது சமூக மக்களின் ஒடுக்குதலுக் குள்ளாகும் வாழ்வியல் குறித்தும் உரக்கப் பேசுகின்றது. இந்த வகையில் சமூகம் சார்ந்த ஒடுக்கு முறைகளைவிட, கத்தோலிக்கக் கிறித்தவச் சமயம் சார்ந்த தளங்களில் உள்ள தலித் கிறித்தவர்கள் மீது, அதிலும் பெண்களின் மீது நிகழ்த்தப்படும் ஒடுக்குமுறைகளையே மிக அதிகமாகச் சித்திரிக்கின்றது என்பதும், சமயம் சார்ந்து நடத்தப்படுகின்ற கல்வி நிறுவனங்களில் தான் தலித்துக்கள் மீதான ஒடுக்குமுறைகள் அதிக வீச்சுக் கொண்டதாக உள்ளது என்பதும் இவ்வாய்வின் கருதுகோள்களாக எடுத்துக் கொள்ளப்பட்டுள்ளன.

முன் ஆய்வுப் பார்வைகள் :

தமிழில் தலி தன்வரலாறுகள் பற்றிய ஆய்வுகளும், திறனாய்வு நூல்களும், கட்டுரைகளும் அவ்வப்பொழுது வெளிவந்து கொண்டேயிருக்கின்றன. முனைவர் பட்ட ஆய்வுகளைப் பொறுத்த அளவில் நெல்லை, மதுரை, கோவை, புதுவை, திருச்சி, சென்னை உள்ளிட்ட பல்கலைக் கழகங்களின் கீழ்த் தமிழை மூலமாகக் கொண்ட தலித் தன் வரலாறுகள் குறித்த ஆய்வுகள் மிகக் குறைவாகவே நிகழ்த்தப்பட்டுள்ளன. தன் வரலாற்றுப் படைப்பாளர்களைப் பொறுத்த அளவில் பாமாவும், ராஜ்கௌதமனும் மட்டுமே மிகுதியும் ஆய்விற்குட்படுத்தப்பட்டிருக்கின்றனர். இவர்கள் இலக்கியப் படைப்புகள் குறித்த ஆய்விற்குள்ளாகத்தான் அவர்களது சுயசரிதை படைப்புக் குறித்த அடையாளத்தைக் காணமுடிகின்றது. அதேபோல் விடிவெள்ளி, கே.ஏ.குணசேகரன் உள்ளிட்டவர்களின் சுயசரிதைகள் குறித்த ஆய்வுகள் பெரும்பாலும் தனித்த நிலையில் செய்யப்படவில்லை. பெரும்பாலான ஆய்வுகள் தலித் சுயசரிதைப் படைப்புகளைப் புதினம் அல்லது நாவல் என்கிற நோக்கில் தான் அணுகி யிருக்கின்றன. பாமாவின் கருக்கையும் விடிவெள்ளியின் கலக்கலையும் வாழ்க்கை வரலாற்றிலக்கிய அணுகுமுறையின் கீழ் இருத்தி, ஆய்வாளர் அறிந்த அளவில் பரந்துபட்ட நிலையில் ஆய்வுகள் மேற்கொள்ளப்படவில்லை.

தலித் தன்வரலாறுகள் மராத்தி, கன்னடம் உள்ளிட்ட மொழிகளிலிருந்து மொழிமாற்றம் செய்யப்பட்டுத் தமிழில் கணிடமாக வெளிவந்துள்ளன. அதே வேளையில் தமிழிலேயே எழுதப்பட்டத் தன்வரலாறுகளும் குறைவான எண்ணிக்கையில் வெளிவந்துள்ளன. இந்த வகையில் கத்தோலிக்கக் கிறித்தவத் தலித் சமூகப் பெண் படைப்பாளியாகிய பாமாவால் படைக்கப்பட்டக் 'கருக்கு'ம் மற்றொரு பெண் படைப்பாளியாகிய விடிவெள்ளி என்பவரால் படைக்கப்பட்டக் 'கலக்க'லும் இரு தன்வரலாற்று அல்லது சுயசரிதை இலக்கியப் படைப்புக்கள் மட்டுமே இங்கு ஆய்வுப் பரப்பாக அமைகின்றது. ஆய்வின் தேவை கருதியும், ஆய்வு பரப்பிற்கு வலிசேர்க்கும் விதமாகவும் பிற படைப்பாளர்களின் சுயசரிதைகளும் இங்குக் கூடுதலாக எடுத்தாளப்பட்டுள்ளன.

ஆய்வு மூலங்கள் :

பாமாவின் 'கருக்கு' காயங்கள் தழும்புகளாகி கோவை, விடியல் பதிப்பக வெளியீடு, 2004 (இ.ப)., விடிவெள்ளியின் (கலக்கல்) மதுரை, தலித் சமூக சிந்தனை செயல் ஆய்வு மைய வெளியீடு, 1994 என்ற இரு தலித் தன்வரலாற்று அல்லது சுயசரிதை இலக்கியங்களே முதன்மைச் சான்றாகவும்; தலித் தன்வரலாறுகள் சார்ந்த திறனாய்வு நூல்கள், ஆய்வுக் கட்டுரைகள், இதழ் கட்டுரைகள், ஆய்வேடுகள் உள்ளிட்டனவும், பிற தலித் இலக்கிய நூல்களும், ராஜ்கௌதமன், கே.ஏ.குணசேகறாண் உள்ளிட்டவர்களின் தன் வரலாற்று இலக்கியப் படைப்புகள், விமர்சனக் குறிப்புகள் உள்ளிட்டத் தொடர்புடையப் பிறவும் துணைமைச் சான்றாதாரமாகவும் இவ்வாய்விற்குரியச் சான்றாதார மூலங்களாக எடுத்துக் கொள்ளப்பட்டுள்ளன.

நூலமைப்பு :

இந்நூலாய்வு முகவுரை, தொகுப்புரை நீங்களாக மூன்று பிரிவுகளாக பிரிக்கப்பட்டுள்ளது. அவையாவன;

1. தன் வரலாறும் தலித்தியத் தன்வரலாறுகளும்
2. கருக்கு தன்வரலாறும், தலித் கிறித்தவர்கள் மீது நிகழ்த்தப்படுகின்ற சமயம் சார்ந்த ஒடுக்கு முறைகளும்

கலக்கல் தன்வரலாறும் தலித் கிறித்தவர்கள் மீது நிகழ்த்தப்படுகின்ற சமயம் சார்ந்த ஒடுக்குமுறைகளும்

தன் வரலாறும் தலித்தியத் தன்வரலாறுகளும்

ஐரோப்பிய, மேனாட்டாரது இலக்கியத் தாக்கத்தின் பயனாகவே 'வாழ்க்கை வரலாறு' (Biography) என்கின்ற புதிய இலக்கிய வகைமையானது துறை சார்ந்தத் தனித்த தொரு பகுப்பாகத் தமிழில் (19களில்) தோற்றம் கொள்கின்றது. இதன் மற்றொருக் கூறாக விளங்கும் 'தன் வரலாறு' (Autobiography) என்பது 1930—ஆம் ஆண்டிற்குப் பிறகே முழுமையடைந்த நிலையில், கணிசமானதொரு இலக்கிய வளர்ச்சியினைப் பெறுகின்றது. இத்தன்வரலாற்று இலக்கியத்தின் நீட்சியாக மராட்டியத்தில் (1978 — 1986) தோன்றி, கன்னட மொழியில் காலூன்றிப் பின், தமிழ்மொழி இலக்கியப் புலத்திற்குள் (1991 — 1992) அறிமுகமாகியிருப்பதே 'தலித் தன் வரலாறு' (Dalit Auto biography) எனும் சுய வாழ்க்கை வரலாற்றிலக்கிய வகைமையாகும்.

'தன் வரலாறும் — தலித்தியத் தன் வரலாறுகளும்' எனும் இப்பகுதியில் முதலாவதாக வாழ்க்கை வரலாறு — தன் வரலாறு குறித்த வரலாற்றுப் புரிதல்களைப் பார்ப்போம். அதன்கீழ், வாழ்க்கை வரலாறு, வாழ்க்கை வரலாற்றிலக்கியம், இவற்றினுடைய வகைமைகளில் ஒன்றாகியத் தன்வரலாறு, தன் வரலாற்றிலக்கியம் உள்ளிட்டனக் குறித்துத் தெளிவு பெறுவோம். தொடர்ந்து வாழ்க்கை வரலாறுகளிலிருந்து தன் வரலாறு என்பது வேறுபட்டது என்பதை உணர்த்துகின்ற வகையில் ஒப்பீடு செய்யவோம். இவ்ஒப்பீட்டின் கீழ் தன் வரலாற்றிலக்கியம் குறித்த இன்னபிற ஆய்வுச் செய்திகளை அறிமுக நிலையில் எடுத்துரைப்போம்.

இரண்டாவதாக, தமிழ்ச் சமூக வரலாறு, அரசியல் வரலாறு என்கின்ற இவ்விரு வரலாறுகள் குறித்தப் புரிதல்களின் கீழாகவே ஒரு சமூகத்தினுடைய இலக்கிய வரலாறு குறித்து அணுகல் வேண்டும் என்கின்ற செல்நெறியின் அடிப்படையில் தலித், தலித் இலக்கியம், தலித் தன் வரலாற்றிலக்கியம் பற்றி மிக விரிவாகக் காண முயல்வோம். இந்த அடிப்படையில், தமிழ்ச் சமூகக் கட்டமைப்பு குறித்த வரலாற்றையும், சமூகக் கட்டமைப்பிலிருந்து விலக்கப்பட்டச் சமூக மக்கள்திரள் பற்றியும், அவர்களைக் குறிக்கின்ற தலித், தலித்தியம் என்பன போன்ற சொல்லாக்கப் பயன்பாடுகள் பற்றியுமான ஆய்வு மதிப்பீட்டை வரலாற்று அடிப்படையில் இங்கு தந்திருக்கிறேன்.

தொடர்ந்து, தலித் சமூகத்திற்குள் நிகழ்ந்த மதவெளி மாற்றம் குறித்தும், வெளிமாற்றத்திற்குட்பட்டவர்களது அரசியல் இயக்க வரலாற்று நடவடிக்கைகள் குறித்தும் பதிவு செய்திருக்கிறேன். இவற்றின் தொடர்ச்சியாகவே, இந்திய — தமிழக அளவிலான இலக்கியத் தோற்றம் சார்ந்த வரலாற்றைத் தெளிவுபடுத்த முடியும். தலித் சமூகம், இயக்கம் குறித்த வரலாற்றுப் புரிதல்களோடு அமைகின்ற மூன்றாவது பகுதி. தலித் இலக்கியம் என்பதன் கீழாகப் புதிய இணைவு பெற்றுள்ள 'தலித் தன் வரலாறு, தன் வரலாற்றிலக்கியம்' உள்ளிட்டனக் குறித்து வரலாற்றடிப்படையில் விளக்குவதோடு, இவ்விலக்கியத்தின் கொள்கைகள் (அ) தனித்தன்மைகள் பற்றி இப்பகுதி வரையறுக்கின்றது. தொடர்ந்து தமிழ் வாழ்க்கை வரலாற்றிலக்கிய வரலாற்றில் தலித் வாழ்க்கை / தன் வாழ்க்கை வரலாறுகள் குறித்த ஏதேனும் தடயங்கள் இருக்கின்றதா? என்று ஆராய்கின்றது. மேலும் தன் வரலாறு என்பதிலிருந்து தலித் தன்வரலாறு என்பது வேறுபட்டது என்பதை அடையாளப்படுத்துகின்ற வகையில் இணை ஒப்பீடு செய்யப்படுகிறது. இவ்ஒப்பீட்டின் அடிப்படையில், அடித்தளத்திலுள்ள தலித் கிறித்தவர்களின் வாழ்வியலைக் கதையாடல் வடிவில் வெளிப்படுத்தியிருக்கின்ற படைப்பாளர்கள் பற்றியும், ஆய்விற்கு எடுத்துக் கொள்ளப் பட்டுள்ளப் படைப்புக்கள் குறித்துமான ஆய்வு மதிப்பீடுகளைத் தந்துள்ளேன்.

மேற்கண்ட வகையில் இப்பகுதி

1) வாழ்க்கை வரலாறு, தன் வரலாறு,

2) தலித் சமூக, இயக்க, இலக்கிய வரலாறு,

3) தலித் தன்வரலாறு,

என்கின்ற முப்பரிமாண வரலாறுகள் குறித்தும் பரந்த தளத்தில் ஆராய்கின்ற வகையில் அமைந்திருக்கும் என நம்புகிறேன்.

வாழ்க்கை :

பிறப்பு — இறப்பு என்கிற இரண்டு வெவ்வேறு புள்ளிகளுக்கு இடையில் நிகழும் மனித இருத்தலுக்கும் — போராட்டங் களுக்கும் அப்போராட்டங்களை அல்லது போராட்ட நிகழ்வுகளை அடிப்படியாகக் கொண்டதே 'வாழ்க்கை' என பொது வரையறை செய்யலாம். இந்த வாழ்க்கை குறித்து ஜீவன் ப்ரமோத் என்பவர், "பிறப்பிற்கும் இறப்பிற்கும்

இடைப்பட்ட, உடலுயிர்த் தன்மையினுடைய இருப்பே வாழ்க்கை என்பதாகிறது"[1] என்றும், பி.சி.கணேசன் என்பவர்,

"வாழ்க்கை என்பது ஒரு புதிர், ஒரு சாகரம், ஒரு சுமை ஒரு சூதாட்டம், ஒரு விளையாட்டு, மனித வரையறைக்குள்ளாக அடைபடாத ஒரு கடினமானப் பொருள்"[2] என்பதாகவும் வரையறை செய்கின்றனர். இவ்விரு அறிஞர்களின் வரையறை களிலிருந்து, மனித வரையறைகளுக்கு உட்படாததும், மனித இயங்கியலோடு, உறைந்து நிற்பதும், கட்புலனாகாததுமாகிய ஒன்றே வாழ்க்கை என்று பொருள்படுவதையும், அந்த வாழ்க்கையோடு தொடர்புடையச் சம்பவங்கள் (அ) நிகழ்வுகள் பின்னாளில் தனிமனிதச் சரித்திரமாக (அ) வரலாறாகப் படைக்கப்படுகின்றன என்பதையும் அறிந்து கொள்ள முடிகின்றது. மேலும் இது குறித்துப் பின்வருமாறுக் கருத்துகள் இருப்பதை இங்கு காணவேண்டிய தேவை இருக்கிறது.

வரலாறு (அ) சரித்திரம் :

வரலாறு (அ) சரித்திரம் என்பது, பிறப்பில் தொடங்கி இறப்பில் முடியும். ஒரு மனிதனுடைய வாழ்வை நகர்த்திய ஒட்டுமொத்தமானச் சம்பவங்களில், பெரும்பாலும் நேரிடையாக நடந்த செயல்களினுடைய முறைப்படியானத் தொகுப்புக்கள் அனைத்தும் அந்தந்தக் காலவரிசைப்படி கோவைப்படுத்தப்பட்டு அமைக்கப்படும் பொழுது உருவெடுக்கின்றது. வாழ்க்கையுடனான இதன் தொடர்பு குறித்து, மா. இராமலிங்கம் என்பவர்,

'வரலாறு என்பது உண்மைகளை உள்ளடக்கியத் தனிமனிதக் கதைப்புலத்தோடு நெருங்கிய தொடர்புடைய ஒன்று'[3] என விளக்கமளிக்கின்றார். சிவபாதசுந்தரம் என்பவர், "தனி மனிதனுடைய வாழ்க்கை வரலாற்றை மையமாக வைத்தே இலக்கியங்கள் படைக்கப்படுகின்றன. இவற்றுள் வரலாற்றுக் குரிய காலத்திலும், சூழலிலும் அமைந்து கிடக்கின்றத் தனிப் பட்ட ஒருவரின் வாழ்வையும், உணர்ச்சியையும் கூறுவதாகிய வரலாற்று நாவல் எழுதுவதற்கு வரலாற்று உண்மைகளிலும், வரலாற்று உணர்வுகளிலும் அதீத ஈடுபாடும், அவற்றிகுரியக் கோட்பாடுகளைத் தெளிவாக அறிந்து கொள்ளுவதும், அந்தத் தனிப்பட்ட மனிதரது வாழ்வினுடைய முக்கியத்துவங்கள் குறித்து முழுமையாக அறிந்து கொள்ள வேண்டும் என்கின்ற ஆர்வமும் அறிவும் தேவை"[4] என்றும் விளக்கம் தருகின்றார். இவ்விரு அறிஞர் பெருமக்களின் விளக்கங்களிலிருந்து,

தனிமனித வாழ்க்கைக் கதையே வரலாறு (அ) சரித்திரமாக மலர்கின்றது என்பதும், இதை மையமாக வைத்தே சிறுகதை, நாவல், வாழ்க்கை — தன் வரலாற்றுப் படைப்பாக்கங்கள் முதலியன படைக்கப்படுகின்றன என்பதும், அவற்றைப் படைப்பதற்கான அடிப்படைத் தகுதிகள் குறித்தும் புரிந்து கொள்ள முடிகின்றது. இப்புரிதல்களின் அடிப்படையில் வாழ்க்கை வரலாறு என்பது குறித்துப் பின்வருமாறு அறியலாம்.

வாழ்க்கை வரலாறு (அ) வரலாற்று இலக்கியம் :

ஒரு மனிதனுடைய வாழ்க்கையும், அவ்வாழ்க்கையில் நடந்த ஒட்டு மொத்த நிகழ்வுகளின் கால முறைப்படியிலமைந்த தொகுப்புமாகிய வரலாறும் இணைந்து தான் வாழ்க்கை வரலாறு என்பது உருவாகின்றது. அதாவது, 'வாழ்க்கை + வரலாறு = வாழ்க்கை வரலாறு' என சமன்பாட்டு நோக்கிலும், ஒரு தனிமனிதனுடைய வாழ்க்கைக் கதையை, அவனுடைய செயல்களின் அடிப்படையிலும், பண்பின் அடிப்படையிலும் உண்மைத் தன்மை மாறாமல் தொகுத்து, இயன்ற வரையில் இலக்கியத் தன்மையுடன் சொல்லுதல் (அ) அளித்தல் என்பதாகவும் இதனைப் புரிந்து கொள்ளலாம். இதனையே, தமிழில் வெளிவந்துள்ள பிரிட்டானிகா தகவல் களஞ்சியம், "தனி ஒரு மனிதனுடைய வாழ்க்கை வரலாற்றைக் கூறும் கற்பனையல்லாத இலக்கிய வடிவமே வாழ்க்கை வரலாறு"[5] என்று அறிமுகப்படுத்துகின்றது. இக்களஞ்சியக் கருத்துடன் ஒத்துப்போகின்ற வகையில் ச.வே.சுப்பிரமணியன் என்பவர், வாழ்க்கை வரலாற்றின் கீழ் படைக்கப்படும் நாவல் இலக்கியப் படைப்பு குறித்து, "மனித வாழ்க்கையின் முழுமையை யதார்த்தமாகப் பிரதிபலிக்கும் வகையில் அமைக்கப்படுகின்ற வாழ்க்கை வரலாற்று (அ) சரித்திர நாவல் என்பது வெறும் சரித்திரமாகவோ (அ) போலிச் சரித்திரமாகவோ, அதியற்புத நவீனமாகவோ, இரவல் ஆடையிலோ இருத்தல் கூடாது என்பதோடு, அது தனிமனித வாழ்வியல் கதைப்புலத்தோடு நெருங்கியத் தொடர்புடையதாக இருத்தல் வேண்டும்"[6] என்று தெளிவுபடுத்துகின்றார்.

வெவ்வேறு இலக்கியப் பரிமாணங்களுக்கு உட்படும் வாழ்க்கை வரலாறு, வரலாற்று இலக்கியம் குறித்து சாலினி இளந்திரையன், "ஒரு தனிமனிதனுடைய வாழ்க்கைக் கதையை விவரிப்பதாகிய வாழ்க்கை வரலாறு — என்பது ஒரு நாட்டின் (அ) சமுதாயத்தின் வரலாறு போன்றது, இவ்வரலாறு படிப்பு, ஆராய்வு, பேட்டி ஆகியவற்றின் மூலமாகத் திரட்டப்படும்

வரலாற்று. நாயகரைப் பற்றிய தகவல்களின் அடிப்படையில் உருவாகின்றதால் பொதுவுணர்ச்சி நோக்குடையதாக (Objective Approach) அமைந்திருக்கும் என்பதாகவும், இது வரலாற்றிற்குரிய நாயகனின் காலத்தையும் அது சார்ந்தக் கருத்துக்களையும் மட்டும் சித்திரிப்பதுடன் நின்று விடாமல், சமுதாய வரலாற்றிற்கும், தனி மனித வரலாற்றிற்கும் இடையிலானப் பிரிக்க முடியாததாகிய இணை உறவையும் தெளிவாக விளக்கக்கூடிய வகையில் அமைவதோடு, அந்தத் தனிமனிதன் ஈடுபட்டுச் சாதனைப் புரிந்த துறைகள் உள்ளிட்டவற்றிற்கு ஏற்ப இது வகைமை பெறுவதாகவும் அமையும் என்றும் சுட்டிக் காட்டுகின்றார்.”[7] இவரோடு ஒத்துப் போகின்ற வகையில் ஜெகந்நாதன் என்பவர் வரலாற்று (அ) சரித்திர நாவல் குறித்து,“சரித்திர (அ) வரலாற்று நாவல் என்பது வெறும் சரித்திரத்தையோ — வரலாற்றையோ நாவலாக எழுதுவதன்று. மாறாக, ஒரு தனிமனிதனுடைய வாழ்க்கை வரலாற்றுக் கூறுகளை முன்வைத்துப் பின்னப்படுவதாகும்”[8] என்று தெளிவுபடுத்துகின்றார்.

இது குறித்து சிவகாமி என்பவர், கூடுதல் விளக்கங்களைப் பின்வருமாறு தெரிவிக்கிறார். “ஒரு தனிமனிதன், அவன் வாழ்வில் சந்தித்த முக்கிய நிகழ்வுகள் அனைத்தையும் காலக் குறிப்புக்களோடு முறைப்படுத்தி, அவற்றின் பெருந்தன்மையும், உண்மைத் தன்மையும் குறைவுபடாது. ஒழுங்குபடுத்தி, அவற்றோடு அவனது பண்புகளும் செயல்களும் விளக்கம் பெறும்படியாகவும், இலக்கியச் சுவை மிகும்படியாகவும் படைக்கின்ற படைப்பே வாழ்க்கை வரலாறாகவும், வாழ்க்கை வரலாற்று இலக்கியமாகவும் அமைகின்றது எனவும்; இது வெறும் பொழுதுபோக்கு இலக்கியமாக மட்டும் இன்றி, கற்போருக்கு ஏதேனும் ஒரு வகையில் பயன்படக்கூடியதாகிய அற இலக்கியத்துடன் தொடர்புடைய வகையிலும் இருப்பதோடு, நவீனமடைந்து வரும் உரைநடையிலக்கியத் துறைகளில் ஒன்றாகவும் இவைகள் ஆழ வேரூன்றி இருக்கின்றது”[9] என்றும் புலப்படுத்துகின்றார்.

இது குறித்து மு.வரதராசனார், “ஒரு மனிதனை (அ) அவன் சார்ந்திருக்கின்ற சமூகத்தை அடிப்படையாகக் கொண்டுப் படைக்கப்படும் வரலாற்றுப் படைப்புக்களில் எதுவானாலும் அதற்கு அடித்தளமாக இருப்பது அந்தத் தனி மனிதனுடையச் சமூக வாழ்வியல் சார்ந்தக் கதைப்புலமேயாகும்”[10] என்கிறார். இவர்களைப் போன்றே அரங்கசாமி என்பவர், “மனித

வாழ்வியல் புலத்தின் அடிப்படையில் படைக்கப்படும் படைப்புக்கள் வெறும் பொழுதுபோக்கு இலக்கியமாக மட்டும் இன்றி, மனித வாழ்வியலை மிக யதார்த்தமாகச் சித்திரிக்கக்கூடியதாகவும், தனிமனித வாழ்க்கைக் கதையை மட்டுமே கூறாமல், அவன் சார்ந்திருக்கின்ற சமூக வரலாற்றையே உருவாக்கக்கூடிய அளவில் அடிக்கூறுகளைக் கொண்டதாகவும் இருக்க வேண்டும்”[11] என்று ஒத்தக் கருத்துக்களைச் சுட்டிக் காட்டுகின்றார். ஒத்தக் கருத்துடைய அறிஞர் பெருமக்களின் கருத்துக்களின் வழியே, மனித வாழ்க்கையை மையமாக வைத்தே வாழ்க்கை வரலாறும், வாழ்க்கை வரலாற்றுக் கதைப்புலத்தை மையமாக வைத்தே வாழ்க்கைச் சரித்திர (அ) வரலாற்று இலக்கிய வகைமைகளும் படைக்கப்படுகின்றன என்கின்ற தெளிவைப் பெற முடிகின்றது.

மேலும் இவ்வாழ்க்கை வரலாற்றின் சொற் பொருண்மை களாகச் சிவகாமி, “நிகழ்ச்சிமுறை, விவரம், சரிதை, சரிதம், சரித்திரம், கதை, வாழ்க்கைக் காவியம், பூர்வ சரித்திரம், உதாரணம், வரலாறு என்று சிலவற்றையும் Biography என்கிற ஆங்கிலச் சொல்லிற்குரிய நேர் பொருளாகவே தமிழில் வாழ்க்கை வரலாறு என்பது அமைகின்றது”[12] என்பதையும் குறிப்பிடுகின்றார். இதையே, சாலினி இளந்திரையன் என்பவர், “சரிதை, வரலாறு, சரித்திரம் கதை”[13] என்பன போன்ற சொல்லாடல்களில் பயன்படுத்துவதையும் அறிய முடிகின்றது. வாழ்க்கை வரலாற்று இலக்கியம் பற்றிய அடிப்படையானச் சிலக் கருத்து விளக்கங்களைத் தொடர்ந்து, இதனுடையப் பொதுவான வகைப்பாடுகள் குறித்துப் பின்வருமாறு உணரலாம்.

வாழ்க்கை வரலாற்றிலக்கிய வகைப்பாடுகள் :

தமிழில் வெவ்வேறு இலக்கிய வகைமைகளாகப் பரிணமிக்கின்ற (அ) படைக்கப்படுகின்ற சிறப்புமிக்க வாழ்க்கை வரலாற்றிலக்கியங்களை, படைப்போரை அடிப்படையாகக் கொண்டு ‘வாழ்க்கை வரலாறு (Biography) தன் வரலாறு (Auto biography) என இரு நிலைகளில் வகைப்படுத்தலாம். வாழ்க்கை வரலாற்றிலக்கியங்களில் ஒன்றாகியத் தன் வரலாறு என்பது பற்றி அறிந்து கொள்வதன் மூலமாகத்தான். அதன் மற்றொரு உட்கூறாகியத் தலித்தியத் தன் வரலாறுகள் குறித்தும் அறிந்து கொள்ளவேண்டும் என்ற முறையியலின் கீழாகவே. தன் வரலாறுகள் குறித்தச் செய்திகள் பின்வருமாறு ஆய்வு செய்யப் பட்டுள்ளன.

தன்வரலாறு (Autobiography)

படைப்போர் (அ) எழுதுநர் அடிப்படையில் வகைமை பெறும் வாழ்க்கை வரலாற்றிலக்கியத்தின் இன்னொரு கூறே தன்வரலாறு. பதினெட்டாம் (18) நூற்றாண்டு வரையிலும் இச்சொல் தமிழில் தோற்றுவிக்கப் படவில்லை. எனினும் இதன் பொருளை உணர்த்தும் வகையில் 'Memoris' என்ற பெயரில் நினைவுக் குறிப்புக்கள், நாட்குறிப்புக்கள் முதலியன வழக்கிலிருந்துள்ளது. இது குறித்து சிவகாமி, "பிறரின் வாழ்க்கையைக் குறித்து இன்னொருவர் எழுதும் நிலையிலும், (Biography) தன் வாழ்க்கையை ஒருவர் தானே எழுதும் நிலையிலும் (Autobiography) அடையாளப்படுத்துகின்றார். மேலும் இவ்விலக்கிய வகைப்பாட்டில் தன்வரலாறு என்பது இரண்டாவது பிரிவாக அமைவதால் தான், எழுதுநர் அடிப்படையிலேயே விளக்கமும் பெறுகின்றது என்கிறார். மேலும், இது தன் வரலாறு ஆங்கிலத்தில் Autobiography' என்று கட்டப்படுகின்றது. 'Autobiography' என்பதில் உள்ள Auto' என்கிற கிரேக்கச் சொல்லிற்குத் தன்னுடைய' என்பதே பொருளாகின்றது. இதன் கீழ் ஒருவருடைய வாழ்க்கை வரலாறு அவரால் எழுதப்படும் பொழுது அது தன் வரலாறாக மலர்கின்றது." [14] என்பதாகவும் குறிப்பிடுகின்றார். இதை, Auto + Biography = Autobiography தன்னுடைய + வாழ்க்கை வரலாறு = தன் வாழ்க்கை வரலாறு (அ) தன் வரலாறு என்று சமன்பாட்டு நோக்கில் எளிதாகப் புரிந்து கொள்ளலாம்.

தன் வரலாற்றின் இன்ன பிற அம்சங்கள் குறித்து சாலினி இளந் திரையன், "தனிமனிதனுடைய வாழ்க்கைக் கதையே இவ்விரு இலக்கிய வகைமைகளுக்கும் அடித்தளமாக இருக்கின்றது. என்றாலும் கூட தன் வரலாற்றில் தன்னுணர்ச்சிப் போக்கும் (Subjective approach) அதற்கேயுரிய நோக்கும், வாழ்க்கை வரலாற்றிலக்கியத்தில் பொதுவுணர்ச்சி நோக்கும் (Objective approach) அதற்கேயுரியப் போக்கும் மிகுந்திருக்கும் என்ற அடிப்படையில் இவைகளுக்குள்ளான வேறுபாட்டைச் சுட்டிக் காட்டுவதோடு, இவ்வகையான வரலாறுகள் தமிழில் எழுதப்படுவதற்கானக் காரணங்களாகத் தன்னைப் புகழ்ந்து கொள்ளும் எண்ணத்துடன் தனது (கடந்த கால) வாழ்கையை ஆராய்வது, தனது கடந்த காலச் செயல்கள் சரியானவையே என நிலைநாட்ட முயல்வது, வாழ்வில் ஏற்பட்ட இனிய அனுபவங்களை நினைவுகூர்ந்து ஒரு விதமான இன்பமடைவது, தன்னுடைய அனுபவங்கள்

பிறருக்கு வழிகாட்டியாக அமையக்கூடும் என்று நம்பிக்கை கொள்வது, சிக்கல் மிகுந்த உலக வாழ்வில் தன்னைத் தானே காலத்திற்கேற்றவாறு புதுக்கிக் கொள்ள முயல்வது, தன் வாழ்வைக் கலைப்பொருளாக்கி அதன் மீது ஒரு படைப்பை உருவாக்க வேண்டும் என்ற ஆர்வத் துடிப்பு, தன்னுடையப் பெருநிலை (அ) புகழைப் பயன்படுத்திப் பணம் சம்பாதித்துக் கொள்ள வேண்டும் என்று ஆசை கொள்வது"[15] என்பதாகச் சில அடிப்படைகளையும் தெளிவுபடுத்துகின்றார்.

பொதுவாகவே, தமிழில் தன் வரலாறுகள் மிகவும் குறைவான எண்ணிக்கையிலேயே படைக்கப்பட்டு வந்துள்ளன. ஆனால் அண்மைக் காலங்களில் தமது சொந்த விருப்பம், பிறரின் தூண்டுதல் மற்றும் வேண்டுதலின் பெயராலும், சமூகத் தேவைக் கருதி, சிறுபான்மையாகவும் இவ்வரலாறுகள் அவ்வப்போது படைக்கப்படுகின்றன. தலித் தன் வரலாறுகள் படைக்கப்பட்டதற்கும் இத்தகையச் சூழல்களும், காரணங்களும் பொருந்தும் என்பது குறிப்பிடத்தக்கதாகும்.

தன் வரலாறு என்பது குறித்துப் பிரிட்டானிகா தகவல் களஞ் சியம், (தமிழ்) "ஒருவர் தனது வரலாற்றைத் தானே கூறும் முறையில் அமைந்த சுயசரிதை வடிவம் பல்வேறு காலக் கட்டங்களைத் தொடர்ந்து 15—ஆம் நூற்றாண்டில் தான் தொடங்கப் பெற்றது. இது அந்தரங்கமான நிகழ்ச்சிகள், கடிதங்கள், நாட்குறிப்புகள், கடந்தகால நினைவுகள் என்பனவற்றைப் போன்று ஒழுங்கு முறையில் அமைந்த சுயசரிதை என்பதைத் தவிர, வெவ்வேறு வடிவங்களாகவும் காணப்படுகின்றது" [16] என்று விளக்கம் தருகின்றது. இது குறித்து எழுத்தாளர் பிரபஞ்சன், "வரலாறு என்கிற அடிப்படையில் சுயசரிதையை வரவேற்பதாகவும், தன் பலம் பலவீனம் இரண்டையும் கடந்த ஆத்மபலம் உள்ளவர்களால் உண்மையுடன் எழுதப்படும் தன் வரலாறுகள் மட்டுமே நிற்கும். இதற்கு மகாத்மா காந்தியின் சத்யசோதனை ஓர் நல்ல உதாரணம் என்றும், அண்மைக் காலத்தில் வேறு சில காரணங்களால் பிரபலமாக்கப்பட்டவர்கள் எழுதியத் தன் வரலாறுகள் புளுகு மூட்டைகள். இவைகள் எழுதிய மை காயும் முன்னமே மக்களால் மறக்கப்படுபவை" [17]எனவும் தம் கருத்தை முன் வைக்கின்றார்.

இவரைப் போலவே சபாநாயகம் என்பவர், "சுயசரிதை எனும் தன் வரலாறு எல்லோராலும் துணிந்து எழுதப்படுவதில்லை. எல்லோரும் துணிந்து எழுதக்கூடியதும் அல்ல. சுய கழிவிரக்கமும், சுயமரியாதை குறித்த கவனமும் கவலையும்

உள்ளவர்கள் இவ் வரலாற்றை எழுதத் துணிவதில்லை என்று பிரபஞ்சன் கூறிய கருத்துக்களோடு உடன்படுவதோடு, காந்தி, நேரு, உ.வே.சா. போன்று தனது வாழ்வைத் திறந்த புத்தகமாகக் கருதுபவர்களும், தன் வாழ்வு பிறருக்கு எச்சரிக்கையாகவோ, வழிகாட்டியாகவோ இருக்கும் என்ற வகையில் தன் வாழ்வில் பிறருக்குச் சொல்லக்கூடிய வகையில் செய்திகள் இருக்கின்றது என் கருதுபவர்களும், நல்லுணர்வு, நல்லெண்ணம் கொண்டவர்களும் மட்டும்தான் இது போன்ற வரலாறுகளை எழுதுகின்றார்கள். இந்த வகையில் தன் பலத்தையும், பலவீனத்தையும் அப்பட்டமாக வெளிப்படுத்திய காந்திஜியின் சுயசரிதை என்றும் பெருமைக்குரியது" [18] என்று கூறுவது சிந்திக்கத்தக்கதாகும்.

ஒரு சுயசரிதை (அ) தன்வரலாறு என்பது எப்படி அணுகப்பட வேண்டும் என்பது குறித்து சுகுமார், "சுய சரிதையை ஒருவரைப் பற்றி இன்னொருவர் எழுதும் பிறர் வாழ்க்கை வரலாற்றுடன் ஒப்பிட்டு நோக்கக் கூடாது. ஆசிரியரின் நெஞ்சையே தன் உற்பத்தி மையமாகவும் உணர்ச்சி மையமாகவும் கொண்டிருக்கின்ற இச்சரிதை (அ) தன் வரலாறு அதன் ஆசிரியரிடமிருந்தே உயிரும் ஊட்டமும் பெறுகின்றது. எந்த எழுத்தாளனாலும் ஒரு தடவைக்கு மேல் கையாள முடியாத ஒரே இலக்கிய வடிவமாக விளங்குகின்ற தன்மையை(Idendity)க் கொண்டது. இது, நேர்மையும், உண்மையும், முக்கியத்துவமும் வாய்ந்த. தனிமனித வாழ்வியலோடு நேரடியானத் தொடர்பும் நெருக்கமும் உடையது" [19] என்று தம் கருத்துக்களை முன்வைக்கின்றார்.

சுயசரிதை (அ) தன் வரலாறு பற்றிய அறிஞர்களின் தன் வரலாறு என்பதற்கும், வாழ்க்கை வரலாறு என்பதற்கும் அடித்தளமாக அமைவது ஒரு தனிமனிதனுடைய வாழ்க்கையே என்பதும், வாழ்க்கை வரலாறுகள் பற்றியச் சித்திரிப்புக்களை ஒரு தடவைக்கு மேல் மீண்டும் நிகழ்த்த முடியாத அளவிற்குத் தன் வரலாற்று இலக்கிய வடிவம் மட்டுமே தனிச்சிறப்பு பெற்றதாக இருக்கின்றது என்பதும் தெளிவுபடுகின்றன. இத்தெளிவுகளின் அடிப்படையில் தன் வரலாறு சார்ந்து படைக்கப்படும் இலக்கியம் குறித்துப் பின்வருமாறு காணலாம்.

தன் வரலாற்று இலக்கியம் :

ஒருவர் தன்னுடைய வாழ்வியலோடு உள்ளடங்கிப் போன முக்கிய நிகழ்வுகள் அனைத்தையும், அவை நடந்த கால

வரிசைப்படித் தொகுத்து, அவற்றில் அவருடையப் பலம் X பலவீனம் சார்ந்தப் பண்புகள் செயல் விளக்கம் பெறும்படிச் செய்து, பின் அவற்றை முறையாகக் கோவைப்படுத்தி, இலக்கியத்தன்மை (அ) நயம் மிகும்படி அந்த ஒருவரே சித்திரிக்கின்ற (அ) எழுதுகின்ற கற்பனையில்லாத ஒரு புனைவிலக்கியமே, தன் வரலாற்று இலக்கியம் என்பதாக உருவெடுக்கின்றது. இதையே சிவகாமி, 'ஒருவரது வரலாற்றை அவரே எழுதுதல்' [20] என்பதாகத் தெளிவுபடுத்துகின்றார். இதனை, 'Autobiography + Literatue = Autobiography Literature' அதாவது, தன் (வாழ்க்கை வரலாறு + இலக்கியம் = தன் (வாழ்க்கை வரலாற்று இலக்கியம் என்ற சமன்பாட்டு அடிப்படையில் புரிந்து கொள்ளலாம். இப்புரிதல்களின் அடிப்படையில், வாழ்க்கை வரலாற்று, தன் வரலாறு என்பனவற்றிற்கு இடையிலான ஒற்றுமைகள் / வேற்றுமைகள் குறித்து ஒப்பீடு செய்வதன் வழியாகத்தான்; தன் வரலாறுகளுக்கும் — தலித்தியத் தன் வரலாறுகளுக்கும் இடையிலான ஒற்றுமை — வேற்றுமைகளைப் பற்றிப் புரிந்து கொள்ளவும், பிரித்து அணுகவும் முடியும் என்ற செல்நெறியின் கீழாகவே வாழ்க்கை தன் வரலாறு இவற்றிற்கு இடையிலான ஒற்றுமைகள் / வேற்றுமைகள் கண்டறியப்பட்டுள்ளன.

வாழ்க்கை வரலாறு - தன் வரலாறு ஒப்பீட்டுக் கூறுகள் :

வாழ்க்கை வரலாறும் — தன் வரலாறும் ஒரு தனிமனிதனின் வாழ்வைச் சித்திரிப்பதையே நோக்கமாகக் கொண்ட நிலையில் ஒன்றுபடினும், 'எழுதப்படுநர்' என்கின்ற நிலையில் வேறுபட்டே அமைகின்றன. அதாவது, தன் வரலாறென்பது அதன் நாயகனாலேயே எழுதப்படுகின்றது; வாழ்க்கை வரலாறென்பது, ஒருவரைக் குறித்து இன்னொருவரால் எழுதப்படுகின்றது. இந்த அடிப்படை வேறுபாடுகளே இவ்விரு வரலாறுகளையும் பிரித்து நோக்குவதற்கானச் சில அடிப்படைகளைத் தருகின்றது. இவ்வாறு ஒத்த இலக்கியத்திற்குள்ளாக இலக்கியங்களை வகைப்படுத்தி (அ) வேறுபடுத்திப் பார்த்தல் என்பது குறித்து சிற்பி. பாலசுப்பிரமணியன் என்பவர், 'ஒரே பிரிவை (அ) முறையைச் சார்ந்தவற்றை இனம் பிரித்துக் காணும் முறையிலும், பலவாகப் பிரித்து நிற்பவற்றை அதன் இயைபு கருதி சிலவாகத் தொகுத்துப் பார்க்கும் பாங்கிலும் செய்யப்படும் செயல்முறையை, ஆங்கிலத்தில் Classification, Kind, Division, Category, Type என்பன போன்ற பெயர்களில் வழங்குவர். இதன் கீழ் இலக்கியங்களை வேறுபடுத்திப் பார்ப்பதற்கு அதன் பெருக்கமும், வகைப்பாட்டு

அமைப்பில் உள்ள மிகுதியுமே காரணமாகின்றது' [21] என்று தம் கருத்தைப் பதிவு செய்வதைப் போலவே, தே. லூர்து என்பவர், 'ஒரே மாதிரியாக இருப்பனவற்றை அடையாளம் கண்டு ஒப்புமைப்படுத்துவதையே வேறுபடுத்தல் (அ) வகைப்படுத்தல்' [22] என்பதாகக் குறிப்பிடுகின்றார். வேறுபடுத்தல் (அ) வகைப்படுத்திக் காணுதல் என்பது பற்றிய அறிஞர்களின் குறிப்புக்கள் அடிப்படையில் இவ்விரு வரலாறுகளுக்கும் இடையிலான வேறுபாடுகள் ஒப்பிடப்பட்டு, பின்வரும் நிலைகளில் வரிசைப்படுத்தப்பட்டுள்ளன.

பொதுவான வேறுபாடுகள் :

'எழுதுநர்' அடிப்படையில் இவ்வரலாறுகள் வாழ்க்கை வரலாறு — தன் வரலாறு என இரு வகைப்படுகின்றன. வரலாறுக்கும் / நாவலுக்கும் இடையில் உள்ள வேறுபாடுகளைப் போன்றே இவ்விரு வரலாறுகளும் பல நிலைகளில் வேறுபடுகின்றன. இவற்றுள், வாழ்க்கை வரலாறென்பது படிப்பு, ஆராய்வு, பேட்டி ஆகியவற்றின் மூலம் திரட்டப்படும் வரலாற்று நாயகனைப் பற்றிய செய்திகளின் அடிப்படையில் வேறு ஒருவரால் எழுதப்படுகின்றது.

தன் வரலாறு என்பது தனிமனிதனோடு உள்ளடங்கிப் போன நினைவுகளை மீண்டும் அவன் தன் மன அரங்கில் மிதக்க விடுவதன் மூலமாக அதன் நாயகனாலேயே எழுதப்படுவதாக அமைகின்றது. காய்தல் — உவத்தல் போன்ற குற்றங்களுக்கு வாழ்க்கை வரலாற்றைவிட, தன் வரலாற்றில் அதிக இடமும் பங்கும் இருக்க வாய்ப்புக்கள் உள்ளன. இருப்பினும், ஒருவரது வாழ்க்கை வரலாறு குறித்து முறைப்படியாகத் திரட்டப்படும் தகவல்களையும் குறிப்புரைகளையும் அடியோடு மாற்றிச் சொல்லுவதற்குரிய வாய்ப்புக்கள் வாழ்க்கை வரலாற்றில் குறைவு. ஆனால் தன்வரலாற்றில் தனிமனித நோக்கமே கோலோச்சுவதால் மேற்கூறியத் திரிபுகளுக்கு மிகுதியான வாய்ப்புக்கள் உள்ளன.

வாழ்க்கை வரலாற்றில் பொதுவுணர்ச்சி நோக்கு (Objective approach) முதன்மை பெறும். தன் வரலாற்றில் (Subjective approach) தன்னுணர்ச்சி நோக்கு தலையோங்கி நிற்கும். இந்த அடிப்படையில் இவ்விரு வரலாறுகளுக்குள்ளும் பல்வேறு வேறுபாடுகள் இருப்பதை ஒப்பிட்டு அறிய முடிகின்றது. இவ்வேறுபாடுகளைப் பின்வருமாறுப் பொது நிலையினதாகவே வரிசைப்படுத்தலாம்.

பொது நிலையில் அமைந்த உள்ளார்ந்த வேறுபாடுகள் :

1. வாழ்க்கை வரலாற்றில் சுயநலப் போக்குகள், நீதி புகட்டும் நோக்கு, பட்சாதாபப் பார்வை முதலியவற்றிற்குரிய இடம் இல்லை. தன் வரலாற்றினுள் தன்னுடையச் செயல்களுக்கு நியாயம் மற்றும் நீதி புகட்டும் நோக்கும், போக்கும் நடுநிலையற்ற வரலாற்றுப் பார்வையும் இருக்க வாய்ப்புக்கள் உள்ளன. மேலும் வாழ்க்கை வரலாற்றினுள் ஊடாடும் பாத்திரங்கள் கற்பனையானதன்று. மாறாக, அவை வரலாற்றுச் சிறப்பு மிக்க உண்மைத் தன்மையுடையப் பாத்திரமாகவே இருப்பதோடு, உண்மையான வரலாற்றுச் செய்திகளை வழங்குவதாகவும் அமைகின்றது. ஆனால் தன் வரலாறுகள் இத்தகையச் சிறப்புக்களைப் பெற்றிருக்கும் என்று கூற முடியாது.

2. வாழ்க்கை வரலாற்றினுள் கற்பனைகளுக்கும், அதீத புனைவுகளுக்கும் அதிக இடம் இல்லை. தன் வரலாற்றினுள் இவற்றிற்கு அதிக அளவில் இடம் உள்ளது. இருப்பினும், வாழ்க்கை வரலாற்றினுள் அதன் நாயகனுடையச் செயல்களுக்கு நியாயம் கற்பிக்கின்ற போக்குகளுக்கு வாய்ப்புக்கள் குறைவு. தன் வரலாற்றினுள் இப் போக்கிற்கு அதிக இடம் இருக்கின்றது. குறிப்பாக, வாழ்க்கை வரலாறென்பது ஒரு நீண்டக் கதையைத் தருவதாகவும், முழுமையானதாகவும் இருக்கும். தன் வரலாறென்பது முழுமைப் பெற்ற வரலாறாகப் பெரும்பாலும் இருக்காது. அது மட்டுமின்றி, வாழ்க்கை வரலாற்றில் தற்காப்புச் சார்ந்த நெடும் பேச்சிற்கு இடமிருக்காது; தன் வரலாற்றினுள் இடமிருக்கும்.

3. வாழ்க்கை வரலாற்றை முழுமை பெற்ற வரலாற்றுச் சான்றாவணமாகவோ இலக்கியமாகவோ கொள்ளலாம்; தன் வரலாற்றை அவ்வாறு கொள்ள முடியாது. இதைப் போலவே, வாழ்க்கை வரலாற்றாசிரியருக்குத் தெளிந்த வரலாற்றுப் பார்வை உண்டு; ஆனால் தன் வரலாற்றாசிரியருக்குத் தெளிந்த வரலாற்றுப் பார்வை என்பது ஒப்பீட்டளவில் குறைவு. இவற்றோடு, வாழ்க்கை வரலாறுகள் பொதுப்புத்தி சார்ந்த நிலையில், பொதுவாசகப் பரப்பை நோக்கிப் பயணப்படுவதாகவே பெரும்பாலும் அமையும்; தன் வரலாறுகள் அவ்வாறு அமைவது அரிது;

4. வாழ்க்கை வரலாறுகளில் அதன் நாயகருடையப் பலம் / பலவீனம், அவருக்குப் பிடித்த / பிடிக்காத நிகழ்வுகள் உள்ளிட்டன ஒளிவு மறைவின்றி சொல்லப்பட்டிருக்கும்;

மாறாகத் தன் வரலாற்றினுள் இடம்பெறும் நாயகருடையச் சுயம் சார்ந்த நிகழ்வுகள், ரகசியங்கள், பெரும்பாலும் மறைக்கப்பட்டிருப்பதாகவும், திரித்துச் சொல்லப்பட்டதாகவும் இருக்க மிகுதியான வாய்ப்புக்கள் உள்ளன. இந்த வகையில், வாழ்க்கை வரலாறுகளை யார் / எத்தனை முறை வேண்டுமானாலும் எழுத்துப் படைப்பாக்கம் செய்யலாம்; தன் வரலாற்றை ஒருமுறை மட்டுமே படைப்பாக்க முடியும். அதுமட்டுமன்றி தன் வரலாற்றாசிரியரைத் தவிர வேறு எவராலும் இப்பணியில் ஈடுபடவும் முடியாது.

5. வாழ்க்கை வரலாறுகள் பரந்துபட்டச் சமூக மற்றும் உலகியல் பார்வையுடையதாகவிருக்கும்; தன் வரலாறுகள் முன்னதோடு ஒப்பிடுகையில் சுருங்கிய, தற்சார்புடையப் பார்வையின் அடிப்படையில் அமைவதாகவே மிகுதியும் இருக்கும். இதுமட்டுமின்றி, வரலாறு — நாவல் — அற இலக்கியங்களுடனானத் தொடர்புகளை வாழ்க்கை வரலாறுகள் மட்டுமே கொண்டிருக்கும்; இத்தகையப் பரந்துபட்டத் தொடர்புகளில் தன் வரலாறு, சற்றுப் பின்தங்கியே உள்ளது. மேலும், வாழ்க்கை வரலாற்று மூலங்களிலிருந்து தான் தன் வரலாற்றைப் படைப்பதற்கான அடிப்படைகளைப் பெறமுடியும் என்பதால் முன்வரலாறு இல்லையென்றால் பின் வரலாறு இல்லை. அது மட்டுமின்றி மனிதனும் மனித வாழ்க்கையும் இல்லையென்றால் இவ்வுலகில் வரலாறுகளே இல்லை.

இவ்வாறு, இவ்விரு வரலாறுகளுக்குமான வேறுபாடுகளை ஒருவாறு தொகுத்துக் காண முடிகின்றது. இதனைத் தொடர்ந்து, தமிழில் உள்ள தன் வரலாற்றிலக்கியத்தின் தோற்றம், அதன் போக்குகள், அதன் நீட்சி என்பது பற்றி புரிந்து கொள்வதன் பின்னணியில் தான் தலித் தன் வரலாறு என்பதற்குரிய இடத்தைச் சரியாக அடையாளப்படுத்த முடியும் என்கின்ற ஆய்வுச் சிந்தனையின் அடிப்படையில் தான் இது குறித்தச் செய்திகள் பின்வருமாறு பதிவுச் செய்யப்பட்டுள்ளன.

தன் வரலாற்றிலக்கியத்தின் தோற்றமும் அதன் போக்குகளும் :

தமிழ் மொழி பேசும் சமூக மக்களின் பழம் பெருமைகளை உலகிற்கு உணர்த்துவதில் முன்னிற்கக் கூடியச் சான்றாவணங்களில் வாழ்க்கை வரலாறுகளுக்கு முக்கியப் பங்கு உண்டு. இந்த வகையில் வாழ்க்கை வரலாறுகள் — தன் வரலாறுகள் குறித்த அடிக்கூறுகளைச் செழுமை மிக்க நம் தமிழ்

இலக்கியங்கள் நெடுகிலுமாக ஆய்ந்தறிய முடிகின்றது. இவ்வாறு பழந்தமிழ் இலக்கியங்களில் பரந்தும் விரிந்தும் கிடக்கும் இவ்வரலாற்றுக் கூறுகள் குறித்த ஓர்மைகள் பதினெட்டாம் (18) நூற்றாண்டுகளின் பிற்பகுதியிலும், பத்தொன்பதாம் (19) நூற்றாண்டின் தொடக்கத்திலும், ஏற்பட்ட ஐரோப்பியர், மேனாட்டார் இலக்கியத் தாக்கத்தின் ஊடாகவே தமிழில் எழுகின்றது. மேனாட்டாரின் இத்தொடர்பிற்கு முன்பு வரை, மரபிலக்கிய வட்டத்திற்குள்ளாகவே சுழன்று கொண்டிருந்தத் தமிழிலக்கிய உலகில் இது போன்ற (நவீன) இலக்கியச் தனைகளைச் செய்து பார்ப்பதற்குரிய அமைதி கைக்கொள்ளப் பெறவில்லை என்பது குறிப்பிடத்தக்கதாகும்.

பதினாறு (16), பதினேழாம் (17) நூற்றாண்டுகளின் நகர்வில் தென்னிந்தியப் புலமெங்கும் கிறித்தவச் சமயத்தைப் பரப்புவதற்காக எண்ணற்ற மேனாட்டுச் சமயப் பரப்புநர்கள் வருகை புரிந்தனர். இவர்கள் தங்கிப் பணியாற்றிய இடங்களில் சொந்தமாக அச்சுக்கூடங்களை அமைத்துச் சமய நூல்களை அச்சிட்டு மறைப் பரப்புரை செய்தக் காலக்கட்டத்தில் 1812 இந்தியர்களும் சொந்தமாக அச்சுக்கூடம் அமைத்துக் கொள்ள ஆங்கிலேய அரசால் அனுமதி வழங்கப்பட்டது. இதே ஆண்டில்தான் ஐரோப்பியக் கல்வி முறைப் புகுத்தப்பட்டது. இதனால் தமிழ்ச் சமூகத்தினரும், தமிழ் இலக்கிய மரபு சார்ந்தப் படைப்பாளிகளும் அதிக பயனடந்தனர். தமிழகத்தில் சொந்த அச்சுக்கூடம் அமைக்கப்பட்டப் பிறகு அதுவரையிலும் கட்டுண்டு கிடந்த மரபிலக்கியப் படைப்பாளிகளின் ஆர்வம் பீறிட்டு எழுந்தது. மேனாட்டுக் கிறித்தவச் சமயப் பரப்புநர்களுடன் போட்டி போட்டுக் கொண்டுத் தமிழிலக்கிய மரபுசார் படைப்பாளர்களும் தமிழில் உள்ள மிகப் பழைய, புதிய இலக்கியங்களையெல்லாம் தேடித் தொகுத்தும், புதிதாகப் படைத்தும் வெளியிட்டனர். கிறித்தவர்களின் பணியால் வேகம் பெற்றிருந்த நவீனத் தமிழ் உரைநடை வளர்ச்சியின் பயனை முழுமையாகப் பயன்படுத்தி வாய்ப்புக் கிடைக்கின்ற பொழுதுகளிலெல்லாம் பழம்பெரும் இலக்கண, இலக்கியங்களையும், புதிய இலக்கியப் படைப்புக்களையும், இன்ன பிறவற்றையும், சாதி, சமயம், மொழி, இனம் என்பனச் சார்ந்த நிலைகளில் வெளியிட்டனர். இதனால் பழம்பெரும் தமிழ் இலக்கிய ஆக்கங்கள் யாவும் புதுப்பொலிவும், வடிவும் பெற்றன. இத்தகைய இலக்கியங்களுள்ளாகத்தான் வாழ்க்கை, தன் வரலாற்று நூல்கள் குறித்த அடையாளத்தைக் காண முடிகின்றது என்பது கருதத்தக்கதாகும்.

இந்திய அளவில் வாழ்க்கை — தன் வரலாற்றிலக்கியத்தின் தோற்றம் (அ) அடையாளம் குறித்து, பிரிட்டானிகா தகவல் களஞ்சியம் (பொது), 'தன் வரலாற்றைத் தானே கூறுதல் எனும் சுயசரிதை இலக்கியங்கள் புராதன மற்றும் இடைக்காலங்களில் இருந்ததை இலக்கியங்களின் வழியே ஓரளவு குறிப்பாக அறிய முடிகின்றது. பதினைந்தாம் (15) நூற்றாண்டில்தான் தொடங்கிய இதனுடைய வடிவமானது இன்றைக்கு அநேக வடிவுடையதாக இருக்கின்றது. தொடக்கத்தில் புனித அகஸ்டின் என்பவரின் கன்ஃபெஷன்ஸ் (கி.பி. 400) என்பதில் தொடங்கி விளாடிமிர் நபொகெஃப் என்பவரின் ஸ்பீக்மெமரி (1951)' உட்பட யாவும் இவ்விலக்கியத்தின் கீழ் குறிப்பிடத்தக்கது என்றும், தனி நபரது வாழ்க்கையைக் கூறும் கற்பனையல்லாத இலக்கிய வடிவமாகியக் கல்லறைச் சொற்பொழிவுகள், கல்வெட்டுக்கள் இது போன்றவற்றையும் கிரேக்க மற்றும் ரோமானியப் பெருந்தகைகளின் வாழ்க்கையை எழுதிய புளூடார்க்கின் படைப்புக்களையும், சீசர்களின் வாழ்க்கை வரலாறுகளை வம்புகள் கலந்த முறையில் எழுதிய ஸ்வீடோனியஸின் படைப்புக்களையும் நவீன வாழ்க்கை வரலாற்றிலக்கியத்தின் மூலங்களாகவும் கட்டுவதாகக் கொள்ளலாம் என்றும் பதினாறாம் (16) நூற்றாண்டு வரையிலும் மிகச் சொற்பமான அளவில் சாமான்ய மக்களின் வரலாறுகளே எழுதப்பட்டன. இதனைத் தொடர்ந்து பதினெட்டாம் (18) நூற்றாண்டினதாகிய ஜேம்ஸ் பாஸ்வெல்லின் ஜான்சனின் வாழ்க்கை வரலாறு தொடங்கி ஆங்கில இலக்கியத்தின் பெரும் வளர்ச்சிகள் தோன்றின" [23] என்பதாகவும் எடுத்துக்காட்டுகின்றது.

தமிழக அளவிலான, இவ்வரலாறுகளின் தோற்றம் குறித்து வாழ்வியல் களஞ்சியம், 'தமிழகத்திற்கு அச்சுக் கருவிகளை வருவித்துத் தமிழிலேயே அச்சியற்றியதோடு, தொடர்ந்து நடந்த எழுத்துச் சீர்திருத்தம், ஒப்பிலக்கண — இலக்கிய வரைவு, மொழிபெயர்ப்புப் பணிகள், அறிவியல் துறைகளில் தமிழைப் புகுத்தியது, உரை நடைவளர்ச்சி சார்ந்தப் பிற பணிகள் என்பன போன்ற நிலைகளில் பணியாற்றிய பிரெஞ்சு ஐரோப்பிய மேனாட்டுக்காரர்கள், சமயப்பரப்புநர்கள் இவர்களின் தொடர்புகள் உள்ளிட்டப் பல்வேறு மாற்றங்களால் தான் பழங்காலத்து நிகழ்வுகளையெல்லாம் அறிந்து கொள்ள வேண்டும் என்ற அவாவும், அவற்றையெல்லாம் புதிய முறையில் வெளியிட வேண்டும் என்கின்ற விஞ்ஞானத்திறம் பெற்ற வரலாற்று நோக்கும் இது சார்ந்தப் பிறத் தொடர் பணிகளும் தமிழில் ஏற்பட்டது' [24] என்று தெளிவுபடுத்துகின்றது.

இக்கருத்தை உறுதி செய்கின்ற வகையில் கலைக்களஞ்சியம், 'பத்தொன்பதாம் (19) நூற்றாண்டுகளுக்கு முன்பு வரை இத்தகைய வாழ்க்கை வரலாற்று நோக்குத் தமிழில் ஏற்படவில்லை' [25] என்று சுட்டிக் காட்டுகின்றது.

இவ்விரு களஞ்சியக் கருத்துக்களைத் தொடர்ந்து, ச.வே.சுப்பிரமணியன் என்பவர், 'தமிழில் வாழ்க்கை — தன் வரலாறுகள் என்பது தனியிலக்கியத் துறையாக வளர்ந்து வளர்ச்சி அடைந்திருக்கின்றது என்றால் அது மேனாட்டுத் தொடர்பால் தான் சாத்தியமாகி இருக்கின்றது என்றும், பத்தொன்பதாம் (19) நூற்றாண்டுகளில் ஓரளவிற்கு நன்கு வளர்ந்த இத்துறையானது இருபதாம் (20) நூற்றாண்டுகளில் தான் செழித்தோங்கியிருக்கின்றது' [26] எனவும் இவ்விலக்கியத் தோற்றம் குறித்தத் தமது கருத்தைப் பதிவு செய்கின்றார்.

இவற்றிலிருந்து, கிறித்தவச் சமயப் பரப்புநர்களாலும் இன்னபிற மேனாட்டார் தொடர்புகளினாலும், தமிழிலக்கிய அறிவு ஜீவிகளின் நவீன இலக்கிய விழிப்புணர்வினாலும் மற்றும் பிற நடவடிக்கைகளாலும் தான் வாழ்க்கை தன் வரலாறுகளானது இன்றைக்குத் தனியொரு இலக்கியத் துறையாகப் பல்வேறு கட்டங்களைக் கடந்து தொடர்ந்து சிறப்புடன் செயல்பட்டு வருகின்றது என உணர முடிகின்றது. தமிழில் இரண்டு நூற்றாண்டு வாழ்க்கை — வரலாற்றிலக்கியப் போக்குகளை, தான் சுமார் இருபது (200 ஆண்டு கால வளர்ச்சிகளை உள்ளடக்கியத் தலித் இலக்கியம் தன் வரலாற்றெழுதியலின் மூலம் இன்றைக்குத் தன் வசப்படுத்தியுள்ளது. இந்த வகையில் தங்களுக்கென்று தனித்தொரு வரலாறுகளற்ற நிலையில் பன்னெடுங்காலமாக முடக்கத்திற்கும் இருட்டடிப்பிற்கும் உட்பட்டிருந்த தலித் கிறித்தவப் பறையர் சமூகப் படைப்பாளிகளே இன்றைக்குத்தன் வரலாற்று எழுதியல் என்பதை சாத்தியமாகியிருக்கின்றனர் எனலாம். மேற்கண்டத் தெளிவுடன், இவ் இலக்கியப் போக்குகள் குறித்துப் பின்வருமாறு அறியலாம்.

இலக்கியப் போக்குகள் :

தமிழில் வாழ்க்கை — தன் வரலாற்றிலக்கியத்தின் போக்குகள் குறித்து, ச.வே.சுப்பிரமணியன், 'மேனாட்டார் தொடர்பால் தமிழில் இவ்வாழ்க்கை வரலாறுகள் குறித்தப் புரிதல்கள் ஏற்படுவதற்கு முன்னதாகவே, தொல்காப்பியப் பாடாண் திணைச் செய்திகள், புறநானூறு, பதிற்றுப்பத்தின்

இயல்மொழி, நடுகல்லின் வீரர் குறிப்புகள், மன்னர்களது கல்வெட்டுக்கள், மெக்கீர்த்திகள், திருத்தொண்டர்கள் பற்றிய சைவக் குறிப்புக்கள், பெரிய புராணம் உள்ளிட்டப் பக்தியிலக்கியங்கள் உள்ளிட்டனவற்றில் வாழ்க்கை வரலாறுகள் குறித்த செய்திகளானது பதிவு செய்யப்பட்டுள்ளது' 27என்பதாகத் தம் கருத்தைப் பதிவு செய்கின்றார்.

தமிழில் வாழ்க்கை வரலாறுகள் குறித்த நெடியதோர் ஆராய்ச்சியை முதன்முதலாகச் செய்த சாலினி இளந்திரையன் இது குறித்து, 'தொல்காப்பியம், சங்க இலக்கிய அகநானூறு, புறநானூறு, பத்துப்பாட்டு, பதிற்றுப்பத்து உள்ளிட்டவற்றில் வாழ்க்கை வரலாற்றிலக்கியத்தின் சிலப் பண்புகள் விரிந்து கிடப்பதையும், இவற்றில் நடுகல், மன்னைக்காஞ்சி, இயன்மொழி, அரசவாகை உள்ளிட்ட துறைகளில் அமைந்தச் செய்திகளிலும், அரசர்களையும், வள்ளல் பெருமக்களையும் பற்றிப் புலவர் பெருமக்கள் பாடியப் பாடல்களிலும், தனிப்பாடல் திரட்டுக்களிலும் வாழ்க்கை — தன் வரலாறு சார்ந்த குறிப்புக்களை அடையாளம் காண முடிகின்றது. இவைகள் மட்டுமின், கி.பி. பத்தாம் நூற்றாண்டு (10) காலக்கட்டத்தில் எழுந்த இடைக்கால இலக்கியங்களான சிலப்பதிகாரம், பழமொழி நானூறு, தேவார மூவர் பதிகங்கள், அடியார்கள் வரலாறு உள்ளிட்ட சிலவற்றைத் தவிர வேறு எவற்றிலும் வாழ்க்கை — தன் வரலாற்றிலக்கியக் கூறுகளை அடையாளம் காண முடியவில்லை என்றும், மெய்க்கீர்த்திகள், வரலாற்று வஞ்சி, பரணி, உலா, பிள்ளைத்தமிழ், பெரியபுராணம், பதினெட்டாம் (18) நூற்றாண்டதாகியக் காளமேகப் புலவரின் தனிப்பாடல் திரட்டு, சீதக்காதியின் பாடல்கள் என, மிக நெடிய காலக்கட்டத்தைக் கடந்து வந்த இவ்வரலாற்றிலக்கியக் கூறுகளில் 1709—ஆம் ஆண்டில் பிறந்த ஆனந்தரங்கம்பிள்ளையின் தன்வாழ்க்கைக் குறிப்பாகிய நாட்குறிப்பே தமிழில் தோன்றிய முதல் முன்னோடி. தன்வாழ்க்கை வரலாற்றிலக்கியம் என்பதாகவும் அடையாளப்படுத்துகின்றார்.

இதற்கு முந்தையக் கன்னி முயற்சி என்பதாகத் தமிழ் நாவலர் சரிதையையும் கணக்கில் கொள்கிறார்."[28] இவரது கருத்துக்களிலிருந்து, இவ்விரு வரலாறுகளின் அடிக்கூறுகள் தமிழ் இலக்கியத்தில் விரவியிருக்கின்றது என்பதை உணர முடிகின்றது. வாழ்க்கை வரலாறுகள் தொல்காப்பியத்தில் தொடங்கி, மெய்க்கீர்த்திகளில் முகம் காட்டி, பெரிய புராணக் காலத்தில் வளர்ச்சியடைந்து, அதன் பின், தமிழ் நாவலர்

சரிதையாகவும், ஆனந்தரங்கம்பிள்ளை நாட்குறிப்பாகவும் தனது புதிய வடிவத்தைக் காட்டுகின்றது. தொடர்ந்து தன் நகர்விற்கானப் போக்குகளை இவ்வரலாறுகள் நவீனங்களுக்கு ஏற்றவாறு தீர்மானித்துக் கொண்டே வளர்ந்து வருகின்றது என்பது தெளிவாகுகின்றது. இருபதாம் நூற்றாண்டைத் தொட்டுத் தொடர்ந்து வரும் வாழ்க்கை — தன் வரலாற்று இலக்கியத்தின் இன்றையச் சமகாலப் போக்குகள் குறித்துப் பின்வருமாறு அடையாளப்படுத்தலாம்

வாழ்க்கை - தன் வரலாற்றிலக்கியங்களின் போக்குகள் :

பல்வேறு காலகட்டங்களைத் தொடர்ந்து பத்தொன்பதாம் (19) நூற்றாண்டுகளின் பிற்பகுதியில் மணம் கமழ ஆரம்பித்த இவ்வரலாற்றிலக்கியம் இருபதாம் நூற்றாண்டில் தான் கணிசமான வளர்ச்சியை நோக்கி அடியெடுத்து வைத்து வருகின்றது. தமிழில் இவ்விலக்கிய வரலாற்றின் வளர்ச்சிப் போக்குகளுக்கு அடிப்படையாக அமைந்தது ஐரோப்பிய, மேனாட்டுத் தொடர்புகளே என்பது மறுக்கவியலாத உண்மையாகும்; இதனைப் போன்றே, உலக அரங்கில், இந்திய மொழிகளில், திராவிட மொழிகளில் எல்லாம் இவ்விலக்கியப் போக்குகள் குறித்து வாழ்க்கை வரலாற்று அறிஞர்களாகிய சாலினி இளந்திரையன், சிவகாமி உள்ளிட்டவர்கள் தம் நூலில் விரிவாகப் பதிவு செய்துள்ளனர். இவ்வியலின் இப்பகுதியில் தமிழில் அமைந்த வாழ்க்கை வரலாறு — தன் வரலாற்றுப் போக்குகள் மட்டுமே ஆய்வு செய்யப்பட்டுள்ளன. இதன் கீழ், “1868—ஆம் ஆண்டு சோமசுந்தர அடியவர் எழுதிய அ.ச.சுதானந்த சுவாமிகளின் வரலாறு', 1871—ஆம் ஆண்டினதாகிய கதிர் வேலுப்பிள்ளையின் கிளைவ் சரித்திரம்', 1869—இல் திருத்தணிகை சரவணப் பெருமாள் எழுதிய ‘திருவள்ளுவர் புராணம்', 1870—ஆம் ஆண்டில் வேங்கடதாசர் என்பவர் எழுதிய ஜெயதேவஸ்வாமிகள் சரித்திரம்” [29] என ஒரு நீண்ட வாழ்க்கை வரலாற்றுப் பட்டியலைச் சிவகாமி என்பவர் முன்வைக்கின்றார்; தொல்காப்பியத்தில் தொடங்கி 1893—ஆம் ஆண்டில் பாளையங்கோட்டை ‘எச்.ஏ.கிருட்டிணபிள்ளை கிறித்தவரான வரலாறு' எனும், முதல் தமிழ் தன் வரலாற்று நூல் வெளிவரும் வரை வாழ்க்கை வரலாறுகள் சார்ந்தக் குறிப்புக்களும் நூல்களுமே தமிழில் மிகுதியாக இருந்துள்ளன.

இவற்றினூடாகத்தான் தன் வரலாற்று இலக்கியங்களையும், அவற்றின் வழியமைந்தப் போக்குகளையும் பற்றி மதிப்பிட முடிகின்றது. இத்தகையப் புரிதல்களின் கீழ்,

‘இருபதாம் (20) நூற்றாண்டின் தொடக்கத்தில் (1910) சுப்பிரமணிய பாரதியார் தமது சுயசரிதையின் ஒரு பகுதியைக் கவிதையாக யாத்து வெளியிட்டுத் தன் வரலாற்றிலக்கியத் தடத்தில் முதல் கால்கோளைச் செய்கின்றார்; ஏறக்குறைய இதே காலகட்டத்தில் வ.உ.சி. (1912)யும், சி.இராசகோபாலாச்சாரியாரும் (1921 — 1922) தமது சுயசரிதைகளை யாத்தனர். இவைகளுக்கு அடுத்தபடியாகத் தமிழில் தோன்றியவை நினைவுக் குறிப்புக்களாகும். இவற்றுள் நாடகத் தந்தை பம்மல் சம்பந்த முதலியார் (1930), தமிழ்த் தாத்தா உ.வே.சாமிநாத அய்யர் (1930) முதலியோரது குறிப்புக்கள் குறிப்பிடத்தக்கனவாக அமைகின்றது. இவர்களைப் போன்ற பலரது முயற்சியினால் 1930—களுக்குப் பிறகே தமிழில் தன் வரலாறு எழுத வேண்டும் என்கின்ற எண்ணம் தமிழறிஞர்கள் பலரிடம் எழுகின்றது. இதன் காரணமாகத்தான் திரு.வி.க. (1944), நாமக்கல் கவிஞர் (1944), வ.உ.சி. (1946), தி.சே.சௌ.ராஜன் (1947), உ.வே.சா.வின் என் சரித்திரம் (1950), சுத்தானந்த பாரதியாரின் (1950—57), கண்ணதாசனின் வனவாசம் (1953), நாமக்கல் கவிஞர் (1953), அவ்வை தி.க.சண்முகம் (1963), பம்மல் சம்பந்தனார் (1963), உள்ளிட்டப் பலரும் தன் வரலாறுகளைப் படைத்துள்ளனர். 1963—ஆம் ஆண்டிற்கு முன்பு வரை தேக்கமும், மிதமான வளர்ச்சியுமாக இருந்த தன் வரலாறுகள் அறுபத்து மூன்றுகளுக்கு (63)ப் பிறகே முழுமையான அளவில் மலரத் தொடங்கியது.” [30] என சாலினி இளந்திரையன் தமது நூலில் பதிவு செய்கின்றார்.

இவ்வாறு, தனியொரு இலக்கிய வகைமையாக உருவெடுத்து வரும் இவ்வரலாறு பல்வேறு கட்டங்களையும் தாண்டிய நிலையில் தான் இன்று நவீனங்களினூடாகப் பிரவாகம் எடுத்து வருகின்றது. இவற்றுள் இந்த நூற்றாண்டிற்குரியனவாக அப்துல்கலாமின், ‘அக்னிச் சிறகுகள், காளிமுத்துவின் ‘என் இளமையிலே’, வைரமுத்துவின் ‘இதுவரை நான்’, கலைஞரின் நெஞ்சுக்கு நீதி’ என்பன போன்று பல்வேறு துறைகளிலும் பிரபல்யமானவர்கள். பிரபல்யமாகிக் கொண்டிருப்பவர்கள் என்று எல்லாத் தரப்பினராலும் இவ்வரலாறுகள் பரவலாகப் படைக்கப்பட்டு வருகின்றன. பன்முக வளர்ச்சியினை அவ்வப்போது பெற்று வரும் இத் தன் வரலாற்றிலக்கியக் கூறுகளின் உட்பிரிவாகவே, இன்று தமிழில் தலித்தன் வரலாறுகள் புற்றீசல்களாய் வெளிவந்து கொண்டிருக்கின்றன. இது, குறித்து அறிந்து கொள்வதற்கு முன்னர், தமிழ்ச் சமூகக் கட்டமைப்பில் நிகழ்ந்த வெளிப் பிரிவினைக் குறித்தும், பொதுச் சமூக வெளியிலிருந்து புறந்தள்ளப்பட்டத் தலித் சமூக மக்கள்

தங்களுக்கானப் புதிய வெளியைக் கண்டடைந்தமை குறித்தும், அவற்றின் பின்புலத்திலமைகின்ற தலித், தலித்தியம், தலித் இலக்கியம் என்பது பற்றியும், புரிந்து கொள்வது அவசியமாகிறது. இப்புரிதல்களின் கீழாகவே தலித் சமூகப் புலத்திற்குள் நடந்த சமய (அ) மத வெளிமாற்றம் குறித்தும், வெளிமாற்றம் சார்ந்த படைப்பாளர்கள், அவர்களால் படைக்கப்பட்டத் தன் வரலாறுகள் குறித்தும் அறிந்து கொள்ளும் முயற்சி ஆய்வு முறையியலுக்குட்பட்டு வரலாற்றடிப்படையில் பின்வருமாறு ஆய்வு செய்யப்பட்டுள்ளன.

தமிழில் உள்ள வெளி சார்ந்தக் கருத்தாக்கங்கள் :

சுமார் மூவாயிரம் ஆண்டுகளைத் தாண்டிவிட்டத் தமிழ்ச் சமூக மரபுடனும், அதனுடையச் சிந்தனைகளுடனும், மிக, நெருங்கியத் தொடர்புடைய ஒரு கூறாகவே 'நிலமும் பொழுதும்' அமைகின்றது. முதற் பொருளாகக் குறிப்பிடப்படும் இவற்றின் மீதுதான், உரிப்பொருளாகக் குறிக்கப்படும் அகம் புறம் சார்ந்தச் சமூக வாழ்வு தொடர்ந்து நடைபெற்று வருகின்றது. குறிப்பாக, நிலம் என்பது இன்றையச் சூழலில் தேசிய அளவில் செல்வாக்குப் பெற்ற ஒரு பொருளாகவே கருதப்படுகின்றது. சமூக வாழ்விற்கு அடித்தளமாகவிருக்கும் 'நிலம்' என்ற பொருள் அதனை நோக்கும் ஒவ்வொருவருக்கும் ஒவ்வொரு விதமாகக் காட்சியளிக்கின்றது.

க்ரியாவின் தற்காலத் தமிழகராதி, "நிலம் என்பதற்கு பரந்திருப்பது (That which is expansive), புல்வெளி, வானவெளி, எல்லைக்கு அப்பால் இருப்பது (Outside) உட்பக்கத்திற்கு எதிர்ப்பக்கமாக இருப்பது (Exterior) என்று," [31]பொருள் தருகின்றது. அதைப் போலவே, சென்னைப் பல்கலைக்கழகராதி, "Space என்கிற சொல்லுக்கு இடைவெளி, நிரப்பிடம், அகலுள், இடப்பரப்பு, இடையீடு.... வெளியமைவு, இடத்தமைவு, ஒழுங்கமைவு, இடைவெளி விட்டமைவு ..." [32] எனப் பலவாறு பொருள் தருகின்றது. இது குறித்து The Little Lifco Dictionary என்ற ஆங்கில அகராதி Space என்ற சொல்லிற்கு. "இடம் (Room), Land என்பதற்கு Surface of the earth (n) தரை, நிலம் Country தேசம்". [33] என்பதாகக் குறிக்கின்றது. இவற்றின் அடிப்படையில் நிலம் என்ற சொல் வெளி, புலம், தளம், மையம், இடம் எனச் சூழலுக்கு ஏற்றவாறு பலப்பொருண்மைகளில் தமிழிடையே வழக்கிலுள்ளது எனத் தெளிவாகக் காணவியலுகின்றது. வெளி, புலம், தளம், மையம், இடம் என்கின்ற இந்தப் பொருண்மைகளையே ஆய்வாளரும் இவ்வாய்வின் சூழலுக்கு

ஏற்றவாறு பயன்படுத்தியுள்ளார் என்கின்ற அறிமுகத்தைத் தொடர்ந்து தமிழ்ச் சமூக இலக்கிய மரபிலமைந்த வெளிப் பிரிவினைக் குறித்துப் பின்வருமாறு உணர முடிகின்றது.

தமிழ்ச் சமூக, இலக்கிய மரபில் அமைந்த வெளிப்பிரிவினை (அ) வெளிக்கட்டமைப்பு :

நூற்றாண்டுகளைக் கடந்துவிட்ட தமிழ் இலக்கிய மரபு. தமிழ்ச் சமூகத்தினுடைய 'வெளி' சார்ந்த உணர்ச்சிகள், சிந்தனைகள், செயல்பாடுகள் போன்றவற்றின் அடித்தளத்தில் புதிது புதிதாக உருவாவதோடு, அவற்றின் மீதே தொடர்ந்து செல்வாக்கு செலுத்தியும் வருகின்றது என்ற இந்தப் புரிதல்களினூடாகத்தா, தமிழ்ச்சமூக, இலக்கிய மரபிலமைந்த வெளிக் கட்டமைப்பு (அ) பிரிவினைக் குறித்து ஆய்வு செய்யப்பட்டுள்ளன. இவ்வடிப்படையில் வெளி குறித்து தொல்காப்பியம், 'புவியியல் ரீதியிலமைந்த இயற்கைப் புலத்திற்கும், மனிதச் சமூக உறவு சார்ந்த நடவடிக்கைகளுக்கும் இடையிலான வெளிப் பிரிவினைகளைக் கொண்ட அமைப்பினைத் தொடக்கக் காலத்திலேயே கொண்டிருந்தமையினையும், நம் தமிழ்ச் சமூகம் ஒருங்கிணைந்து செயல்பட்டக் குடிமைச் சமூகமாகத் தொடக்க நிலையில் அது இயங்கவில்லை என்பதை, அகநானூறு, 5—வது நூற்பாவின் வழியே உணர்த்தி நிற்கின்றது.' 34தொல்காப்பியக் காலத்தில், இயற்கை சார்ந்தும், தெய்வம் சார்ந்தும் அமைந்திருந்த இந்த நானிலப் பிரிவினையைத் தொடர்ந்து ன் தொழிலடிப்படையிலும், வருண சாதி, பால் என்பன உள்ளிட்டவற்றின் அடிப்படையிலும் நிலம் (அ) வெளி சார்ந்தப் பிரிவினைகள் மெல்ல மெல்லத் தோற்றம் கொள்கின்றன.

இதே கருத்தை மதுரைக்காஞ்சி, மணிமேகலை உள்ளிட்ட நூல்களின் வழியாகச் சாமி சிதம்பரனார் என்பவர், 'நானிலப் பிரிவினையைத் தவிர வாழும் புலத்தில் வேறு பல பிரிவுகளும் இருந்தன. அவற்றில் அரசர் வாழிடம், அறங்கூறும் அவையத்தார், அமைச்சர்கள், வணிகர்கள், நாற்பெருங்குழுவினர், தொழில் செய்வோர்கள் எனப் பலரும் வாழுமிடம் என்று தனித்தனியாகப் பிரிக்கப்பட்டிருந்தது' என்று மதுரைக்காஞ்சி எடுத்துரைப்பதை,

"சிறியரும் பெரியங் தம்மியர் குழிஇ

நால்வேறு தெருவினுங் காலுற நிற்றர" 521 — 522)

என்ற வரிகளின் மூலமாகவும், மணிமேகலை தோன்றிய

காலக் கட்டத்திலேயே தமிழகத்தில் தொழில், வருண, பால் மற்றும் சாதியடிப்படையிலான வேற்றுமைகள் மண்ணில் வேரோடிப் போயிருந்தது. இதனால்தான் நால்வேறு சாதிகளுடன், தொழிலடிப்படையிலான வேறு பலச் சாதிகளும் இருந்ததுடன் அந்தந்த வருண சாதிகளுக்கு ஏற்ப சமாதிகளும் தனித்தனியான அடையாளத்துடன் அமைக்கப்பட்டிருந்தது என்பதை,

"அருந்தவர்க்கு ஆயினும் அரசர்க்கு ஆயினும்

ஒருங்குடன் மாய்ந்த பெண்டிர்க்காயினும்

நால்வேறு வருணப் பால்வேறு காட்டி

இறந்தோர் மருங்கின் சிறந்தோர் செய்த

குறியவும் நெடியவும் குன்று கண்டன்ன

சுடுமண் ஓங்கியநெடு நிலைக் கோட்டமும்

என்ற மணிமேகலை நூல் (காதை 6; 54—59வது) வரிகளின் மூலமாகவும் எடுத்துரைக்கின்றார். மேலும் இந்நூலின் இருபதாவது (20) காதையானது தொழிலடிப்படையில் பிரிக்கப்பட்டிருந்த தனித்தனியானத் தெரு வீதி அமைப்புக்கள் குறித்துப் புலப்படுத்துவதையும் தெளிவாக முன் வைக்கின்றார்." [35] மணிமேகலையும், மதுரைக்காஞ்சியும் தெளிவுபடுத்தி நிற்கும் இந்த வெளிப் பிரிவினைகளை உறுதி செய்வது போன்று புறநானூற்றில்,

"துடியன், பாணன், பறையன், கடம்பனென்

றின் நான்கல்லது குடியுமில்லை" [36]

என்பதாக அமையும் இக்கூற்றிலிருந்தும் தெளிவாக அறியலாம். சாமி சிதம்பரனாரும், புறநானூறும் குறிப்பிடும் கருத்துக்களை மறுக்கின்ற விதத்தில் விஜய வேணுகோபால், 'தொல்காப்பியம், சங்க இலக்கியங்கள் இவற்றில் வெளிப்பட்டு நிற்கும் வருண வெளிப்பிரிவினைச் சார்ந்த கூறுகள் பொருளாதாரம், பணிநிலை ஏற்றத் தாழ்வுகள், இவற்றை மட்டுமே அடிப்படையாகக் கொண்டு அமைந்தவையே தவிர தீட்டு (அ) தீண்டாமை என்பதன் வழியமைந்தவை இல்லை என்றும், மனுதர்ம அடிப்படையினைச் சார்ந்ததாகியத் தீட்டு, தீண்டாமைக் கோட்பாடுகள் சோழர் காலத்தில் தான் தலைதூக்குகின்றது. குறிப்பாக, முதலாம் இராச இராசனுடையக் கல்வெட்டில் தீண்டாச்சேரி என்ற ஊர்ப்பகுதி

குறிப்பிடப்படுவதாகவும் இங்கிருந்துதான் முதன் முதலில் தீண்டுதல் (அ) தொடுதல் என்பது உயர்ந்தது ^ நீ தாழ்ந்தது, மக்களிடையே கடைபிடிக்கக் கூடாத நிலையில் ஒழுக்கக் கேடானது என்ற கருத்துப்புலப்படுத்தப்படுகின்றது எனவும், புதுவை மாநிலத்தைச் சேர்ந்த பாகூர் திருமூல நாதர் கோவிலிலுள்ள இராசேந்திரச் சோழனுடையக் கல்வெட்டு ஒன்று தீண்டாமையடிப்படையில் ஊரில் வாழ்ந்த மக்களுள் ஒரு பகுதியினரைத் தீண்டத்தகாதார்' என்று குறிப்பிடுவதையும் சுட்டிக் காட்டுவதோடு, சோழர்கள் காலத்தில் தான் வருண சாதியடிப்படையிலமைந்த தீண்டாமைக் கோட்பாடுகள் தோற்றம் கொள்கின்றது" [37] என்றும் திட்டவட்டமாகத் தம் ஆய்வுப் பார்வைகளை முன் வைக்கின்றார்.

இவரது கருத்துக்களை உறுதிபடுத்தும் வகையில் கே.கே. பிள்ளை என்பவர், 'சோழர் கால நகரங்களில் குடிகள் வாழும் தெரு (அ) இடங்கள் என்பது அங்காடித் தெரு அமைந்திருந்த இடங்களிலிருந்தும் குறிப்பிட்ட இடைவெளிகளுக்கு அப்பால் நிறுவப்பட்டிருந்ததையும், தெருக்கள், வீடுகள் உள்ளிட்டன அமைக்கவும், அமையவும் வேண்டிய இடங்கள் வருண, பேத அடிப்படையில் விதிமுறைகளுக்குட்பட்டதாக இருந்தமையினையும் தற்கெனத் தனிச்சட்டங்கள் இருந்து வந்ததையும் இவற்றின் அடிப்படையில் அமைக்கப்பட்ட அரண்மனைகள், குடியிருப்புக்கள், சேரிகள் குறித்தும் தெளிவுபடுத்துகின்றார்.''[38] பிள்ளையினுடைய இந்தக் கருத்துக்களுடன் ஒத்துப் போகின்ற அடிப்படையில் கேசவன் என்பவர், 'வெள்ளாளக் கிராமங்கள், சதுர்வேதிமங்கலக் கிராமங்கள் உள்ளிட்ட மேட்டுக் குடிகள் வாழும் இடம் 'தனியூர்' என்று குறிக்கப்பட்டிருந்ததையும், தங்களுக்கென்று ஒதுக்கப்பட்டக் கிராமங்களை விட்டு வெளியே சென்று தொழில் செய்யக் கூடாது என்று தடைவிதிக்கப்பட்டவர்களாகவும், மேட்டுக்குடிக் கிராமங்களிலிருந்து ஒதுக்கப்பட்ட நிலையில் கடைநிலை வெளியில் வாழ்ந்தவர்களுமாகியத் தச்சன், குயவன், தட்டான், அம்பட்டன், தலையாரி, மருத்துவன், செக்கார், இடையர், நெசவாளர், உள்ளிட்டத் தொழிலடிப்படைச் சாதி மக்கள் வாழ்ந்த இடம் (அ) வெளி என்பது கழனைகள்' என்ற பெயரில் குறிக்கப்பட்டதையும்'' [39] சுட்டிக்காட்டி, சோழர்கள் காலத்தில் தான் இந்த நடைமுறை இருந்து வந்தது என்பதை உறுதிப்படுத்துகின்றார். இவரது கருத்துக்களோடு ஒத்துப் போகின்ற விதத்தில் கே.கே.பிள்ளை, 'கிராமங்கள் அக்கிரகாரங்கள், அகரம், சதுர்வேதிமங்கலம், பிரமதேயம்

என்ற பெயரில் அழைக்கப்பட்டதையும், ஆயிரக்கணக்கில் அயல்நாட்டுப் பிராமணர்களை இறக்குமதி செய்து அவர்களைக் கோயில்களிலும், மடங்களிலும் கல்வி நிறுவனங்களிலும், அருச்சகர்களாகவும், புரோகிதர்களாகவும், வேதபாராயண உபதேசக் குருக்களாகவும் பணியில் அமர்த்தி, அவர்களுக்கென்று தனி நிலங்களையும், முழுக்கிராமங்களையும் தாரை வார்த்தவர்கள் சோழர்களே என்பதையும், பிராமணர்களையும், வெள்ளாளர்களையும் எதிர்த்தவர்களுக்கு இருபதாயிரம் காசுகள் (20,000) தண்டம் வழங்கும் நடைமுறையானது' [40] சோழர்கள் காலத்திய நடவடிக்கைகளே என்பதையும் உறுதி செய்கின்றார்.

தமிழ்ச் சமூகப் பரப்பிலமைந்த வெளிப்பிரிவினை வரலாறு குறித்த அறிஞர்களின் கருத்துக்களையெல்லாம் தொகுத்து வைத்துப் பார்க்கின்ற பொழுது, தொல்காப்பியர் காலத்தில் இயற்கை X தெய்வம் என்ற அடிப்படையிலமைந்த வெளிப் பிரிவினைகள் சங்க இலக்கியக் காலத்தில் தொழிலடிப்படையிலமைந்த பிரிவாக (அ) வருணப் பிரிவாக நிலை பெறுகின்றது.

இதனைத் தொடர்ந்து வந்த சோழர் காலத்தில் வருண, தொழிலடிப்படைகளோடு பால், சாதி உள்ளிட்டச் சிலப் பிரிவினைகள் சேர்ந்து கொண்டு, தீட்டு அடிப்படைக் கோட்பாடாகத் தோற்றமும், வடிவமும் பெறுவதோடு மட்டுமின்றி இக்கோட்பாட்டின் அடிப்படையில் சட்டத் திட்டங்கள் வகுக்கப்பட்டு அதிகார பூர்வமாகக் கடைபிடிக்கப்பட்டும், நடைமுறைப்படுத்தப்பட்டும் வந்துள்ளன. இதனால் மேட்டுக்குடிகள் X ஒதுக்கப்பட்டக் கீழ்க்குடிகள் என்ற பிரிவினைகள் உருவானதோடு, இவர்கள் வாழுமிடம் தனியூர் X கழனைகள் என்ற பெயரில் பாகுபடுத்தப்பட்டு இருந்ததையும் சேரிகள் என்று இதற்கு அடையாளம் சூட்டப்பட்டிருந்தது குறித்தும் தெளிவாகக் காண முடிகின்றது. தமிழ்ச் சமூகக் கட்டமைப்பில் நிகழ்ந்த வெளிப்பிரிவினைகளின் நீட்சியால் தான், இன்றும் தலித் சமூக மக்கள் ஊரின் ஒதுக்குப்புறங்களில் தீண்டத்தகாத சாதிகள் என்ற அடிப்படையில் வாழ்ந்து வருகின்றனர். அதுமட்டுமன்றி, மனிதச் சமூகத்தின் பொது இயங்குதளத்தைச் சார்ந்தப் பெரும்பான்மையானக் குடிமைச் சமூக மக்கள் திரளினுள் குறிப்பிட்டச் சில சமூகத்தவர்கள் காலமாற்றத்தினாலும், தனது அரசியல் செல்வாக்கினாலும் இடைநிலைச் சாதி

அந்தஸ்தும் படிநிலை உயர்வும் பெற்றனர் இவ்வாறு உயர்வு பெற்றவர்களே எஞ்சியுள்ளப் பிறக் குடிமைச் சமூக மக்களைப் படிநிலை ஏற்றம் பெறவிடாதபடிக்கு, வர்க்க மற்றும் சாதிய அடிப்படையில் தொடர்ந்து ஒடுக்கியும், ஓரங்கட்டியும் வருகின்றனர். இவ்வகையில் காலங்காலமாகத் தொடரும் பல்முனைத் தாக்குதல்களையும், இன்னபிறவற்றையும் சந்தித்து வரும் மக்கள் திரளையே, அடித்தள மக்கள் (அ) விளிம்புநிலைச் சமூக மக்கள் என்று அடையாளப்படுத்தலாம்.

சோழர்கள் காலத்திய வெளிக்கட்டமைப்பு குறித்த வரலாற்றுப் புரிதல்களினூடாகத் தான் தலித் சமூக மக்களின் மதமாற்ற வெளி குறித்தும், அவர்களது வெளி சார்ந்த அரசியல் — இயக்கம், இலக்கியம் உள்ளிட்டப் பல்வேறு நடவடிக்கைகள் குறித்தும், இன்ன பிறக் கூறுகள் பற்றியும் அணுக வேண்டும் என்கின்ற ஆய்வுப் பார்வையின் அடிப்படையில் தான். பின்வரும் பகுதி தாழ்த்தப்பட்டச் சமூக மக்கள் திரளைக் குறிக்கப் பயன்படுத்தப்படும் சொல்லாகியத் தலித் என்பது குறித்தும், அச்சொல்லின் வழியமைந்த தலித்தியம் என்ற கோட்பாடு மற்றும், அக்கோட்பாட்டின் வழியமைந்த தலித் இலக்கியம் குறித்தும் ஆராய்கின்றது. தொடர்ந்து, தலித் சமூக வெளிக்குள்ளாக நடந்தச் சமய (அ) மதமாற்றம் குறித்தும், மதமாற்றத்திற்குட்பட்டச் சமூகம் சார்ந்தப் படைப்பாளர்கள் குறித்தும், பதிவு செய்கின்றது. மேலும், தலித் இலக்கிய வெளியில் மத (அ) சமய வெளிமாற்றத்திற்குட்பட்டப் படைப்பாளர்களால் படைக்கப்பட்டிருக்கும் தன் வரலாற்று இலக்கியப் படைப்புக்கள் குறித்தும், விரிந்த நிலையில் ஆய்வு செய்வதாகப் பின்வருமாறு ஆய்வு முறையியலுக்கு உட்பட்டு நகர்கின்றது.

தலித் :

தொடுவதன் மூலமும் அருகிலிருப்பதன் மூலமும் தீட்டினை ஏற்படுத்தக்கூடியவர்கள் என்று வைதீக இந்து சமய (அ) மதத்தால் ஒதுக்கி, ஓரங்கட்டப்பட்ட, ஒரு குறிப்பிட்டச் சமூக மக்கள் திரளைக் குறிப்பிடுவதற்காகப் பிரித்தானிய ஆட்சிக் காலத்தில் வழங்கப்பட்டத் 'தாழ்த்தப்பட்டவர்கள்' என்ற (Depressed class) சொல்லை இடம்பெயரச் செய்திருக்கின்ற கலக மற்றும் எதிர்ப்புணர்வு குறியீட்டுச் சொல்லே 'தலித்' என்பதாக இதனைப் பலர் மதிப்பிடுகின்றனர் இன்றையத் தமிழ்த் தேசியச் சூழலில் இச்சொற் பயன்பாடு குறித்துப் பலர் நிறைவு கொள்வதாக இல்லை எனும் போது, இச்சொல்

எத்தகைய அர்த்தத்தைக் காலப்போக்கில் கொண்டுள்ளது என்பது குறித்துப் பின்வருமாறு அறிய முடிகின்றது.

'தலித்' என்கிற சொல் குறித்து கேசவன், 'தலித் என்கிற மராட்டியச் சொல்லை முதன் முதலில் சோதிராவ் பூலே கையாண்ட பொழுது அதற்கு புறச்சாதியினர் என்ற பொருளே கொடுக்கப்பட்டது. அம்பேத்கர் இச்சொல்லைப் பயன்படுத்தினாலும் தொடர்ந்து அவர் அதைக் கையாளவில்லை. 1950—களில் இச்சொல் புத்த சமயத்திற்கு மாறிய தாழ்த்தப்பட்டவர்களையும் 1970—களிலிருந்து மராட்டியத்திலும், 1990 களின் தொடக்கத்திலிருந்து இந்தியாவின் பிற பகுதிகளிலும் பயன்படுத்தப்படும் விதத்தைக் காண்கின்ற பொழுது, மேலாதிக்கச் சமூக ஒடுக்குதலிலிருந்து மீறும் தன்மையையும், செயல்பாட்டையும் முன்னெடுப்பவர்களையும் குறிப்பதாகவே உள்ளது. எனவே தலித் என்ற சொற்பயன்பாட்டில் இந்தியத் தன்மையையும் மீறல் உணர்வையும் அடையாளம் காணவியலுகின்றது என்றும், இச்சொல்லை வெகுசன அரசியல் அரங்கில் பயன்படுத்தியத் தலித் பேந்தர் (மகாராட்டிரம்) இயக்கம் இதற்கு, 1) தாழ்த்தப்பட்டச் சாதிகளின் தொகுப்பு, 2) தாழ்த்தப்பட்ட சாதியினர், நிலமற்ற விவசாயிகள், பெண்கள், சுரண்டப்படுவோர் என இரண்டு பரிமாணங்களைக் கொடுத்தது என்பதாகவும் எடுத்துக்காட்டுவதோடு, இன்றையப் பயன்பாட்டுத் தளத்தில் தலித் என்ற சொல் தாழ்த்தப்பட்டச் சாதிகளை மட்டும்" [40] குறிப்பிடுவதாகவே உள்ளதையும் தெளிவுபடுத்துகின்றார்.

இதுகுறித்து, கருணா மனோகரன், 'அரசியல், பொருளியல், சமூகவியல் அர்த்தம் கொண்ட இச்சொல் இந்து — இந்துத்துவம் என்பதற்கு நேர் எதிர்மறையாகக் கருத்தியல் தளத்தில் பயன்படுத்தப்படுகின்றது' [41] என்றும் இவரைத் தொடர்ந்து சிவகாமி என்பவர், 'சாதிய ஒடுக்குமுறைகளுக்கு ஆளானவர்களைக் குறிக்கும் சொல்லே தலித்' [42] என்பதாகவும் அடையாளப்படுத்துகின்றார். தாயாபவர் என்பவர், 'இச்சொல்லிற்கு ஒடுக்கப்பட்ட சாதி (அ) வகுப்பு, மண்ணில் வேர் பிடித்தவர்களைக் குறிப்பிடும் ஒரு சொல் சாதியற்றவர் என்பதைக் குறிக்கும் சொல்' [43]என்பன போன்ற நிலைகளில் விளக்கம் தருகின்றார். ஞானசேகரன் என்பவர், இச்சொல் குறித்த தம் எதிர்நிலைக் கருத்தாக்கங்களை, 'ஆயுதக் கலாச்சாரத்திற்கும், வீர மரபிற்கும், வேளாண்

மரபிற்கும் சொந்தக்காரர்களாகியத் தேவேந்திரர்களைக் கொச்சைப்படுத்தி, அவர்களின் தனித்தன்மையை அழித்து வெற்றி கொண்ட ஒரு சொல்லே 'தலித்' என்றும், தனித்தனியான வரலாறும், பண்பாடும் கொண்ட செட்யூல்டு இன மக்களை ஒருமைப்படுத்தும் இச் சொல்லால் தீண்டாமை பாராட்டப்படாத தேவேந்திரர்களாகியப் பள்ளர் இன மக்களை அழைக்கக் கூடாது. தமிழக அளவில் பொருளாதாரத்தில் பின் தங்கிய செட்யூல்டு சாதியினரைக் குறிக்கும் இச்சொல். மகாரா டிராவில் இழிவுக்குரியது எனவும் இச்சொல்லை அம்பேத்கரின் மகார் இனம் சார்ந்தக் கல்வியாளர்கள் ஏற்பதில்லை; மேலும், சாதியத்தையும் ஓட்டு அரசியலையும் காப்பாற்றுவதற்காகவே அட்டவணைச் சாதிகளைத் தலித் என்று அழைத்து மீண்டும் சாதியத்திற்குள்ளாகவே அவர்களை அடக்கியும் ஒடுக்கியும் வைத்திருப்பதாகச் செய்யப்படுகின்ற ஒரு கருத்தியல் முயற்சி' [44] என்பதாகவும் இச்சொல் குறித்துப் பதிவு செய்கின்றார்.

கேசவன் இச்சொல் குறித்து, 'பழந்தமிழர் என்ற தமிழினத் தொன்மையுடயச் சொல்லைவிட இச்சொல் ஒன்றும் சிறந்தது அல்ல. இன்றைய இன உரிமை மீட்பு முயற்சிகளுக்கு இடையில் இது இன இழப்பை ஏற்படுத்திவிடக்கூடிய வகையில் பொருளும் பொருத்தமும் அற்ற ஒரு சொல்லாகவே இது உள்ளது" [45] என்று பெருஞ்சித்திரனார் என்பவர் கூறுவதாகத் தன் நூலில் பதிவு செய்கின்றார். இராசேந்திர சோழன் என்பவர், 'தலித் எனும் சொல் உலக அளவில், இந்திய அளவில் பிறப்பால் அடையாளம் கூறப்படும் சாதியின் பேராலும், சுரண்டப்பட்ட, அடக்கப்பட்ட, ஒடுக்கப்பட்ட மக்களின் பேராலும் தான் பயன்படுத்தப்படுகின்றது. எனவும் இச்சொல்லிற்கு மூலம் எதுவாக இருந்தாலும் இன்று பெருமளவும் இச்சொல் சாதிகளை அடையாளப்படுத்தும் சொல்லாக, நடைமுறையில் தாழ்த்தப்பட்ட மக்களைக் குறிக்கும் சொல்லாகவே பயன்படுத்தப்பட்டு வருவதால்தான் தமிழ்ச் சூழலிலும் இது இவ்வாறே கையாளப்படுகின்றது" 46 என்கின்றார்.

இவ்வாறு பலரும் இச்சொல் குறித்து வெவ்வேறு அர்த்தங்களைத் தொடர்ந்து அவரவர் நோக்கில் கற்பித்துக் கொண்டேயிருக்கின்றனர். தமிழ்ச் சிறுகதைச் சூழலில் வாசகர்களாகவிருந்த தமிழவன் உள்ளிட்டக் குழுவினருக்கு எண்பதுகளின் தொடக்கத்தில் அறிமுகமாகியிருந்த இச்சொல் (1982—படிகள்) தொண்ணூறுகளின் தொடக்கத்தில் நடந்த

அம்பேத்கர் நூற்றாண்டு கொண்டாட்டத்திற்குப் பிறகுதான் (1991, ஜனவரி 8) கூர்மையடைந்தது என்பது குறிப்பிடத்தக்கதாகும். அன்று தொடங்கி இன்று வரையிலும் பயணித்துக் கொண்டிருக்கும் இச்சொல், தமிழக அரசியல், பண்பாடு, கலை இலக்கியம் என எல்லா நிலைத்தளங்களின் போக்குகளையும் தொடர்ந்து தடுமாறச் செய்து கொண்டிருக்கின்றது. இந்த வகையில் தமிழில் தலித் — தலித் அரசியல், பண்பாடு, இலக்கியம் என்ற சொல்லாடல்களை உருவாக்கி, செயல்பட்டதில், ராஜ்கௌதமன், அ.மார்க்ஸ். ரவிக்குமார் என்ற மூவருக்கும் முக்கியப் பங்கு உண்டு என்பது இவ்விடத்தில் குறிப்பிடத்தக்கச் செய்தியாகும்.

தலித் என்கிற இச்சொல் யாரைக் குறிக்கின்றது என்பதற்குள் நிகழ்கால அணிச்சேர்க்கை அரசியல் வெவ்வேறு குழுக்களை உள்ளடக்கிக் கொள்ளப் பார்க்கின்றது. அரசு தரும் பொருளாதாரச் சலுகைகள் கூட சிலச் குழுக்களைத் தலித் என்கின்ற பெயரினுள் அடையாளப்படுத்திக் கொள்ள முனைப்பு காட்டுகின்றது. இப்படி இச்சொல் குறித்து எண்ணற்ற குழப்பங்களும், முடிவற்ற விவாதங்களும் இன்றும் தொடர்ந்து கொண்டேயிருக்கின்றன. இத்தகையச் சூழலில், இந்த ஆய்வு அதற்குள் நுழையாமல் தலித் என்ற சொல் தீண்டாமைக்குட்படும் சாதியில் பிறந்தவர்களையே குறிக்கின்றது என்று வரையறுக்கின்றது. இந்த வரையறையே சரியானது என்றும் இவ்வாய்வு நம்புகின்றது. யார் தலித்? என்கின்ற வினாவிற்குத் தீண்டமைக்குட்படும் சாதியில் பிறந்த என்பதையே பதிலாகவும் இவ்வாய்வு முன்வைக்கின்றது. தலித் என்ற சொல் குறித்த இத்தகையப் புரிதல்களைத் தொடர்ந்தே, தலித்தியம் என்பது குறித்தக் கருத்துக்களும் பின்வருமாறு விளக்கப்படுகின்றது.

தலித்தியம் :

தமிழ்ச் சிந்தனை மற்றும் செயல்பாட்டுத் தளங்களை இன்றைக்கு ஆக்கிரமித்துக் கொண்டிருக்கும் தலித்தியம் என்ற சிந்தனையாக்கம் குறித்துப் பேசுகின்றவர்கள் அவரவரர் சிந்தனைக்கும், கருத்திற்கும் ஏற்றவாறே தங்களது வரையறைகளை முன்வைக்கின்றனர் இச்சூழலில் தீண்டாமைக்குட்பட்டச் சமூக மக்களைக் குறிப்பதற்காகவே தலித் என்கிற சொல் பயன்படுத்தப்பட்டு வருகின்றது என்ற அடிப்படையில் தலித்தியம் என்பது, தலித் சமூக மக்களது வலிகளை, பிரச்சனைகளை, வாழ்க்கை அவலங்களை அனுபவித்து

வரும் கொடுமைகளை, ஒடுக்குமுறை சார்ந்த இன்னபிற நெருக்கடிகளையெல்லாம் முன்வைத்து அவற்றுக்கானத் தீர்வை சொல்லும் ஒரு இயம் (அ) தலித் சமூக மக்களது விடுதலையைக் கோரும் ஒரு இயம் என்பதாக வரையறை செய்து கொள்ளலாம்.

தலித்தியம் என்பது குறித்து சண்முகசுந்தரம்,'மராட்டியத்தில் (1956—இல்) பெரும்பான்மையாக இருந்த மகார் மக்களைப் புத்தமதத்திற்கு மாற்றும் பணியை அம்பேத்கர் செய்ததின் பின்புலத்தில் உத்வேகமும், வளர்ச்சியும் பெற்ற உணர்வுகள் 1960—களில் தான் தலித்தியம் என்கிற அரசியல், பண்பாட்டு வடிவமாக இந்தியச் சூழலில் உருக்கொண்டது என்றும், பெண்ணியம் போலத் தலித்தியமும் உணர்வு அடிப்படையில் வேறானது, மூளை சம்பந்தப்பட்டது மட்டுமின்றி உணர்வும் சம்பந்தப்பட்டது' [45] என்றும் அரசு என்பவர் கூறுவதாகத் தமது நூலில் பதிவு செய்கிறார்.

தலித்தியம், குறித்துப் பேசுகின்ற அனைவரும் தலித் சமூக மக்களின் விடுதலையையும் அவர்களுக்கு எதிரானச் சாதியொழிப்பையும் முன்னிறுத்தித் தான் பெரும்பாலும் பேசுகின்றார்கள் என்பதால் தலித்தியம் என்பதற்கு இதைத் தாண்டிய வேறு பொருள் இருக்காது எனலாம். மேலும், இச்சமூக மக்கள் தங்களது வர்க்க — சாதிய அடிமைத்தளையிலிருந்து விடுபடுவதற்குரிய வழிமுறைகளைத் தேடுவதற்கும், அதற்கானத் தத்துவங்களையும், கோட்பாடுகளையும் உருவாக்கிக் கொண்டு அதன் வழி கிளர்ந்தெழுவதற்கும், போராடுவதற்கும், உரிய ஒரு இயத்தையே (அ) கருத்தாக்கத்தையே தலித்தியம் என்பதாகவும் பொது வரையறை செய்து கொள்ளலாம். தலித், தலித்தியம் என்பது குறித்தப் புரிதல்களைத் தொடர்ந்து, தலித் சமூகத்தினர் கண்டடைந்தப் புதிய வெளி (அ) வெளி மாற்றம் எனும் தலைப்பின் கீழ் தாழ்த்தப்பட்டப் பறையர் சமூக மக்களின் மதமாற்றம் குறித்த வரலாற்றுச் செய்திகள் பின்வரும் நிலைகளில் ஆய்வு செய்யப்பட்டுள்ளன.

தலித் சமூகம் கண்டடைந்தப் புதிய வெளி (அ) வெளிமாற்றம் :

பொதுப் பார்வைகள் -

தலித்துக்கள் சமயம், பொருளாதாரம், அரசியல், பாலியல் என்பன உள்ளிட்ட நிலைகளில் எல்லாம் வர்க்க — சாதிய அடிப்படையில் அமைந்த நேர்மையற்ற — அநீதிமிக்க, ஒடுக்குமுறைகள் நிறைந்த ஆதிக்க அதிகார அமைப்பு

ஒன்றையே மரபு ரீதியாகத் தொடர்ந்து பெற்று வருவதால்தான், தொடர்ந்து ஒடுக்குதலுக்கும், ஒதுக்குதலுக்கும் பன்னெடுங் காலமாக ஆட்பட்டு வருகின்றனர். இச் சமூக மக்களுக்கு எதிராகவே மிக நீண்ட தொடர்ச்சியைப் பெற்று வரும் சாதிய அதிகார மையங்களையும் அவற்றோடு கூடிய ஆதிக்கச் சமூகப்படி நிலைகளையும் கட்டிக் காப்பதில் சமயம் (அ) மதம் சார்ந்த அமைப்புக்களே முன்னிலை வகிக்கின்றது. இதன் கீழ், தொடக்கத்திலிருந்தே இந்துச்சமயமும், சுமார் ஐந்து நூற்றாண்டு கால வளர்ச்சியினைக் கொண்டு செழித்தோங்கி வரும் கிறித்தவச் சமயமும் இவற்றில் குறிப்பிடத்தக்க அளவில் பங்காற்றி வருகின்றது. இந்த வகையில் தலித் சமூக மக்கள் அடித்தளத்திலிருந்து எழுந்து விடாதபடிக்கு என்னென்ன சூழ்ச்சிகளை (அ) தந்திரங்களையெல்லாம் உபயோகிக்க முடியுமோ அவற்றையெல்லாம் நவீனங்களினூடாக இவ்விரு சமயங்களும் அதிநூதனமாகத் தொடர்ந்து செய்து வருகின்றது. தலித்துக்களைப் பிறப்பின் அடிப்படையில் பிரிவினைக்கு உட்படுத்திய இந்து சமயத்தினுடையக் கொடுமைகளிலிருந்தும் அதன் வருணப் பாகுபாடுகளிலிருந்தும் விடுதலை பெற வேண்டியே பறையர் சமூக மக்களுள் பெரும்பாலானோர் கத்தோலிக்கக் கிறித்தவச் சமயத்திற்கு வெளிமாற்றத்தை மேற்கொண்டனர். தலித் சமூகத்திற்குள்ளாக நடந்த இந்த மதவெளி மாற்ற நிகழ்வுகளே பின்வரும் பகுதியில் சமயவெளி மாற்றம் என்பதாக அடையாளப்படுத்தப்பட்டுள்ளன. இது குறித்துப் பின்வருமாறு விரிவாகக் காணலாம்.

தலித் சமூகம் கண்டடைந்த மத (அ) சமய வெளிமாற்றம் :

ஒரு சமூகத்தினுடைய அரசியல் வரலாறும், சமூக வரலாறும் பின்னிப் பிணைந்தவை ஆகும். இவ்வடிப்படையில் தான் எந்தவொரு சமூகம் குறித்து நாம் அறிந்து கொள்ள முடியும் என்ற சமூகவியல் ஆய்வு அடிப்படையின் கீழாகவே, பறையர் சமூகம் குறித்தும், சமூக மக்களின் சமய (அ) மதமாற்றத்திற்கு அடிப்படையாக அமைந்த சமூக அரசியல் வரலாற்றுப் பின்புலம் குறித்தும் அறியும் முயற்சிகள் இப்பகுதியில் மேற்கொள்ளப்பட்டுள்ளன. இவ்வரலாற்றின் பின்புலத்தில் கிறித்தவத் தலித் சமூகப் படைப்பாளிகள், அவர்களது தன் வரலாற்று இலக்கியப் படைப்பாக்கங்கள் மற்றும் இன்ன பிற உட்கூறுகள் குறித்து அறிந்து கொள்வதும் ஆராய்வதுமே இப்பகுதியின் செல்நெறியாக அமைகின்றது. சோசலிச அரசுகளின் வீழ்ச்சிக்கு முன்னதாகவே, உலகமெங்கும்

ஒடுக்குமுறைகளுக்கு எதிராகப் போராட வேண்டும், கிளர்ந்தெழ வேண்டும் என்ற விழிப்புணர்வினைத் தலித் சமூக மக்கள் பெற்றிருந்தனர். இதன் வழி ஒவ்வொரு குழுவினரும் தங்களது வாழிடச் சூழலுக்கேற்றவாறு ஒன்றிணைந்தும், தனித்தனியாகவும், பார்ப்பன வைதீகச் சமயத்தையும், சமயக் கருத்தியலை உள்வாங்கிக் கொண்டு செயல்பட்ட இடைநிலைச் சாதியச் சமூகத்தவர்களின் தீண்டாமைக் கொடுமைகள் உள்ளிட்டப் பிற ஒடுக்கு முறைகளையும் தங்களது வட்டாரத் தன்மைக்கேற்றவாறு முழு சக்தியுடன் தொடர்ந்து எதிர்த்தே வந்துள்ளனர். அத்தகையத் தொடர் எதிர்ப்பு போராட்ட வரலாற்றின் ஒரு கட்டத்தில் தான், இந்து வைதீக (அ) பார்ப்பனச் சமயத்திலிருந்து ஒட்டு மொத்தமாக விலகி, கிறித்தவச் சமயம் (அ) மதம் சார்ந்த வெளி மாற்றத்தை மேற்கொள்கின்றனர். இவ்வரலாறு குறித்து, 'பதினாறாம் நூற்றாண்டில் தென்னிந்தியாவிற்கு வருகை தந்த புனித சேவியர் என்ற சமயப் பரப்புநரின் மறைத் தொண்டினால் பரதவச் சமூக மக்கள், முதன் முதலாகக் கிறித்தவச் சமூக மதவெளி மாற்றத்தை மேற்கொண்டனர்.

இவரைத் தொடர்ந்து சமயப் பணியாற்ற 1605—ஆம் ஆண்டு தென்னிந்தியாவிற்கு வருகை புரிந்த ராபர்டி நொபிலி உள்ளிட்டவர்கள் இந்துப் பண்பாட்டின் வருண — பேத அடிப்படைகளோடுத் தாழ்த்தப்பட்டச் சமூக மக்களுடன் சேர்த்து, மேலாதிக்கச் சமூக மக்களையும் மதமாற்றத்திற்குட்படுத்தினர். நொபிலியைத் தொடர்ந்து வந்தத் தரங்கம்பாடி டேனி மிஷினைச் சார்ந்த சீகன்பால்கு, சூல்ட்சு, புளூசோ உள்ளிட்டச் சமயப்பரப்புநர்களே தாழ்த்தப்பட்டச் சமூக மக்களும், அவர்களின் கீழாகவிருந்தப் பறையர் சமூக மக்களும் விழிப்புணர்வு அடையும் வகையில் கல்வி நிலையங்களில் இம்மக்களுக்கு முன்னுரிமை கொடுத்ததோடு வழிபாடுகளில் சம உரிமையளித்ததையும் இவர்களது மெய்யானச் சமயப் பணியால் தான் பரதவ மக்களும், கீழ்ச்சாதியாக அடையாளம் பெற்றிருந்தப் பறையர் சமூக மக்களும், இன்றைய நிலையில் ஓரளவிற்கு சமூக விழிப்புணர்வு பெற்றவர்களாகவும், அரசியல், பொருளாதாரம், கலை இலக்கியம் உள்ளிட்ட நிலைகளில் எல்லாம் தேர்ச்சி பெற்றவர்களாகவும் சமூக அந்தஸ்துடன் வாழ்ந்து வருகின்றனர்.'[48] என்று சஜன் என்பவர் சுட்டிக்காட்டுகின்றார். சீகன்பால்கு என்ற சமயப்பரப்புநர் சமூகத்தில் மிகவும் கீழானவர்களாக வைக்கப்பட்டிருந்த மக்களின் மொழிநடையில் தமது

சமய நூல்களையும், 1714 —ஆம் ஆண்டில் கிறித்தவ மறைநூலான வேதத்தையும் பதிப்பித்து வெளியிட்டார். இது 'பறையர் வேதம்' என்ற பெயரில் வழங்கப்பட்டது. இவரது மெய்யானச் செயற்பாடுகளே இச்சமூக மக்கள் ஓரளவிற்கு முன்னேற்றமடைவதற்கு முக்கியப் பின்புலமாக இருந்தது. இவருக்கு முன்பு தென்னிந்தியாவிற்கு வந்து பணியாற்றிய மறைப்பரப்புநர்கள் எண்ணற்ற நூல்களை அச்சில் கொண்டு வந்தனர் என்றாலும் கூட அவைகளில் எதுவும் தாழ்த்தப்பட்ட, கீழ்ச்சாதி மக்களை ஒருபோதும் எட்டியிருக்கவேயில்லை. இந்த வகையில் தென்னிந்திய அளவில் தாழ்த்தப்பட்ட, கீழ்ச்சாதிய மக்களிடையே மிகவும் உண்மையாகப் பணியாற்றியவர் சீகன் பால்கு என்ற சமயப் பரப்புநரே ஆவார் என்பதையும் கூடுதலாக அறிய முடிகின்றது.

இந்து சமயத்திற்குள் இருந்து கொண்டு சொல்லவொண்ணாக் கொடுமைகளை வரலாறுகள் தாண்டியும் அனுபவித்து வந்த பறையர் சமூக மக்களுக்கு, கத்தோலிக்கக் கிறித்தவச் சமயவெளி மாற்றத்திற்குப் பிறகே கல்வியறிவு என்பது சாத்தியமாயிற்று. இந்த வெளி மாற்றமே சமூக இயக்க அரசியல் சார்ந்த மாற்றத்திற்குத் தொடர்ந்து வழி வகை செய்தது. கிறித்தவ தலித் சமூகத்திற்குள்ளாக நடந்த முதல் சமூக, இயக்க, அரசியல் சார்ந்த நிகழ்வுகள் குறித்து அறிந்து கொள்வதன் மூலமாகத்தான் அவர்களது கலை இலக்கிய அரசியல் குறித்து அறிந்து கொள்ள முடியும் என்கின்ற ஆய்வு நோக்கில் செய்திகள் பின்வருமாறு பதிவு செய்யப்படுகின்றன.

தலித் சமூக மக்களின் அரசியல் ஒன்றிணைவு :

பறையர் சமூக மக்களின் கிறித்தவ மத மாற்றத்தைத் தொடர்ந்து, இவர்கள் நாடெங்கும் ஒன்றிணையவும், அணி திரளவும் காரணமாக இருந்தது தமிழ்ச் சமூக அரசியலில் 1871, 1881, 1891—ஆம் ஆண்டுகளில் சாதியடிப்படையில் எடுக்கப்பட்ட குடிக்கணக்கெடுப்பு வரலாற்று நிகழ்வேயாகும். இந்த நிகழ்வே தமிழக அளவில் பல்வேறு சாதிகளுக்கும் இடையில் மேல்நிலையாகச் சமூக எழுச்சி உருப்பெறவும் முதன் முதலில் சாதி வரலாற்றினைக் கூறும் நூல்கள் தோற்றம் கொண்டதற்கும் இந்தக் குடிக்கணக்கெடுப்பு அரசியல் நிகழ்வே காரணமாக அமைந்தது. சஜன் என்பவர் பதிவுகளின்படி பல்வேறு சமூகத்தவர்களின், மேல்நிலையாக்க முயற்சிகளுக்கும், சாதிய ரீதியிலானக் குழப்பங்களுக்கும் இடையில் மீண்டும் 1901—ஆம் ஆண்டு வருண அடிப்படையில் கணக்கெடுப்பு இடையில்

நடைபெறுகின்றது. இந்த முறையும் சாதியச் சமூகத்தவர்களே பலன் அடைந்தார்கள். இத்தகைய மிக நீண்ட வருண, சாதீய அடிப்படையிலமைந்த சாதிய மேல்நிலையாக்க முயற்சியின் ஊடாக வருணத்திலிருந்தே ஒதுக்கப்பட்டுக் கீழ்ச்சாதி மக்கள் என்று அடையாளப்படுத்தப்பட்டச் சமூகத்தவர்கள் மீது ஒடுக்குமுறைகளுக்கும், அடக்கு முறைகளும் தொடர்ந்து நிகழ்ந்து கொண்டேயிருந்தது. இதனால் தான், 'புராண, இதிகாசத் தொடர்பு இல்லாத இம்மக்களின் நிலை மிகவும் பலவீனமடைந்தது. இச்சூழ்நிலையின் உச்சக்கட்டத்தில் தான் இச்சமூகத்தவர்கள் அனைவரும் ஒன்றிணைந்து தங்களுக்கென்று ஓர் வரலாற்றையும், வரலாற்று அடையாளத்தையும் தேடுவது என்று துணிந்தனர்.' [49] என்பதை அறிய முடிகின்றது.

தலித் சமூக மக்கள் தங்களுக்குரிய வரலாறு என்று எதுவும் இல்லாத சூழலில் தான், புதிய வரலாற்றைக் கட்டமைத்துக் கொள்ளுவதற்கான வரலாற்று முயற்சிகளை மேற்கொண்டு வருகின்றனர்; இத்தகைய நீண்ட வரலாற்று உருவாக்கப் புரட்சியின் நீட்சியாகத்தான் தமிழில் தலித் கிறித்தவச் சமூகப் படைப்பாளிகளால், படைக்கப்பட்டிருக்கும் தன் வரலாற்று இலக்கியப் படைப்புக்களை இனங்காணுதல் வேண்டும் என்பதே இப்பகுதியின் கருத்துக்களாக இங்கு முன்வைக்கப்படுகின்றது.

மேற்கண்டப் புரிதல்களின் அடிப்படையில், சாதிய — வருண அடிப்படையில் நடத்தப்பட்ட மக்கள் தொகைக் கணக்கெடுப்பும், அதனைத் தொடர்ந்து உயர்சாதி — இடைநிலைச் சாதிகளிடையே நடைபெற்ற மேல்நிலையாக்கச் சமூகப்படிநிலை முயற்சிகளும், இவை சார்ந்த இன்ன பிறவும் தான் தலித் சமூக மக்கள் அனைவரும் நாடு தழுவிய அளவில் தங்களுக்குள் அணிதிரளவும், சமூக அரசியலில் முன்னேறவும், அவர்களுக்கென்று ஒரு அடித்தளத்தை அ) பிடிப்பைப் பொது அரசியல்தளத்தில் ஏற்படுத்திக் கொண்டுப் பயணிக்கவும் வழிவகுத்தது என்று உணர முடிகின்றது. இது குறித்து அம்பேத்கர் மேலும் சில புள்ளி விபரங்களைத் தெளிவுபடுத்துவதை, '1930—களில் நடந்த சைமன் குழுவினரின் இந்திய வருகையால் பிரிட்டி இந்தியாவில் வாழும் தாழ்த்தப்பட்ட மக்களின் மொத்த எண்ணிக்கை 44.5 மில்லியன் என்று உறுதியாகச் சொல்ல வழி ஏற்பட்டது. தொடர்ந்து 1932—இல் சட்டமன்றங்களுக்கு வாக்களிக்கும் உரிமை குறித்து ஆராய வந்த லோத்தியன் குழுவினரின் வருகையின் போது

சைமன் குழுவின் கணக்கெடுப்பை இந்துக்கள் ஏற்க மறுத்து அதன் மீது பொய்மைகளைப் புகுத்தினர். சில மாநிலங்களில் தாழ்த்தப்பட்டவர்களே இல்லை என்று மறுத்ததுடன், தாழ்த்தப்பட்டவர்கள் இருப்பதை ஒத்துக் கொள்வதன் மூலமாக எங்கே பிரிட்டிஷ் ஆட்சியில் தங்களுக்குக் கிடைத்து வந்த பிரதிநிதித்துவத்திற்கு ஆபத்து வந்துவிடுமோ என்று பயந்து புரட்டு நடவடிக்கைகளிலும் ஈடுபட்டனர்.' 50எனக் காணமுடிகின்றது.

சஜன் என்பவர் வெறும் கணக்கெடுப்பு நிகழ்வை மட்டும் பதிவு செய்திருக்க, அம்பேத்கர் கணக்கெடுப்பிற்குள் தலித் சமூக மக்களின் பெரும்பான்மை குறித்து இருட்டடிப்பு செய்யும் வகையில் இந்து சமூகத்தார்கள் பெரும்பான்மையோர் செய்த சூழ்ச்சிகளையும் சேர்த்துப் பதிவு செய்திருப்பதிலிருந்து, இதுதான் உலகிலேயே தலித் சமூக மக்களின் மீது நிகழ்த்தப்பட்ட முதல் சமூக அரசியல் சார்ந்த முடக்க நிகழ்வு என்பதாக இனங்காண முடிகின்றது.

தலித் சமூக மக்களின் இயக்க ஒன்றிணைவு (பிரிட்டிஷ் ஆட்சியில்) :

கிறித்தவச் சமய மதமாற்றமும், தொடர்ந்து நடந்த மக்கள் தொகைக் கணக்கெடுப்புக்களும் பறையர் சமூக மக்களிடையே மிகப்பெரும் இயக்க விழிப்புணர்வினையும், ஒருங்கிணைவையும் சமூக, அரசியல், பயன்பாட்டுத் தளத்தில் ஏற்படுத்தத் துவங்கியது. இதற்கு பிரிட்டிஷ் மற்றும் ஐரோப்பிய ஆட்சி முறையே காரணம் என்றாலும் கூட வைதீக இந்துத்துவப் பார்ப்பனச் சமூகத்தவர்களாலும், இடைநிலைச் சாதிகளாலும் கட்டவிழ்த்துவிடப்பட்டச் சாதீய தீண்டாமை சார்ந்த ஒடுக்குமுறைகளும், அவற்றுக்கெதிராகத் திரண்ட இம்மக்களின் கிளர்ந்தெழுதல்களையும் தான் அடிப்படை உந்து சக்திகளாகக் குறிப்பிட வேண்டும். இது குறித்து சஜன், 'பிரிட்டிஷ் ஆட்சிக் காலத்தில் தாழ்த்தப்பட்ட (தலித்) சமூக மக்களின் முதல் ஒன்றிணைவு, மராட்டிய மண்ணில் தான் உணர்வுப் பூர்வமாக அமைந்தது. மராட்டியச் சமூக மக்கள் நல்ல உடற்கட்டும், யாருக்கும் அஞ்சாத வீரமும், பிறர் மீதான நம்பிக்கையில் தன்னையே அர்ப்பணிக்கும் பண்பும் இயல்பாகவே பெற்றிருந்தமையினால், பிரிட்டிஷ் இராணுவம் அரசுப் பணியில் இவர்களையே அதிக அளவில் ஈடுபடுத்தியது. இவ்வாறு இராணுவத்தில் பணியாற்றியத் தலித் சமூக மக்கள் தங்களது சொந்த ஊருக்குத் திரும்பும்போது சந்தித்த சூழல்கள் அவர்களது சுயம் குறித்த ஓர்மைகளைத் தட்டியெழுப்பியது.

மகாராட்டிரத்தில் நிகழ்ந்த இந்தச் சமூக மக்களின் இராணுவ நுழைவு பொருளாதார முன்னேற்றத்தை இவர்களிடம் எளிமையாகக் கொண்டு சேர்த்தது. காலப்போக்கில் தமிழகத்திலும் தலித் சமூக மக்கள் இராணுவத்தில் அதிகமாகச் சேர்க்கப்பட்டனர்." [51] எனத் தெளிவுபடுத்துகின்றார்.

கோவிந்தசாமி என்பவர் இது குறித்து, 'பிரிட்டி ஆட்சியாளர்கள் தீண்டாமை பாராட்டவில்லை என்பதால் படைப் பிரிவுகளில், தொடர் வண்டித் துறைகளில், ஆலைகளில் என எல்லாவிடங்களிலும் இச் சமூகத்திற்குள் தகுதியானவர்கள் வாய்ப்புக்கள் பெற்றனர். இதனால் அவர்களுடையப் பொருளாதார நிலை உயர்ந்தது. தகுதியின் அடிப்படையில் பம்பாய் சேனையில் பிராமண வீரர்களுடன் தோளுக்குத் தோளாக இவர்களும் நின்று பணியாற்றினர். ஒரே கூடாரத்தில் உறங்கினர்" [52] என தலித் சமூக வெளியில் நிகழ்ந்த மரபுமாற்றம் குறித்து

அனுராதா காந்தி என்பவர் குறிப்பிடுவதாகத் தம் நூலில் பதிவு செய்கின்றார். இவர்களது கருத்துக்களுடன் ஒத்துப் போகின்ற வகையில் சஜன், 'பம்பாய், அரக்கோணம், பொன்னேரி உள்ளிட்டப் பெருநகரங்களில் இரயில் பாதையை உருவாக்கும் பணியில் பிரிட்டி அரசால் மகார் இன மக்களும், தமிழகத்தைச் சேர்ந்த தாழ்த்தப்பட்டப் பறையர் சமூக மக்களும் தான் அதிக அளவில் ஈடுபடுத்தப்பட்டனர் என்பதையும், ஓய்வு நேரங்களில் இவர்கள் ஒன்றாகக் கூடி ஒரே இடத்தில் தங்கியதன் விளைவாகத்தான் மகாராட்டிர மாநிலத்தில் முதன் முதலில் தலித் சமூக மக்களின் இயக்கங்கள் நாளடைவில் உருவானது" [53] என்பதையும் கூடுதல் செய்தியாகப் பதிவு செய்கின்றார்.

பிரிட்டிஷ் ஆட்சியினால் ஏற்பட்ட உற்பத்தி மாற்றம். ஜனநாயக நவீனத்துவக் கூறுகளின் மூலமாகவும், பல்வேறு இயக்கங்கள் மூலமாகவும் ஏற்பட்டச் சாதி எதிர்ப்புப் போராட்டங்கள் உள்ளிட்டன தலித் சமூக மக்களின் ஒன்றிணைவிற்கும், எழுச்சி சார்ந்த இயக்க முன்னகர்வுகளுக்கும் உதவிய விதம் குறித்து அனுராதா காந்தி என்பவர், 'சாதி அமைப்பிற்கு எதிரான மிக முக்கிய இயக்கம் 19—ஆம் நூற்றாண்டின் இறுதி கால் நூற்றாண்டில் தொடங்கி 1930—இல் ஒரு பேரெழுச்சியைப் பெற்றது. வேளாண்மை, கைவினைத் தொழில்சார் கிராமச் சமூகங்களின் சமநிலை என்பது நொறுக்கப்பட்டதற்குப் பிறகு முதலாளித்துவ

உறவுகள் நிலபிரபுத்துவ இந்தியாவை ஊடுருவியது. இதன் விளைவாகவே பேரியக்கம் பிரிட்டி காலனிய ஆட்சியின் போது எழுச்சி பெற்றது" [54] என்று சுட்டிக்காட்டுகின்றார்.

அறிஞர்களின் மேற்கண்டக் கருத்துக்களிலிருந்து. பிரிட்டி ஆட்சிக் காலத்தில் தலித் சமூக மக்கள் மீது தீண்டாமை பாராட்டப்படவில்லை என்பதும் அவர்களில் தகுதியானவர்களுக்கு மாநில, மத்திய அரசுப்பணி செய்ய வாய்ப்புக்கள் வழங்கப்பட்டதையும், இதன் நகர்வில் மராட்டியத்தில் உள்ள தலிச் சமூக மக்கள் தான் முதன் முதலில் இயக்கம் ஒன்றை உருவாக்கினர். இதற்கு அடுத்தபடியாகத்தான் தமிழகத்தில் தலித் இயக்கங்கள் தோற்றம் கொள்கின்றது என்பதும் தெளிவுபடக் காணலாம்.

ஐரோப்பியர் ஆட்சியில் :

ஐரோப்பியர் ஆட்சியில் நிகழ்ந்த ஒன்றிணைவு குறித்து சஜன், 'பாளையக்காரர்களின் ஆட்சியில் அவர்களின் தளவாய்களாக இருந்த வேளாளர்களே வாய்ப்புக்களையும் வசதிகளையும், பதவிகளையும் தொடர்ந்து பெற்று வந்தனர். இச்சூழலில் கி.பி. 1801—ஆம் ஆண்டு நடந்த ஆட்சி மாற்றத்தால் கிழக்கிந்தியக் கம்பெனி ஆட்சிக்கு வந்தது. இதனால் கலகங்களும், கொள்ளையிடல்களும் பெருமளவில் குறைந்தது. உழவுத் தொழிலையே நம்பியிருந்த பின்தங்கியச் சமூக மக்களின் சமூக நிலையும், பொருளாதாரமும் முன்னேற்றமடைந்தது. வாரிசு உரிமையை விரும்பாத ஆங்கிலேயர்கள், பாளையக்காரர்களால் புகுத்தப்பட்டக் குலவழி ஆதிக்க உரிமையையும், குலவழியாதிக்க சமூகக் கட்டமைப்பையும் குலவழி அதிகாரம் செலுத்தியப் பாளையக்காரர்களின் கொட்டத்தையும் அடக்கினர்." [55] இதுவே தலித் சமூக மக்களின் முன்னேற்றத்திற்குரிய மிக முக்கியக் காரணங்களுள் குறிப்பிடத்தக்கது என்கிறார். ஐரோப்பியர் ஆட்சியில் அமைந்த நவீனக் கல்வி முறை பரவலாக்கப்பட்டமையால் தான் சமத்துவம், பகுத்தறிவு, அறிவியல் அடிப்படையிலான கண்ணோட்டம் உள்ளிட்டப் பல்வேறு சிந்தனை மாற்றங்கள் இந்த மண்ணில் ஏற்பட்டது. இதன் பயனாகவே இன்றையச் சூழலில், தமிழ்ச் சமூக அமைப்பை நவீனக் கல்வியறிவு பெற்றத் தலித் படைப்பாளர்கள் அசைவாக்கத்திற்குள்ளாக்கி வருகின்றனர் எனலாம். இது குறித்து சிவதம்பி, ஐரோப்பியக் கல்வி முறை, லௌகீக முன்னேற்றக் கோட்பாட்டை முன்வைத்த அதே நேரத்தில் பதினெட்டாம் நூற்றாண்டில் ஐரோப்பாவில் தோன்றிய நவீன

அறிவியலையும் தன்னை அறியாமலேயே அறிமுகம் செய்து வைத்தது. இப்புதிய அறிவலை, கட்டற்றச் சிந்தனைகளைப் பரவலாக்கியதுடன் தெய்வ மறுப்புவாதம், இந்து மதம் சார்ந்த வருண — சாதியப் பாகுபாட்டையும் அதன் அடிப்படைகளையும் கேள்வி கேட்குமளவிற்கு மேற்கத்தியச் சிந்தனைகளும் அறிமுகமாக்கியது" [56] என்று தம்முடையச் சிந்தனைகளை முன் வைக்கின்றார். இக்கருத்துடன் ஒத்துப் போகின்ற அடிப்படையில் சஜன்,

'18 — ஆம் நூற்றாண்டு வரை அறிவு சார்ந்தச் செயல்பாடுகளை மேலாதிக்கச் சாதியினரே சட்டபூர்வமாக வரையறுத்து வைத்திருந்தனர். இதனால் தான் ஆங்கிலேயர் வருகைக்கு முன்பு வரையிலும் தாழ்த்தப்பட்டச் சமூக மக்கள் அறிவுத் துறையிலிருந்தே விலக்கப்பட்டிருந்தனர். வெள்ளையர் வருகைக்குப் பிறகே ஒடுக்கப்பட்டு, ஓரத்திற்குப் போனவர்களும் கூட ஓரளவு அறிவுத் துறைகளில் ஈடுபட முடிந்தது என்கிறார். மேலும், ஆங்கிலேய ஆட்சியிலும்கூட சாதிய அரசியல் முற்றிலுமாக ஒழிந்துவிடவில்லை . இதனால் புதியப் பதவிகளையெல்லாம் முதலில் பார்ப்பனர்களும், பார்ப்பனச் செல்வாக்கு பெற்றவர்களுமே ருசித்தனர். இதனால் சிப்பாய்க்கலகம் (1857) தொடங்கி காந்தி வெகுஜன அரசியலில் தலைமையேற்றது (1920—21) வரையிலான அறுபது (60) வருட வரலாற்றில் அரசுப் பணி உள்ளிட்ட எல்லாத் துறைகளிலும் இவர்களே பதவியில் இருந்தனர் என்றும் தெளிவுபடுத்துவதோடு, ஐரோப்பியச் சித்தாந்தங்களையும், சமத்துவக் கொள்கைகளையும் கற்றுக் கொண்டு இலக்கியங்கள் செய்ததோடின்றி சம உரிமைகள் குறித்தும் வாதிட்டப் பார்ப்பனர்களைப் போன்று தமிழகச் சூழலில் வேளாளர்களும் சமநிலை கோரினர். இதன் தொடர்ச்சியில் புறக்கணிக்கப்பட்டுக் கொண்டேயிருப்பதை உணர்ந்த தாழ்த்தப்பட்டச் சமூக மக்களும் சமத்துவ உணர்வு குறித்த விழிப்பினைப் பெற்றனர். மேலாதிக்கச் சமூகத்தினரின் பல்வேறு எதிர்ப்புக்களின் உச்சத்தில் தான் தலித்துக்கள் அனைவரும் தங்களுக்குள் ஒன்றிணைந்து ஒரே இயக்கமாகப் போராட வேண்டிய அவசியமும் அவசரமும் ஏற்பட்டது. இதன் ஒரு பகுதியாகவே தலித்துகளுக்கான விடுதலையையும் சமத்துவத்தையும் முன்னிறுத்தக்கூடிய இயக்கம் சார்ந்த செயல்பாடுகள் வேர்கொண்டது" [57] என்று புலப்படுத்துகின்றார்.

கருணா மனோகரன் என்பவர், தலித் சமூக மக்களின் வெளி

மாற்றத்திற்கு உந்துசக்தியாக அமைந்த இயக்க வரலாற்றுப் பின்புலம் குறித்து, ‘இந்தியச் சமூகத்தில் கான்கிரீட் கலவை போன்று இறுகிக் கிடக்கும் சாதியப் பாகுபாட்டையும், சாதியக் கொடுமைகளையும் உடைத்தெறியப் போராடியப் பல்வேறு இயக்கங்கள் வரலாற்றுச் சூழலுக்கு ஏற்ப, தங்களது பதிலிறுப்பைத் தந்துள்ளதோடு, குழுவாக ஒரு குறிப்பிட்ட இலக்கை அடைந்தப் பிறகு அவற்றுள் சில மறைந்தும் இருக்கின்றன என்றும், இவ்வகையில் எழுந்த இயக்கங்களின் ஆக்கப் பூர்வமான கலை இலக்கிய அரசியல் செயற்பாடுகளே, அதிகாரம் குவிந்து கிடக்கும் மையங்களைத் தகர்த்து, அதிகாரத்தைப் பரவலாக்குவதோடு, உரிமைகளுக்காகப் போராடும் வகையில் மக்களை விழிப்புணர்வு பெறவும், செயல்படவும் செய்யும்” [58] என்று மதிப்பிடுகின்றார்.

அறிஞர் பெருமக்களின் ஒட்டு மொத்தக் கருத்துக்களிலிருந்து, பிரித்தானிய ஆட்சிக் காலத்தில் இராணுவம், இரயில்வே, உள்ளிட்டத் துறைகளில் தங்களது தகுதிக்கேற்றவாறு பணிவாய்ப்புக்களைப் பெற்றதே தாழ்த்தப்பட்டப் பறையர் சமூக மக்களின் வரலாற்றில் நடைபெற்ற முதல்படிநிலை வளர்ச்சி என்பதையும், பார்ப்பன மேலாதிக்கச் சமூகத்திற்குள்ளாகவே கட்டுண்டு கிடந்த கல்வி பெறும் உரிமை ஐரோப்பியர்களது ஆட்சியில்தான் தலித்துக்களுக்குச் சாத்தியமாகின்றது. இதனால்தான் இச்சமூக மக்கள் அறிவு சார்ந்த துறைகளில் ஈடுபட்டுப் பல்வேறு மேற்கத்திய, ஐரோப்பியச் சித்தாந்தங்களையும் இன்னபிறவற்றையும் கற்று விழிப்புணர்வையும், சமத்துவ உரிமைகளையும் போராடிப் பெற்றனர் என்பதையும் விரிந்த நிலையில் பெற முடிகின்றது.

தலித் சமூக மக்களின் வரலாற்றில் நடந்த சமூக, இயக்க ரீதியிலான அரசியல் ஒன்றிணைவு குறித்த இந்தப் புரிதலின் மூலமாகத்தான், இயக்க ரீதியிலானச் செயற்பாடுகளுள் ஒன்றாக விளங்கும் கலை இலக்கிய அரசியல் குறித்தத் தெளிவினைப் பெற முடியும் என்கின்ற வகையில் தலித் சமூக இயக்கத்திற்கு உந்துச் சக்தியாக அமைந்த ஆதரவு இயக்கங்கள் குறித்துப் பின்வருமாறு அணுகலாம்.

இந்திய, தமிழக அளவிலான இயக்கங்கள் குறித்தப் பொதுப்பார்வை :

தலித் சமூகத்திற்கு ஆதரவான இயக்கங்கள் —

தீண்டாமை, அண்டாமை, காணாமை என்பன போன்ற எழுதப்படாதச் சட்டங்களால் தலித் சமூக மக்கள்

கீழ்த்தரமாக நடத்தப்படுவது என்பது எல்லா சமயங்களிலும் தொடர்ந்து கொண்டே இருக்கின்றது. இதன் காரணமாகவே ஒதுக்குப்புற வெளியில் வாழும் அவலம் இன்றும் மாறாமல் உள்ளது. இது போன்ற பலக் கொடுமைகளை இச்சமூக மக்கள் தங்களது சக்திக்கு ஏற்றவாறு தொடர்ந்து எதிர்த்தே வருகின்றனர். ஆனால் தொடக்கக் காலத்தில் இவர்கள் ஓர் அமைப்பாகவோ, இயக்கமாகவோ ஒன்றிணைந்து செயல்படவில்லை என்பது புரிதலுக்குரியதாகும். தலித் மக்களுக்கு எதிரானக் கொடுமைகளை அறுத்தெறிந்து, அவர்களுக்குரிய உரிமைகளைப் பெற்றுத் தருவதற்காகப் போராடிய ஆதரவு இயக்கங்கள் குறித்து மிகவும் சுருக்கமாக இப்பகுதி சுட்டிக்காட்டுகின்றது.

தலித் சமூக இயக்கம் என்பது வருண — சாதியத்திற்கு எதிரான இயக்கமாகவே முதலில் தோற்றம் கொள்கின்றது. இதனைப் பெரியார், வைதீகப் பார்ப்பனச் சித்தாந்தங்களுக்கும் தீண்டாமை அதன் சார்ந்தக் கொள்கை, கோட்பாடுகளுக்கும் எதிராகவே முன்னெடுக்கின்றார். இவர் தலித் சமூக மக்களுக்கு எதிராகத் தொடர்ந்து கோலோச்சி வரும் சாதிகளை ஒழிப்பதற்குரிய வழிமுறைகளாக, 'மலத்தைவிட மனிதனைக் கேவலமாக்கும் சாதி என்பது தோன்றுவதற்கு மூலகாரணமாக உள்ள கடவுள், மதம், சாத்திரம், புராணம், சட்டம் உள்ளிட்டவைகளையெல்லாம் ஒழிக்க வேண்டும். இல்லையெனில் சமயத்தை விட்டே விலக வேண்டும்' [59] என்பதை முன்வைப்பதை ஆனைமுத்து என்பவர் தெளிவுபடுத்துகின்றார்.

பெரியாருக்கு முந்தைய நிலையில், புத்தர் பெருமானின் சமத்துவ இயக்கமும் (கி.மு. 500 — கி.பி. 500) + சித்தர்களின் கலக இயக்கமும் தான் ஆரிய மாயைக்குள் சிக்கித் தவித்துக் கொண்டிருந்த மக்களின் அறிவுக் கண்களைத் திறந்து வைத்த இயக்கங்கள் என்பதாக அடையாளப்படுத்தலாம். இவற்றோடு தனிநபர் சார்ந்தும் குழு சார்ந்தும் நடைபெற்ற இயக்கங்களும் குறிப்பிடத்தக்கனவாகும். இவற்றைத் தொடர்ந்து இந்திய, தமிழக அளவிலானத் தலித் சமூக இயக்கங்கள் குறித்து அறியும் முயற்சிகள் பின்வருமாறு மேற்கொள்ளப்பட்டுள்ளன.

இந்திய அளவிலானத் தலித் சமூக இயக்கங்கள் :

இந்திய அளவிலானத் தலித் சமூக இயக்கங்கள் குறித்து டாம்னிக் ஜெயக்குமார், 'அம்பேத்கருக்கு முந்திய

காலகட்டத்தில் ஜோதிபாபூலே (1827 — 1890) என்பவரே சாதியை ஒழிப்பதற்கான இயக்கத்தை இந்திய அளவில் முன்னெடுத்துச் சென்றார். இதன் மூலமாகப் பிராமணியத்தை எதிர்த்தார். தம் சமூக மக்களுக்குரியச் சமூகநீதி, சமத்துவநீதி, உள்ளிட்டவற்றை பெற்றுத் தரும் வகையில் பகுத்தறிவு அடிப்படையில் புதியச் சமூகத்தைப் படைத்தல் எனப் பல்வேறு இயக்கச் செயல்பாடுகளை மேற்கொண்டார். இவர் தலித் பெண்களுக்கென்று பள்ளி ஒன்றைத் தொடங்கியது இந்திய அளவில் நடந்த முதல் புரட்சியாகும். இவரைத் தொடர்ந்து கேரளாவில் புலையர் எழுச்சியை முதன் முதலாகத் தோற்றுவித்தவர் அய்யங்காளி (1963 — 1941) என்பவராவார். இவரே கேரளாவில் முதன் முதலில் விவசாயப் போராட்டங்களும், தொழிற்சங்கப் போராட்டங்களும் தோற்றம் பெறவும், எழுச்சி பெறவும் காரணமாக இருந்தவராவார். இவரோடு பிறத் தலித் மக்களும் இணைந்து போராடினர்." [60]

என்று தன் ஆய்வு நூலில் பதிவு செய்கின்றார்.

மேற்கண்ட கருத்தைப் போலவே சாலன் என்பவர், 'அய்யங்காளி"[61] குறித்து தமது நூலில் விரிவானச் செய்திகளைத் தருகின்றார். இவர்களைத் தொடர்ந்து, 'இந்திய அளவில் தாழ்த்தப்பட்ட அரிஜன மக்களுக்கான ஆதரவு இயக்கத்தை ஏற்படுத்தியவர் காந்தியடிகளே" [62]

என்று சஜன் என்பவர் தமது நூலில் விரிவாகப் பதிவு செய்துள்ளார். குறிப்பிடத்தக்கவர்களாகிய இவர்களோடு. ஏனையோரும் இவ்வியக்கப் பணியில் ஈடுபட்டிருக்கலாம். இது குறித்த விரிவான செய்திகள் சுருக்கம் கருதி இப்பகுதியில் குறிப்பிடப்படவில்லை.

தமிழக அளவிலானத் தலித் சமூக இயக்கங்கள் :

தமிழக அளவிலானத் தலித் சமூக இயக்கங்கள் குறித்து சஜன். '1890—இல் நகரங்களில் குடிபெயர்ந்தப் பறையர் சமூக மக்களுள் படித்தவர்கள் தங்களுக்குள் ஒன்றிணைந்து பறையர் மகா ஜன சபை' என்பதை முதன்முதலாகத் தொடங்குகின்றார்கள். தொடர்ந்து 1928—இல் அகில இந்திய ஆதி திராவிட மகாஜன சபை' என்பது புதிதாகத் தோற்றுவிக்கப்படுகின்றது. இத்தகைய அமைப்புக்களில் அயோத்திதாசப் பண்டிதர், எம்.ஸி.ராஜா, இரட்டைமலை சீனிவாசன், வி.ஐ.முனுசாமிப்பிள்ளை, தர்மலிங்கம்பிள்ளை போன்றவர்கள் இடம்பெற்றிருந்தனர். இவ்வியக்கங்களின்

வழியாகத்தான் பல்வேறு மக்கள் நலப் போராட்டங்கள் முன்னெடுத்துச் செல்லப்பட்டது. இவ்வியக்கமே தலித் சமூகம் சார்ந்த இயக்கங்களுக்கெல்லாம் முன்னோடியான முதல் இயக்கம்' 63 எனக் குறிப்பிடுகின்றார். இது குறித்து ரேவதி, 'தமிழகத்தில் அயோத்திதாசப் பண்டிதர் (1845—1914) இரட்டைமலை சீனிவாசன் (1860 — 1945), எம்.ஸி.ராஜா (1883 — 1947) உள்ளிட்டவர்களே தலித் இயக்கங்களின் முன்னோடிகளாக இருந்தனர். இவர்களே சாதீய ஆதிக்க நிலைத்தளமாகிய, சமூகம், அரசியல் சார்ந்து பொதுவாக முன்வைக்கப்பட்ட இந்து சமூக, சமயக் கருத்தியலை முன்வைத்து, தங்களது எதிர்ப்புக்களை இந்துமதம், இந்துமதம் சார்ந்த வருண, சாதியப் பாகுபாடுகள், தீட்டு, தீண்டாமை சார்ந்தக் கொடுமைகள் என்பன உள்ளிட்ட நிலைகளில் முன்னெடுத்தனர். இது மட்டுமன்றி சமூக, அரசியல் தளத்தில் ஆதிக்கம் செலுத்தியக் காங்கிரஸ் பேரியக்கத்தினையும் எதிர்த்து வந்த இவர்களே தாழ்த்தப்பட்டச் சமூக மக்களின் மறைக்கப்பட்ட வரலாற்றை மறு ஆய்வு செய்யவும், மீட்டுருவாக்கம் செய்யவும் உதவும் பூதக்கண்ணாடிகளாகவும், தாழ்த்தப்பட்டச் சமூக மக்களுக்கான விடுதலைப் போரில் களம் புகும் வீரர்களுக்கெல்லாம் ஓர் கலங்கரை விளக்கமாகவும் அமைந்தனர்' [64] என்று தம் கருத்தைப் பதிவு செய்கின்றார்.

மேற்கண்டோர் கருத்துக்களிலிருந்து, தமிழக அளவில் முதலில் தோன்றிய இயக்கம் என்பது பறையர் சமூகம் சார்ந்த இயக்கமே என்பது தெளிவுபடக் காணலாம்.

அம்பேத்கர் இயக்கம் :

தமிழகத்தைப் பொறுத்த அளவில் அம்பேத்கர் நூற்றாண்டு விழா கொண்டாட்டத்தைத் தொடர்ந்துதான் இயக்க ரீதியிலானப் பல்வேறு மாற்றங்களும் திருப்பங்களும், கலை இலக்கியப் படைப்பாக்க முயற்சிகளும் அரசியல் சார்ந்த இன்ன பிறவும் தொடர்ந்து நிகழ்ந்து வருகின்றது என்பதால் தான் இவ்வியக்கம் குறித்தச் சில செய்திகள் பின்வருமாறு முன் வைக்கப்படுகின்றன.

இருபதாம் நூற்றாண்டில் நாட்டுப்பற்று, சமய நூல் தேர்ச்சி, சட்ட மேதமை, விவாதக் கூர்மை இவற்றோடு, தீண்டாமைக் கொடுமைகளை நேரிடையாகவும், மறைமுகமாகவும் அனுபவித்தவரும், ஜனநாயச் சமத்துவப் போராட்ட உணர்வுடையவரும் இன்னபிற பன்முகத்தன்மைகள் ஒருங்கே

அமையப் பெற்ற ஒருவருமாக இருந்தவரே அம்பேத்கர். 1991 — இல் நடைபெற்ற நூற்றாண்டு விழா கொண்டாட்டத்திற்கு முன்பு வரை தமிழகத்தில் இவரை இருட்டடிப்புச் செய்வதற்கானச் சூழ்ச்சி இந்த நாட்டில் நடந்திருக்கின்றது. இது குறித்து,

'இந்த நாடு மட்டும் அம்பேத்கரை சரியாக வைத்திருக்குமானால் இப்பொழுது 'வல்லரசு' என்று சொல்லிக் கொண்டு இருக்கிறார்களே அதை எப்பொழுதோ இந்தியா எய்தியிருக்கும்' என்று கிறித்துதாக காந்தி என்பவர் பதிவு செய்வதையும், அம்பேத்கர் தம் இளம் வயதிலேயே தீண்டாமைக் கொடுமையை அனுபவித்தவர். அதனால் தான் தீண்டாமைக் கொடுமைக்கு ஆளாகிக் கொண்டிருக்கும், 'மக்களுக்காகவே தொண்டு செய்வதையே இனி தன் வாழ்வின் கொள்கை, குறிக்கோள் எனக் கொண்டதோடு, இப்பணி செய்வதற்கு இடையூறாக இருக்கும் எந்த வேலையையும் அவர் ஏற்றுக் கொள்ளவில்லை' 65 என்று அந்தோணி குருசு என்பவர் சுட்டிக் காட்டுவதையும் தருமராஜன் தமது நூலில் குறிப்பிடுகின்றார். இந்துவாகப் பிறந்தேன் இந்துவாகச் சாக மாட்டேன் என்று கூறி பௌத்த மதத்தைத் தழுவியதோடு, அரசியல் அதிகாரம் பெறுவதே தாழ்த்தப்பட்டச் சமூக மக்கள் விடுதலை பெறுவதற்குரியச் சுலபமான வழி என்பதில் உறுதியாக நின்று மதமாற்றத்தை முன்னிறுத்தியவர் அம்பேத்கர். இயக்க ரீதியிலானப் பல்வேறு நடவடிக்கைகளை முன்னெடுத்து இந்து வர்ணாசிரம நெறிகளுக்கு எதிராகப் பலமாகப் போராடியவர். இவர் குறித்து, தொ.பரமசிவன் என்பவர், 'அறிவுலகப் பின்புலம் எதுவும் இல்லாத நிலையில் தானாகத் தலையெடுத்த சமூக விஞ்ஞானி அம்பேத்கர். இவர் சாதி என்ற அதிகாரம் சார்ந்தக் கொடுமையை ஒரு கோபுர அமைப்பை போன்று கணக்கில் கொண்டு அந்த அமைப்பில் கீழாக இருக்கிறவர்களின் வலிகளை, வேதனைகளை, அழுத்தங்களை, தன் உணர்ச்சியோடு பார்த்தவர்; சாதிக்கு எதிராக நின்று அதன் கோரத்தை நன்கு உணர்ந்து கொண்டு பேசியவர். சாதி எங்கே மையம் கொண்டு இருக்கிறது என்று சரியாகப் புரிந்து கொண்டு செயலாற்றியவர்' என்பதோடு, இந்துவாகப் பிறந்தேன் இந்துவாகச் சாகமாட்டேன் என்று கூறி காந்தியைக் கலங்க வைத்தவரது வரலாறு நயவஞ்சகமாக மறைக்கப்பட்டிருந்தது என்பதை இப்பொழுது நினைத்துப் பார்ப்பதாகவும், இவர் பள்ளிப்பருவம் முடித்து கல்லூரி வருகின்ற வரைக்கும் படித்த எந்த வரலாற்றுப் பாடப் புத்தகத்திலும் ஏன் இந்திய விடுதலைப் போராட்டம் பற்றிய

பெரிய புத்தகத்திலும் கூட அம்பேத்கரைப் பற்றிய குறிப்பு ஏதும் இல்லை, இந்திய விடுதலை வரலாற்றில் இந்திய தேசியம் பற்றிக் கற்றுக் கொடுத்த போதும் அம்பேத்கரைப் பற்றி கற்றுக் கொடுக்கப்படவில்லை. கால நியாயம் என்று இருக்கிறது. அந்தக் கால நியாயம் அம்பேத்கருக்கு இன்றும்கூட செய்யப்படாமல் இருக்கிறது' 66 என்றும் அடையாளப்படுத்துகின்றார்.

கற்பி + புரட்சி செய் (அ) கிளர்ச்சி செய் + ஒன்று சேர் என்ற மூன்று தாரக மந்திரத்தின் மூலமாகத் தாழ்த்தப்பட்ட மக்களை அறிவுசார் தளத்தில் விழிப்புணர்வு பெறச் செய்து ஊக்கப்படுத்தியவர் அம்பேத்கர் என்பது குறிப்பிடத்தக்கதாகும்.

அம்பேத்கருக்குப் பின் தோன்றிய தலித் இயக்கங்கள் :

அம்பேத்கரின் மறைவிற்குப் பிறகு மகாராட்டிரா, பூனா ஆகிய பகுதிகளில் உள்ள தலித் சமூக மக்கள் ஒன்றிணையும் விதமாக, 'நாம்தியோ, தஷால், ராஜாதாலே உள்ளிட்டவர்கள் அம்பேத்கரின் வழிகாட்டுதலின் கீழ் தலித் சிறுத்தைகள்' என்ற அமைப்பினை 1972—ஆம் ஆண்டு உருவாக்கினர்' [67] என்பதை டாம்னிக் ஜெபக்குமார் என்பவர் பதிவு செய்கின்றார்.

அம்பேத்கர் மறைவிற்குப் பிறகு இந்திய அளவில் தோன்றிய முதல் இயக்கமாக இதுவே அறியப்படுகின்றது. மேலும், இது குறித்து முத்துமோகன், '1991—இல் பாபா சாகிப் டாக்டர் அம்பேத்கர் நூற்றாண்டு விழாவிலிருந்துதான் அம்பேத்கர் பற்றிய புரிதல்களும் புதிய தேடல்களும் தொடங்கியுள்ளது. 80 களில் காங்கிரஸ் கட்சியின் ஏகபோக ஆட்சி முடிவுக்கு வந்த பிறகு அடித்தளங்களிலிருந்து சமூக அசைவுகள் வெளியைக் கைப்பற்றத் தொடங்கின. தலித் எழுத்தாளர்கள் தலித் அறிவுத் துறையினர் பலர் அரங்கிற்கு வந்தனர்' [68] என்று எடுத்துக்காட்டுகின்றார்.

அம்பேத்கர் கொண்டாட்டத்தைத் தொடர்ந்தே தமிழ் இலக்கிய வரலாற்றில் தலித்துக்களுக்கான அரசியல், இலக்கியம் என்பது தோற்றம் கொள்கின்றது எனலாம். அம்பேத்கர், அம்பேத்கர் இயக்கம் என்பது குறித்த இந்த வரலாற்றுப் புரிதல்களினூடாகத்தான்.

இன்றையச் சூழலில் கிறித்தவப் பறையர் சமூகப் படைப் பாளர்களால் படைக்கப்பட்டிருக்கும் தன் வரலாற்று இலக்கியங்கள் குறித்தும் அதன் அடையாளப் பின்புலம் பற்றியும் உணர்ந்து கொள்ள வேண்டும் என்கிற ஆய்வு நோக்கில், இந்திய, தமிழக அளவிலானத் தலித் இலக்கியத்தின்

தோற்றம், குறித்தப் பொது ஆய்வுப் பார்வைகள் பின்வருமாறு அமைகின்றது.

இந்திய அளவிலான இலக்கியமுயற்சிகள் குறித்தப்பொதுப் பார்வைகள் :

ஆரியப் பண்பாட்டுடன் தொடர்புடைய மனுதர்மச் சமூகப்படிநிலை வரிசையில் புறம் தள்ளப்பட்டவர்களாகிய (அ) கணக்கில் எடுத்துக் கொள்ளப்படாதவர்களாகியத் தலித் சமூக மக்களின் விடுதலைக்கானப் புதியவெளியை அடையாளப்படுத்தும் விதமாகக் கிறித்தவச் சமயப் பரப்புநர் களின் மறைவழிகாட்டுதல்கள், மதமாற்ற முயற்சிகள், மக்கள் தொகைக் கணக்கெடுப்புக்கள், அதன் பின் நிகழ்ந்தச் சாதியக் கொந்தளிப்புக்கள், தொடர்ந்து வந்தக் காலமாற்றத்தில் நிகழ்ந்த ஐரோப்பியச் சமூக அரசுகளின் வருகையும், அதன்பின் நடந்தவைகளும், அடங்கிய அரசியல் வரலாறானது அமைந்தது. இதனால் தலித் சமூக மக்களுக்கு நவீனக் கல்வியறிவும், தகுதி வாய்ந்தவர்களுக்கு உரிய அரசு பதவிகளும், சமூக, சமயத் தகுதிகளும் கிடைத்தது. இக்காலகட்டத்தில் தான் தலித் சமூக மக்கள் தங்களுக்குள் ஒன்றிணைந்து சிந்திக்கவும், தங்களுக்கான அடையாளத்தையும், சுயவரலாற்றையும் கட்டமைக்க வேண்டிய நிர்பந்தமும் ஏற்பட்டது.

இயக்கம் சார்ந்த அவசரத்தையும், அவசியத்தையும் உணர்வுப் பூர்வமாகப் பெற்றப் பறையர் சமூகத்தவர்களுள் படித்தவர்கள் ஒன்று கூடி (1890—1928) அவர்களுக்கான இயக்கங்களை அகில இந்திய அளவில் அமைத்துச் செயல்பட்டனர். இவ்வியக்கத்தில், தாசர், பூலே, இரட்டைமலை சீனிவாசன், எம்.ஸி. ராஜா, வி.கே. முருகேசபாகவதர் உள்ளிட்டவர் மிகமுக்கியமானவர்கள் ஆவர். இவர்களின் இயக்கச் செயல்பாடுகளே நாளடைவில் இலக்கியப் படைப்பாக்க வடிவில் வெளிப்படத் தொடங்கியது. இதனுடையத் தொடர்ச்சியில் தாசர் (தமிழன்), சீனிவாசன் (பறையர், பஞ்சமர்) பாகவதர் ஆதிதிராவிடர் சமூகச் சீர்திருத்தக் கீதம், தோல்பதனிடுவோர் துயரம்) உள்ளிட்டோர் தமது சார்பாக இலக்கிய முயற்சிகளை இதழ்வடிவிலும், நூல் வடிவிலும் வெளியிட்டனர் என்றாலும் கூட அவை முழு அளவிலான இலக்கியப் படைப்புக்களாக இருக்கவில்லை. தமிழக அளவிலான இன்றையத் தலித் இலக்கிய வரலாற்றிற்கு இத்தகையப் படைப்புக்களும் படைப்பாளர்களின் படைப்பாக்க முயற்சிகளும் தான் உந்து சக்திகள் என்பது சிந்தனைக்குரியதாகும்.

மராட்டியம் பெற்ற அம்பேத்கர் போன்றும், கேரளம் பெற்ற அய்யங்காளியைப் போன்றும் தமிழகம் ஒடுக்கப்பட்டுக் கிடந்த மக்களின் துயரங்களை, அவலங்களை, வலிகளை, வேதனைகளையெல்லாம் இலக்கியப் படைப்பாக எடுத்துச் சொல்லுமளவிற்கு உரிய எந்தத் தலைவரையும் இந்திய விடுதலைக்கு, குறிப்பாக அம்பேத்கர் விழா கொண்டாடுவதற்கு முந்தியக் காலக்கட்டம் வரையிலும் பெற்றிருக்கவில்லை. மேலும், இலக்கியம் படைப்பதற்குரியத் தகுதியும் அடிப்படைக் கல்வியறிவும் அன்றையச் சூழலில் தலித்துக்களுக்கு வழங்கப்படவில்லை என்பதையும் கவனத்தில் எடுத்துக்கொள்ள வேண்டும். தமிழக அளவில் தலித் இலக்கியம் என்பது 19களில் ஏற்பட்ட மக்கள் தொகைக் கணக்கெடுப்பும், சாதியக் கொந்தளிப்பும் நிறைந்த சமூக அரசியல் வரலாற்றின் அடியாகத்தான் ஊற்றெடுக்கின்றது. மூன்றடுக்காக அமைந்திருந்த சமூகப் படிநிலைகளில் முதலிரு அடுக்குகளுக்குள்ளாக நடைபெற்ற மேல்நிலையாக்க அரசியல் போராட்ட மோதலைத் தொடர்ந்து இறுதியடுக்கிலிருந்த தலித் சமூகத்தவர்களின் இருப்பு புறக்கணிக்க முடியாததாக உருமாறியது. இதன் பயனாகவே இவர்கள் ஒன்றிணைந்து, இயக்கத்தைத் தோற்றுவித்து அதன் மூலமாக சிந்தனையெழுச்சியையும், அரசியல் எழுச்சியையும் நாளடைவில் அடைந்தனர். இவ்வரலாற்றுப் பின்புலத்தில் தான் இலக்கிய எழுச்சியும் அவதாரமெடுத்தது எனலாம்.

தமிழக அளவிலானத் தலித் இலக்கியப் பின்புலம் குறித்து நன்கு அறிவதற்கு முன்னர், இந்திய விடுதலைக்கு முந்திய தமிழகச் சூழல் குறித்த அறிவு அவசியமாகின்றது. இதனை அறிவதன் மூலமாகத்தான் சமீபகாலத்திய தலித் மக்களின் சமூக, அரசியல், கலை இலக்கியச் செயல்பாடுகள் குறித்துப் புரிந்து கொள்ள முடியும் என்கின்ற நோக்கில் இப்பகுதி பின்வரும் நிலைகளை நோக்கி முன்னேறுகின்றது.

இந்திய விடுதலைக்கு முந்தியத் தமிழகச் சூழல் :

பிரித்தானிய, ஐரோப்பிய ஆட்சிக் காலத்தில் அரசு உள்ளிட்ட எல்லா அதிகார மையங்களிலும் நிரம்பியிருந்தப் பார்ப்பன மேலாதிக்க வாதிகள் கிராமத்திலிருந்து நகரத்தை நோக்கிப் படையெடுத்தனர். இதனால் நகரங்களிலும் சாதீய மேலாதிக்க அதிகார உணர்வு பரவலாகியது. ஏற்கனவே நடந்து முடிந்து போனப் பாளையக்காரர்களின் வீழ்ச்சியும் ஐரோப்பிய, பிரித்தானிய ஆங்கில அரசின் வருகையும், வேளாளர்களையெல்லாம் கதிகலங்கச் செய்திருந்த நிலையில்

கிழக்கிந்தியக் கம்பெனியரிடமிருந்து சூதனமாகப் பார்ப்பனர்கள் பதவிகளைப் பெற்றனர். இதனால் பார்ப்பனர்களுக்கும், அவர்களுக்கு அடுத்தப்படியாக இருந்த வேளாளர்களுக்கும் பதவியை முன்வைத்து மோதல் ஆரம்பித்தது. இச்சூழலின் நகர்வில் பல்வேறு ஆட்சி மாற்றங்கள் இந்திய அரசியலில் நிகழ்ந்தது. இதனால் எண்ணற்ற இயக்கங்கள் தோன்றின. இவ்வியக்கங்கள் அனைத்தும் பார்ப்பன மேலாண்மையை எதிர்க்கும் இயக்கமாகப் 'பிராமணர் ஐ பிராமணரல்லாதோர்' என்ற ரீதியில் செயல்பட்ட இவ்வியக்கங்களால், பல்வேறு சாதிய இயக்க அமைப்புக்கள் தோன்றின. இதன் கீழாகவே மகாத்மா காந்தி பூலே சத்திய சோதக் சமாஜ் (1873) என்ற அமைப்பைத் தோற்றுவித்தார். சூத்திரர்களின் நலனுக்காகவே பெரும்பான்மையான இயக்கங்கள் செயல்பட்டமையால் தான் இந்திய — தமிழக அரசியல், சமூகத் தளத்தில் பெரும் மாற்றங்களும், தோற்றங்களும் நிகழத் துவங்கின.

தமிழக அளவிலான இயக்க மாற்றங்களும் தோற்றங்களும் :

இந்திய விடுதலைக்கு முந்தையச் சூழலில் நடைபெற்ற மேற்கண்டச் சமூக, அரசியல் ரீதியிலான இயக்க மாற்றங்கள் பார்ப்பனர்களின் இந்துத்துவச் சமய, சாதியச் சடங்காச்சரங்களையும், அவர்களின் மேலாண்மையையும் மட்டுமே எதிர்க்கின்ற வகையில் இருந்தது. இதனை நன்கு உணர்ந்தவர்கள் பிராமணரல்லாதோர் என்ற இயக்கத்தைத் தொடங்கி, சமூகம், அரசியல், பொருளாதாரம் உள்ளிட்டத் தளங்களிலமைந்தப் பார்ப்பன ஆதிக்கத்தையும், சமயச் சடங்காச் சாரங்களையும் இவற்றோடு தொடர்ந்தச் சாதிய மேலாதிக்கக் கொடுமைகளையும் அரசியல் பொருளாக்கினர்.

இதனால் தலித் சமூக மக்கள் குறித்த இருப்பு கவனப் படுத்தப்பட்டது; என்றாலும் கூட, சாதிய விடுதலை என்பது குறித்து முழுமையாக இது கவனம் கொள்ளாமல் செயலாற்றியது. இதனை உணர்ந்த தலித் சமூகத் தலைவர்களுள் சிலர் நீதிக்கட்சிக்கு மாறினர். மேலாதிக்கம் உடைய இக்கட்சியில் தலித்துக்களின் இருப்பு குறித்த அரசியல் நெருக்கடி கொடுக்கப்பட்டது. இதனால் எண்ணற்றோர் நீதிக்கட்சியில் இணைந்தனர். இவர்களுள் எம்.ஸி.ராஜா, இரட்டைமலையார், என்.சிவராஜ் போன்றவர்கள் குறிக்கத்தகுந்தவர்கள். இக்கட்சியும் தாழ்த்தப்பட்ட மக்களைத் தனது அரசியல் தேவைக்கு மட்டுமே பயன்படுத்தத் தொடங்கியது. நாளடைவில் 1918 ஆம் ஆண்டுக்கு முன்புவரை தாழ்த்தப்பட்ட மக்கள் 'பஞ்

சமர் பறையர்' என்ற பெயரில்தான் அழைக்கப்பட்டனர். நீதிக்கட்சித் தலைவர் நடேசமுதலியாரின் முயற்சியினால் பஞ்சமர் என்ற சொல்லானது நீக்கப்பட்டு ஆதிதிராவிடர்' என்ற பெயரானது அரசு தீர்மானங்களுக்குப்பிறகு 1921 ஆம் ஆண்டு மாற்றப்பட்டது. தொடர்ந்து நீதிக்கட்சியுடன் பிணக்கம் கண்டபெரியார் சுயமரியாதை இயக்கத்தைத் தொடங்கினார். இவ்வியக்கத்தை இடைநிலை ஆதிக்கச்சாதிகளின் நலன்களை முன்நிறுத்திய திராவிடர் இயக்கமாகவே முன்னெடுத்தார். ஆரியர்களுக்குத் திராவிடர்கள் என்பவர்கள் தாழ்ந்தவர்கள் அது போலவே திராவிடர்களுக்கு, ஆதிதிராவிடர்கள் என்பவர் கீழானவர்கள் என்கிற ரீதியிலேயே அரசியல் இயக்க நடைமுறைகளானது தொடர்ந்தது. இது குறித்துப் பெரியார் கவனம் கொள்ளவில்லை. குறிப்பாக, ஆதிதிராவிடர்கள் மேல் திராவிடர்கள் நிகழ்த்திய அத்துமீறல்கள் குறித்த எவ்வித எதிர்ப்புணர்வையும் இவர் முன்னெடுக்கவில்லை. இதனால் இவ்வியக்கம் தாழ்த்தப்பட்டோர் நலனில் பெரிதும் அக்கறை கொள்ளவில்லை என்று பலர் எண்ணத் துணிந்தனர்.

இதே சூழலில்தான் இந்தியாவில் காந்தி தாழ்த்தப் பட்டவர்களுக்கான ஓர் இயக்கத்தை உருவாக்கி அதற்கு 'அரிசன இயக்கம்' எனப் பெயரிடுகிறார். தாழ்த்தப்பட்டோர் மீது கரிசனங் கொண்ட காந்தி தீண்டாமை ஒழிப்பின் மீது மட்டுமே அதிக கவனம் செலுத்தினார். காந்தியின் உள் அரசியலை அடையாளம் கண்ட அம்பேத்கர் காந்தி வழங்கியப் பெயரையும் அவரது செயல்பாட்டையும் கடுமையாக விமர்சித்து எதிர்த்தார். இந்து மதத்தையும், அதன் அடிமைத்தனமாக விருக்கும் சாதியத்தையும் குறித்து கவலை கொள்ளாமல் வெறும் தீண்டாமை ஒழிப்பையே முன்னெடுத்த காந்தியின் செயல்பாடுகள் குறித்த அம்பேத்கரின் பார்வைகள் மிக நீண்டப் பரப்புடையதாகவே இன்றும் நீள்கின்றன. இது குறித்து, "விடுதலைக்கு முந்தைய இத்தகைய சமூக, அரசியல் சூழல் சார்ந்த நெடும் போராட்ட வரலாற்றின் நகர்வில்தான் தாழ்த்தப்பட்டச் சமூக மக்கள் அளவிலும், அரசியலடிப்படையிலும் முக்கியத்துவம் பெற்றனர். இந்த முக்கியத்துவமானது அவர்களது சிந்தனையின் கீழ் அறிவுத் தளத்தினைப் புதிதாகக் கட்டமைத்தது.

இதன் நீட்சியில்தான் தாழ்த்தப்பட்டச் சமூக மக்களின் வாழ்வானது மறுபரிசீலனைச் செய்யப்பட்டது. தொடர்ந்து கலை இலக்கியப் படைப்பின் கருப்பொருளாகவும், அதன்

உள்ளடக்கமாகவும் தாழ்த்தப்பட்டத் தலித்துக்களின் சமூக, அரசியல் வாழ்வானது அனுதாபப் பார்வையில் முன்னெடுக்கப்பட்டது” [69]

என்று சஜன் தெளிவுபடுத்துகின்றார்

‘இந்திய — தமிழ்ச் சமூக, அரசியலில் ஏற்பட்ட இந்த வரலாற்று மாற்றங்களே தாழ்த்தப்பட்டத் தலித் சமூகத்தின் இன்றைய இயக்க, அரசியல் வளர்ச்சிக்கும், கலை இலக்கியப் படைப்பாக்க வளர்ச்சிக்கும் இன்னபிற முன்நகர்வுகளுக்கும் முக்கியப் பின்புலமாக அமைந்தது என்கின்ற இந்தப் புரிதல்களைத் தொடர்ந்து தலித் இலக்கியம் என்பது குறித்தும், தலித் தன்வரலாற்று இலக்கியங்கள் குறித்தும் பின்வருமாறு அறியலாம்.

தலித் இலக்கியம் என்பது :

காந்தியின் அரிசன இயக்கம் அடைந்த தோல்வி, அம்பேத்கர் நூற்றாண்டு கொண்டாட்டம், மண்டலின் இடஒதுக்கீட்டுப் பரிந்துரை, பொதுவுடைமை இயக்கச் சிந்தனைகளின் உலகளாவியப் பின்னடைவு, பெரியாரின் இயக்கம் ஏற்படுத்திய ஏமாற்றம் எனப் பலவாறு நீண்டு கொண்டே போகும் தமிழ்ச் சமூக அரசியலில் ஏற்பட்ட வரலாற்று மாற்றங்களே தலித் சமூக மக்களின் இருப்பு குறித்த இயக்க சிந்தனைகளையும், இலக்கியப் படைப்பாக்கத் தேவைக்கானச் சூழலையும் தீர்மானித்தக் காரணிகள் என்று அர்த்தப்படுத்திக் கொள்ளலாம். இவற்றுள் அம்பேத்கர் கொண்டாட்டதிற்குப் பிந்தைய நகர்வுகளே கவனத்தில் கொள்ளப்பட வேண்டியதாகும். இதற்குப் பிறகே அம்பேத்கர் பற்றியச் சிந்தனைகள் யாவும் வெளிச்சத்திற்கு வந்தது. இவரது சாதி குறித்தக் கருத்தாக்கங்களிலிருந்து தான் தலித் இலக்கியச் சிந்தனைகள் தமிழமெங்கும் தோற்றம் கொள்கின்றது. தமிழகத்தில் திராவிட இயக்கப் பின்னணியிலேயே எல்லாவற்றையும் அறிந்திருந்தவர்களுக்கு, அம்பேத்கரது சிந்தனைகளே முற்றிலும் மாறுபட்டப் புதியத் தெளிவையும், அறிவியல் பூர்வமானப் பார்வையையும், எழுச்சியையும் இன்னபிறவற்றையும் ஏற்படுத்தியது. ‘அம்பேத்கரியம்’ என்று அழைக்கப்பட்டது. இவரது சிந்தனைகளையும் கருத்தாக்கங்களையும் அடித்தளமாகக் கொண்டு தான் தமிழகச் சூழலில் தலித் இயக்கம், அரசியல், கலை இலக்கியம் உள்ளிட்டவற்றின் செயற்பாடுகள் இன்று வரையிலும் கட்டமைக்கப்பட்டுக் கொண்டிருக்கின்றன.

அம்பேத்கரால் கட்டமைக்கப்பட்ட இயக்கமானது தலித் சமூக மக்கள் மீது கரிசனத்தையோ, அனுதாபத்தையோ கோரவில்லை. மாறாக உரிமையைக் கேட்கின்றது. மேலாதிக்கக் கட்டுமானங்களையும் சிந்தனைகளையும் உடைத்து எறிந்துவிட்டு அந்த இடத்தில் தங்களது கலாச்சாரத்தை, கலை இலக்கியப் பண்பாட்டு அடையாளத்தை நிறுவவே போராடுகின்றது. பார்ப்பனியத்தையும், அதன் இன்னபிறவற்றையும் அறிவு அடிப்படையில் எதிர்கொள்கின்றது. இதில் சனாதன மறுப்பு முக்கிய இடம் பெறுகின்றது. தீண்டாமை ஒழிப்பை விட அம்பேத்கர் முன்வைத்த வர்க்க—சாதிய ஒழிப்பையே முன்னெடுத்துச் செல்கின்றது. இதற்காக முன்னெழுந்து வருபவர்களை வளர்த்தெடுக்க முன் நிற்கிறது இத்தகைய இயக்க வரலாற்றுப் புரிதல்களின் அடிப்படையில் அம்பேத்கரின் சாதி ஒழிப்பு என்கின்ற சிந்தனைகளை முன்வைத்து படைக்கப்படும் இலக்கியங்களையே தலித் இலக்கியம் எனலாம். இதன் அடிப்படையான நோக்கமாகக் 'கலக நிலைப்பாடு' என்பது அமைகின்றது. தமிழகத்தைப் பொறுத்த அளவில் தலித் சமூக மக்களின் உணர்வு வெளிப்பாடாகவும் படிநிலை வேறுபாடுடைய இந்திய — தமிழகச் சாதியச் சமூக அமைப்பிற்கு எதிரானவர்களின் குரலாகவும் கூட இதனைக் கொள்ளலாம். தலித் அரசியலுக்கும் இவற்றையே பிராதனமாகக் கொள்ளலாம். தமிழகச் சூழலில் யார் தலித்? எது தலித் இலக்கியம் என்பதற்குரிய விவாதங்கள் தொடர்ந்து கொண்டேயிருக்கின்றது. இவற்றையெல்லாம் ஆராய்ந்த நிலையிலேயே இவ் ஆய்வு தீண்டாமைக்குட்படும் சாதியில் பிறந்தவர்களையே தலித்துக்கள் என்று அடையாளப்படுத்துவதோடு, இத்தகைய சாதியில் பிறந்தவர்களால் தன் (Self) உணர்வுப் பூர்வமாகத் தலித் என்கின்ற மனநிலையோடு (Dalith Conscious) எழுதப்படும் (அ) படைக்கப்படும் படைப்புகளே அசலானத் தலித் இலக்கியம் என்பதாக இருக்க முடியும் என்றும் தெளிவுபடுத்துகின்றது. தலித் இலக்கியம் குறித்த இந்தப் புரிதல்களின் அடிப்படையில், ஆய்விற்கு எடுத்துக் கொள்ளப்பட்டத் தலித் தன்வரலாற்று இலக்கியப் படைப்புக்கள் குறித்தும் படைப்பாளர்கள் குறித்தும் இன்னபிறச் செய்திகள் குறித்தும் பின்வருமாறு பொது நிலையில் அடையாளம் காணலாம்.

தலித் தன் வரலாறு :

தமிழில் 'எழுதுவோர்' அடிப்படையில் வகைமை பெறும் ஒரே இலக்கிய வடிவம் என்று புகழப்படுபவைகளே 'வாழ்க்கை

மற்றும் தன் வாழ்க்கை வரலாறு' என்பதாக அமைகின்றது. ஒருவர் தன்னுடைய வாழ்க்கை வரலாற்றைத் தானே விவரித்தல் (அ) எழுதுதல் என்பதன் கீழாக அமையும் இயல்பு புனைவற்ற உரைநடை வடிவமாகிய இதனையே ஆங்கிலத்தில் 'Autobiography' என்று வழங்குவர். அதைப் போல், ஒடுக்கப்பட்ட, நசுக்கப்பட்ட, புறந்தள்ளப்பட்ட, என்பன போன்று தமிழில் குறிக்கப்படும் சமூக மக்களையே 'தலித்' (Dalit) என்கின்ற மராட்டியச் சொல் சுட்டுகின்றது. இதன் கீழ்,

Dalith என்கின்ற இந்தச் சொல் தமிழில் குறிக்கும் ஒடுக்கப்பட்டச் சமூகத்தைச் சார்ந்த ஒருவர், Auto என்கின்ற சொல் குறிக்கும் அவருடைய ஒதுக்குதல்களுக்கும், ஓரங்கட்டப்படுதலுக்கும், உள்ளாக்கப்பட்ட, Biography என்கின்ற சொல் குறிக்கும் பல்வேறு நிகழ்வுகளும், சம்பவங்களும் சூழ்ந்த சொந்த வாழ்க்கைக் கதையை (அ) வரலாற்றை, அவரே இலக்கியத் தன்மையுடன் சித்திரித்தல் (அ) எழுதுதல் என்ற நிலையில் அமையும் இயல்புப் புனைவுகளற்ற உரைநடையிலக்கிய வரலாற்று வடிவத்தையே 'தலித் தன்வரலாறு' (Dalit Autobiography) என்பதாக வரையறை செய்யலாம். மேலும், கிறித்தவப் பறையர் சமூகம் சார்ந்த ஒருவரது பாதிக்கப்பட்ட சுயவாழ்க்கைக் கதையை (அ) வரலாற்றை ஆவணப்படுத்தும் விதமாக எழுத்தில் பதிவு செய்ய முயன்ற ஒரு சுயமுயற்சியின் விளைவாகவே தலித் தன்வரலாறு (அ) சுயசரிதைகள் உருவாகுகின்றன. தலித் இலக்கியப் படைப்புலக வரலாற்றில் இதுவரையில் வெளிவந்த மரபுசார் இலக்கிய வடிவங்களுக்கு மாற்றாக புதிய அணுகுமுறைகளோடு கதையாடல் வடிவில் படைக்கப்பட்டிருக்கும். இந்த தன் வரலாறுகள் நாவல், சிறுகதை உள்ளிட்டக் கதை தழுவியப் பொது இலக்கிய வடிவங்களில் இருந்து முற்றிலும் வேறுபட்டதாகும்.

தீண்டத்தாகாதவர்களாக்கப்பட்டச் சமூகத்தைச் சார்ந்தக் கிறித்தவப் படைப்பாளிகள் தங்களது வாழ்வில் அரங்கேற்றப்பட்ட, அரங்கேற்றப்பட்டு வருகின்ற சமூக, சமய, சாதிய ரீதியிலான ஒடுக்குமுறைச் சம்பவங்களையும், இன்னபிற நிகழ்வுகளையும் அடிப்படைக் கருவாகக் கொண்டே தங்களது சுய வரலாற்றுப் படைப்பைச் சரியானத் தருணத்தில் தமிழில் படைத்திருக்கின்றனர். இப்படைப்பாளிகள் தங்களுக்கேயுரியச் சுயத்தை முன்நிறுத்தி கலகக்குரல் எழுப்பும் வகையிலும், தங்களது எதிர்ப்புணர்வை எழுத்தில் ஆவணமாக்கும் விதமாகவும் தான் அவர்களது வரலாற்றை சித்திரித்திருக்கின்றனர்.

தமிழ் இலக்கிய வரலாற்றில் ‘வரலாற்றை எழுதுதல்’ என்பது மேல் சாதியிலக்கிய மரபியலாளர்களிடமும், இன்னபிற இடைநிலைச் சாதியிலக்கிய வாதிகளிடமும் மட்டுமே அன்று இருந்தது. ஆனால் இன்று அதே எழுத்து உத்திகள் தலித் படைப்பாளிகளின் கையில் விடுதலையை வென்றெடுப்பதற்கானக் கருவியாக, திறவுகோலாக இருப்பதோடு அவர்களுக்குரியச் சுயவரலாற்றெழுதியலை உருவாக்கிக் கொள்வதற்கு உதவுவதாகவும் உள்ளது. தலித் சமூக வரலாற்றில் சீரழிவுகளும், பேரழிவுகளும் தொடர்ந்து நிகழ்ந்து கொண்டே இருக்கின்ற இச்சூழலில், எழுத்து ஆற்றலும் விவேகமும் உடையத் தலித் தன் வரலாற்றுப் படைப்பாளிகள், தங்கள் சமூகம் எதிர்நோக்கிக் கொண்டிருக்கின்ற நெருக்கடிகளையெல்லாம் சமாளித்து முன்னேறுவதற்குரிய புதுவழிகளைக் கண்டறிவதும், அதற்குரிய நேரிய வழியில் அடியெடுத்து வைப்பதும், அதற்குச் சார்பான இணக்கச் சக்திகளை எல்லாம் தன்வயப்படுத்திக் கொள்வதும் தான் விடுதலையை நோக்கிய நகர்விற்கானச் சமீபத்தியத் தேவையாக உள்ளது என்பதை நன்கு உணர்ந்திருக்கின்றனர் என்பதால் தான் ‘வரலாற்றை எழுதுதல்’ என்பதைத் தன்வயப்படுத்திக் கொண்டும் சமூக வரலாற்றில் இதுவரை மறுக்கப்பட்டிருந்த ‘நான்’ என்கிற தன்னிலையை முன்னிறுத்திக் கொண்டும் சுயவரலாறுகளைத் தமிழில் படைத்திருக்கின்றனர். ஒடுக்கப்பட்டச் சமூக மக்களின் பண்பாட்டு, கலாச்சார வரலாறுகளை மீட்டுருவாக்கம் செய் வதற்கும், புனரமைப்பதற்குமான ஒரு எளிய செயல் திட்டத்தை, தமிழில் வெளிவந்துள்ளத் தலித் தன்வரலாறுகள் மிகவும் கூர்மைப்படுத்தியிருக்கின்றன. அதுமட்டுமின்றி தலித் இயக்கத்தின், அரசியலின் இலக்கியத்தின் சமூக நோக்கத்தை நிறைவாக்குவதற்கான அத்துணை சாத்தியக் கூறுகளையும் இவ்வரலாறுகள் அகத்தே பொதிந்து வைத்துள்ளன. மேலும், ஒடுக்கப்பட்டோருக்கான இலக்கியம் ஒடுக்கப்பட்ட ஒருவரால்தான் படைக்க முடியும் என்பதை உறுதிப்படுத்தி, படைப்புத் தளம் சார்ந்த விவாதங்களுக்கு ஒரு முற்றுப் புள்ளியும் வைத்துள்ளது.

1965—களின் தொடக்கத்திலிருந்தே பிறரிடம் மட்டுமே பேசுவதாகப் படைக்கப்பட்டுக் கொண்டிருந்த, தலித் இலக்கியப் படைப்பு முறையில் மாற்றத்தை ஏற்படுத்தும் விதத்தில் படைப்புக்குள்ளாகவே பேசும் நிலையிலும், சுயவிமர்சனம் செய்து கொள்ளும் வகையிலும் தோன்றியத் தன்வரலாறுகள் ஒரு புதியப் பரிமாணத்தை 1992—களிலிருந்துதான் எடுத்துள்ளது.

அதுமட்டுமின்றி வெகு நீண்டகாலமாகத் தலித் இலக்கிய உலகத்திற்குள் விவாதிக்கப்பட்டு வந்த மாற்று இலக்கிய வடிவம் சார்ந்தத் தேவையையும் இத்தன்வரலாறுகள் பூர்த்தி செய்துள்ளன. மனிதச் சமூக வரலாற்றின் துவக்கத்தில் இந்த மண்ணின் மைந்தர்களாகவும், பூர்வப் பௌத்தர்களாகவும் வாழ்ந்தவர்களே பெருவாரியானச் சமூகத்தின் வகுப்பு வாதத்தாலும், இன்னபிற வற்றாலும் நசுக்கப்பட்டு, மலினப்படுத்தப்பட்டு, பொதுத் தளங்கள் அனைத்திலும் விலக்கி வைக்கப்பட்ட மக்கள் குழுவாகினர்.

சமூக வரலாற்றுக் கால ஓட்டத்திலும், அதன் பின் நடைபெற்ற இயக்க, அரசியல் வரலாற்றுப் போராட்டங்களிலும், அதனையொத்த இன்னபிற நிகழ்வுகளிலும் மேற்கண்டக் குழுக்கள் எவ்வெவ்வாறெல்லாம் உருமாறி வந்திருக்கின்றது என்று வரலாற்றுப் பூர்வமாக யோசித்துப் பார்ப்பவர்களால் மட்டுமே 'தன்னின வரலாற்றுக் கூறுகளை உள்ளடக்கிய ஒரு சுய வரலாற்றை எழுதுதல்' என்கின்ற நிலையில், விடுதலையை நோக்கிய நகர்வின் அடுத்தக்கட்ட இலக்கை வந்தடைந்திருக்கின்ற படைப்பாளர்கள் குறிப்பாக, வரலாற்றில் தொடர்ந்து மறுக்கப்பட்டிருந்த 'நான்' என்கிற தன்னிலையை (Identity) மீட்டெடுத்து அதனை முன்னிறுத்தி தன் வரலாற்றை எழுதியப் படைப்பாளர்கள் பற்றியும், அவர்களின் படைப்பாக்கச் செயல்பாடுகள், சிந்தனைகள், அதன் வழியமைந்தப் பிற நகர்வுகள் பற்றியும் நன்கு விளங்கிக் கொள்ள முடியும் இப்புரிதல்களின் அடிப்படையில் தலித் தன்வரலாறுகளை 'வர்க்க மற்றும் சாதியப் புறக்கணிப்பின் வரலாறு' என்பதாகவும் அடையாளப்படுத்தலாம். அதற்குரிய அடிக்கூறுகளையெல்லாம் இவ்வரலாறுகள் கொண்டு விளங்குகின்றன என்பது குறிப்பிடத்தக்கதாகும்.

தலித் தன்வரலாறு குறித்த இந்த ஆய்வு மதிப்பீட்டுப் புரிதல்களின் வழியாகவே, தமிழ் வாழ்க்கை வரலாற்றிலக்கியம் சார்ந்த வரலாற்றில் இடம்பெற்றுள்ள தலித் வாழ்க்கை வரலாறுகள் குறித்த முன்னாய்வுப் பார்வைகள் பின்வருமாறு தொடர்கின்றன.

தமிழ் வாழ்க்கை வரலாற்றிலக்கிய வரலாற்றில்,தலித் வாழ்க்கை வரலாறுகள் குறித்த முன்னாய்வுப் பார்வைகள் :

தலித் இலக்கிய வரலாற்றில் எண்ணற்ற நவீன இலக்கிய ஆக்கங்கள் பெருகிக் கொண்டேயிருக்கின்றன. இவற்றில்

முழுமையான வாழ்க்கை. தன்வரலாறுகள் சார்ந்த நூல்கள் எதுவும் தொண்ணூறுகளுக்கு முன்பு வரையிலும் தமிழில் படைக்கப்படவில்லை.

தமிழிலக்கிய வரலாற்றிலும் கூட தலித் சமூகத்தைச் சார்ந்த எவரும் வாழ்க்கை வரலாறுகள் படைத்ததாகச் சொல்லிக் கொள்ளுமளவிற்குப் பதிவுகள் இல்லை. அதாவது, தமிழக அளவில் தலித் இலக்கியத்தின் தொடக்கக் காலமாகப் பரவலாகக் குறிக்கப்படும் 1907 ஆம் ஆண்டிலிருந்து, தற்பொழுது தன் வரலாறுகள் படைக்கப்பட்டிருக்கும் காலமாகிய 1992 ஆம் ஆண்டிற்கு முன்பு வரையிலுமாக இதனை ஆய்ந்து அறிய முடிகின்றது. அதுமட்டுமின்றி தலித் மக்களை கதைத் தலைவராகக் கொண்டு தலித் இலக்கியம் படைக்கத் தொடங்கியக் காலமாகிய 1960—70 ஆம் ஆண்டிலிருந்து, தன்வரலாற்றுக் காலக்கட்டம் தொடங்கும் 1992 ஆம் ஆண்டிற்கு முன்பு வரையிலும் உள்ள 32 ஆண்டு கால இடைவெளியில் இலக்கியம் படைத்துக் கொண்டிருந்தவர்களில் கூட யாரும் வாழ்க்கை வரலாறோ, தன்வரலாறோ படைத்ததாக வரலாறுகள் இல்லை.

தமிழில் வாழ்க்கை வரலாற்றிலக்கியம் என்பது குறித்து முதன்முதலாக ஆய்வுகளை நிகழ்த்திய சாலினி இளந்திரையன் என்பவர் தம் ஆய்வு நூலின் இறுதியில், '1871 ஆம் ஆண்டிலிருந்து 1970 ஆம் ஆண்டு வரையிலாக வெளிவந்த வாழ்க்கை தன் வரலாறுகள் குறித்தப் பட்டியலைத் தருகின்றார். இப்பட்டியலில் இவற்றில் வாழ்க்கை வரலாறுகளே மிகுதியாக உள்ளது. எண்ணிக்கை குறிப்பிடப்படாமல் தொகுக்கப்பட்டிருக்கும் இவ்வரலாறுகளில் மொத்தமாக 910 நூல்கள் இடம் பெற்றுள்ளது.' 70 இவற்றில் தமிழக அளவில் தலித் இலக்கியத் தொடக்கம் எனப்பரவலாக அறியப்படும் ஆண்டாகிய 1907 ஆம் ஆண்டிலிருந்து முழுமையானத் தலித் இலக்கியக் காலக் கட்டத்தை தலித்துக்களே தொடங்கிய 1960—70 ஆம் ஆண்டு வரையிலுமாக 850 நூல்கள் வெளிவந்துள்ளன. ஒடுக்கப்பட்ட மக்களின் இயக்க எழுச்சியும், இலக்கிய எழுச்சியும் ஓரளவிற்கு வலுப்பெற்றுக் கொண்டிருந்த இடைப்பட்டக் காலக்கட்டமாகிய (1907 — 1970) 63 ஆண்டுகால இடைவெளியில் கூட தலித் சமூகத்தவர் யாரும் வாழ்க்கை வரலாறுகள் தன் வரலாறுகள் படைத்ததாக எந்தப் பதிவும் இல்லை. ஆனால் அறிவர் அம்பேத்கர் குறித்து, தலித் சமூகத்தைச் சாராதவர்கள் பலர் வாழ்க்கை வரலாறுகள்

படைத்திருக்கின்றனர். அம்பேத்கரே நேரிடையாக வாழ்க்கை வரலாறு எழுதியதாக நூலாசிரியர் நூலின் எந்த இடத்திலும் பதிவு செய்யவில்லை என்பது அறியத்தக்கது.

இவரைத் தொடர்ந்து தமிழ் வாழ்க்கை வரலாற்றிலக்கியம் குறித்த ஆய்வினை நிகழ்த்திய மற்றொருவர் சிவகாமி. இவர் தமது ஆய்வு நூலின் இறுதியில், '1833 ஆம் ஆண்டிலிருந்து 1985 ஆம் ஆண்டு வரையிலும் வெளிவந்த வாழ்க்கை வரலாறுகள் என்று 2131 நூல்களைத் தொகுத்துத் தருகின்றார்.' 71 ஆண்டுகள் எதுவும் முறைப்படி அமையாத வாழ்க்கை வரலாறுகளையெல்லாம் ஆய்விற்குட்படுத்துகையில், இவற்றுள் 1790 வாழ்க்கை வரலாறுகளும், 44 தன் வரலாறுகளும் 297 நூல்கள் இந்திய மொழிகள் சிலவற்றில் மொழிபெயர்க்கப்பட்ட வரலாறுகளும் இடம்பெற்றுள்ளது தெளிவுபடுகின்றது. 1833 ஆம் ஆண்டிற்கும் 1985 ஆம் ஆண்டிற்கும் இடைப்பட்டக் காலமாகிய 152 வருட இடைவெளியிலும் கூட தலித்துக்கள் யாரும் வரலாறுகள் படைத்ததாக இவர் நூலிலும் பதிவுகள் இல்லை. இச்சூழலானது தலித்துக்கள் இலக்கிய அறிவுத் துறை சார் வரலாற்றிலிருந்தே மறைக்கப்பட்டிருந்தனர் என்பதை உறுதிசெய்கின்றது.

முன்னர் குறிப்பிட்டபடி, தலித் இலக்கியக் காலம் எனப் பரவலாக அறியப்படும் 1907 ஆம் ஆண்டு தொடங்கி முழுமையாகத் தலித் தன் வரலாற்று இலக்கியத்தை தொடங்கியக் காலமாகிய 1992 ஆம் ஆண்டிற்கு இடையிலான 85 வருட இடைவெளியிலும், முழுமையானத் தலித் இலக்கியத்தைத் தலித்துக்களே தொடங்கிய 1960 ஆம் ஆண்டிற்கும் தலித் தன் வரலாற்றுக் காலமாகிய 1992—ஆம் ஆண்டிற்கும் இடைப்பட்டக் காலமாகிய 32 ஆண்டுகால இடைவெளியிலும் கூட வாழ்க்கை, தன்வரலாறுகளை இச்சமூகத்தினர் படைத்திருந்ததாக எந்தக் குறிப்புக்களும் இல்லை. ஆனால் தலித்துக்கள் அல்லாதோர் சிலர் அம்பேத்கரது வாழ்க்கை வரலாற்றைப் படைத்துள்ளனர். இந்நூல்கள் 1973 ,74,75 ஆம் ஆண்டுகளில் வெளிவந்துள்ளன. இதே வரிசையில் மொழிபெயர்ப்பு நூல் ஒன்றும், அரிஜன அய்யங்கார் என்கின்ற ஒரு நூலும் இடம்பெற்றுள்ளது. சாலினி இளந்திரையனும், சிவகாமியும் தமது ஆய்வு நூலில் மொத்தம் 3041 வாழ்க்கை தன்வரலாற்று நூல்களைத் தொகுத்துத் தந்துள்ளனர்; இவற்றுள் தலித் சமூகம் சார்ந்தவர்கள் எவரும் வரலாறுகள் படைத்திருந்தமைக்கானச் சான்றுகள் எதுவும் இடம் பெறவில்லை என்பது மட்டும் புரிதலுக்குரியதாகும்.

வாழ்க்கை, தன்வரலாற்றிலக்கிய வரலாற்றைப் படைக்க வேண்டுமென்கின்ற உந்துதல் தொடக்கத்திலிருந்தே தலித் இலக்கியப் படைப்பாளர்களுக்கு ஏற்படாமல் போனதற்குரியக் காரணமாக வரலாற்று இலக்கியம் குறித்த அறிவும், இலக்கியப் படைப்பாக்கத்திற்குரிய அடிப்படைக் கல்வியறிவும், அதற்கானத் தேவையும், அன்றையச் சூழலும், உரியவாறு அமைந்திருக்கவில்லை என்பதையும் அறிவுத்தளம் பரவலாக்கப்படவில்லை என்பதையும் இவை இன்னபிறச் சூழல்களையும் முன்னிறுத்தலாம். மேலும் இதற்குரிய வரலாற்றுக் காரணத்தை உறுதி செய்யும் வகையிலேயே தலித் வாழ்க்கை வரலாறுகள் குறித்த முன்னாய்வுப் பார்வைகள் இங்கு எடுத்துக்காட்டப்பட்டுள்ளன.

தமிழகத் தலித் இலக்கிய வரலாறும் தன்வரலாற்று அறிமுகம் :

தமிழகத் தலித் இலக்கிய வரலாறு மராட்டியத்தில் இருந்ததைப் போன்று வளமானதாகத் தொடக்கத்தில் இருந்திருக்கவில்லை. மராட்டிய இலக்கிய வரலாற்றை முன்னின்று நடத்திய மகாத்மாகாந்தி பூலேவைப் போலவும், அம்பேத்கரைப் போலவும், கேரள இலக்கிய உலகம் பெற்றிருந்த அய்யன்காளியைப் போலவும் தமிழகமானது. தலித் சமூக மக்களுக்கு விழிப்புணர்வை ஊட்டி, அவர்களை விடுதலையை நோக்கி வழிநடத்தவும், அவர்களின் உணர்வெழுச்சியை முன்னின்று பதிவு செய்யும் வகையில் இலக்கிய வல்லமை பெற்ற ஒரு தலைவனை (அ) வழிகாட்டியைத் தொண்ணூறுகளுக்கு முன்பு வரையிலும் எதிர் கொண்டிருக்கவில்லை என்கின்ற வரலாற்றுப் புரிதலோடு தான் இப்பகுதி தலித் தன்வரலாறுகள் தோன்றியக் காலக்கட்டம் குறித்தும் இன்னபிற செய்திகள் குறித்தும் பதிவு செய்ய முனைகின்றது. தலித் சமூக இயக்கங்கள் கணிசமான அளவில் அரசியல் வெளியைக் கைப்பற்றும் வாய்ப்பினை 80—களுக்குப் பிறகு பெற்றதைத் தொடர்ந்தே சமூகம் சார்ந்தச் சிந்தனையாளர்களும், எழுத்தாளர்களும், இன்னபிற அறிவுத்துறையினரும் உருவாக வேண்டியச் சூழலும் தேவையும் ஏற்பட்டன. தமிழகத்தில் அம்பேத்கர் நூற்றாண்டு விழாக் கொண்டாட்டம் 1991 ஆம் ஆண்டில் நடைபெற்றதற்குப் பிறகே அம்பேத்கர், அயோத்திதாசர் உள்ளிட்டோர்களின் சிந்தனைகள் முகிழ்த்தன. தங்களுக்கு எதிராக உள்ளச் சாதியை ஒழிப்பதற்கான வழியைத் திராவிட இயக்கப் பின்னணியிலிருந்து இதுவரை அறிந்து கொண்டிருந்த தலித் சமூக மக்கள், அம்பேத்கரது நூற்றாண்டு விழாக் கொண்டாட்டத்திற்குப்

பிறகு தான் அவரது சிந்தனையை முன்வைத்து அறியவும், அதன் வழி செயல்படவும் தொடங்கினர். இதன் பயனால் 1992 ஆம் ஆண்டுகளின் தொடக்கத்திலேயே தமிழில் தலித்துக்கள் குறித்தப் பார்வையாளர்கள் ராஜ்கௌதமன், ரவிக்குமார், மார்க்ஸ் உள்ளிட்ட முன்னணிச் சிந்தனையாகளால் முன்னெடுக்கப்பட்டன. இத்தகைய நெடிய நகர்வுப் பின்புலத்தில் தான் தலித் கிறித்தவப் பறையர் சமூகம் சார்ந்த இலக்கியப் படைப்பாளர்களாகிய பாமா, ராஜ்கௌதமன், விடிவெள்ளி ஸ்டெல்லா, கே.ஏ. குணசேகரன் உள்ளிட்டவர்கள் தங்களது சுயவரலாற்றைப் படைத்துள்ளனர் எனல் தகும்.

தமிழிலக்கிய உலகில் சுமார் ஒன்றரை (1 1/2) நூற்றாண்டு காலமாகத் தொடர்ந்து வரும் வாழ்க்கை வரலாற்றிலக்கியத்துறையில், தலித் சமூகம் சார்ந்து எவரும் செய்திராதப் பெருஞ்சாதனையை நூற்றாண்டுகள் பலக் கழித்து பாமா என்கிற கிறித்தவத் தலித் சமூகப் பெண் படைப்பாளி ஒருவர், கருக்கு (1992) என்ற அவரது சுயவரலாற்றைப் படைத்ததன் மூலமாகச் செய்துள்ளார். தலித் உலகத்திற்குச் சொந்தமாகியுள்ள இந்த வரலாற்றுச் சாதனையைச் செய்வதற்குச் சுமார் 85 வருடக்காலப் பயணம் தேவைப்பட்டிருக்கின்றது. தலித் இலக்கிய வரலாற்றில் ஓர் மைல் கல் என்று கருக்கு, கலக்கல், சிலுவைராஜ் சரித்திரம், காலச்சுமை, வடு, என்கின்ற தன் வரலாறுகளையும், தலித் இலக்கிய, தன்வரலாற்றிலக்கிய முன்னோடி என்று பாமாவையும் அடையாளப்படுத்தலாம். இதனைத் தொடர்ந்து தலித் தன்வரலாற்று இலக்கியம் (அ) இலக்கிய வரைவியல் என்பது குறித்து, பின்வருமாறு காணலாம்.

தலித் தன்வரலாற்று இலக்கியம் (அ) இலக்கிய வரைவியல் :

ஆண்டாண்டு காலமாக வர்க்க — சாதிய, சமய, மற்றும் பொருளாதார அடிப்படையில் ஒதுக்கப்படுதலையும், ஓரங்கட்டப்படுதலையும், சந்தித்து வருகின்ற கிறித்தவப் பறையர் சமூகம் ஒன்றில் பிறந்த ஒருவர், ஒடுக்குதலுக்கும், நசுக்குதலுக்கும் உள்ளாக்கப்படுகின்ற அவருடைய வாழ்க்கையில் கண்டும் கேட்டும், உற்றும் உணர்ந்தக் கொடுமைகள், அவலங்கள், புறக்கணிப்புக்கள், அனுபவித்த வேதனைகள், சந்தித்தப் பிரச்சினைகள் உள்ளிட்டவைகளையெல்லாம், அவரது சுய நினைவிற்கு வந்தவாறு முறைப்படித் தொகுத்து, பின் அவற்றைக் கோர்வைப்படுத்தி, இயன்ற வரையில் உண்மைத் தன்மையுடனும், தன்னுணர்ச்சி நோக்குடனும் தலித்

இலக்கியத்திற்குரியக் கலகத் தன்மையுடனும் அவரே சித்திரிக்கும் (அ) எழுதும் வாழ்க்கைக் கதையை (அ) வரலாற்றையே தலித் தன் வரலாற்று இலக்கியம் (அ) இலக்கிய வரைவியல் என்பதாக வரையறை செய்யலாம். தலித் தன்வரலாறு என்பதற்குக் கொடுக்கப்பட்ட விளக்கத்தையும் இதன்கீழ் கொள்ளலாம்.

ஒடுக்குதலுக்குள்ளானவர்கள் அவர்களிடமிருந்து பறிக்கப்பட்டத் தன்னிலைகளை அவர்களே மீட்டெடுப்பதற்கான ஒரு எளிய வழிமுறையை இத்தகையத் தன்வரலாற்று இலக்கியங்கள் தெளிவாகச் சுட்டிக் காட்டுவதோடு, தலித் சமூக நோக்கத்தையும், இலக்கையும் அடைவதற்குரியச் சாத்தியக்கூறுகளை வரலாற்றிலக்கியத் தன்மை குன்றாது விளக்கவும் செய்கின்றன. தலித் சமூக மக்களையும், அவர்களது வாழ்க்கையையும், இழிவான ஒரு கதைப்பொருளாகவே தொடர்ந்து பார்த்துவரும் மேல்சாதிப் படைப்பிலக்கியவாதிகளின் மரபு ரீதியிலான மனப்பதிவுகளையும், மனப்பதிவியல் சார்ந்த இலக்கியப் படைப்புக்களையும், விசாரணைக்குட்படுத்தி, கலைத்துப் போடும் (அ) ஒதுக்கித்தள்ளும் வகையிலும், இது அமைந்துள்ளது. கிறித்தவச் சமயத்திற்குள்ளாகப் புரையோடிக் கிடக்கின்ற வர்க்க, சாதிய மற்றும் தீண்டாமைச் சார்ந்தக் கொடுமைகளை எல்லாம் வெளியுலகத்தாருக்கு அம்பலப்படுத்தும் நோக்கில் பாதிக்கப்பட்ட வாழ்விற்குரியவரே அவரது வாழ்க்கை குறித்தச் சித்திரிப்புக்களை எழுத்தில் பதிவு செய்திருக்கும் இந்த வரலாற்று இலக்கிய எழுத்து முயற்சிகளையே தலித் தன்வரலாற்றிலக்கியம் (அ) இலக்கிய வரைவியல் என்பதாகவும் புரிந்து கொள்ளலாம். இத்தகையச் சுயவாழ்க்கை வரலாற்றிலக்கிய எழுத்து முயற்சிகள் தமிழில் உள்ள மேலாதிக்கச் சிந்தனையாளர்களிடம் உருவான எந்த இலக்கிய வரலாறுகளையும் கோட்பாடுகளையும் முன்மாதிரியாகக் கொண்டு படைக்கப்படவில்லை.

தலித் இலக்கியத் தளத்திற்குள் நீண்டகாலமாகவே விவாதிக்கப்பட்டு வந்த ஒரு புதிய மாற்றிலக்கிய வடிவம் குறித்தத் தேவையைப் பூர்த்தி செய்யும் விதமாகவே தன் வரலாற்றுக் கதையாடல் வடிவில் இப்படைப்புக்கள் எழுந்துள்ளன. இவற்றைப் படைத்திருக்கின்றப் படைப்பாளர்களுள் பாமா என்கின்ற பெண் படைப்பாளியைத் தவிர, ஏனையோர் தமது படைப்புக்களைச் சரித்திரம், சுயசரிதை என்றே அடையாளப்படுத்தியிருக்கின்றனர். ஆனால் பிறர் இவற்றை நாவல் என்றே அடையாளப்படுத்துகின்றனர். தலித்

சுயவாழ்க்கைச் சித்திரிப்புக்கள் வரலாறா (அ) நாவலா என்பதில் தொடர்ந்து குழப்பங்கள் நிகழ்ந்து கொண்டே வருகின்றன. தொடக்கத்திலிருந்தே தலித்துக்கள் குறித்தச் சித்திரிப்புக்கள் அனைத்தும் நாவல் இலக்கிய வடிவத்தில் தான் இலக்கிய உலகில் உருவெடுத்து வந்துள்ளன என்கின்ற இந்தச் சிந்தனை மரபின் அடிப்படையில் நின்றுகொண்டு பார்ப்பதே இந்தக் குழப்பத்திற்குக் காரணமாக அமைகின்றது. இக்குழப்பத்திற்குரிய விடையானது படைப்புக்களிலேயே உள்ளது என்பது சிந்திக்கத்தக்கதாகும்.

தலித் தன்வரலாற்று எழுதியலின் தேவை குறித்து, குணா, 'தனக்கென்று வரலாறு இல்லாத இனத்தை ஒரு மக்கள் இனம் எனக் கருத முடியாது. சொந்த வரலாறு இல்லாத இனத்திற்கு விடுதலை என்பது சாத்தியமே இல்லை' [72] என்கிறார்.

இந்த வகையில் தன்வரலாற்றுப் படைப்பாளர்கள் வரலாற்று எழுதியலின் சமகாலத் தேவையையும், அவசியத்தையும் நன்கு உள்வாங்கியதால் தான் மனிதச் சமூக வரலாற்றில் நீண்டகாலமாக மறுக்கப்பட்டிருந்த 'நான் நீ தான்' என்கின்ற தன்னிலையை (Identity), தனக்கானதொரு தனிவரலாறு சார்ந்த உணர்வை (Historical Consciousness) தன்னுள் இருந்தே எழுச்சிப்பெறச் செய்து தனித்தன்மையை (அ) சுய அடையாளத்தை (Self Identity) முன்னிறுத்துகின்ற அவரவர் சொந்த வாழ்க்கைக் கதையையே கருவாகக் கொண்டு, இந்தச் சுய வரலாற்றை உருவாக்கியிருக்கின்றார்கள். இவர்களின் முயற்சியானது தேசந்தழுவிய அளவில் ஒடுக்கப்பட்டுக் கிடக்கும் தலித் மக்களின் ஒட்டுமொத்தத் தான்மையினையும் மீட்டெடுக்கும் திசைகளை நோக்கி வழிகாட்டுவதாகவே உள்ளது. இவ்வாறு ஒடுக்குதலுக்குள்ளாகும் சமூகம் சார்ந்த ஒவ்வொருவரும் கிளர்ந்தெழுந்து, அவர்களுக்கென்று சுயவரலாறுகளைப் படைக்க வெகுவாக முயலும்பொழுது, நாளடைவில் சமூக விடுதலையை அடைவதற்கானச் சாத்தியக் கூறுகள் வசப்படும் எனலாம்.

தலித் தன் வரலாற்றிலக்கியம் குறித்த ஆய்வாளரது பார்வைகளும் மதிப்பீடுகளும் :

கிறித்தவத் தலித் ஒருவர் அவரது வாழ்க்கை வரலாற்றை அவரே எழுதல் என்பதன் கீழாகப் படைத்திருக்கும் படைப்புக்களை ஒருவருடைய வாழ்க்கை வரலாறு என்கின்ற விதத்தில் மட்டுமே அணுகாமல், அதனுடைய

உண்மையானத் தன்மையை மறுதலிக்கும் விதமாக நாவல் என்று அடையாளப்படுத்துகின்ற (அ) அணுகுகின்ற போக்கானது தமிழிலக்கிய, தலித் இலக்கியத்தளத்தில் தொடர்ந்து கடைபிடிக்கப்படுகின்றது. ஒடுக்கப்பட்டோர் தன்வரலாறு என்பதற்கானத் திட்ட வட்டமான வரையறைகளை வகுப்பதில் ஆர்வமின்மையாலும், அதற்கான வரையறுப்புச் செயல் திட்டங்களிலிருந்து நழுவும் போக்கை மேற்கொள்வதற்காகவும், தலித் ஒருவரது சுய வராற்றை வரலாற்று வடிவமே என்று ஏற்றுக் கொள்வதில் மனங்கொள்ளாமையினாலும், வரலாற்று வடிவத்தையும், பிற இலக்கிய வடிவத்தையும் வேறுபடுத்திப் பார்க்கும் திறமையின்மை மற்றும் இது போன்ற பிறக் காரணங்களினாலும்தான் பலரும் 'நாவல்' என்கிற சட்டகத்திற்குள்ளாக வைத்தே தலித் தன் வரலாறுகளை அடையாளப்படுத்துகின்றனர் என சுட்டலாம். பொதுவாகத் தமிழிலக்கியத் தளத்தில் படைக்கப்படும் வாழ்க்கை , தன்வரலாறுகள் ஒரு தனி மனிதனுடைய வாழ்க்கைக் கதையைத் தான் சொல்கின்றது என்றாலும் கூட இவையிரண்டும் அடிப்படையிலேயே வேறுபாடுடையதாகவே தங்களுக்கானத் தளங்களில் உருவெடுக்கின்றன. இவ்வேறுபாடுகள் எழுதுவோர்' அடிப்படையில் அமைகின்றது. இவற்றுள் பிறர் வாழ்க்கை வரலாறுகளே இலக்கியமாவதற்குரியத் தகுதியை முழுமையாகப் பெறுவதுடன், பிற துறைகளான அறவிலக்கியங்கள், வரலாறு, நாவல் என்பன போன்றவற்றோடு தொடர்புப்படுத்தி அனுகக்கூடியத் தகுதியையும் உடையதாகின்றது. இத்தகைய வாழ்க்கை வரலாறுகளிலிருந்து மாறுபட்டு அமையும் தன்வரலாறுகள் முழுமை பெறாத ஒருவருடையச் சுய வாழ்க்கையை அடியொற்றியதாகப் படைக்கப்படுவதால் இயல்பாகவே இவை முழுமைப் பெற்ற அறஇலக்கியம், வரலாறு. நாவல் உள்ளிட்டப் பிற இலக்கிய வடிவங்களோடு ஒத்துப்போவதற்குரியத் தகுதிப்பாட்டை இயல்பிலேயே இழக்கின்ற வடிவமாகவே உள்ளன.

தலித் தன்வரலாறுகளும், தன்வரலாறுகளைப் போன்று முழுமை பெறாத வாழ்க்கையின் மீது எழுதப்படுவதால் அவற்றை புதினம் (அ) நாவல் என்பதுடனோ, வரலாறு, அற இலக்கியம் என்பதுடனோ ஒப்பிட்டு அடையாளம் காண்பதோ, அடையாளப்படுத்துவதோ முற்றிலும் தவறான மதிப்பீடாகவே அமைகின்றது. தன் வரலாறு என்பது இலக்கியமாகாது என்பதற்கு உரிய காரணங்களாக சாலினி இளந்திரையன், 'ஒரு மனிதனின் நினைவாற்றல் நம்பகத் தன்மையுடையதல்ல

என்பதால் வாழ்க்கை நிகழ்வுகள், சம்பவங்களில் சிலவற்றை மறந்துவிடும் வாய்ப்புக்கள் உள்ளன. குறிப்பாக இளம் வயது சார்ந்த நிகழ்வுகளில் பெரும்பாலானவற்றை நினைவுப்படுத்திச் சொல்ல முடியாது என்பதால் தான் தன் வரலாறுகள் முழுமை பெறமுடியவில்லை.

மேலும் தன் வரலாற்றை எழுதுபவர்கள் தங்களுக்குப் பிடித்தப் பிடிக்காத நிகழ்வுகளை விட்டு விடுவதுடன் தங்களது நோக்கத்திற்கு ஏற்றவாறு இசைவானப் பகுதிகளுக்கு முக்கியத்துவம் கொடுத்தும், பிறபகுதிகளுக்கு முக்கியத்துவம் கொடுக்காமலும், எழுதும் நிலையில் தங்கள் வாழ்க்கையை மிகவும் அப்பட்டமாகச் சொல்லுவதாகவே கூறிக்கொண்டு தங்களுக்கு எதிராக அமையும் சில நிகழ்வுகளை விட்டுவிடவே செய்கின்றார்கள். வாழ்வின் முற்பகுதியில் நிகழ்ந்த நிகழ்வுகளை பிற்பகுதி சார்ந்த வாழ்விற்கு ஏற்ற வகையில் திரித்து எழுதியும் விடுகிறார்கள்.மேலும் தங்களது பாலியல் சார்ந்த அனுபவங்களை முற்றிலும் விட்டு விட்டும், மறைத்து விட்டும் இந்த வரலாற்றை எழுதுகின்றனர். இது மட்டுமின்றித் தன்னுடைய வரலாறு இலக்கியப் படைப்பாக வேண்டும் என்று விரும்புபவராயின் அவரது வாழ்க்கையில் நடந்தப் பல்வேறு சம்பவங்களையும் சுருக்கம் கருதி விட்டுவிடக்கூடியச் சூழலும் உள்ளது.' 73 எனத் தொடரும் பல்வேறு காரணங்களை முன்வைத்தே தன்வரலாறு என்பது முழுமைபெற்ற இலக்கியமாகாது என்று நிறுவுகின்றார். தலித் தன்வரலாறுகளுக்கும் இந்த நூலாசிரியரின் கருத்துக்கள் பொருந்தும் என்பதால், முழுமை பெற்ற நாவல் இலக்கியம் மற்றும் பிற இலக்கிய வடிவங்களுடன் சேர்த்து இதனை ஒப்பிடுதல் என்பது முற்றிலும் தவறானதாகின்றது எனலாம்.

வாழ்க்கை , வரலாறும், தன் வரலாறும், தலித் தன் வரலாறுகளும் பொதுவாக ஒரு தனி மனித வாழ்க்கைக் கதையே சொல்லக்கூடியது என்றாலும் கூட தலித் தன்வரலாறு என்பதிலிருந்து வேறுபடவே செய்கின்றன. இவற்றில் தலித் தன்வரலாற்றில் நாயகனும் அதன் ஆசிரியனுமாக உள்ள ஒரு மனிதன், தனது கடந்தகால வரலாற்றைச் சொல்வதற்குரிய நினைவாற்றலோடு தெம்பும், தெளிவும் கொண்டிருக்க வேண்டும். அச்சத்திற்கோ, மறதிக்கோ இடம் கொடுக்காமல் ஒருவனால் தனது வாழ்வின் மீதான மதிப்பீட்டை உண்மையுடன் செய்ய முடியுமானால் அவனாலேயே வாழ்க்கைக் கதையை முழுமையாகச் சித்திரிக்க முடியும். இதே மனநிலையோடு தம்முடைய வாழ்வின் மீது ஒரு கலைப்படைப்பை உருவாக்க

வேண்டும் என்று முயன்றால் மட்டுமே தலித் தன்வரலாற்றை ஒரு சிறந்த வாழ்க்கை வரலாற்று இலக்கியமாக மாற்றமுடியும் என்றாலும் கூட ஒடுக்கப்பட்டத் தலித் தன் வரலாறுகளில் ஒரு விதமான நீதிபுகட்டும் நோக்கும், பட்சாதாபப் பார்வையும், தன்னுடையக் கடந்த காலச் செயல்களுக்கு நியாயம் புகட்டுகின்ற போக்கும் பெரும்பாலும் இருப்பதால் அவை இலக்கியம் என்ற அளவுகோலிற்கு ஒத்துவராமலே போகின்றன. தன்னுணர்ச்சி நோக்கும், நீதி போதனைப் போக்கும் இல்லாத ஒரு தன்வரலாற்றுப் படைப்பையே, வாழ்க்கை வரலாற்றிலக்கியத்திற்கு இணையானதொருப் படைப்பாக உருவாக்க முடியும். தலித் தன் வரலாறுகள் முழுமைபெற்ற வாழ்க்கை இலக்கியம் என்பதாக உருவாகாமல் போனதற்கு, தன்னைப் புகழ்ந்து கொள்ளும் ஒரு விதமனப் போக்குகளைக் கொண்டிருத்தல், தனது கடந்தகால, நிகழ்காலச் செயல்கள் நியாயமானவையே என நிலைநாட்ட முயலுதல், நீதி புகட்டும் போக்கு, பட்சாதாபப் பார்வை, தன்னுணர்ச்சி நோக்கு மிகுந்திருத்தல், நிறைவடையாத வாழ்க்கையின் மீது கலைப் படைப்பை உருவாக்குதல் எனப் பல்வேறு காரணங்களை முன்வைக்கலாம். இத்தகையக் காரணங்களால்தான் தலித் தன்வரலாறுகளைப் புதினம் போன்ற முழுமைப் பெற்ற பிற இலக்கிய வடிங்களுடன் அடையாளப்படுத்த இயலாததாகின்றது. தலித் தன் வரலாற்றுப் படைப்புக்களிலும் இத்தகையச் சிலக் குறைபாடுகளும் இருக்கவே செய்கின்றது என்பது கூடுதலானப் புரிதலுக்குரியதாகும்.

மனிதச் சமூக வரலாறு நெடுகிலும் புறக்கணிக்கப்பட்டிருக்கும் தீண்டப்படாதச் சமூகத்தைக் குறிப்பாக, கிறித்தவப் பறையர் சமூகத்தைச் சேர்ந்தப் படைப்பாளிகள், தங்களுடையத் தன்னிலை மதிப்பை (Self Respect) உணர்ந்த நிலையிலேயே சுயவரலாறுகளைப் படைத்துள்ளதுடன், தன்னின வரலாற்றுத் தன்னிலைகளை மீட்டுருவாக்கம் செய்வதற்கு வேண்டிய அவசியத்தையும், அவசரத்தையும் இன்றைக்குத் தெளிவுபடுத்தியிருக்கின்றனர். சொந்த வரலாறுகள் அற்றுக் கிடந்த ஓர் இனத்திற்குத் தான் இன்று சுய வரலாற்று எழுதியல் என்பது சாத்தியமாகியிருக்கின்றது.

தலித் சமூகப் பின்புலத்தில் முகிழ்ந்திருக்கும் இத்தகையச் சுயவரலாற்று உருவாக்க உணர்வுகள் பரவலாக்கப்படும் பொழுது, ஒட்டுமொத்தச் சமூகத்தினுடைய வரலாற்றுத் தன்மைகளை (Historical Consciousness) மேற்கண்ட வரலாற்று உணர்வெழுச்சியின்

அடிப்படையில் எளிதாக வென்றெடுத்துவிடலாம். இத்தகையதொரு செயல்பாட்டின் கீழாகவே தலித் சமூகம் சார்ந்தப் படைப்பாளிகளின் தன்வரலாறுகள் அவர்களது சமூக விடுதலை என்பதை கூர்மைப்படுத்தும் சுய உத்தி சார்ந்தப் பல்வேறு செயல்பாடுகளாலும் (Self Stratagical Attempts) செயல் தந்திர முயற்சிகளாலும் (Tactical Act's) படைக்கப்பட்டிருக்கின்றன. மேலும், சமூக, சமய, பொருளாதார, அரசியல் என்பன உள்ளிட்டப் பல்வேறு நிலைத்தளங்களிலும் திட்டமிட்டு அந்நியப்படுத்தப்பட்டச் சூழலை (Well calculated) சில வெளிப்படையானச் சமூக நேரறிகுறிகளைக் (Social symptoms) கொண்டு உணர்ந்து கொண்ட தன் வரலாற்றாளர்களே தங்களுக்கு உரிய வரலாற்றுத் தன்மையை (Historical Identity) சுய ஓர்மையோடு உருவாக்கிக் கொண்டுள்ளனர். மேலும் அவர்களையும், அவர்கள் இனத்தையும் நசுக்கி ஒடுக்குகின்ற மேலாதிக்கச் சாதியச் சமூக வெறியர்களை எதிர்த்து செயலாற்றவும், விடுதலைக்கான அரசியல், இயக்க முடிவுகளைத் தீர்மானிக்கவும் இன்னபிறச் செயல் திட்டங்களுக்காகவும், இணக்கமான ஒரு சூழலை இன்றைக்குத் தங்களுக்கான வெளியில் (Space) தன்வரலாற்றை எழுதுவதன் மூலமாகக் கட்டமைத்திருக்கின்றனர் என்றும் மதிப்பிடலாம்.

எனவே தலித் சமூகப் படைப்பாளர்களின் தன் வரலாறுகளை நாவல் என்று அணுகாமல், வாழ்க்கை வரலாறு என்ற வடிவத்தில் அணுகுவதே மிகவும் பொருத்தமானதாகும். தலித் தன் வரலாறு மற்றும் தன் வரலாற்று இலக்கியம் என்பது குறித்த ஆய்வாளரின் ஆய்வு மதிப்பீட்டுப் பார்வைகளைத் தொடர்ந்து இலக்கியப் படைப்புலகம் சார்ந்தவர்களின் பார்வையில் அமைந்த மதிப்பீடுகள் குறித்து பின்வருமாறு அறிய முடிகின்றது.

தலித் தன்வரலாறு பற்றியப் படைப்புலகப் பார்வையும் மதிப்பீடுகளும் :

தமிழில், வாழ்க்கை வரலாற்றிலக்கியம் குறித்த விரிவான ஆய்வினை நிகழ்த்திய சாலினி இளந்திரையன், என்பவர் தரும் சில விளக்கங்களிலிருந்து தன் வரலாறு பற்றியும், தலித் தன்வரலாற்று இலக்கியம் சார்ந்தும் சில மதிப்பீடுகளுக்கு வரமுடிகின்றது. இவர் வாழ்க்கை வரலாறுகள் யார் மீது படைக்க வேண்டும் என்பது குறித்து, 'இலக்கியத்தின் ஒரு கூறாகிய வாழ்க்கை வரலாறு என்பது தாழ்ந்த நிலையினரைப் பற்றியோ, உயர்ந்த நிலையை எய்தியவர்களைப் பற்றியோ

எழுதப்படலாம். ஆனால் அது எழுதப்படும் முறைகளினாலேயே ஒரு இலக்கியமானது தரும் சுவையையும், பயனையும் தருவதாக அமைய வேண்டும்.' [74] என்கிறார். இவரது கருத்துக்களிலிருந்து எழுதப்படும் முறையில் ஒரு இலக்கியம் உண்டாக்கும் சுவையையும், பயனையும் தரக்கூடிய வகையிலேயே வாழ்க்கை வரலாறுகள் அமைய வேண்டுமே தவிர இலக்கியமாக அமைய வேண்டியதில்லை என்பது தெளிவாகின்றது. தலித் தன் வரலாறுகளும் தலித் இலக்கியங்கள் உணர்த்தக்கூடியச் சுவையையும் அதன் நோக்கத்தையும் படைப்பின் பயனையும் உணர்த்துகின்றது. இதனால் தான், ஜெயராஜ் என்பவர்,

'தலித் மண்ணில் பிறந்து வளர்ந்து வேற்று மண்ணில் நடப்பட்டு முழுமையாக வேரூன்றாத நிலையில் மீண்டும் சொந்த மண்ணிற்கே திரும்பி தனது மக்களிடையே தங்கி விழிப்புணர்வு பணி செய்து வரும் விடிவெள்ளி அவர்களின் வாழ்க்கை வரலாற்றைக் கூறுகின்ற நூல்' [76]

என்பதாகக் கலக்கல் சுயசரிதை குறித்த தன் மதிப்பீட்டைப் பதிவு செய்கின்றார். இவர் விடிவெள்ளியின் சித்திரிப்பை வாழ்க்கை வரலாற்று நூல் என்று மதிப்பிடுவதைப் போன்றே இந்நூலாசிரியரும் அவரது படைப்பைச் சுயசரிதை என்றே குறிப்பிட்டுள்ளார்.

இளந்திரையன், ஜெயராஜ் என்பவரைத் தொடர்ந்து ராஜ்கௌதமன் என்பவர் தன் வரலாற்றுப் படைப்பு குறித்து, 'கருக்கு சுயசரிதையை நாவல் என்றே மதிப்பிடுகின்றார். மற்றொருவிடத்தில் அதன் வடிவத்தை முன்வைத்து சுயசரிதை நீ நாவல் என முரண்படவும் செய்கின்றார். முழுமைப் பெறாத ஒருவரது சுய வாழ்க்கை வரலாற்றை கூறும் நூல் ஒன்றை முழுமைபெற்ற இலக்கிய வடிவமாகிய நாவல் என்பதோடு இணைத்து மதிப்பீடு செய்கின்றார்.' [78]

இவரது பார்வையின் படி, படைப்பினுடைய வரலாறு என்கின்ற அடையாளத்தை நாவல் என்கிற அடையாள மதிப்பீட்டுச் சொல் பின்னுக்குத் தள்ளுவதையும் படைப்பினுடைய உண்மையான வடிவ அடையாளம் இருட்டடிப்பிற்கு உள்ளாக்கப்படுவதையும் அறியலாம். இது போன்ற முரண்பட்ட, புரிதலற்ற மதிப்பீடுகளே வரலாறுகளை வரலாற்று வடிவமாக அணுகாமல் நாவலாக அணுகும் ஒரு அபத்தத்தை தொடர்ந்து நிகழ்த்தி வருகின்றது என்பது சிந்தனைக்குரியதாகும்.

ராஜ்கௌதமனைத் தொடர்ந்து கருப்பையா என்பவர், 'தமிழகத்தில் தொடக்கக் காலத் தலித் தன்வரலாறாகப் பாமா படைத்த கருக்கு' (1992) வாசகரிடையே தாக்கத்தையும், அமோக வரவேற்பையும், வணிக வெற்றியையும் பெற்ற புதினம். (புதினம் என்பதில் மாறுபட்டக் கருத்துக்களும் நிலவுகின்றது) தமிழிலக்கிய அறிவு ஜீவிகளால் கருக்கு பல்வேறு கோணத்தில் விமர்சிக்கப்பட்டதோடு தன்வரலாற்றிலக்கிய வடிவம் எனக் கருத்துரைக்கப்பட்டதும் குறிப்பிடத்தக்கதாகும்' [78] என்று பாமாவினுடையப் படைப்பு குறித்து மதிப்பீடு செய்கின்றார். இவரும் தலித் தன்வரலாற்றை வரலாறு என்பதாக மதிப்பிடாமல் புதினம் என்றே அடையாளப்படுத்துவதோடு, இதனுடைய வடிவச் சிக்கல் குறித்து நிலவுகின்ற குழப்பத்தையும் சுட்டிக்காட்டுகின்றார்.

கருப்பையாவைத் தொடர்ந்து மாற்கு என்பவர், 'சுயசரிதை சரித்திரம், நாவல் என்ற மூன்று வெவ்வேறுப் பரிமாணங்களை உள்ளடக்கிய ஒரு புதுவிதமான இலக்கியப் படைப்பு' [79]

என்று மதிப்பீடு செய்கின்றார். இவரும் குழப்பத்தையே உணர்த்துகின்றார். மாற்குவைத் தொடர்ந்து தனஞ்செயன் என்பவர், 'தன்னனுபவக் கதை, தன் வரலாறு, வரலாறு சுயவரலாறு, வாய்மொழிக் கதையாடல் என்பன போன்ற நிலைகளில் மதிப்பிடுவதுடன், சமூக, மானிடவியல் துறைகளோடு தொடர்புடைய இனவரைவியலோடு வைத்து 'சுய இனவரைவியல்'[80] என்கின்ற புதிய மதிப்பீட்டுப் பார்வையை அறிமுகம் செய்கின்றார்.

மாற்குவும், தனஞ்செயன் என்பவரும், தலித் தன் வரலாறுகளை நாவல் வடிவமாக அடையாளப்படுத்தும் பிற சிந்தனையாளர்களிடம் இருந்து வேறுபட்டு, தன்வரலாறுகளை வரலாறு என்கின்ற வடிவத்தையும் தாண்டி வேறு எவ்வாறெல்லாம் அடையாளப்படுத்தலாம் என்கின்றப் புதிய ஆய்வுப் பார்வைகளை முன்வைக்கின்றனர் என்பது குறிப்பிடத்தக்கதாகும்.

தொடர்ந்து ரவிக்குமார் என்பவர் இது குறித்து, 'பாமா, ராஜ்கௌதமன் ஆகியோர் எழுதியுள்ளவற்றைச் சுயசரிதை எனும் வகைப்பாட்டில் வைக்க முடியாது அவற்றைத் தற்புனைவு (Auto Fiction) என்றும் கூற முடியவில்லை என்று தனது மதிப்பீட்டை வெளிப்படுத்துவதுடன் தமிழில் வெளிவந்துள்ளத் தலித் தன்வரலாறுகளிலேயே கே.ஏ. குணசேகரன் என்பவர்

எழுதிய வடு என்கிற நூலைத்தான் சுயசரிதை என்று ஏற்றுக் கொள்கின்றார்'[81] இவரது மதிப்பீடு அவரது சுய வெறுப்பு விருப்பு சார்ந்தே வெளிப்பட்டுள்ளது.

இவரைத் தொடர்ந்து சிவசுப்பிரமணியன், 'நீண்ட காலமாகவே ஒடுக்குமுறைக்குள்ளாகி இருக்கும் தலித்துக்களின் வாழ்க்கையனுபவங்கள் நம் நாட்டைப் பொறுத்த அளவில் மிகவும் கொடூரமான அவலத்தை உள்ளடக்கியதாக இருக்கின்றது. அவர்களின் அவலங்களும், எதிர்ப்புகளும், கலகக் குரல்களும் அவர்களால் எழுதப்படும் தன்வரலாற்று நாவல்களில் அழுத்தமாகவே இடம்பெற்றுள்ளன. அவர்களின் சுய வாழ்க்கையே நாவலுக்கானக் கருவாகவும் அமைந்து விடுகின்றது' [82] என்று தலித் தன்வரலாற்றை நாவல் என்றே மதிப்பீடு செய்கின்றார்.

தலித் தன் வரலாறுகளை 'நாவல்' என்று ஏற்கனவே தன்னுடைய மதிப்பீட்டைப் பதிவு செய்திருக்கின்ற ராஜ்கௌதமன், மற்றொரு இடத்தில் தன் வரலாற்றிலக்கியம் எனத் தனது கருத்தைப் பதிவு செய்கின்றார். இதனை, 'சாதியக்கட்டமைப்புச் சூழலில் வாழ்கின்ற தலித்துக்களில் ஒருவர் அங்கே நிலவும் தீண்டாமை, சாதிய அமைப்பு மற்றும் அதன் கொடிய இயல்பு, சுரண்டல் அமைப்பு ஆகியவற்றோடு தன் வாழ்வின் நிகழ்வுகள், அனுபவங்கள் மற்றும் மனப்போக்குகளைத் தானே வெளிப்படுத்தும் இலக்கியமே தலித் தன்வரலாற்று இலக்கியம்' என வரையறுப்பதிலிருந்து அறிய முடிகின்றது. இது குறித்து சூர்யநிலா, சமூகத்தில் தொன்றுதொட்டு ஒடுக்கப்பட்டு வரும் தங்களது இனத்தின் வலிகளை, வேதனைகளை, குருதி வடிக்கச் செய்யும் தங்களது வாழ்வியல் நிலைப்பாடுகளை எழுதுகோல்களின் மசிகளின் வழியாக உதிரவிட்டு வருகின்ற படைப்பாளிகள் இலக்கண வகை எழுத்துப் பயிற்சியோ, இலக்கிய உத்தியுடன் கூடிய நடையோ இல்லாமல் எழுதிய வேதனை கலந்த எழுத்துக்களே இன்று தன்வரலாற்று இலக்கியமாகியிருக்கின்றது' [84] என்பதாகத் தெளிவுபடுத்துகின்றார்.

சூர்ய நிலாவைத் தொடர்ந்து கருப்பையா என்பவர் தன் வரலாறு பற்றிய தமது ஆய்வுப் பார்வையை, 'ஒடுக்கப்பட்ட ஒருவருடைய வாழ்க்கையின் முழுவிபரங்கள், அவனது மனப் போக்குகள், பண்பு நலன்கள், சூழல் அனுபவங்கள், செயல்கள், தங்களைப் பாதித்த, தான் கேட்ட, கண்ட நிகழ்வுகளின் அனுபவங்கள் என்பன உள்ளிட்டப் பிறவற்றையும்,

உள்ளடக்கியப் பதிவே தலித்தியத் தன் வரலாற்றுப் புதின வடிவம் என்பதாகவும், இப்படைப்பின் தளம் சார்ந்தக் கதையாடல் முழுமையும் படைப்பாளியினுடைய நேரடிச் சுயக்கூற்றாகவே அமைந்துள்ளது. இதன் கீழாகவே, பின்னோக்கு நிலையில் கடந்தகால மற்றும் நிகழ்காலக் கதை நிகழ்வுகள் முன்னும் பின்னுமான அலைவுத் தன்மையோடு கதை சொல்லப்படும் வகையில் அமைக்கப்பட்டுள்ளது.'[85] என்பதாகத் தனது மதிப்பீட்டைப் புதினம் என்கின்ற பார்வையினுடாகவே செய்கின்றார். தலித் தன்வரலாறுகளை, சுயசரிதை, சுயவரலாறு, சுயவரலாற்றுக் கதையாடல், புதினம் (அ) நாவல் என்றெல்லாம் அணுகும் இலக்கியப் பார்வையாளர்களின் குழப்பமிக்கப் பொதுக் கண்ணோட்டத்திலிருந்து சற்று வேறுபட்டதொரு ஆய்வுப் பார்வையில் இவ்வரலாறுகளை முன்னெடுத்துச் செல்லுவதற்குரியப் புதியச் சிந்தனையை மராட்டியத் தலித் இலக்கிய முன்னோடிகளில் ஒருவராகிய அர்ஜின்டாங்ளே என்பவர், 'தலித் தன்வரலாறு என்பது ஒரு குறிப்பிட்டப் படைப்பாளன் (அ) எழுத்தாளரின் வாழ்வியலோடு மட்டும் குறுகிப்போய் விடுவதில்லை.

மாறாக அதுவொரு சமூக அமைப்பின் விரிந்துரையாகவும், சித்திரிப்பின் நீட்சியாகவும் தான் விளங்குகின்றது. இன, மதவெறி, அநீதிகள், சுரண்டல்கள் உள்ளிட்ட எல்லாவகையானத் தீமைகளுக்கும் ஆட்படுத்தப்பட்ட மக்களின் வாழ்க்கைச் சித்திரம் தான் இந்த தன்வரலாறுகள் எனவும், உண்மை நிலவரங்களின் மீது எந்தப்போலிப் பூச்சும், வர்ணனையும் இல்லாமல் தான் இது எழுதப்படுகின்றது'[86] என்று காட்டுகின்றார். மேலும் இத் தன்வரலாறுகளைச் சமூக அமைப்பின் விரிந்துரை, சமூகச் சித்திரிப்பின் நீட்சி என்று சுட்டிக்காட்டி இவ்வரலாறுகள் எப்படி பார்க்க (அ) அணுகப்பட வேண்டும் என்கின்ற முறையியலையும் சுட்டிக் காட்டுகின்றார். இவரது விரிவானக் கருத்துக்கள் தலித் மக்களின் சமூக இனவரைவியலைக் குறித்து அறிந்து கொள்வதற்கும், புதிய வரைவியலைக் கட்டமைப்பதற்கும், முந்தைய வரலாற்றை மீட்டுருவாக்கம் செய்வதற்கும் உரியச் சமூக மானிடவியல் புலம் சார்ந்த ஒரு விரிந்த ஆய்வுக் களத்தை நோக்கிப் பயணிக்கத் தூண்டுகின்றது என்பது குறிப்பிடத்தக்கதாகும்.

இவரது கருத்துக்களுடன் ஒத்துப்போகும் வகையில் புதியச் சிந்தனைகளை முன் வைத்தவர்களுள் குறிப்பிடத்தக்க ஒருவராகிய தனஞ்செயன் என்பவர், 'சுய அனுபவம் சார்ந்தப்

படைப்பாக மிளிரும் ஒடுக்கப்பட்ட (அ) ஒடுக்குதலுக்குள்ளானப் படைப்பாளிகளினுடையச் சுயசரிதைகளின் மூலமாகப் படைப்பாளிகளினுடையச் சமூகம் சார்ந்த இனவரைவியலை உருவாக்க முடியும் அவற்றை உருவாக்குவதற்கான அடிக்கூறுகள் தனவரலாற்றுப் படைப்புக்கள் விரிந்து கிடக்கின்றன' [87] என்று தெளிவுப்படுத்துகின்றார். இதன் மூலம் தலித் தன்வரலாறுகளிலிருந்து சமூக இனவரைவியலைக் கட்டமைப்பதற்கும் (அ) மீட்டுருவாக்கம் செய்வதற்கும் உரியத் தரவுகள் உள்ளதாகவே தன்வரலாறுகள் படைக்கப்பட்டிருக்கின்றன என்பது புலப்படக் காணலாம்.

தனஞ்செயன் என்பவரைப் போலவே, இனவரைவியல் தரவுகளோடுப் படைக்கப்படும் நூல்களிலிருந்து அதற்கானத் தரவுகளைக் கண்டறிவதற்கான அடிப்படையான அணுகுமுறைகள் குறித்து சீனிவாசன் என்பவர், "இனவரைவியல் செய்திகளை ஒரு படைப்பாளி சுய அனுபவம், கள ஆய்வு. நூலறிவு ஆகிய மூன்று வகையிலிருந்து அறிந்துகொள்ள முடியும். இவற்றுள் முதலிரு நிலைகளில் எழுதப்பட்ட நாவல்களே தமிழில் மிகுதி" [88] யாகக் காணக் கிடைப்பதாகப் புலப்படுத்துகின்றார். இவரது கருத்துக்களை அடிப்படையாக வைத்துப் பார்க்கும் பொழுது தலித் சமூகம் சார்ந்தச் சுய அனுபவமும், களம் சார்ந்த ஆய்வு அனுபவமும், நூலறிவும் இயல்பாகவே அமையப்பெற்றத் தலித்ப் படைப்பாளர்களால் படைக்கப்பட்டிருக்கும். தன்வரலாற்று இலக்கிய நூல்களிலிருந்து இனவரைவியலுக்கானத் தரவுகளைப் பெறமுடியும் என்பது உறுதியாகின்றது.

இனவரைவியல் கூறுகளை உள்ளடக்கிப் படைப்புக்களைச் செய்தத் தலித் படைப்பாளிகளை அடையாளம் கண்டு, அவர்களின் படைப்புக்கள் அடிப்படையில் கள ஆய்வினை மேற்கொள்ளும் வகையில் சமூக இனவரைவியல் ஆய்வுகள் பரவலாகத் தமிழில் மேற்கொள்ளப்படவில்லை. இத்தகையக் குறையைப் போக்குவதற்கு இனவரைவியல் குறித்த ஆழமான அறிவு இளம் ஆய்வுலகச் சூழலுக்கு அவசியமாகின்றது. இந்த வகையில்தான், சுய இனவரைவியல் அடிப்படையில் தலித் சுய சரிதைகளை இலக்கியமாகப் பார்க்க முடியும் என்ற வகையில் சிவசுப்பிரமணியன் என்பவர், 'ஒரு குறிப்பிட்ட இனமக்களின் வாழ்வியலைக் கற்பனை மற்றும் அழகியலில் கலந்து உணர்ச்சிப் பூர்வமாகச் சித்திரிப்பதே இலக்கியமாகின்றது. இத்தகையப் படைப்புக்கள் சிறந்து விளங்குவதற்கு அதில்

இடம்பெறும் மாந்தர்களும், அவர்களின் பின்புலத்திலுள்ளச் சகல இயக்கங்களும், உயிர்ப்பொருட்களும் மிகவும் நுணுக்கமாகச் சித்திரிக்கப்பட்டிருப்பதே காரணம் என்றும், இதற்கு உறுதுணையாக அமைவது இலக்கியத்தைப் படைக்கும் படைப்பாளினுடைய இனவரைவியல் சார்ந்த அறிவே'[89] எனவும் கூறுகின்றார். இவரது கருத்துக்களின் அடிப்படையில் தலித் தன் வரலாற்றுப் படைப்புக்களை ஆய்விற்குட்படுத்துகையில் அவை சுய இனவரைவியல் இலக்கியம் என்கின்ற தகுதியைப் பெறுவதுடன் தலித் தன்வலாற்றுப் படைப்பாளர்களின் சுய இனவரைவியல் சார்ந்த அறிவுக் கூர்மையையும் விளக்கி நிற்கின்றது என்பது தெளிவுபடுகின்றது. இவரது கருத்துக்களை அடியொற்றியதாகவே சீனிவாசன் அவர் தம் ஆய்வு நூலில், 'படைப்பாளி ஒருவன் தன் சுயசிந்தனை என்ற எல்லைக்குள் நின்று மட்டும் ஒரு படைப்பைச் செய்துவிட முடியாது. அவன் தன்னைச் சுற்றியுள்ளப் புற உலகம் சார்ந்து அமைகின்ற அசையும் அசையாப் பொருட்கள் உள்ளிட்ட அனைத்தையும் உற்றுநோக்குவதோடு, அவற்றின் தனிப்பட்ட இயல்புகளையும், இயக்கங்களையும் நன்றாகப் புரிந்து கொள்கிறான்.

அவற்றுடன் தன் கற்பனையையும் இணைத்தே இலக்கியம் படைக்கின்றான் எனவும், ஒரு சிறந்த இலக்கியப் படைப்பாளனுக்குக்கு கற்பனைத் திறன் இருக்கின்ற அளவிற்கு இனவரைவியல் அறிவும் கட்டாயமாக இருக்க வேண்டும் என்றும் வரையறுக்கின்றார்.'[90] இவ்விருவரது கருத்துக்களிலிருந்து தலித் தன்வரலாறுகள் யாவும் வாழ்க்கை வரலாற்று இலக்கியம் என்பதையும் தாண்டி, இனவரைவியல் இலக்கியமாக அடையாள நீட்சி பெறுவதற்குரியத் தகுதிகளைக் கொண்டுள்ளன என்பது பெறப்படுகின்றது. இது குறித்து சண்முகசுந்தரம், 'ஒடுக்கப்பட்டச் சமூகப் பின்புலம் சார்ந்து தன்னுடையச் சுயவரலாறுகளைப் படைத்திருக்கும் படைப்பாளிகள், தான்வாழும் சமூகத்தோடும், நிலபுலத்தோடும் இயல்பாகவே நெருங்கியத் தொடர்புடையவர்களாகவும், சூழல் சார்ந்த அறிவுடையவர்களாகவும், சமூக மக்களுடன் உள்ளத் தொடர்புகளோடு தனது வாழ்க்கையை அமைத்துக் கொண்டவர்களாகவும், இருப்பதோடு, தன்னுடைய வாழ்வைப் பற்றியும், தன்னைப் போன்றே ஒடுக்கப்பட்ட மக்களது வாழ்வைப் பற்றியும் முழு ஞானமுடையவர்களாகவும் இருப்பதால் தான் இவர்களால் சித்திரிக்கப்படும் சுய வரலாறுகள் சுய இனவரைவியல் என்கின்ற அடுத்தக் கட்டப்பரிமாணத்தை இயல்பாகவே பெறுகின்றது.'[91] எனக் கூறுகின்றார். இவரைப்

போன்றே மகரந்தன் என்பவர், 'கவிதை, சிறுகதை, நாவல், சுயவரலாறு, இதழியல், கட்டுரைகள், பத்திரிகைகள் போன்ற எழுத்துவகைகள் சிலவற்றில் ஒருவகைச் சுயச் சார்பும், அரசியல் நிலைப்பாடும் மிக நுணுக்கமானப் பின்புலத்தில் இழையோடுவதால் அவற்றிலுள்ளப் புனைவுகள் பின்னுக்குத் தள்ளப்பட்டு சமூகப் பண்பாட்டுச் சூழல்கள் இயல்பாகப் பிரதிநிதித்துவம் கொள்கின்றது'[92] என்று மதிப்பிடுகின்றார். இவ்விருவரது, கருத்துக்களின் வழியே தலித் தன்வரலாற்றுப் படைப்புக்களைப் பார்க்கும் பொழுது அவற்றுள் தலித் சமூகம் சார்ந்தப் பண்பாடு, கலாச்சாரம், உள்ளிட்டக் கூறுகளும், வாழிடம், உணவுப் பழக்க வழக்கங்கள், குடியிருப்புக்கள், சமூக அமைப்பு முறைகள், திருமணமுறை. பொருளாதாரப் பரிவர்த்தனை முறைகள், நாட்டார் பண்பாட்டு கூறுகள், இவை எல்லாவற்றையும்விட, எல்லாத் தளங்களிலும் அவர்கள் மீது தொடுக்கப்பட்டு வருகின்ற, வந்த ஒடுக்குமுறைகள் என அனைத்து வகையானச் சூழலமைவுகளும் தனிமனிதன் சார்ந்தும், சமூகம் சார்ந்தும் வெளிப்படுவதை ஆய்ந்தறிய முடிகின்றது.

இத்தகையக் கூறுகளையே பக்தவத்சலபாரதி, 'இனவரைவியல் கூறுகளின் தொகுப்புக்கள்''[93] என்று விரிந்த நிலையில் எடுத்துக்காட்டுகின்றார் என்பதும் புரிதலுக்குரியதாகும். தலித் கிறித்தவப் பறையர் சமூகப் படைப்பாளர்களால் படைக்கப்பட்டிருக்கும் தன் வரலாற்றுப் படைப்புக்கள் தன்வரலாறு, சுயவரலாறு, சுயசரிதை, சரித்திரம் என்பதையும் தாண்டி, இனவரைவியல், சுய இனவரைவியல் என்பதாகவும் அடையாளம் பெறுவதற்குரியக் கூறுகளை உள்ளடக்கிய வரலாற்று வடிவங்களே தவிர நாவல் இலக்கிய வடிவங்களல்ல.

இத் தெளிவிற்கானச் சாத்தியக் கூறுகள் குறித்து தனஞ் செயன் என்பவர், 'குறிப்பிட்ட இடப்பரப்பில் வாழும் இனக் குழுமக்களுள் ஒரு குறிப்பிட்டச் சாதியினர் (அ) ஓர் ஊர் எனும் எல்லைக்குள் பரஸ்பரப் பகிர்வுகளோடும், முரண்களோடும் வாழும் பல்வேறு சாதியினர் (அ) பால், வயது, தொழில் என்பன போன்ற கூறுகளின் வழியே தனித்து நோக்கப்படும் குழுவினர் என்பன போன்று வாழும் மக்களில் தானும் ஒருவனாக வாழ்ந்து, அவ்வாழ்வியலை, உற்று நோக்கியதன் அடிப்படையில் பெற்ற அனுபவங்களையும், அதன்வழித் திரட்டியப் பண்பாட்டுத் தரவுகளையும் கொண்டு, தன் சமூக வயமான நோக்கத்தை மையப்படுத்தி ஒருவர் படைக்கும் இலக்கிய வடிவத்தையே

தன்னின (அ) சுய இனவரைவியல் இலக்கியம் என்று சிறப்பு ஒட்டுச் சொல் சேர்த்துக் குறிப்பிடலாம்’ [94] என்று சுட்டுகின்றார்.

இவரது வரையறைகளின் அடிப்படையில் தலித் தன்வரலாறுகளை உற்று நோக்குகையில், தலித் தன்வரலாறுகளையும் ‘இனவரைவியல் இலக்கியம்’ என்ற பின்னொட்டுச் சொல்லைச் சேர்த்து தலித் தன்வரலாற்று இனவரைவியல் என்றும், தலித் தன்வரலாற்று இனவரைவியல் இலக்கியம் என்றும் அழைக்கக்கூடியத் தகுதிகளைப் பெற்றிருப்பதைக் காணவியலுகின்றது. அதாவது. ஒடுக்கப்பட்டச் சமூகப் பின்புலத்தைச் சார்ந்தப் படைப்பாளி ஒருவர், ஒட்டு மொத்தச் சமூக மக்களும் வாழும் பொதுமைய வெளியிலிருந்து ஒதுங்கிப்போய், ‘ஒரு குறிப்பிட்ட இடப்பரப்பில் வாழும் தன்னையொத்தச் சமூக மக்கள் (அ) இனக்குழு மக்களோடு, (அ) குறிப்பிட்டச் சாதியினரோடு, ஓர் ஊர் எனும் எல்லைக்குள்ளாகவே பரஸ்பர, பகிர்வுகளற்ற நிலையிலும், முரண்களோடும் வாழும் பல்வேறு சாதியினர்களால் வர்க்க, சாதி அடிப்படையிலும், பால், தொழில் வயது உள்ளிட்டப் பிறவற்றின் அடிப்படையிலும் தனித்து நோக்கப்படும் குழுவினராகியச் சமூக மக்களின் வாழ்க்கையில் தானும் ஒருவனாக வாழ்ந்தும், பங்கேற்றும், உற்றுநோக்கியதன் அடிப்படையிலும் தன் சுய அனுபவத்தில் திரட்டியப் பண்பாட்டுத் தரவுகளையும், இன்ன பிறவற்றையும் அடிப்படையாகக் கொண்டும், அவரது சமூகவயமான நோக்கமாகியத் தலித் விடுதலை என்பதை மையப்படுத்திப் படைத்திருக்கும் இலக்கிய வடிவமே தன்வரலாறுகளாக, சரித்திரமாக, சுயசரிதையாக அடையாளம் பெறுகின்றது எனலாம். இந்த வகையில் தலித் தன்வரலாறுகளையும், தன்வரலாற்று இனவரைவியல், என்றும், தன்வரலாற்று இனவரைவியல் இலக்கியம் என்றும் சிறப்புப் பின்னொட்டுச் சொல் கொடுத்து அடையாளப்படுத்தலாம் என்பது குறிப்பிடத்தக்கதாகும்.

தலித் தன்வரலாறு (அ) சுயசரிதை என்பது எப்படி அணுகப்பட வேண்டும் என்பது குறித்து, தனஞ்செயன் என்பவர், ‘இனவரைவியல் படைப்பாளி சராசரியானப் படைப்பாளிகளைப் போன்று அல்லாமல், குறிப்பிட்ட மக்களுடைய வாழ்வியலை, உலகத்தைத் தன்னுடையக் கற்பனைகளால் இட்டு நிரப்பாமல், யதார்த்த உலகினுடையப் போக்கிற்கு ஏற்ப உடன் வருபவனாக இருக்கக்கூடியவன்

இத்தகைய இயல்பின் அடிப்படையில் அமையும் தன்வரலாற்றுப் படைப்புக்களானது பல அண்மைக் காலங்களாகத் தமிழில் எழுதப்பட்டு வருகிறது. இவற்றுள் தனித்த அம்சங்கள் பல காணப்படுகின்றன. குறிப்பாக இவர்களது யதார்த்த வாழ்வியல் உலகம் அவர்களது அன்றாடப் பார்வையிலேயே முன்வைக்கப்படுகின்றது. இவ்யதார்த்த உலகம் என்பது எழுத்தாளன் (அ) படைப்பாளி பங்கேற்கும், சார்ந்திருக்கும் கூட்டு உலகமாக இருப்பது தான். இத்தகையத் தன் வரலாறுகளை இனவரைவியல் என்பதோடு இணைத்துப் பார்க்க வேண்டியதன் தேவையை உருவாக்கியுள்ளது எனக் கூறுவதோடு, சுய சரிதை (அ) தன்வரலாறு என்ற அடிப்படையிலமைந்த தனிமனிதர்களைப் பற்றியக் கதையாடல் கூட இனவரைவியலாக அமையும் என்றும், இதன் அடிப்படையில் படைக்கப்படும் கவிதைகள், சுய இனவரைவியல் போன்ற படைப்புக்கள் இனவரைவியலின் பின்னை நவீனத்துவப் போக்கின் வெளிப்பாடுகளாகவே கருதப்படுகின்றது எனவும் கூறுகின்றார். மேலும், சமூகவியல் — மானிடவியல் போன்ற புலப்பின்னணி எதுவுமின்றி படைக்கப்பட்டிருக்கும் தலித் படைப்பாளர்களினுடையத் தன்வரலாறு(அ) சுய வாழ்க்கை வரலாறு (அ) சரித்திரம் என்பது குறித்து, 'இதுவொரு வரலாறு தான் அதாவது தன் வரலாற்றுப் படைப்பு, சுயவரலாறு என்னும் பெயரில் இதுவரையில் தமிழில் வெளிவந்திருக்கும் ஏனைய நூல்களைக் கவனத்திற் கொண்டு அவற்றோடு இதனை ஒத்துநோக்கினால் இணை ஒத்துப் போகாது, ஒரு சமூகமும் அதன் பண்பாடும் சாதிய ஒடுக்குமுறைக்கு உட்படுத்தப்படும் நிலையில் அதனை எதிர்த்து நிற்பதாகியச் செயலை முன்னெடுக்கும் அதன் சமகாலத்திய வரலாற்றையும் தனக்குள்ளாகவே ஒருங்கிணைத்து நிற்கும் நூல் என்கிற அடிப்படையில் இதனை அணுகும் ஒருவர் இதை ஆசிரியரின் தன்வரலாறு என்று மட்டுமே சொல்லுவதோடு நின்றுவிடமுடியாது.

என்பதோடு தன்னைப்பற்றியும், தன்னுடையச் சுய அனுபவங்களின் ஊடாகத் தனது பண்பாட்டுச் சூழல், அதன் பின்புலமாகியச் சாதியச் சமூக ஒழுங்கமைப்பு, என எல்லாவற்றினுடையக் கூட்டுப் பரிமாணங்களின் தொகுப்புக்கள் என்பதாகப் படைத்திருக்கும் இப்படைப்புக்களை வெறுமனே சுயவரலாறுகள் என்ற சொல்லி நிறுத்திக் கொள்ளாமல், அதற்கு அடுத்தப்படியாக இதனை உணர்வுத்திறத்திலிருந்து படைக்கப்பட்ட ஒரு சுய இனவரைவியல் படைப்பு

என்பதாகவும் இதனைக் காணலாம்.' 95 என விரிந்த தளத்தில் தன் கருத்துக்களை ஆய்வு ரீதியில் முன்வைக்கின்றார்.

பாமாவின் 'கருக்கு' குறித்து, மாற்கு என்பவர், மூன்று வெவ்வேறு பரிமாணங்களையும் உள்ளடக்கிய ஒரு புதுவிதமான இலக்கியப் படைப்பு என்று சுட்டிக்காட்டியதையே தனஞ் செயன் என்பவர் சுய இனவரைவியல், இனவரைவியல் இலக்கியம் என்கிற வடிவத்தில் அணுகியுள்ளார் என்பதாகப் புரிந்து கொள்ளவியலுகின்றது. தனஞ்செயன் என்பவரைப் போன்றே ராமசாமி என்பவரும் தலித் தன்வரலாறு குறித்தப் புதியப் பரிமாணத்தை அடையாளப்படுத்துவதை, 'கருக்கு, சங்கதி என்ற பிரதிகளுக்காகக் கவனிக்கப்பட்டவர் பாமா. இவர் தலித் சொல்லாடல்கள் சமீப காலமாகவே முன்வைத்த ஒரு மாற்று வடிவத்தை தமிழில் சோதனை செய்து பார்த்த முதல் பெண் படைப்பாளி என்பது குறிப்பிடத்தக்கதாகும். தலித்துக்கள் தங்களது துயரங்களை எடுத்துச் சொல்லுவதற்குரிய ஏற்றவடிவம் தன்வரலாற்று வடிவமே என்பது தான். தலித் சொல்லாடல்கள் முன்வைத்த ஒரு நம்பிக்கை, நாவல் போன்று விரிவானக் கதைக்களனையும், தாக்கங்களையும், எதிர்வுகளையும், கட்டமைக்க ஏற்றவடிவம் தன்வரலாற்று வடிவமே என்று நம்பிய நிலையில்தான் பிறமொழிகளில் வெளிவந்தச் சில தலித் தன்வரலாற்றுக் கதைகள் மொழிபெயர்க்கப்பட்டு தமிழில் வெளியிடப்பட்டன. உதாணரங்களாகக் காட்டப்பட்டன.

இந்த நிலையில் தமிழில் தன்வரலாற்று வடிவத்தை எழுதிப் பார்த்த முதல் தலித் பெண் படைப்பாளி பாமா' 96 என்று அறிமுகப்படுத்துவதிலிருந்து காண முடிகின்றது. இவர் தலித் தன்வரலாறுகளை வெறும் வரலாறு என்பதோடு மட்டும் சுருக்கிவிடாமல் கதையாடல் என்கின்ற நிலையில் இதனுடைய மற்றொரு வடிவ பரிணாமத்தையும், அடையாளப்படுத்துகின்றார். மேலும், இவர் தன்வரலாறுகளை நாவல் என்பதாக அடையாளம் காணவோ, அடையாளப்படுத்தவோ இல்லை என்பது கவனிக்கத்தக்கதாகும். இவரது கருத்திற்கு முரண்பட்டதாகவே பாமாவின் தன் வரலாற்றை நாவல் என்றே தனது மதிப்பீட்டை சஜன் என்பவர் முன்வைக்கின்றார். இவர், 'கருக்கு நாவல், வடிவம் குறித்தச் சிலச் சிக்கல்களை எதிர்கொள்கிறது. ஒரு தன் வரலாறு ஆகவே அமைகிறது என்று தனது சிந்தனையைப் பதிவு செய்வதன் ஊடாகவே இவ்வரலாறானது தலித் இலக்கியத்தின் அடையாளமாகவே கொள்ளப்படுவதால் இதை நாவல் என்று கொள்வதில் தவறேதுமில்லை' 97 என்கிறார்.

புனைவு + இயல்பு புனைவியல் சார்ந்த இலக்கியமாகிய நாவல் என்பதோடு, இயல்பு புனைவுகளற்ற இலக்கிய வடிவமாகியத் தன்வரலாறு (அ) சுயவரலாறுகளை இணைத்து அடையாளப்படுத்தும் மதிப்பீட்டு முறையினைத் தான் தவறான வடிவ மதிப்பீடு என்பதாக இந்த ஆய்வு பதிவு செய்கின்றது. ஆய்வுத் தளத்திலும், இலக்கியத் தளத்திலும் கருக்கு என்கிற நூல் மட்டுமே பெரிதும் வடிவ அடையாளம் குறித்த சிக்கலை எதிர்கொள்கின்றது. ஏனையோரது படைப்புக்கள் தங்களது வடிவ அடையாளத்தை தெளிவுப்படுத்தியிருக்கிறபடியால் ஒப்பீட்டு அளவில் குறைவான மதிப்பீட்டுத் தாக்கத்தையே பெறுகின்றது. தனது வெளிப்பாட்டு அடையாளத்தை கருக்கு அடையாளப்படுத்தாததே தவறான வடிவ மதிப்பீட்டுச் சிக்கலுக்கு வழிகோலுவதாக உள்ளது. தலித் தன்வரலாறுகள் முழுமையினையும், நாவல் என்பதாகவே அணுகும் பொதுப் போக்கு இலக்கிய வாசகர் தளத்திலும் உள்ளது என்பது அறியத்தக்கதாகும்.

தலித் இலக்கியச் சொல்லாடலைத் தமிழில் கட்டமைத்து முன்னெடுத்த முன்னோடிகளில் ஒருவராகிய ரவிக்குமார் என்பவரும் இதே தவறை செய்வதை, ‘கடந்தப் பத்தாண்டுகளில் ஏராளமான தலித் படைப்புக்கள் வெளிவந்துள்ளன. அதனால் அவற்றுள் எதுவும் சுயசரிதை இல்லை. பாமா, ராஜ்கௌதமன் ஆகியோர் எழுதியுள்ளவற்றைச் சுயசரிதை என்னும் வகைப்பாட்டில் வைக்க முடியாது. அவற்றை தற்புனைவு என்றும் கூறமுடியாது என்கின்றார். பாமா, ராஜ்கௌதமன், விடிவெள்ளி என்கின்ற மூவரும் படைத்திருக்கும் படைப்புக்களையெல்லாம் தன்வரலாறுகளே (அ) சுயசரிதைகளே இல்லை என்று கூறி அதனுடைய வடிவத் தன்மையினை இருட்டடிப்பு செய்யும் விதத்தில் கருத்துக்களை முன்வைக்கும் இவர் சுமார் 25 வருட வாழ்க்கையை மட்டும் வெளிப்படுத்தியிருக்கும் கே.ஏ. குணசேகரனின் படைப்பு ஒன்றையே சுயசரிதை என்பதாக அடையாளப்படுத்துகின்றார்.’ [98]

பிற படைப்பாளர்களையெல்லாம் ஒதுக்கிவிட்டு குணசேகரன் என்பவரது படைப்பை மட்டுமே சுயசரிதையாக இவர் கணக்கில் எடுத்துக்கொள்வதற்குப் பின் ஏதோ உள் அரசியல் இருக்கின்றது என்பதாகவே இந்த ஆய்வு சந்தேகிக்கின்றது. தலித் படைப்பாளர் ஒருவர், மற்றொருத் தலித் படைப்பாளர் (அ) படைப்பாளர்களின் இலக்கிய முன்நகர்வைக் கருத்தாயுதத்தால் முடக்குதல், தான்மையை (Identity) மறுதலித்தல்

(அ) ஏற்க மறுத்தல், புதியத் தான்மையைத் திணித்தல் என்பன போன்ற நிலைகளில் ரவிக்குமாரும், ராஜ்கௌமனும் தவறான குழப்பமான வடிவ அடையாள மதிப்பீட்டைச் செய்துள்ளனர் எனலாம். இலக்கியப் படைப்புலகம் சார்ந்து தலித் தன் வரலாறுகள் பார்க்கப்படும் விதம் குறித்த இந்த விரிவானப் புரிதல்களின் அடிப்படையில் ஒடுக்கப்பட்டத் தலித் சமூகம் சார்ந்தவர்களின் சுயவரலாறுகள் என்பது மற்றவர்களால் எழுதப்படுவதற்குரிய வடிவம் அல்ல. இவை தன்வரலாறுகள் என்பதையும் தாண்டி, ஒட்டுமொத்தச் சமூக, அரசியல், பண்பாட்டுக் கூறுகளையெல்லாம் உள்ளடக்கி நிற்கும் சுய இன வரலாறு என்பதாகவே பரிமாணம் கொள்கின்றது.

சாதியும், மதமும், வர்க்கமும் தான் இத்தன்வரலாறுகள் சுட்டிக்காட்டும் தலித் மக்களது எதிரிகளாக அடையாளம் பெறுகின்றது. இத்தன் வரலாறுகள் அனைத்தும் சமூக விடுதலை என்பதையே முன்னிறுத்துகின்றது. நாவல் போன்ற வேறு எந்த இலக்கிய வடிவங்களுடனும் இது இணை பொருந்தாதது. ஆசிரியரின் நெஞ்சையே தன் உணர்ச்சி மையமாகக் கொண்டு உருவாவது. ஒடுக்கப்பட்ட ஒருவரது சுயத்தை முன்னிறுத்துவதுடன், சமூக வரலாற்றுத் தான்மையை மீட்டுருவாக்கம் செய்வதற்குரியக் கூறுகளையும் கொண்டது.

நாட்டார் பண்பாட்டுக் கூறுகளின் வழிப்பட்டது. கூர்மையானச் செயல்திட்டங்கள் பலவற்றை உள்ளடக்கியது. ஒரு தடவைக்குமேல் கையாள முடியாத இலக்கிய வடிவமாகத் திகழ்வது, சமூகத்தில் நிகழும் ஒட்டுமொத்தமான ஒடுக்கு முறைகளுக்கும் எதிரானக் கலகக் குரலுடையது. நேரிடையான வாழ்வனுபவப் பதிவுகளை உள்ளடக்கியது. இயல்பு புனைவுகளற்றது வரலாறு என்ற அடிப்படையில் நீட்சி பெறுவது எனச் சிலவற்றை சுட்டிக் காட்டலாம். தன்வரலாற்றுப் படைப்பு குறித்துப் பலரும் தவறான அடையாள மதிப்பீட்டைச் செய்வதனால், தலித்துக்களுடையச் சுய வரலாற்றுத் தான்மை இருட்டடிப்பிற்குள்ளாகும் அபத்தம் நிகழ வாய்ப்புள்ளது என்பதை ஆய்வுப் புரிதல்களாக முன்வைக்கலாம்.

இதனைத் தொடர்ந்து தன்வரலாறுகளிலிருந்து தலித் தன்வரலாறுகள் வேறுபட்டு அமைவதை அடையாளப்படுத்தும் விதமாக இவ்விரு வரலாறுகளும் ஒப்பீடு செய்யப்பட்டு அவற்றிற்கிடையிலான வேறுபாடுகள் பின்வருமாறு பதிவு செய்யப்படுகின்றன.

தன் வரலாறு - தலித் தன்வரலாறு ஒப்பிட்டுக் கூறுகள் :

தமிழில், தனித்ததொருத் துறையாக இயங்குமளவிற்கு கணிசமான வளர்ச்சியினை அடைந்து வருகின்ற வாழ்க்கை வரலாறும், தன்வரலாறும் இருவேறு நிலைகளில் செயல்படக்கூடியவையாகும். வாழ்க்கை வரலாற்றிலிருந்து தன்வரலாறு என்பது வேறுபடுவதைப் போன்றே, தன் வரலாறுகளிலிருந்து அதன் நீட்சியாகப் படைக்கப்பட்டிருக்கும் தலித் தன்வரலாறுகள் முற்றிலும் வேறுபடுகின்றது. தன்வரலாறுகளுக்கும், தலித் தன்வரலாறுகளுக்கும் இடையிலான இந்த வேறுபாடுகளைப் பற்றி நன்கு புரிந்து கொள்வதன் மூலமாகவே, தலித் தன்வரலாற்றிலக்கியத்தின் தனித்தன்மைகளையும், கொள்கைகளையும் பற்றிய மதிப்பீட்டைச் செய்ய இயலும் எனல் தகும்.

தமிழிலக்கியத் தளத்தில் நடைபெறும் வேறுபடுத்திப் பார்த்தல் (அ) ஒத்துநோக்குவதன் கீழ் பிரித்துப் பார்த்தல் என்பது குறித்து தொல்காப்பியம், "நேரினமணியை நிரல்படவைத்தாங்கு ஓரினப்பொருளை ஒருவழிவைப்பு"[99] என்று இணை ஒத்ததாகக் கருதப்படும்; இரு வேறு பொருள்களுக்கு இடையில் உள்ள சில நூலிழை வேறுபாடுகளைப் பார்க்கும் நடவடிக்கை குறித்து தெளிவுபடுத்துகின்றது. இதையே சக்திவேல், 'எந்த அறிவியல் ஆய்விலும் சேகரித்தலும், வகைப்படுத்துதலும், பின் ஆய்வு செய்தலும் தான் முக்கிய நடவடிக்கையாக உள்ளது என்பதோடு வகைப்படுத்துதல் (அ) பிரித்துப் பார்த்தல் என்பது எந்த அளவிற்கு நுணுக்கமாகவும் செம்மையாகவும் அமைகிறதோ அந்த அளவிற்கு ஆய்வானது தரமானதாக அமையும்' [100]என்று விளக்கம் தருகின்றார். இப்புரிதலின் கீழாகவே வேறுபாடுகள் பின்வருமாறு ஆராயப்பட்டுள்ளன.

ஒப்பீட்டுப் பொதுத்தன்மைகள் :

இவ்விரு வரலாறுகளுமே அந்த வரலாற்றுக்குரிய நபரால் மட்டுமே எழுதப்படுவதால் இவற்றில் சுய வெறுப்பு, விருப்புகளுக்கு முக்கியத்துவம் கொடுக்கப்படுகின்றது. தன்னுணர்ச்சி நோக்கல் (Subjective Approach) இவற்றில் தலையோங்கியிருக்கும். மேலும் செய்திகளை அடியோடு மாற்றியோ, திரித்தோ, (அ) சொல்லாமலோ விட்டுவிட்டு வரலாற்றை எழுதுவதற்குரிய வாய்ப்புக்கள் உள்ளதோடு, மனிதனுடைய நினைவாற்றல் என்பது எப்பொழுதும் ஒன்றுபோல் அமையாது என்பதால் சுயநினைவின்

அடிப்படையில் எழும் இவ்விரு வரலாறுகளும், சந்தேகத்திற்குரிய உள்ளாகும் நிலையில் ஒன்றுபடுவதாகின்றது. மேலும், சமூகப் பயன்பாடு என்பதே இவ்விரண்டின் அடிப்படையாகின்றது. எல்லோரும் இவ்வரலாற்றை எழுதிவிட முடியாது என்பதிலும், இயல்பு புனைவுகள் அற்ற உரை நடைவடிவமாகிய இது வாழ்வின் யதார்த்தத்தை வெளிப்படுத்தல் என்பதிலும் இணைவு பெறுகின்றது. கதைசார்ந்தப் படைப்புக்களை உருவாக்குவதற்குரிய மூலமாக இவ்விரு வரலாறுகளும் உள்ளன. ஒரு தடவைக்குமேல் பயன்படுத்த முடியாத ஒரே இலக்கிய வடிவம் என்பதிலும் இவை இணை பொருந்துகின்றன என்பன உள்ளிட்ட நிலைகளில் சில பொதுவானத் தன்மைகள் இருப்பதை ஒத்து நோக்கலாம்.

பொதுவேறுபாடுகள் :

'எழுதப்படுநர்' என்கிற நிலையில் இவ்விரு வரலாறுகளும் மாறுபட்டே உருவெடுக்கின்றது. ஆர்ப்பரித்து எழும் தனிமனித உணர்ச்சியை அடக்கவும், அடங்கியும் ஒடுங்கியும் கிடக்கும் ஒருவரது உணர்ச்சியைத் தட்டி எழுப்பி விழிப்பு பெறச் செய்யவும் முனைவதற்குரிய மொழிப் புனைவுகளிலும், சமூகச் சூழல் குறித்து விளக்குதல், சமூகச் சிந்தனைகளை, உணர்வுகளை ஏற்படுத்துதல், சுய ஓர்மையைத் தட்டி எழுப்புதல், சமூகப் புரட்சிக்கு வித்திடுதல் என்பன போன்ற பல்வேறு நிலைகளிலும் தலித் தன் வரலாறுகள் இத்தகைய நிலைகள் ஏதுமற்ற தன் வரலாறுகளிலிருந்து விலகியே நிற்கின்றது. தனிமனித வாழ்வைச் சித்திரித்தல் என்பதில் இவ்விரு வரலாறுகளும் ஒன்று படினும் தீண்டாமைச் சார்ந்த வாழ்வனுபவத்தை வெளிப்படுத்துதல், கலகக் குரலெழுப்புதல், தனிமனிதரோடும், சமூகத்தோடும் முரண்படுதல் என்பன உள்ளிட்ட நிலைகளில் அதிக அக்கறை கொள்ளுகின்ற தலித் தன் வரலாறுகளே தன்வரலாற்றைவிட மனித வாழ்வியல் சார்ந்து எழும் அசல் பிரதிபலிப்பை முன்வைக்கின்றது. இதனால் இவ்விரு வரலாறுகளும் பிரதிபலித்தல் என்பதில் வேறுபாடாகவே செய்கின்றது.

மேலும், எழுத்து வரலாற்றில் பதிவு செய்யப்படாத வாழ்க்கையின் மீது உருவான வரலாறே தலித் தன்வரலாறு. ஆனால் தன் வரலாறு அப்படி உருவானதல்ல, மாவட்ட, மாநில, தேசிய அளவில் தலித் சமூக மக்களை ஒன்றுதிரட்டும் சாத்தியக்கூறுகளையும் கூர்மையையும் தலித் தன்வரலாறுகள் உள்ளடக்கியுள்ளன. ஆனால் தன் வரலாறுகளுக்கு இத்தகையக்

கூறுகளும் கூர்மையும் இல்லை என்பதால் விலகியே நிற்கின்றது. சமூக விடுதலை, அரசியல் விடுதலை என்ற பொது நோக்கத்தில் படைக்கப்பட்டிருப்பதும், படைக்கப்படுவதுமாக தலித் தன் வரலாறுகள் அமைகின்றது. தன் வரலாறுகள் இத்தகையச் சிந்தனைகளில் படைக்கப்படுவதில்லை. அது மட்டுமின்றி, ஒடுக்கப்பட்டச் சமூகம் சார்ந்த ஒருவரது வாழ்க்கை வரலாற்றை எந்த விதப் போலிப் பூச்சுகளும், வர்ணனைகளுமின்றி உள்ளதை உள்ளவாறே சொல்லுவதாகவும், சமூக நீதியை வலியுறுத்தும் சட்ட நூலாகவும், தலித் தன்வரலாறுகள் இருக்கின்றன. ஆனால், தன் வரலாறுகள் படைப்புச் சார்ந்த ஒருவரது சொந்த வாழ்க்கையினுடைய அனுபவத்தை மட்டுமே மிகுதியாகப் பேசக்கூடியதாகவும், கற்பனைகளுக்கும், வர்ணனைகளுக்கும் இடமளிப்பதாகவும் விளங்குகின்றன.

தலித் தன் வரலாற்றைத் தலித் சமூகத்தில் பிறந்த ஒருவரால் மட்டுமே தான் எழுத முடியும். ஆனால் தன் வரலாற்றை எந்தச் சமூகத்தைச் சார்ந்தவர்களானாலும், எழுதலாம். ஒரு தலித் தன் வரலாறு சித்திரித்துக் காட்டும் நிகழ்வுகள், சம்பவங்கள், போராட்டங்கள், பிரச்சினைகள், அவலங்கள், ஒடுக்குமுறைகள் உள்ளிட்ட இன்னபிற பதிவுகள் எல்லாம் உண்மைக்குப் புறம்பாக மாற்றிக் கூறப்பட்டவையாகவோ, திரித்துச் சொல்லப்பட்டவையாகவே ஒரு போதும் அமையாது. ஆனால் தன் வரலாறுகளில் இத்தகையச் சிலப்போக்குகள் ஊடாடுவதற்கு அநேக வாய்ப்புக்கள் உள்ளன என்பதால் தன் வரலாறுகளைவிட, தலித் தன்வரலாறுகளே சற்று மேலானதாக உள்ளது. தன் வரலாறுகள் தன்மை நோக்கு மேலோங்கியதாக மட்டுமே பெரும்பாலும் இருக்க, தலித் தன் வரலாறுகள் தன்மை (Subjective) பொதுமை, (Objective) நோக்கு என இரண்டும் கலந்ததாகவே இருக்கும்.

மேலும் இதனுள் சுயச்சாதி விமர்சனமும், சுயப்பரிசோதனை முயற்சிகளும் சமூகம் சார்ந்த ஆராய்ச்சிப் போக்குகளும் இன்னபிறவும் இழையோடுவதைக் காணலாம். ஆனால் தன் வரலாற்றினுள் இத்தகைய எவ்விதமானப் பரிசோதனை முயற்சிகளும் இன்னபிறவும் இருக்காது. தன் வாழ்க்கையை மையமாக வைத்து அதன் மீது ஒரு கலைப்படைப்பை உருவாக்கிப் பணம் சம்பாதிக்க வேண்டும். புகழ் ஈட்ட வேண்டும், தன்னைத் தானே புகழ்ந்து கொள்ள வேண்டும், தன்னுடையச் செயல்களுக்கு நியாயம் கற்பிக்க வேண்டும் என்கிற இதுபோன்ற எண்ணத்துடன் தலித் தன்வரலாறுகள்

படைக்கப்படுவதில்லை. மாறாகத் தன்வரலாறுகள் இத்தகையச் சிந்தனைகளின் அடிப்படைகளைக் கொண்டு வணிகநோக்கில் படைக்கப்படுவதாகவும், தற்காப்பு நெடும் பேச்சுக்களும், ஆசிரியருடைய பலமும் பலவீனமும் குறித்தச் செய்திகள் முழுமை பெறாத நிலையிலும் கூட சிலநேரங்களில் படைக்கப்படுகின்றன. சமூகத்தைப் பற்றியும், சமூகம் சார்ந்த தன் வரலாற்றாசிரியரின் வாழ்வியலைப் பற்றியும், தெரிவிப்பதில் தன்வரலாறுகளைவிட தலித் தன்வரலாறுகளே சிறந்து விளங்குவதோடு, வேறுபட்டதாகவும் அமைகின்றன.

தலித் தன் வரலாறுகளை ஒரு வரலாற்று ஆவணமாகவும், ஓர் இனம் குறித்த வரலாற்றுச் சான்றாகவும் இன்னபிற நிலைகளிலும்கூட ஏற்றுக்கொள்ளலாம். தன்வரலாறுகளை இவ்வாறு ஆவணங்களாகவோ, சான்றுகளாகவே பெரும்பாலும் ஏற்றுக் கொள்ளுவதில்லை. தலித் தன் வரலாற்றுப் படைப்பாளிகள், குறிப்பாகப் பெண்கள் வர்க்க—சாதியடிப்படையில் தொடர்ந்துவரும் தீண்டாமைக் கொடுமைகளையும், இவற்றையெல்லாம் தாண்டிய ஆணாதிக்க அடக்குமுறைகளையும், பிற அவமானங்களையும் சுயமரியாதை இழப்புக்களையும் எதிர்கொண்ட நிலையில், புத்துயிர்ப்பு பெற்றுத் தங்களுடைய தொலைந்துபோன அடையாளங்களை மீட்டெடுக்கும் விதமாகவும், நிறுவனமயமாக்கப்பட்டச் சமயங்கள் எல்லாம் சாதியைக் கட்டிக்காக்கும் கூடாரமாகவே இருப்பதைத் தோலுரித்துக் காட்டும் விதமாகவும் தான் தலித் தன்வரலாறுகளைப் படைத்திருக்கின்றனர். ஆனால் தன்வரலாறுகள் இத்தகைய அனுபவ நிலையில் படைக்கப்படுதில்லை. அதற்கான தேவையும் இல்லை என்பதால் முன்னதிலிருந்து இவை மாறுபடவே செய்கின்றன.

தலித் தன்வரலாறுகள் உற்பதியாகும் இடமும் அதனுடைய முக்கியமான இயங்குதளமும் தன்வரலாறுகளை அடிப்படையிலேயே வேறுபடுத்துகின்றன. தலித் தன்வரலாறுகள் கதையாடலில் வடிவில் பின்னோக்கு உத்திசார்ந்தும், முன்னும் பின்னும் நிகழும் காட்சியமையமைப்பிலும் படைக்கப்பட்டுள்ளன. தன்வரலாறுகள் இத்தகைய 'சிறப்பு உத்திகள் எதுவுமின்றி பெரும்பாலும் நீண்ட உரைநடை எழுத்து வடிவிலேயே படைக்கப்படுவதாகவேயிருக்கிறது. இவற்றில் வட்டார வழக்குச் சொற்களோ, பழமொழிகளோ, பெரிதும் இடம்பெறாது. தலித் தன்வரலாற்றில் வட்டாரவழக்குச் சொற்கள், பழமொழிகள். மக்களின் இயல்பான

பேச்சுநடை முதலியப் பலக்கூறுகள் கலந்து நிற்கும். தலித் தன்வரலாறுகளைத் தீண்டப்படாதவர்களின் வரலாறு என்று அடையாளப்படுத்தலாம். தன்வரலாறுகளை இவ்வாறு அழைக்க முடியாது. மேலும் இவற்றில் இனவரைவியல் தன்மைகள் இருக்காது. தலித் தன்வரலாறுகள் இனவரைவியல் தன்மைகள் இருப்பதற்கான அடையாளக் கூறுகளுடையதாகவே இருக்கும். பெண் ஒடுக்குமுறை குறித்தும், பெண்விடுதலை குறித்தும் தலித் தன்வரலாறுகள் பேசுகின்றன. தன்வரலாறுகள் இது குறித்துப் பேசுவதாகத் தமிழில் இதுவரை படைக்கப்படவில்லை.

தலித் தன்வரலாறுகள், தலித் அரசியலைப் போலவே, சந்தைக் கலாச் சாரங்களையும், அழகியல் கூறுகளையும், மேலாதிக்க இலக்கியச் சிந்தனைகளையும் தன்னுள் கட்டமைத்து வைத்திருக்கும் எந்தவிதமான வடிவ முன் மாதிரிகளையும் இன்னபிறவற்றையும் கணக்கிலும், கவனத்திலும் கொள்ளாதவை. தன்வரலாறுகள் அழகியல் கூறுகளையும், கற்பனைகளையும் இன்னபிறவற்றையும் கணக்கில் கொள்பவை. தலித் தன்வரலாறுகள், சமூகக் கட்டமைப்பைத் தகர்ப்பதையும், அறிவுசார் தளங்களில் தம் மக்கள் விழிப்புணர்வடைவதையுமே முக்கியக் குறிக்கோளாகவும் செயல் திட்டங்களாகவும் கொண்டிருப்பவை ஆனால் தன்வரலாறு என்பதற்கானச் செயல் திட்டம் சார்ந்தக் குறிக்கோள்களும் கோட்பாடுகளும் முற்றிலும் வேறானவை.

தலித் தன்வரலாறுகள் காலத்தால் மிகவும் பிந்தியது. (1992—2005) தன் வரலாறுகள் மிக நீண்ட காலப் பாரம்பரியமுடையது. (1833—1985) மேலும், வாழ்க்கை வரலாறு என்பதிலிருந்து தன்வரலாறு என்பதும், தன்வரலாறு என்பதிலிருந்து அதன் நீட்சியாகப் படைக்கப்பட்டிருக்கும் தலித் தன்வரலாறு என்பதும் வேறுபடுகின்றன. பொதுவாக வாழ்க்கை என்பதிலிருந்தே வரலாறுகள் தோன்றுகின்றன. எனினும் தன்வரலாற்றில் இடம்பெறுபவர்களின் வாழ்க்கை என்பதிலிருந்து வேறு, தலித் தன்வரலாற்றில் இடம்பெறும் வாழ்க்கை என்பது வேறு தளத்திலேயே அமைகின்றது என்பது புரிதலுக்குரியதாகும்.

இவ்வாறு பல்வேறு கூறுகளில் இவ்விரு வரலாறுகளும் இயல்பிலேயே விலகியே நிற்கின்றன. இவ்விலகலில் முக்கியமானச் சிலவற்றை மட்டுமே இவ்வாய்வு பதிவு செய்துள்ளது. நுணுக்கமானப் பல்வேறு வேறுபாடுகளை இன்னும் கண்டுணர வாய்ப்பு உள்ளது என்பது குறிப்பிடத்தக்கதாகும். இவ்விரு வரலாறுகளுக்குமான வேறுபாட்டு, புரிதல்களின்

அடிப்படையில் தலித் தன்வரலாற்று இலக்கியத்திற்கே உரியக் கொள்கைகளை (அ) தனித்தன்மைகளைப் பற்றி, பின்வருமாறு வரிசைப்படுத்த முடிகின்றனது.

தலித் தன் வரலாற்றிலக்கியத்தின் கொள்கைகள் (அ) தனித்தன்மைகள் (Literary Theories of Dalith Autobiography) :

Literary Theory என ஆங்கிலத்தில் வழங்கப்படும் சொல்லே, தமிழில், இலக்கியக் கொள்கை என்று குறிக்கப்படுகின்றது. இது குறித்து சுப்பையா என்பவர், 'தியரி Theory என்பது அறிவியல் (அ) கலை பற்றிய விதிமுறைகளுக்குத் தரப்படும் கறார்த் தன்மையற்ற பொதுப்படையான விளக்கம், சில உண்மைகள் (அ) நிகழ்ச்சிகளுக்கு அடிப்படைக் காரணமாக அமைவது இன்னது என நியாயப்படுத்திக் கூறப்படும் அனுமானங்கள், ஆகியவற்றைக் குறிக்கின்றது என்பதோடு, நடைமுறைக்கு மாறானது, பரிசோதனை செய்து பார்க்கப்படாதது அனுமான அளவிலானது என்றும் கூறுகின்றார். மேலும் இலக்கியத்தைப் படைப்போன், அந்த இலக்கியத்தைப் படிக்கும் வாசகனுக்கு படைக்கும் செயல்குறித்தும், படைக்கப்பட்டப் பொருள் அதன் தோற்றம், பண்பு, பயன், இயல்பு நோக்கம் உள்ளிட்டவை குறித்தும் பொதுவாக விளக்கும் கருத்துக்களே இலக்கியக் கொள்கைகள்'101என்று தெளிவுப்படுத்துகின்றார். இவரது கருத்துக்களின் அடிப்படையில் தலித் தன் வரலாறுகள் எத்தகையக் கொள்கைகளை (அ) தன்மைகளைக் கொண்டமைந்துள்ளது என்பது குறித்த ஆய்வாளரின் ஆய்வுப் பார்வைகள் பின்வருமாறுத் தொகுத்துத் தரப்பட்டுள்ளன.

1. படைப்பாளியினுடையத் தன்னுணர்ச்சியை, உணர் வெழுச்சியை, சுய வாழ்க்கைக் குறித்த மறுபரிசீலனையை மிக அப்பட்டமாகச் சித்திரித்தலுடன், சமூகவியல், மானிடவியல், இனவரைவியல் உள்ளிட்டத் துறைகளோடு பொருந்துவதற்கானக் கூறுகளைக் கொண்டும் அமைதல். வர்க்க — சாதிய, சமயக் கலாச்சார, பண்பாட்டுக் கருத்தியலைக் கட்டுடைப்பதற்கானக் கூறுகளை மேலாதிக்கச் சமூகத்திற்கெதிராக முன்மொழிவதுடன், சுய அனுபவ வெளிப் பாடுகளையும், சுயவிடுதலை குறித்த ஓர்மையையும் உசுப்புவது, சமூக, அரசியல், பொருளாதார, பாலியல் உள்ளிட்டப் பல்வேறு தளங்களிலமைந்த ஒடுக்குமுறைகளையும், ஒதுக்குதல்களையும் எதிர்த்து உரத்த சிந்தனையையும், உரத்தக் குரலையும் வெளிப்படுத்துதல்.

2. சமூகப் படிநிலைகளை உடைத்தெறியும் வகையில் முன்னகர்வதும் அதற்கான எத்தனிப்புடையதாகவும் இருப்பதுடன் மையத்தைக் கலைப்பதிலும், மையத்தை நோக்கி நகர்வதற்கானச் செயல் திட்டங்களைக் கட்டமைப்பது, தீண்டாமைக் கொடுமையைப் பேசுவதுதாகவும், சுரண்டலுக் கெதிரானக் கிளர்ச்சியுடையதாகவும் இருத்தல், தலித் இயக்க அரசியலைப் பற்றி, இலக்கியங்களின் வழியாகப் பேசுவது, நாட்டுப்புற இலக்கியச் செல்வாக்குடையதாகத் தன்னை வெளிப்படுத்துவது, மற்றும் சந்தைக் கலாச்சாரங்களுக்குள் அகப்படாதக் கொள்கையுடையதாகத் திகழ்வது.

3. தலித் பண்பாட்டை, கலாச்சாரத்தை, இனவரலற்றை மீட்டுருவாக்கம் செய்வது (அ) புதியப் பார்வையில் கட்டமைப்பதற்கான அடிப்படைகளைப் பற்றிப் பேசுவதுடன் எவ்விதமான அழகியலையும் பொருட்படுத்தாமல் மரபிலக்கியக் கொள்கைகளையும், கோட்பாடுகளையும் விசாரணைக்குட்படுத்துவதையும், மீறுவதையுமே நோக்கமாகக் கொண்டு உருவாகுதல்.

மேலும், எல்லா விதமான வரலாற்று வடிவங்களின் மூலமாகவும் தனது சமூக அக்கறை வெளிப்படுத்திக் கொள்ளும் விதமாக தலித் ஒருவருடையச் சுய வாழ்க்கையின் அடித்தளத்தில் பிரவாகமெடுத்தலுடன், கதையாடல் வடிவிலான விவரிப்பு நடையின் ஊடாக ஒடுக்கப்பட்டச் சமூக மக்களுக்குக் கல்வியின் அவசியத்தை குறித்து முன்மொழிதல், மற்றும் தலித் பெண்களுக்கானச் சுதந்திரத்தையும், அவர்கள் மீதான உச்சக்கட்டப் பாலியல் சார்ந்த ஒடுக்குமுறைகளையும் குறித்து வெளிப்படுத்துதல்.

4. நாயகரின் சுயவாழ்க்கையில் மையப் படுத்தப்பட்டிருக்கும் ஒதுக்குதல் — ஒதுங்குதல் என்ற மனவினையின் மேல் நின்று கொண்டு சாதியப் படிநிலை வேறுபாடுகளைக் கொண்டத் தமிழ்ச் சமூக அமைப்புக்கெதிரானக் குரலை, கலக நிலைப்பாட்டுடன் முன்மொழிவது. சாதியப் படிநிலைகளை ஏற்றுக் கொள்ள மறுப்பதன் மூலம் தங்களுக்கானப் புதிய வெளிகளை உருவாக்கிக் கொண்டு, தடைசெய்யப்பட்ட வெளிகளுக்குள் அத்துமீறி நுழைவது.

உயர்வானது எனப் புகழப்பட்டச் சமயங்களின் மீதான மதிப்பீடுகளையும், சமூக மதிப்பீடுகளையும் தாழ்வானது என்று நிறுவி எள்ளி நகையாடுவதுடன், அதன் போலி

முகங்களைத் தோலுரித்துக் காட்டுவது. தரமற்றவைகள் என இதுவரை மதிப்பிட்டப்பட்டு வந்தத் தங்களின் சுயங்களைத் தரமானவைகளே என்று முன்னிறுத்துவது.

5. உயர்வான நிலையில் உள்ளவைகளையும், உள்ளவர் களையும் கவனித்து அவற்றில் உள்ளச் சதிகளை, அசிங்கங்களை அம்பலப்படுத்துவதுடன், பெண் கல்வியையும், விழிப் புணர்வையும் முன்னெடுத்துச் சென்று அவர்கள் மீதான உச்சக்கட்ட ஒடுக்குமுறைகளைக் கண்டு கொதிப்படைவது; தனக்கான அரசியலுடன் இணைந்து பயணிக்கும் வகையில் தன்னைத் தயார் செய்து கொள்வது என்பன உள்ளிட்டப் பல்வேறு தனித்தன்மைகள் (அ) கொள்கைகளை முன்வைக்கலாம். இம்மதிப்பீட்டுப் புரிதல்களோடு, பின்வரும் பகுதி அடித்தளத் தலித் கிறித்தவச் சமூக மக்களின் வாழ்வியல் நிலைப்பாடுகளைக் கதையாடல் வடிவில் வெளிப்படுத்தியிருக்கும் தலித் தன் வரலாற்றுப் படைப்புக்கள் குறித்துப் பேசுகின்றது.

தலித் தன்வரலாற்றுக் கதையாடலும் அடித்தள மக்களும் :

கதையாடல் என்பதை ஒரு கதை சொல்லும் போது, அதைக் கேட்பவர் மனதில் உருவாகும் ஒரு புதிய வடிவம், மற்றும் அவர் பெறும் தன்னோடு கூடிய உணர்வு, தொடர்புடைய அனுபவங்கள் என்பன உள்ளிட்ட அனைத்தையும் இணைத்து நிற்கும் ஒரு அமைப்பு முறை என்பதாகக் கொள்ளலாம். ஒரு காலக்கட்டம் வரை வாய்மொழியாகவே நிகழ்ந்த இது இருபதாம் நூற்றாண்டின் தொடக்கத்திலிருந்துதான் பல்வேறுத் தனித்தனிப்புலங்களில் பரிணமித்து வருகின்றது. இக்கதையாடல் புலம் நமது நாட்டார் வழக்காற்று மரபைச் சார்ந்தது என்பது குறிப்பிடத்தக்கதாகும்.

கதையாடல் என்பது ஒன்றைப் பற்றிய விவரிப்பு என்பதுடன் நின்றுவிடாமல் அந்த விவரிப்பின் கீழாக அமைகின்ற எடுத்துரைப்பியலையும் கட்டமைக்கின்றது. இதனால் கதையாடல் என்பதை எடுத்துரைப்பியலைப் பற்றிய அமைப்பையும், அதன் வெளிப்பாடு நிகழ்வையும் இன்ன பிற அம்சங்களையும் பற்றிக் கூறும் ஒரு படிப்பு எனலாம். மிக நீண்டக் கதைத் திட்டத்தைக் கொண்டமைகிற கதையாடல் சார்ந்த இலக்கிய வடிவங்களில், 'நாவல் இலக்கியமே எடுத்துரைப் போக்கில் அமையும் நீண்டக் கதை அமைப்பைக் கொண்டுள்ளது' [102] என சுப்பையா என்பவர் குறிப்பிடுகின்றார். ஆங்கிலத்திலுள்ள (Narrative)என்ற சொல்லிற்கு இணையாகவே

தமிழில் கதையாடல் என்ற பதம் பயன்படுத்தப்படுகின்றது. இச்சொல்லைப் பயன்படுத்துவதில் தமிழ் அறிஞர்களிடையே கருத்து வேறுபாடுகள் காணப்படுகின்றது. கதையாடலை அறிமுகம் செய்தவர்கள் தமிழவன், முத்துக்குமாரசாமி. இதனை எடுத்துரைப்பியல் என மாற்றியவர் க. பஞ்சாங்கம் என்பவராவர்.

இது குறித்து, எம்.டி முத்துகுமாரசாமி, 'குறைந்த பட்சம் இரண்டு நிகழ்ச்சிகளையோ, காரியங்களையோ, சூழல்களையோ, காரணகாரிய விதிகளுக்கு உட்படுத்தி காலத் தொடர்ச்சியில் சொல்லப்படுவதே கதையாடலாகிறது' 103 என்கிறார். இதையே தமிழவன் என்பவர், 'கதையாடல் என்பது மனிதகுல வரலாற்றோடு பிறந்தது. எல்லா மனிதக் குழுக்களுக்கும், எல்லா வர்க்கங்களுக்கும் கதையாடல் உண்டு. நல்ல இலக்கியம் கெட்ட இலக்கியம் என்று இல்லாமல் எல்லா இலக்கிய வகைகளிலும், இது இருப்பதோடு, பல்வேறு கலாச்சாரங்களையும் சரித்திரங்களையும் கடந்துதான் தொடர்ந்து பயணப்பட்டுக் கொண்டே இருக்கின்றது. இக்கதையாடல் இன்றி சரித்திரம் சாத்தியமில்லை. ஏன் மனிதனே சாத்தியமில்லை' 104 என்பதாகக் குறிப்பிடுகின்றார். ஏதோ ஒரு கதையினுடையத் தொடர்ச்சியான நிகழ்வை வருணனைப் புனைவாகவோ, புனைவற்றதாகவோ வழக்கத்திலிருக்கும் எழுத்து, (அ) பேச்சுக் கலைக் கூறுகளின் வழியாக தொடர்ச்சியாகச் சொல்வது (அ) உரைப்பது என்பதாக கதைச்சொல்லல் / கதையாடல் என்கிற இதனை நாம் புரிந்து கொள்ளலாம். இப்புரிதல்களின் கீழ் தலித் தன் வரலாற்றுக் கதையாடல் என்பது குறித்துப் பின்வருமாறு வரையறுக்கவியலுகின்றது.

தலித் தன் வரலாற்றுக் கதையாடல் :

தங்களது சமூக விடுதலைக்காகப் போராடிவரும், பறையர் சமூகப் படைப்பாளர்களுள் கிறித்தவத்தைச் சார்ந்தவர்களாகியப் பாமா, விடிவெள்ளி, ராஜ்கௌதமன் கே.ஏ. குணசேகரன் உள்ளிட்டச் சிந்தனையாளர்களே தங்களுக்குரிய வாழ்வியல் உலகத்தை சுயசரிதை (அ) தன்வரலாறு எனும் சாளரங்களின் வழியே, இயல்பு புனைவுகளும் வருணனைகளும் இன்றி திறந்து காட்டியிருக்கின்றனர். இவர்களுள் பாமாவும் விடிவெள்ளியும் தன்வரலாறு எனும் இலக்கிய வடிவத்தை அவர்களது சமூக வாழ்விற்குரிய விதத்தில் மாற்றியதோடு, தலித் பெண்ணிய வாழ்வுலகு சார்ந்தப் புதிய வடிவமாக

அதாவது, தலித் தன் வரலாற்றுப் பெண்ணியக் கதையாடல் வடிவமாகவே படைத்துள்ளனர் எனலாம். கிறித்தவச் சமயப் பின்புலத்தில் வாழ்க்கையை நடத்துகின்ற தலித்துக்களின் சமூக வாழ்வியலைத் தன்னுடையச் சுயவாழ்க்கை குறித்த வரலாற்றின் ஊடாக இணைத்து தான் தலித் தன்வரலாற்றுக் கதையாடல்களைப் படைப்பாளிகள் வடித்துள்ளனர். இந்த வகையில் ஆய்விற்கு எடுத்துக் கொள்ளப்பட்டுள்ளக் கருக்கும், கலக்கலுமாகிய தன்வரலாறுகள் தலித், பெண், துறவி என்கின்ற வகையில் ஒடுக்குதலுக்கு உள்ளாகும் இரு வேறு படைப்பாளர்களின் சுயவாழ்க்கையையும், அவர்களது சமூக மக்களின், குறிப்பாகப் பெண்களின் புறக்கணிப்பிற்குள்ளாகும் வாழ்வியலையும், ஒடுங்கிப் போய் கிடக்கின்ற அவர்களின் உள்மன வெளிகளையும், எடுத்துரைக்கின்ற நோக்கில் கதையாடல் வடிவினதாகவே வெளிப்படுத்தப்பட்டிருக்கின்றது.

தலித் சமூகம் சார்ந்த ஒருவரின் ஒதுக்குதலுக்கும், ஒடுங்குதலுக்கும் உள்ளாகிப்போகும் சோகம் நிறைந்த வாழ்வே இத்தகைய வரலாறுகளின் மைய இழையாக ஆக்கப் பட்டிருந்தாலும், இது ஒட்டுமொத்தச் சமூகத்தின் அக, புற வரலாறாகவே காட்சியளிகின்றது. தலித் சமூகத்திற்குரிய யதார்த்தத்தை நடப்பியல் சார்ந்த நிலையில் படம்பிடித்துக் காட்டுகின்றது. தமிழகத்தில் தலித் என்ற சொல்லாடல்களை முன்மொழிந்து அதன் பின்புலத்தில் செயல்பட்டுக் கொண்டிருக்கின்றவர்களின் எழுத்துப் பிரதிகளில் எல்லாம், கதையாடல் தன்மை இழையோடுவதைக் காணலாம். கிராம அளவில் (அ) வட்டார அளவில் வாழ்ந்துவரும், மக்களுடைய இயல்பான, பட்டவர்த்தனமானப் பேச்சு மொழியில் தங்களது படைப்பை வெளிப்படுத்தியிருக்கின்ற இத் தன்வரலாற்றுப் படைப்பாளர்களையும், அவர்களது படைப்புக்களையும் மண்வாசனை எழுத்துக்களின் நீட்சிகளே எனவும் கூட மதிப்பிடலாம். பொதுவாசகப் பரப்பிற்குள் ஒருவிதமானக் கழிவிரக்க மனநிலை (Nostatgic)யைக் கட்டமைக்கும் விதமாகவே தலித் தன்வரலாற்றுக் கதையாடல்கள் படைப்பாக்கம் பெற்றுள்ளன.

இக்கதையாடலிலிருந்து தன்னிலை (Sell) வெளிப்படுவதையும், தன்னிலையானது பிறநிலை (Others)யோடு கொள்ளும் முரண்பாடுகள் வெளிப்படுவதையும் அறிய முடிகின்றது. இது குறித்து ராமசாமி, “தலித் கதையாடலாக இருப்பதில் தன்வரலாறுகள் தனியிடம் வகிக்கத் தக்கனவாகும். எந்தெந்த

சூழலில், எந்தெந்த வகையில் இவ்வாறு இருக்க நேர்ந்தது என்பதை வெளிப்படுத்துகின்ற ஒரு எளிய வடிவமாகிய இது வாசிக்கின்ற வாசகனைச் சிறப்பான சட்டென்று உள்ளிழுத்துக் கொள்வதிலும், உடன் பயணிக்கச் செய்வதிலும் அம்சமுடையதாகவே உள்ளது. இதன் காரணமாகவே தன்னிலை உணர்வதையும், தன்னிலையை உணர்த்துவதுமாகிய நோக்கத்தைக் கொண்டு படைக்கப்படும் தலித் எழுத்து, பெண்ணிய எழுத்து, விளிம்பு நிலை எழுத்து போன்றவைகளுக்குத் தன்வரலாற்றுக் கதையாடல்கள் (Self Narratives for Dalith) ஏற்ற வடிவமாகின்றது என்றும், இவ்வகையான எழுத்துக்கள் பெரும்பாலும் நான் X நாங்கள், நீ X நீங்கள் என்ற எதிர்வுகளுக்குள்ளாகவே கதையாடலை நடத்துகின்றன. தன் கதை (அ) வரலாறு தன்னையொத்த இன்னொரு தலித் வாசகனுக்குத் தன்னுணர்வைத் தந்து அவனைத் தட்டி எழுச்சிப் பெறச் செய்யும் என்பதும், தன்னை இப்படியாக்கியப் பிறநிலை வாசகன் படிக்கின்ற பொழுது அவனுக்குள் ஒருவிதக் குற்ற உணர்வினை உண்டாக்கி மனமாற்றத்தை வலியுறுத்தும் (அ) உண்டாக்கும் என்பதுவும் தான் இவற்றின் பின்னுள்ள தத்துவார்த்த அடிப்படை என்பதாகச் சுட்டுகின்றார்" 105 கருக்கு, சங்கதி என்ற பிரதிகளுக்காகத் தமிழில் கவனிக்கப்பட்டவராகிய பாமா, என்பவரே தலித் சொல்லாடல்கள் சமீபகாலமாகவே முன்வைத்த ஒரு மாற்று வடிவம் ஒன்றைத் தமிழில் சோதனை செய்து பார்த்த முதல் படைப்பாளராவர்.

தலித்துக்கள் தங்கள் துயரங்களை எடுத்துச்சொல்ல, தன்வரலாற்றுக் கதையாடல் வடிவமே ஏற்றது என்பதே தலித் சொல்லாடல்கள் முன்வைத்த நம்பிக்கை. நாவல் போன்றதொரு விரிவானக்களங்களையும், தாக்கங்களையும், எதிர்வுகளையும் கட்டமைக்கதொரு ஏற்ற வடிவம் தன்வரலாற்று வடிவம் தான் என்று நம்பிய நிலையில் தான் தமிழில் தன்வரலாறுகள் வெளிவந்தன. இவற்றுள் சில மொழிபெயர்க்கப்பட்டு வெளியிடப்பட்டன. இந்த வகையில் தன் வரலாற்றை எழுதிப் பார்த்த முதல் படைப்பாளியாகிய பாமாவின் கருக்கு, சங்கதி என்ற இரண்டுமே ஒரு பெண்ணின் வாழ்க்கை நிகழ்வுகளை எடுத்துரைக்கும் வகையில் கதையாடல் வடிவம் கொண்டுள்ளது என்பன போன்ற செய்திகளை அடையாளம் காணவியலுகின்றது.

முறைசாராதப் பரிவர்த்தனைகளின் மூலம் மக்கள் தங்கள் அன்றாட ஊடாட்டங்களையும், சமூகத் தொடர்புகளையும்

மேம்படுத்திக் கொள்ளுவதற்காக அமைத்துக் கொள்ளும் மரபுரீதியான நிகழ்வினமே கதையாடல் வடிவிலான எடுத்துரைப்புமுறை என்பதாகக் கொள்ளப்படுகின்றது. இத்தகையக் கதையாடல் வடிவிலான எடுத்துரைப்பு முறையினை கலக்கல் என்ற சுயசரிதை முன்வைக்கும் உலகில் சற்று வேறு மாதிரியாக அடையாளம் காணலாம். ஒரு குறிப்பிட்ட ஊர் (அ) கிராம வெளியில் (அ) நகரத்திற்குள், குறிப்பிட்ட கால எல்லையில் முன்னும் பின்னுமாகச் சென்று, தான் அனுபவித்த, பார்த்த, கேட்டறிந்த மனித நடத்தைகள், சமய, சமூக நிகழ்வுகள் ஆகிய அனைத்தையும் ஆசிரியர் தமக்கு இயைந்த ஒரு ஞாபகத் தொடர்ச்சியில் வாய்மொழியாகவும், உரையாடலாகவும் எடுத்துரைப்பு செய்யும் தொனியில் (அ) கதை சொல்லும் பாணியில் எழுதியிருப்பதே கலக்கலில் உள்ள எடுத்துரைப்பு முறையாக உள்ளது.

மொழியைப் பேச்சுவழக்கில் உள்ளதைப் போன்றோ (அ) வட்டார வழக்கில் உள்ளதைப் போன்றோ இயல்பு பிசகாமல் கையாண்டிருப்பதில் கலக்கல் விடிவெள்ளியைவிட, கருக்கு பாமாவின் வரலாறே வாய்மொழித் தன்மையையும், கதையாடல் தன்மையையும் மிகுதியாகக் கொண்டு இருப்பதாக அவதானிக்க முடிகின்றது. கலக்கலின் கதை விவரிப்பில் வெளிப்படும் பேச்சுவழக்குகளும் உரையாடல் வழக்காறுகளும், தத்தம் நிகழ்த்துதல் சூழல்களிலேயே தம்மைப் பிரதிநிதித்துவம் செய்து கொள்கின்றன. கதைசொல்லியின் நூலறிவும் பன்மொழியறிவும் படைப்பினை நுட்பமாக நகர்த்திச் செல்கின்றது. கதைசொல்லி (Narrator)யின் வியாக்கியானம், பேச்சு மொழியிலும், பேச்சுமொழி வழக்காற்றிலுள்ள உரையாடல் வடிவிலும், முன்னும் பின்னுமான அலைவுத் தன்மையோடு கதையை விவரித்துச் செல்கின்றது. தாம் நேரிடையாக உற்றுநோக்கியதையும், கேள்விப்பட்டதுமான ஓர் உலகின் பலவகையான கூறுகளைப் பற்றித் தம்முடைய படைப்புக்களில் இவ்விரு நூலாசிரியர்களுமே அவரவருக்குக் கைவந்தக் கதையாடல் விவரிப்பு முறையில் பதிவு செய்துள்ளனர்.

கருக்கு, கலக்கல் என்ற இவ்விரு தன்வரலாற்றுக் கதையாடல்களையும், உற்றுநோக்குகையில், இவற்றினுடையச் சிறப்பானத் தனித்தன்மைகளாக மூன்று முக்கியக்கூறுகளை அடையாளப்படுத்த முடிகின்றது. இந்த வகையில், நூலாசிரியரின் தலித் சமூக வாழ்வியலைப்பற்றிப் பேசுதல் (அ) வெளிப்படுத்துதல் என்கின்ற நிலையில் கிராமச் சமூக

அமைப்பில், சமய நிறுவன அமைப்பில், இன்னின்ன பிற அமைப்பில் நடைபெறும் சாதியத் தீண்டாமைக் கொடுமைகளையும், சுரண்டல் வயப்பட்ட, ஒடுக்குமுறைகள், பெண்ணின பாலியல் ஒடுக்குமுறைகள் இவற்றுக்கு எதிராக முன்னெடுக்கப்படும் போராட்ட வரலாற்றையும் ஒருங்கிணைத்து சுட்டிக்காட்டுதல். சாதியும் தீண்டாமையும் கிறித்தவத்திலும் உள்ளது என்பதை அம்பலப்படுத்துதல், மேற்கண்ட பின்புலத்தில் ஒரு சாமானியத் தலித் குடும்பத்தில் பிறந்த ஒரு பெண்ணாக, சிறுமியாக, மாணவியாக, ஆசிரியராக, அருட்சகோதரியாகத் தான் எதிர்கொண்ட யதார்த்த வாழ்வியலையும், தன்னோடானப் பயணத்தில் எதிர்ப்பட்டத் தனது சமூகத்தவரின் வாழ்வியலையும் குறிப்பாகப் பெண்கள் சமயத் தளத்தில் அனுபவிக்கும் பாலியல் உள்ளிட்ட இன்னபிற ஒடுக்குமுறைகளையும் பற்றிய சுயப்பிரக்ஞையோடும், மதிப்பீட்டுப் பார்வையோடும் நினைவுகூர்ந்து பேசுவது என மூன்று நிலைகளில் இவை சிறப்புடையதாகின்றது. அதே வேளையில், தலித் தன்வரலாற்றுக் கதையாடல்கள் பொதுவாசகனின் (அ) ஆதிக்கச்சாதிவாசகனின் இருத்தலையும், இயங்கியலையும் மறந்துவிட்டு (அ) மறுதலித்துவிட்டு தலித் வாசக வெளிகளை மட்டுமே 'நான் X நாங்கள்' என்ற அளவில் கணக்கில் கொண்டுள்ளது என்பதும் குறிப்பிடத்தக்கதாகும்.

தலித் தன் வரலாற்றுக் கதையாடல் வடிவில் தமிழில் ஐந்து படைப்புக்கள் வெளிவந்துள்ளன. இவற்றை கத்தோலிக்கக் கிறித்தவப் பிரிவைச் சார்ந்த பாமா, ராஜ்கௌதமன், விடிவெள்ளி உள்ளிட்டவர்களும், புராட்டஸ்ஸ்டண்ட் கிறித்தவப் பிரிவைச் சார்ந்தவராகிய கே.ஏ. குணசேகரன் என்பவரும் படைத்துள்ளனர். இப்படைப்புக்களுள், பாமாவின் கருக்கும், விடிவெள்ளியின் கலக்கலும் மட்டுமே இவ் ஆய்விற்குரிய முதன்மைச் சான்றாவணமாக எடுத்துக் கொள்ளப்பட்டு பின்வரும் இயல்களில் விரிவாக ஆய்வு செய்யப்பட்டுள்ளன. இதன் கீழ், கருக்கு — கலக்கல் என்கிற தன்வரலாற்றுக் கதையாடல்களில் சித்திரிக்கப்பட்டிருக்கும் அடித்தளத் தலித் கிறித்தவச் சமூக மக்கள் குறித்தும், அவர்கள் மீதானச் சமயம் சார்ந்த ஒடுக்குமுறைகள் குறித்தும் பின்வருமாறு ஆராயலாம்.

தலித் தன்வரலாற்றுக் கதையாடல்களில் அடித்தள மக்கள் :

அடித்தளச் சமூக மக்கள் திரளில் தீண்டாமை சார்ந்த ஒடுக்குதலுக்கும், ஒதுக்கப்படுதலுக்கும் உள்ளாகிக்

கொண்டிருக்கும் கிறித்தவப் பறையர் சமூக மக்களுக்கானப் பிரதிநிதித்துவத்தைத் தன்னிலையில் நின்று உறுதிபடுத்துதல் (அ) அடையாளப்படுத்துதல் என்பதையே நோக்கமாகக் கொண்டு படைக்கப்பட்டிருக்கும் தலித் தன் வரலாற்றுப் பெண்ணியக் கதையாடல்களாகிய பாமாவின் கருக்கும். விடிவெள்ளியின் கலக்கலும் இலக்கியத்தளத்தில் அதன் நோக்கத்தை முழுமையாகப் பூர்த்தி செய்திருக்கின்றன. இதற்கு ஏற்பவே தன்னுடைய, (ம) தன்னைச் சார்ந்த அடித்தள மக்கள் திரளின் நிலவியல் சார்ந்த மொழி, பண்பாடு, வாழ்தலின் இருப்பு சார்ந்த அடையாளங்களைத் தன்னளவில் நிறைவாகப் பதிவு செய்துள்ளன. இந்தப் பதிவுகளின் ஊடாகவே அவர்களது சமூக மக்களின் மேல் செலுத்தப்பட்ட அதிகாரம், மோசடிகள், கொடுமைகள், சுரண்டல்கள், அவமதிப்புக்கள், பாலியல் அடக்குமுறைகள், சமயம் சார்ந்த அத்துமீறல்கள் என்பன உள்ளிட்ட எல்லாவிதமானக் கொடுமைகளையும் குறித்து நாம் அறியவும் ஆராயவும் வேண்டியுள்ளது.

அத்துடன் இவ்வரலாறுகள், நிகழ்கால வாழ்வின் போக்கில் தங்களின் அடையாளங்களை நிறுவும் யத்தனிப்புக்களை ஊடிழையாகச் செய்திருக்கின்றன. இந்த வகையில் எடுக்கப்படும் முயற்சிகளுக்கு இடையூறாகவிருக்கும் தடைகளையும், அச்சுறுத்தல்களையும், கட்டுப்பாடுகளையும் இன்ன பிறவற்றையும் அம்பலப்படுத்திவிட்டு, விடுதலைக்கானச் சாத்தியங்கள் குறித்துக் கனவும் காணுகின்றன. இவ்வாறு ஒவ்வொரு தன்வரலாற்றுப் படைப்புகளும் அந்தந்தப் படைப்பாளியினுடைய வாழ்க்கைக் கண்ணோட்டத்தின் அடிப்படையில் வெவ்வேறு இயல்புகளையும் அழகியல்களையும் நோக்கங்களையும் தன்னளவில் பிரதிபலிக்கவே செய்கின்றது எனலாம்.

பாமாவும், விடிவெள்ளியும் தலித் கிறித்தவப் பறையர் சமூகம் சார்ந்தப் பெண்கள் மற்றும் துறவிகள் என்பதால் அவர்களது படைப்புக்களைத் தலித் தன்வரலாற்றுப் பெண்ணியப் படைப்புக்கள் என்றும் அடையாளப்படுத்த வேண்டியுள்ளது. அதே சூழலில் இவ்விருவரது படைப்புக்களையும் வேறுவேறாக வைத்து அணுகவேண்டிய அவசியமும் உள்ளது. ஏனெனில் வாழ்க்கைக் குறித்த இருவரது கண்ணோட்டமும் எழுத்து முறைகளும்கூட வேறு வேறானவைகளாகவே உள்ளன. கதையின் களன்கள் அதில் உலவும் மாந்தர்கள், சந்திக்கும் பிரச்சனைகள் என்பன உள்ளிட்ட பிறவற்றுடன் இவர்களின் வாழ்வியல்

புலமும் வேறுபடுகின்றன. இதனால் இவ்விரு வரலாறுகளையும் வேறுபட்ட நூல் எனப் பிரித்து அணுக வேண்டியதில்லை. அத்தகைய வேறுபாடுகளை உருவாக்கிவிடுவது படைப்பாளிகளையே காணாமல் போய்விடச் செய்துவிடும் என்பது கருதத்தக்கது. கதையாடலில் (அ) எடுத்துரைப்பில் (அ) சொல் முறையில் இவ்விரு வரலாறுகளுக்கான வேறுபாடுகளே இங்கு முக்கியப்படுத்தப்படுகின்றன.

அதாவது, பாமாவின் வரலாறுகளில் அமைந்துள்ள சொல்முறை எடுத்துரைப்பியல் விடிவெள்ளியின் வரலாறுகளிலிருந்து முற்றிலும் வேறாக அமைகின்றது. இது குறித்து ஆய்வு செய்வது இவ்வாய்வின் நோக்கமன்று, ஆனால் தலித் தன் வரலாற்றுப் பெண்ணியப் படைப்புக்கள் என்ற மையத்திலிருந்து அடித்தளம் குறித்தப் பார்வைகளும் பிற சொல்லாடல்களும் எழும்போது இந்த ஒப்பீடு உருவாவது தவிர்க்க இயலாததாகின்றது. தலித் தன்வரலாற்றுப் பிரதிகளில் அடித்தள (அ) தாழ்த்தப்பட்டத் தலித் சமூக மக்களையும், பிறச் சமூக தனிமனிதர்களையும் முன்னிறுத்தும் கூறுகள் நிரம்ப உள்ளன என்றாலும், இவற்றில் மிக முக்கியமான வேறுபாடுகளும் உள்ளன. இவற்றில் வரும் அடித்தள மக்கள் சாகசங்கள் நிகழ்த்தியவர்களல்ல, தொடர்ந்து ஒடுக்குதலுக்கும், ஒதுக்குதல்களுக்கும் உள்ளாகும் சமூகப் பரப்பிலிருந்தும் இரு வரலாற்றாசிரியர்களின் பார்வையிலிருந்தும் அடையாளப்படுத்தப்படுபவர்கள் என்பது தான் இந்தப் பிரதிகளின் வெளிப்பாடு சார்ந்த வேறுபாட்டுச் சிறப்பம்சங்களாக உள்ளன. அதுமட்டுமின்றி, தன் வரலாறுகளை மிகப் பெரிய மனிதர்கள் மட்டும் தான் எழுத முடியும் என்கிற நிலையை அடித்தளச் சமூகப் படைப்பாளிகளும், பிறரும் மூர்க்கத்தனமாகத் தாக்கிவிட்டுதான் இன்று தன்வசப்படுத்தியுள்ளனர். இன்றைய இருபத்தோராவது நூற்றாண்டின் முக்கிய வெளிப்பாட்டு வடிவமாகத் தன்வரலாற்றை மாற்றியவர்களே தலித் தன் வரலாற்றுப் பெண் படைப்பாளர்கள் தான் என்றால் அது மிகையன்று.

'அடித்தள மக்கள் (அ) தாழ்த்தப்பட்ட மக்கள் என்பவர்கள் சமூகத்தில் (அ) சமுதாயத்தில் தாழ்ந்தவர்கள்' 106 என்று இளங்குமரன் என்பவர் அடையாளப்படுத்துகின்ற ஒரு சமூகக் கட்டமைப்பில் உள்ள பல்வேறு இயங்கு தளங்களிலும், தீண்டாமையடிப்படையில் புறக்கணிக்கப்படுபவர்கள்

(அ) ஒதுக்கப்படுபவர்களே அடித்தள (அ) தாழ்த்தப்பட்ட தலித் சமூக மக்கள் எனலாம். சமூகம், அரசியல், பொருளாதாரம் என எல்லா நிலைகளிலும் கணிசமான அளவு உரிமை பெற்ற தலித்துக்களைப் போலன்றி, எவ்வித உரிமைகளுமற்ற நிலையில், அடித்தளத்திற்கும் கீழான வாழ்வை மேற்கொண்டு வருபவர்களையே விளிம்புநிலைச் சமூக மக்கள் என்றும் அதிவிளிம்பு நிலைச் சமூக மக்கள் என்றும் இங்கு அடையாளப்படுத்தலாம். இவர்களையே சிவசுப்பிரமணியன், 'மேட்டிமைக்குழுவிற்கு நேர்மான எண்ணிக்கையில் அதிகமானவர்களாகவும், சமுதாயத்தின் வளங்களில் உரிய பங்கு பெற முடியாதவர்களாகவும், குறைந்த அளவு உணவு, உடை, கல்வி பெற்று வாழும் மக்கள் பிரிவினராகவும் வாழ்பவர்கள்' 107

என்று வரையறுக்கின்றார்.

ஆங்கிலத்தில் 'Subaltern' எனப்படும் வார்த்தையே தமிழில் அடித்தள மக்கள் எனப் பொருள்படுகின்றது. அன்டோனியோ கிராம்சி என்ற இத்தாலியச் சிந்தனையாளரே இச்சொல்லிற்குச் சொந்தக்காரர். இவரது சிறைக் குறிப்புக்களிலிருந்து தான் இச்சொல் கண்டெடுக்கப்பட்டது. இது குறித்து டி.தருமராஜன், 'நிரந்தரமானக் கருத்தியலைக் கொள்ளாமல் சூழலுக்கேற்ப கருத்துணர்வையும், அதிகாரத்திற்கு அடிபணியும் குணத்தையும் கொண்டவர்கள் என்றும் எதிர்ப்புணர்வை மறைமுகவெளிப்படுத்துவதோடு, அதிகார வர்க்கத்திலிருந்து வெகுதொலைபில் இருப்பவர்கள் சில சமயங்களில் அதிகாரவர்க்கத்திற்கு துணை போகக்கூடியவர்கள். சுயதான்மை (அ) அடையாளம் குறித்த விழிப்புணர்வைப் பெறாமல் போலியான அடையாளங்களை ஏற்றுக்கொள்பவர்கள்' 108என்பதாகவும் சில செய்திகளைக் குறிப்பிடுவதன் வழியாகவும் அறிய முடிகின்றது.

ரனஜித்குகாவால் தொடங்கப்பட்ட அடித்தள மக்கள் குறித்த ஆய்வு முறைமைகள் இன்றும் பலத் தொடராய்வுகளுக்கு வித்திடுவதாகவே அமைந்துள்ளது. இந்த வகையில் தலித் தன் வரலாற்றுக் கதையாடல்களாகியக் கருக்குவும், கலக்கலும், அடித்தள மக்கள் பற்றிய ஆய்வுகளில் முக்கியப் பங்கு வகிக்கின்றன. இவ்விரு வரலாறுகளும், அடித்தளமக்களின் அன்றாட வாழ்வியல் நிலைப்பாடுகள் மிகவும் சிக்கலானதாகவும், அடையாளங்கள் மற்றும் அதிகாரங்களற்றதாக இருப்பதையும், எல்லாவிதமான ஒடுக்குதல்களுக்கும், அடக்குமுறைகளுக்கும்

உள்ளாவதோடு கல்வியறிவு, விழிப்புணர்வு உள்ளிட்ட அறிவுசார் தளங்களில்தான் இவர்களின் மீதான அடக்குமுறைகளானது சாதீய அரசியல் சார்ந்த நிலையில் அதிநூதனமாக அரங்கேற்றப்படுகின்றது என்பதையும் வெளிப்படுத்துகின்றன. இந்தச் சூழலில் தங்களது சுய அடையாளத்தையும் அதிகாரத்தையும் மீட்டெடுக்கத் துடிக்கும் அடித்தள, தலித் சமூக மக்கள் ஒவ்வொருவரும் தங்களுடையச் சமூக வரலாறு குறித்த பிரக்ஞையை உணர்வுப் பூர்வமாகப் பெற்றாக வேண்டும். தங்களது சுய வரலாறு குறித்த விழிப்புணர்வைப் பெறுவதன் மூலமாகத்தான் மேற்கண்டச் சமூக வரலாறு குறித்த அறிவைப் பெற முடியும் என்பதால் தான் மிகவும் சரியானத் தருணத்தில் தலித் தன் வரலாறுகள் படைப்பாக்கம் செய்யப்பட்டுள்ளன. அடித்தள, தலித் மக்களை இன வரலாற்று அடையாளம் குறித்து யோசிக்க வைக்கும் வகையில், தன் வரலாற்றுப் படைப்புக்கள் மிகப் பெரிய உந்து சக்தியாக அமையும் எனலாம். கிறித்தவ தலித் மக்களின் வாழ்வியல் வரலாற்றையும், அவர்கள் மீதானச் சமயம் சார்ந்த ஒடுக்குமுறைகள் குறித்து விளங்கிக் கொள்வதற்கும் இத்தகையப் படைப்புக்கள் பேருதவி புரிகின்றன. இது குறித்த ஆய்வுப் பார்வைகள் பின்வரும் நிலைகளில் தொடர்ந்து நகர்கின்றன.

படைப்பாளிகளும் படைப்பும் குறித்தச் சில ஆய்வு மதிப்பீடுகள் :

1. தலித் மக்களின் உள்ளத்தில் பேரெழுச்சியை ஊட்ட முனையும் புனைவுகளைக் கைவரப்பெற்ற தலித் சமூகப் படைப்பாளர்களை, தனிமனித வாழ்க்கையோடு அவன் சார்ந்திருக்கும் சமூக வாழ்க்கையையும் பிரதிபலிக்கும் கண்ணாடிகள் என்று வர்ணிக்கப்படலாம். இவர்கள் தங்களது சுய அனுபவ உணர்வெழுச்சியின் வெளிப்பாட்டின் கீழ், தங்களது படைப்புத் தொழிலை வெவ்வேறு வடிவங்களில் தொடர்ந்து நிகழ்த்தி வருகின்றார்கள். இவர்களால் பிரசவிக்கப்பட்ட தன் வரலாற்று இலக்கிய வடிவங்கள் சமூக அக்கறையை வெளிப்படுத்துவதாகவும், சமூகப் புரட்சிக்கு வித்திடுவதாகவும் தொடர்ந்து பரிணமிக்கும் வகையில் சிறப்பிற்குரியனவாகவே உள்ளன.

2. கிறித்தவப் பறையர் சமூகத்திற்குள் வாழ்ந்து வரும் பாமா, விடிவெள்ளி என்கின்ற படைப்பாளர்கள் அவர்களது சுய வாழ்க்கையில் நிகழ்ந்தச் சாதீயம் சார்ந்தப் பல்வேறு நிகழ்வுகளாலும், சம்பவங்களினாலும், ஒடுக்குமுறை வயப்பட்ட இன்னபிற நடைமுறை சிக்கல்களின் காரணமாகவும்

சமயத் துறவு சார்ந்து வாய்த்த உணர்வு நிலையின் ஒரு வெளிப்பாடாகவும் தான் தங்களது சுயவாழ்க்கை வரலாற்றை இலக்கியமாக வடித்துள்ளனர். இப் படைப்பாளர்களின் சுயசரிதை இலக்கியங்கள் அதன் தோற்றம், உள்ளடக்கப் பொருள், பயன்பாடு உள்ளிட்டப் பல்வேறு நிலைகளில் அவர்கள் சார்ந்திருக்கும் சமூகத்துடன் நெருங்கியத் தொடர்புடையதாகவும், சமூக இயங்கியலைப் படம் பிடித்துக் காட்டுவதாகவும் விளங்குகின்றது. தன் வரலாற்றிலக்கியப் படைப்புக்களாகவும், தலித் தன்வரலாற்றுப் பெண்ணியப் படைப்புக்களாகவும் நிற்கும் அளவிற்கு கருக்கு, கலக்கல் என்ற படைப்புக்கள் இலக்கியத்தில் உயர்ந்து நிற்கின்றன.

3. தலித் சமூக, சமய வாழ்வில் குறிப்பாகப் பெண்களின் வாழ்விலும் பல்வேறு மாற்றங்களை நிகழ்த்தப் போராடுவதற்குரியத் துடிப்பும், வரலாற்று உணர்வும் மிக்க இத்தகைய இலக்கியக் கர்த்தாக்களைப் புறக்கணித்துவிடல் இயலாது. அடித்தள வரலாற்று உணர்வற்றோர் குறிப்பாக தலித், தலித் பெண்ணிய வரலாற்று உணர்வற்றோர், இத்தகைய இலக்கியப் படைப்புக்கள் பற்றியும், இலக்கியக்கர்த்தாக்கள் பற்றியும் பேசுதல் என்பது அபத்தமானதாகும். தலித் சமூகத்திற்கு முட்டுக்கட்டையிடும் எல்லாவிதமான ஆதிக்க மரபுகளையும், புறக்கணிப்பிற்குட்படுத்துகின்ற வகையில் தன் வரலாற்றுப் பெண் படைப்பாளிகளே தமிழகத் தலித் இலக்கிய வரலாற்றின் புதிய ஊற்றுக்களாக மிளிர்கின்றனர். இவர்களைத் தொடர்ந்தவர்களாகவே ராஜ்கௌதமனும், கே.ஏ.குணசேகரனும் அறியப்படுகின்றனர். இவர்களே தலித் (தன்வரலாற்று) இலக்கிய உலகில் கவனிக்கப்பட வேண்டியவர்களாவர். ஆதி காலத்திலிருந்து தொடர்ந்து வரும் சாதிய ரீதியிலான எண்ணற்ற முட்டுக்கட்டைகளையும், சமூக, சமயம் சார்ந்தமைந்தப் பெரும் இடையுறுகளையும், அச்சுறுத்தல்களையும், இருட்டடிப்புகளையும் எதிர்ப்புக்கள் மற்றும் பிரச்சினைகளையும் சந்திப்பதன் ஊடாக, தங்கள் இருப்பைத் தொடர்ந்து தக்க வைத்துக் கொண்டு வருகின்ற இரு வேறு தலித் கிறித்தவத் துறவிகளினுடையத் தனிப்பட்ட, மற்றும் சமூகம், சமயம் சார்ந்த உணர்வெழுச்சியின் வெளிப்பாடாக அமைந்துள்ள தலித் தன் வரலாறுகள் 'தலித் சமூகத்தின் சுயசரிதை' என்று வர்ணிக்கப்படும் அளவிற்குத் தகுதியுடையதாகவே இருக்கின்றது. மேலும், இத் தலித் தன்வரலாறுகள் தமிழில் தோன்றி இருபது ஆண்டுகள் நிறைவடையப் போகின்றன. நீண்ட கால வரலாற்றுப் பின்னணியைக் கொண்டத் தலித்

சமூக வரலாற்றில், சமீபத்தியக் காலக்கட்டத்தில் (1992) தோன்றிய இந்த இலக்கியங்கள் கிறித்தவச் சமூகம் சார்ந்த ஒடுக்குமுறைகளைவிட, சமயம் சார்ந்த ஒடுக்குமுறைகளேயே கூர்மைப்படுத்துகின்றது. இந்த அடிப்படையில் பல்வேறு வகையான உள்ளடக்க நிகழ்வுகளையும் சோதனை முயற்சிகளையும் இப் படைப்புக்கள் தாண்டியே வந்துள்ளன. இவ்விரு வரலாறுகளிலிருந்தும், அறிவுசார் தளங்களில்தான் தலித்துக்கள் முடக்கப்படுகின்றார்கள் என்பது கூடுதலாகத் தெளிவாகுகின்றது.

4. இத்தகைய புரிதல்களோடு மேற்கொள்ளப்படுகின்ற இந்த ஆய்வு தனது சொந்த வாழ்க்கையைப் படைப்பாக மாற்றியதன் மூலம் தன் வரலாறு தலித் தன்வரலாறு என்கின்ற இலக்கிய வகைக்குள் தன்னுடைய இடத்தைத் தெளிவாக உறுதி செய்து கொண்டுள்ளப் படைப்பாளிகளாகிய பாமா, விடிவெள்ளி என்பவர்களின் தன்வரலாற்றுப் படைப்புக்களை வாழ்க்கை வரலாற்றிலக்கிய வடிவம் என்பதாகவே கொள்கின்றது. இந்த வகையில், தமிழ் வாழ்க்கை , தன் வரலாற்று இலக்கிய உலகில் இவ்விரு பெண் படைப்பாளிகளும் பெறும் இடம் குறித்து அறிந்து கொள்ள முயற்சி செய்துள்ள இவ்வியலின் நீண்ட ஆய்வு முயற்சிகள் தொடர்ச்சியாக அமையப் போகின்ற பின்வரும் இயல்களுக்கு ஒரு விதத்தில் முன்னுரையாகச் சில அடிப்படைத் தகவல்களைத் தரும் விதத்தில் தான் ஆய்விற்கு எடுத்துக்கொண்டப் படைப்பாளர்கள் பற்றியும், படைப்புக்கள் பற்றியுமானச் சில ஆய்வு மதிப்பீட்டுப் பார்வைகளைப் பதிவு செய்திருக்கின்றது என்பது குறிப்பிடத்தக்கதாகும்.

தமிழில் வாழ்க்கை வரலாற்று இலக்கிய வகைமைகளின் அடிக்கூறுகளாகவே. தன் வரலாறும், தலித்தியத் தன் வரலாறுகளும் அமைகின்றன. எனினும் 'எழுதப்படுநர்' என்ற அடிப்படையில் இவை ஒவ்வொன்றும் வேறுபட்டத் தளங்களிலேயே இயங்குகின்றன. மராட்டியத்தில் தோன்றி பின் கன்னடத்தின் வழியாகத் தமிழ்மொழிப் புலத்தினை வந்தடைந்திருக்கின்ற இத் தலித் தன்வரலாறுகளை தமிழ்ச் சமூக வெளிக்கட்டமைப்பு வரலாற்றிலிருந்து புறந்தள்ளப்பட்ட நிலையில் கிறித்தவ மதமாற்றத்தினை மேற்கொண்டப் பறையர் சமூகத்தைச்சார்ந்தப் படைப்பாளிகளே அறிமுகம் செய்துள்ளனர். தீண்டாமைச் சாதி என்ற அடிப்படையில் சமூகப் பொதுமை வெளியிலிருந்து வருண பேதங்களை முன்வைத்து விலக்கத்திற்குட்பட்டப் பறையர் சமூக மக்களே

தொடர்ந்து ஒடுக்கவும் ஒதுக்கவும்படுகின்றார்கள். இவர்கள் எந்தச் சமூகத்தை (அ) சமயத்தைச் சேர்ந்தவர்களாக இருந்தாலும் சரி, கல்வியறிவு பெற்று எத்தகைய உயர் பதவிகளை வகித்தாலும் சரி தீண்டத் தகாதவர்களாகவே தான் மதிக்கவும், அணுகவும்படுகின்றார்கள். இந்த வகையில், மேற்கண்டச் சமூக மக்களையே தலித் என்ற மராட்டியச் சொல் தமிழில் பெரிதும் சுட்டுகின்றது எனவும் இச்சமூகத்தவர்களால் எழுதப்படுவதே (அ) சித்திரிக்கப்படுவதே அசலானத் தலித் இலக்கியம் என்பதாக இருக்க முடியும் எனவும் மதிப்பீடு செய்யலாம்.

சாதியை மையமாக வைத்து நடைபெற்ற தமிழ்ச் சமூக, இயக்க, அரசியல் வரலாற்று நிகழ்வுகளிலிருந்து பல்வேறு படிப்பினைகளைப் பெற்றுக் கொண்டச் சூழலில் மதம் மாறியத் தலித் சமூக அறிவாளர்கள் தங்களுக்குள் ஒன்றிணைந்து புதிய இயக்க, அரசியல் வெளியை, மதமாற்றத்திற்குப் பிந்தைய நிலையில் கட்டமைத்துக் கொண்டனர். இதனால் அன்று உருவாகிய உணர்வுப் பூர்வமான எழுச்சியும், இயக்கம் சார்ந்த ஒன்றிணைவும் தான் இன்றையச் சமகால அரசியல், இலக்கியத் தளத்தில் எவராலும் புறக்கணிக்க முடியாத அளவிற்குப் பல்வேறு மாற்றங்களையும், அதிர்வுகளையும் தொடர்ந்து நிகழ்த்திக் கொண்டே இருக்கின்றது. தலித் சமூக மக்களின் வாழ்வியல் முதன் முதலாக இலக்கிய உள்ளடக்கமாக ஆக்கப்பட்டதற்கும், இன்று தன் வரலாறுகளாக உருப்பெற்றதற்கும் மேற்கூறிய, விடுதலைக்கு முன்னும் பின்னுமாக அமைந்த இந்திய தமிழ்ச் சமூக, இயக்க, அரசியல் வரலாற்று நிகழ்வுகளும், பிறழ்வுகளும் முதற் காரணமாக அமைந்துள்ளது எனலாம்.

மத மாற்றத்திற்குட்பட்டச் சமூக மக்களின் தமிழக அளவிலான இயக்க, அரசியல், இலக்கியச் செயல்பாட்டு, நடவடிக்கைகளின் நீட்சியாகவே, தலித் தன் வரலாறுகள் தமிழில் படைக்கப்பட்டிருப்பதாகச் சுட்டலாம். கறுப்பர் இலக்கியங்களைப் போலவே இத் தன்வரலாற்று இலக்கியங்களும் சாதிய ஆதிக்க எதிர்ப்பையே உட்பொருளாகக் கொண்டுள்ளன. சாதியச் சமூக, சமயம் சார்ந்த இழிவுகளைத் தொடர்ந்து அனுபவித்து வருகின்ற தலித் கிறித்தவச் சமூகம் ஒன்றில், தானும் ஒருவராக வாழ்ந்து, சாதிய, தீண்டாமை சார்ந்தச் சமூக, சமய இழிவுகளை அனுபவித்தும், உற்று உணர்ந்தும் கொள்கின்ற சமூக அக்கறையுடையப் பெண் படைப்பாளி ஒருவர் அவரது பாதிப்பிற்கும், அவலத்திற்கும் உட்பட்ட வாழ்க்கை வரலாற்றை, சமூக வரலாற்றினூடாகக் கோர்த்து,

வெளியுலகத்தார்கள் அறியும் வகையில் இலக்கியத் தன்மை மிகும்படி சித்திரித்திருக்கின்ற (அ) எழுதுகின்ற எழுச்சி மிகு படைப்பையே தலித் தன் வரலாறு (அ) தன் வரலாற்றிலக்கியம் என்பதாக வரையறை செய்யலாம். மேலும் இவற்றைத் தலித் ஒருவருடையச் சுய இனவரைவியல் (அ) தன்னினவரைவியல் என்ற அடிப்படையில் வைத்தும் அணுகலாம்.

சம காலத்திய வாழ்க்கை வரலாற்று இலக்கியங்களானக் 'கருக்கும்'' 'கலக்கலும் ' ஒரே சமூகத்தையும், சமயத்தையும் சார்ந்தப் படைப்பாளர்களால் படைக்கப்பட்டிருக்கின்றது. இவர்கள் கிறித்தவ சமயத் துறவு வாழ்வில் வெறுப்பு வெளியேறிய நிலையில் தான் இவற்றைப் படைத்துள்ளனர். இவற்றுள் 'கருக்கு' நூலே தலித் மொழிநடையினையும் கதையாடல் வடிவிலான உரைநடையையும் கொண்டுள்ளது என்பதும் தமிழில் வெளிவந்துள்ளத் தலித் தன் வரலாறுகளில் இதுவே முதன்மையானது என்பதும் குறிப்பிடத்தக்கதாகும்.

அடிக்குறிப்புகள் :

1. ஜீவன் ப்ரேமோத், இந்திய வாழ்க்கையும் ஆன்மீகமும், ப.154.
2. பி.சி. கணேசன், வாழ்க்கை ஒரு மறுபரிசீலனை, ப.6.
3. மா. இராமலிங்கம், இருபதாம் நூற்றாண்டு வரலாறும் வளர்ச்சியும், ப.6.
4. சோ. சிட்டிசிவபாதசுந்தரம், தமிழ் நாவல் நூற்றாண்டு வரலாறும் வளர்ச்சியும், ப.6.
5. பிரிட்டானிகா தகவல் களஞ்சியம், (தமிழ்) தொகுதி—3, ப.748.
6. ச.வே. சுப்பிரமணியன், ஆய்வுத்தொகை, ப.126.
7. சாலினி இளந்திரையன். வாழ்க்கை வரலாற்று இலக்கியம். பக்.16—17.
8. கி.வ.ஜெகந்நாதன், தமிழ் நாவலின் தோற்றமும் வளர்ச்சியும். ப.6.
9. சிவகாமி, தமிழ் வாழ்க்கை வரலாற்றிலக்கியம், பக:1—6.
10. மு. வரதராசனார், வெற்றித் திருநகர், (அகிலன்) 1.6.
11. கோ.வி. அரங்கசாமி, சிவகாமியின் சபதம், (கல்கி) பக்.4—3.
12. சிவகாமி. மு.க.நூ. ப.6.
13. சாலினி இளந்திரையன், மு.க.நூ..பக்.66—67.
14. சிவகாமி, மு.க.நூ., ப.6.
15. சாலினி இளந்திரையன், மு.க.நூ., பக்.66—67.

16. பிரிட்டானிகா தகவல் களஞ்சியம், தொகுதி—2, ப.163.

17. பிரபஞ்சன், சமூக விரோதிகள். பிரபஞ்சனுடன் ஓர் நேர்காணல். ப.9.

18. வே. சபாநாயகம், தன்வரலாற்றின் தன்மை , இந்திய ஒப்பிலக்கியம். 1.5.

19. சுகுமார் அழிக்கோ , சுயசரிதை ஒரு விளக்கம். இந்திய ஒப்பிலக்கியம். ப.5.

20. சிவகாமி, தமிழ் இலக்கியக் கொள்கை, ப.7.

21. பாலசுப்பிரமணியன், இலக்கியச் சிந்தனை, ப.38.

22. தே. லூர்து, நாட்டார் வழக்காற்றியல் கள ஆய்வு, ப.254.

23. பிரிட்டானிகா தகவல் களஞ்சியம், தொகுதி—2, ப.169.

24. வாழ்வியல் களஞ்சியம், தமிழ்ப் பல்கலைக்கழக வெளியீடு தொகுதி—1, ப.307.

25. கலைக்களஞ்சியம், தமிழ் வளர்ச்சிக் கழக வெளியீடு தொகுதி—9, ப. 280.

26. ச.வே. சுப்பிரமணியன், ஆய்வுத்தொகை.. ப.128.

27. ச.வே.சுப்பிரமணியன், திராவிட மொழி இலக்கியங்கள், பக். 316—317.

28. சாலினி இளந்திரையன், மு.க.நூ. பக்.92—94.

29. சிவகாமி, தமிழ் வாழ்க்கை வரலாற்றிலக்கியம், பக்.49—51.

30. சாலினி இளந்திரையன், மு.க.நூ., பக்.195—214.

31. பா.ரா. சுப்பிரமணியன், கிரியாவின் தற்காலத் தமிழகராதி, ப.971.

32. அ.சிதம்பரநாத செட்டியார், சென்னைப் பல்கலைக் கழக அகராதி, தொகுதி—6,

33. ஆங்கிலம், தமிழ் ப.768.

34. The Little Lifco Dictionary, The Little Flower publishers (Eng-Tam), ஜீ.346.

34. தொல்காப்பியர், தொல்காப்பியம், அகத்திணையியல், நூ.எ.5.

35. சாமி.சிதம்பரனார், மணிமேகலைகாட்டும் மனிதவாழ்வு, பக்.128—129.

36. உ.வே. சாமிநாதையர், புறநானூறு மூலமும் உரையும். ப.355.

37. கோ. விஜயவேணுகோபால், தீண்டாமை எனும் கருத்துருவாக்கம், 1.46.

38. கே.கே. பிள்ளை , தமிழக வரலாறும் பண்பாடும், பக்.299—314.

39. கோ.கேசவன், மண்ணும் மனித உறவுகளும், பக்.169—179.

40. கோ.கேசவன், தலித் அரசியல், பக்.5—6.

41. கருணாமனோகரன், தலித் கலை, இலக்கியம், அரசியல், பக்.141—143.

42. சிவகாமி, தமிழன் எக்ஸ்பிரஸ் (நேர்காணல்) ப20.

43. தாயபவார், சுபமங்களா, (நேர்கானல்), ப.5.

44. கே.ஏ.ஞானசேகரன், தலித் சிந்தனை — விவாதம், (மள்ளர்மலர்) பக்.6—28.

45. கோ.கேசவன், தாழ்த்தப்பட்டோர் இலக்கியம், நூலின் பின்னிணைப்புக் குறிப்பு.

46. இராசேந்திரசோழன், தலித்தியம், அரசியல், இலக்கியம், பண்பாடு குறித்த விவாதம், பக். 6—7.

47. சு.சண்முகசுந்தரம், தலித்தியம், பக்.148—149.

48. அ.சஜன், தலித்தியம், இயக்கமும் இலக்கியமும், பக்.16—19.

49. அ.சஜன், மேலது, பக்.19—22.

50. பிஆர். அம்பேத்கர், தாழ்த்தப்பட்டோரும் இந்துக்களும், ப.151.

51. அ.சஜன், மு.க.நா., ப.23.

52. இல.கோவிந்தசாமி, சாதியும் வர்க்கமும். ப.258.

53. அ.சஜன், மு.க.ந., ப.24.

54. அனுராதாகாந்தி, சாதியும் வர்க்கமும், ப.258.

55. அ.மு.சஜன், மு.க.நூ.. பக்.23—24.

56. கார்த்திகேசு சிவத்தம்பி, பண்பாட்டின் மீள்உருவாக்கம், ப.15.

57. அ.சஜன். மு.க.நூ., பக்.24—25.

58. கருணா மனோகரன், சாதிய அமைப்பும் தமிழ்த்தேசிய இனப்பிரச்சினையும், ப.24,

59. வே.ஆனைமுத்து, பெரியார் ஈ.வே.ரா சிந்தனைகள், ப.168.

60. டாம்னிக் ஜெயகுமார், தலித் அடையாளத்தேடல், பக்.76—86.

61. ஏ.எம். சாலன், தலித் பண்பாடு சில பார்வைகள், பக்.8—20.

62. அ.சஜன், மு.க.நூ. பக்.35—36.

63. அ.சஜன், மு.க.நூ. ப25.

64. வீ.ரேவதி, தமிழகத்தின் தலித் முன்னோடிகள், பக்.13—16.

65. டி.தருமராஜன். அம்பேத்கரின் பன்முகம், ப.75.

66. தொ.பரமசிவன், அம்பேத்கரின் பன்முகம், பக்.62—69.

67. டாம்னிக் ஜெயகுமார். மு.க.நூ., பக்.82—83.

68. முத்துமோகன், அம்பேத்கரின் பன்முகம், பக்.39—40.

69. அ.சஜன், மு.க.நூ. பக்.27—39.

70. சாலினி இளந்திரையன், மு.க.நூ. பக்.274—316.

71. சிவகாமி, தமிழ் வாழ்க்கை வரலாற்றிலக்கியம், ப.175—334.

72. குணா, தமிழர் வரலாறு. ப.3.

73. சாலினி இளந்திரையன், மு.க.நூ.. பக்.66—82.

74. மேலது., ப.26.

75. ஜெயராஜ். கலக்கல் சுயசரிதை, வாழ்த்துரைக் குறிப்பு, பக். V-VI.

76. ராஜ்கௌதமன், கலக்கல் சுயசரிதை, அணிந்துரைக் குறிப்பு, ப. IX-X.

77. த.கருப்பையா, தமிழ் இலக்கிய வகைமையியல், ப.250.

78. மாற்கு, கருக்கு தன்வரலாறு (முன்னுரைப் பகுதி), ப. IV.

79. ஆதனஞ்செயன், விளிம்பு நிலை மக்கள் வழக்காறுகள், பக்.53—55.

80. ஆ. ரவிக்குமார், வடுசுயசரிதை முன்னுரை பகுதி, ப.16.

81. க.சிவராமன், தலித் விடுதலை சித்தாந்தத் தேடல், பக்.40—41.

82. ராஜ்கௌதமன், பொய் + அபத்தம் = உண்மை , ப.67.

83. சூர்யநிலா, ... தமிழ்ச் சிறகு காலாண்டிதழ், பக்.2—4.

84. த.கருப்பையா, த. மு.க.நூ. பக்.249—250.

85. அர்ஜீன்டாங்ளே , தலித் இலக்கியம், போக்கும் வரலாறும், பக்.55—56.

86. ஆ.தனஞ்செயன். மு.க.நூ., பக்.53—55.

87. ச.சீனிவாசன், ஒப்பிலக்கியம் இனவரைவியல் சமூகம். பக்.209—210.

88. ஆ.சிவசுப்பிரமணியன், இனவரைவியலும், தமிழ் நாவலும், பக்.5—6.

89. ச.சீனிவாசன், மு.க.நூ., பக். 205 — 206.

90. சு.சண்முகசுந்தரம், தமிழில் வட்டார நாவல்கள், ப.15.

91. மகரந்தன், விளிம்புநிலை வழக்காறுகள், பதிப்புரைக்குறிப்பு, ப.6.

92. சீ.பக்தவத்சல பாரதி, பண்பாட்டு மானிடவியல், பக்.121—122.

93. ஆ.தனஞ்செயன், மு.க.ஏ.., பக்.53—55.

94. ஆ.தனஞ்செயன், மு.க.நூ. பக்.54—55.

95. அ.ராமசாமி, மையம் கலைத்த விளிம்புகள், ப.27.

96. அ. சஜன், மு.க.நூ... ப.99.

97. அ.ரவிக்குமார், மு.க.நூ. ப. 16.

98. பேராசிரியர் உரை. தொல்காப்பியம், செய்யுளியல் நூற்பா, என்.163. ப.40.

99. சு.சக்திவேல், நாட்டுப்புற இயல் ஆய்வு. ப.20.

100. அரங்க.சுப்பையா, இலக்கியத் திறனாய்வு, பக்.34—35.

101. மேலது... ப.222

102. எம்.டி. முத்துக்குமாரசுவாமி, பிற்கால அமைப்பியலும் குறியியலும். ப.16.

103. தமிழவன், ஸ்டக்சுரலிசம், ப.313.

104. அ.ராமசாமி, மு.க.நூ., ப.28.

105. இளங்குமரன், கிளர்ந்தெழுகிறது கிழக்கு முகவை, ப.7.

106. ஆ. சிவசுப்பிரமணியன், அடித்தள மக்கள் வரலாறு. ப.50.

107. டி. தருமராஜன், அடித்தள மக்கள் வரலாறு ஒரு கையேடு, பக்.3—5.

கருக்கு தன் வரலாறும் தலித் கிறித்தவர்கள் மீதானச் சமயம் சார்ந்த ஒடுக்குமுறைகளும்

மதுரைக்கு அருகிலுள்ள வ.புதுப்பட்டியில் கத்தோலிக்க கிறித்துவப் பறையர் சதகத்தில் பிறந்து (1958) கிறித்துவச் சூழலிலேயே கல்வி கற்று ஆசிரியராக உயர்வடைகின்ற பாமா, பொதுநல இலட்சிய உணர்வோடு கன்னியர் மடத்தில் சேர்ந்து (1985) துறவையேற்கின்றார். சாதீயம் வேரோடிக் கிடக்கின்ற துறவு வாழ்வு அவரை, அவரிடமிருந்தே அந்நியப்படுத்துகின்றது. இதனால், 1992— ஆம் ஆண்டு துறவைக் கை விட்டு இயல்பு வாழ்க்கைக்குத் திரும்புகின்றார். பின் தன் கடந்தகாலச் சமூக, சமய வாழ்வைத் திடீரென்று தேக்கமடைந்துவிட்ட நிகழ்கால வாழ்வை முன்னிறுத்தி சாதிய, சமூக, சமயப் பண்பாட்டுச் சூழல் என்னும் தளத்தில் இருத்தி அசைபோடுகின்றார். இந்தத் தன்னனுபவ அசைபோடலிஞ}டாக அவர்கள் சமூக மக்களின் ஒடுக்குதலுக்குட்பட்ட வாழ்வியல் குறித்தக் கரிசனம் இயல்பாகச் சேர்ந்து கொள்கின்றது. இதனால் மனம், கனத்துப் போகின்ற இவர் தன் சுமையைக் குறைத்துக்கொள்ள அவருக்காகவே எழுதத் தொடங்குகின்றார். இந்த எழுத்து செயல்பாட்டில் உச்சமாகவே கருக்கு என்கின்ற தன் அனுபவ வரலாறு வாய்மொழி எடுத்துரைப்பியல் தொனியில் (அ) கதை சொல்லும் பாணியில் பிறக்கின்றது.

கருக்கு தன் வரலாறும் தலித் கிறித்தவர்கள் மீது நிகழ்த்தப் படுகின்ற சமயம் சார்ந்த ஒடுக்குமுறைகளும் எனும் இவ்வியல் ஒரு தலித் பெண் துறவி என்ற கண்ணோட்டத்தில் பாமாவால் சித்திரிக்கப்பட்டிருக்கும் அவரது தன் வரலாற்றில் வெளிப்படுத்தப்பட்டிருக்கும் தலித் கிறித்தவர்கள் மீதானச் சமயம் சார்ந்த ஒடுக்கு முறைகளை குறிப்பாக அறிவு சார்ந்த தளத்தில் உள்ள தலித் மாணவர்கள் (பெண்) ஆசிரியர்கள், துறவிகள் உள்ளிட்டவர்களை மையப்படுத்தி சாதியச் சமூகக் கிறித்தவர்களும், ஆண், பெண் துறவிகளும் நிகழ்த்துகின்ற சாதிய ரீதியிலான ஒடுக்குமுறைகளையும், தீண்டாமை சார்ந்த ஒதுக்குதல்களையும் இனங்கண்டு அவற்றை, கல்வி நிறுவனங்களில், துறவுச் சபை, மடம் உள்ளிட்டவற்றிலும்

இவை சார்ந்த பிற நிறுவன அமைப்புக்களில், சமயம், சார்ந்த பிற இடங்களில் என %ன்று பெரும் பிரிவுகளின் கீழாக வகை, தொகை செய்து, பின் அவற்றை உரிய அஞ்ரீகுமுறைகளின் கீழாக ஆராய்வதையே நோக்கமாகக் கொண்டு அமைகின்றது .

கல்வி நிறுவனங்கள் சார்ந்து நிகழ்த்தப்படும் ஒடுக்குமுறைகள் :

வீண் பழிச் சுமத்தி,சாதியை முன்வைத்து அவமானப்படுத்துதல் (பள்ளியில்) —

தமிழ்ச் சமூகத்தில் தீண்டாமை சார்ந்து நாளும் ஒடுக்கப்படும் பறையர் சமூக மக்களுள் கிறித்தவர்கள் வயிற்றுப்பாட்டிற்காக கடும் தொழிற் சிரத்தைகளை மேற்கொண்டு வருவதாலேயே இவர்களது குழந்தைகள் பள்ளி சென்று படிக்க முடியாத வகையில் வெவ்வேறு சூழல்சார் நெருக்கடிகளைச் சந்திப்பதுடன். படிப்பு வாசனையே இன்றி குழந்தைத் தொழிலாளர்களாகவே மாறிவிடுகின்ற அவலத்தைக் (2004:13—76) காணவியலுகின்றது. இதனால் படிப்பு வாசனையை மிகக் குறைவானவர்களே பெறுகிகன்றனர். இப்படிப் பலவற்றையும் மீறி, ஆதிக்கச் சமூக வெளியில் கட்டப்பட்டிருக்கும் கிறத்தவப் பள்ளி ஒன்றில் படிக்கின்ற தலித் குழந்தையாகிய பாமாவை சாதீயச் சமூகத்தைச் சேர்ந்தப் பள்ளி நிர்வாகியாகக் கிறித்தவத் துறவி. தலைமையாசிரியர் ஒருவரும். எதிர்பாராமல் நிகழ்த்தப்படும் தவறு ஒன்றை முன்வைத்து வீண்பழிச் சுமத்தித் தண்டிப்பதோடு. சாதிப் பெயரைச் சொல்லி அவமானப்படுத்தவும் செய்கின்றனர்.

இச்செயலினை, “நான் படிச்ச பள்ளிக்கொடத்துல கூட இப்படித்தான் எங்க சாதின்னா ஒரு அசிங்கமா பேசுவாக, என்ன தப்பு நடந்துபோனாலும் ஒடனே சேரிப் பிள்ளைகதா செஞ்சிருக்கும்னு கூசாம சொல்லுவாக... ஒரு நாளு நானு மத்த பிள்ளைகளோட பள்ளிக்கொடத்துக்கு முன்னாடி இருக்கிற வேப்பமரத்துல ஓடி ஓடி ஏறி... ஒருத்தர் மாத்தி ஒருத்தர் தேங்காய்ப் புடுச்சு திருகிட்டு திருகிட்டு எறங்குனோம். நாம் போயி தேங்காயத் தொட்ட நேரம் தேங்கா பொட்டுனு கீழே விழுந்திருச்சு... எல்லா பிள்ளைகளும் பயந்தடிச்சு... நாந்தா தேங்காய புடுங்கிட்டேன்னு சொல்லிட்டாக. மறுநாள் பள்ளிக்கொடத்து அசம்பிளியில கெட்மாஸ்டர் எம்பேரைச் சொல்லி கூப்பிட்டு, பறச்சாதிப் புத்தியைக் காட்டிட்டியே... ஒன்ன ஸ்கூல்ல சேக்க முடியாது. வெளியே நில்லுன்னு சொன்னாரு. எல்லா பிள்ளைகளுக்கும் முன்னாடி எனக்கு

கேவலமும் அவமானமும் வேதனையுமா இருந்துச்சு. கெட்மாஸ்டரு சாலியார், அப்ப சாலியருக்கும் எங்க சாதிக்கும் கல்லறய வச்சு சண்டை நடந்துகிட்டு இருந்துச்சு... எனக்கு வெக்கத்துல வேதனையில என்ன சொல்றதுன்னு தெரியல" (2004 : 27—28) என்ற வரிகள் காட்சிப்படுத்துகின்றது.

பள்ளியின் வேலை நேரம் முடிந்ததும் தன் சக மாணவியர்களுடன் ஒரு தலித் மாணவி ஒருவர். ஒரு மாலைப் பொழுதில் பள்ளிவெளி வளாகத்திலுள்ள தென்னைமரத்தில் ஏறி இறங்குகின்ற குழு விளையாட்டில் ஈடுபடுகின்றனர். இதன் ஒரு கட்டத்தில் தேங்காய் ஒன்று கீழே விழுந்துவிடுகின்றது. இதைக் கண்டு பயந்து போனப் பிற மாணவியர் அனைவரும் தலித் மாணவியின் மீது பழி சுமத்துகின்றனர். இந்தச் சம்பவம் சாலியர் சாதியைச் சார்ந்தப் பள்ளித் தலைமையாசிரியரின் காதுகளுக்கு எட்டுகின்றது. உடனே இவர் தனது சுய சாதீய சமூக விரோதத்தை மனதில் வைத்து பழிசுமத்தப்பட்டத் தலித் மாணவியை அவர் சாதிப் பெயரைச் சொல்லி அவமானப்படுத்துவதோடு. வீண்பழியுடன் பள்ளியிலிருந்தே விலக்கிவிடும் நோக்கத்தில் வகுப்பிற்கு வெளியில் நிறுத்தி பழி வாங்குகின்றார். இந்தச் சம்பவத்தை அறிகின்ற தலித் ஆசிரியர் ஒருவர் அந்த மாணவியை அழைத்துப் பள்ளி நிர்வாகியாகியச் சாமியாரைச் சந்தித்து கடிதம் பெற்றுவந்து பின்னர் தலைமையாசிரியரைச் சென்று சந்திக்க வலியுறுத்துகின்றார்.

இதன் அடிப்படையில் சாமியாரைச் சந்திக்கின்ற தலித் மாணவியைச் சாமியாரும், அவர் பங்கிற்கு சாதியை முன்வைத்து தரக்குறைவாக ஏசுவதுடன், சிறிது நேரம் காக்கவைத்த பின்பே கடிதம் எழுதித் தருகின்றார். இதை, "எங்க தெரு வாத்தியார் ஒருத்தர்... சாமியார்கிட்ட போய் சொல்லி அவர்கிட்ட இருந்து ஒரு கடிதம் எழுதி வாங்கியாந்து கெட்மாஸ்டர்கிட்ட போய்குடுன்னு சொன்னாரு... நான் சாமியாருகிட்ட போய் நடந்த வெவரம் புரஞ் சொல்லி என்ன பள்ளிக்கொடத்துல சேக்கனும்னு கேட்டேன். ஒடனே சாமியாரும் சேரிப்புள்ள தானே செஞ்சுருப்ப செஞ்சுருப்பன்னு சொன்னாரு. எனக்கு அழுகை அழுகையா வந்துச்சு... ரொம்ப நேர்ங்கழிச்சு... எழுதிக் கொடுத்தாரு. நான் அத கெட்மாஸ்டர்கிட்ட குடுத்தப்ப வாய்க்கு வந்தபடியெல்லாம் வஞ்சப்பெறகு... போக சொன்னாரு."(2004:27—28) என்பதாகக் காணவியலுகின்றது. இவற்றின் மூலம் சாதிவெறி பிடித்தப் பள்ளித் தலைமையாசிரியரும், ஆதிக்கச் சமூக மைய வெளியில்

உள்ளப் பள்ளியை நிர்வகிக்கும் கிறத்தவச் சாமியாரும், தலித் சமூகத்திலிருந்து படிக்க வரும் குழந்தைகளின் மீது, பாரபட்சமாகவும், சாதிய உணர்வுடன் நடந்து கொள்வதோடு, அக்குழந்தைகளின் மீது எவ்விதமான அக்கறைகளையும் கொண்டிருக்கவில்லை என்பதும், கல்வித் தளத்தையும் கூட சாதிய மேலாதிக்க வெறி விட்டுவைக்கவில்லை என்பதும் தெளிவுப்படுகின்றது. “கிறித்தவத்திற்குள் தலித்துக்கள் ஒடுக்கப்படுதலைக் குறித்துப் பதிவு செய்திருக்கக் கூடியவர்களில் ஒருவராகிய மாற்கு தன் யாத்திரை நூலில்” *1* கல்வி சார்ந்த நிலையில் நிகழ்த்தப்படும் சாதியக் கொடுமைகளைப் பதிவுச் செய்துள்ளார்.

இதைப்போலவே, “தலித் குழந்தைகளின் மீது ஆதிக்கச் சமூகக் குருக்களோ, கன்னியர்களோ, சாமியார்களோ முக்கியத்துவம் காட்டுவதில்லை என்பதோடு, கிறத்தவக் கல்வி நிலையங்களைப் பெரும்பாலும் ஆதிக்கச் சமூகத்தினரே ஆக்கிரமித்துக் கொள்வதை”*2* ராஜசேகர் என்பவர் தம் ஆய்வு நூலில் சுட்டிக்காட்டுவதிலிருந்தும் இது குறித்தத் தெளிவைப் பெற முடிகின்றது. மேலும், ரகுபதி என்பவர் கல்வியிலிருந்து தலித்துக்கள் விலக்கப்படுதல் குறித்து, “தலித் குழந்தைகள் தரமானக் கல்வி கற்பதிலிருந்து விலக்கப்படுவது என்பது தொடக்கக்கல்வி நிலையிலேயே தொடங்கி விடுகின்றது. இதற்கு முந்தைய நிலையானப் பாலர் பள்ளியிலேயே தலித் அல்லாத குழந்தைகளிடமிருந்து தலித் குழந்தைகளைப் பிரித்து வைக்கிற பாகுபாடுகள் நிகழ்கின்றது. காலனிய ஆட்சியில் நிகழ்ந்த இந்தச் சம்பவங்களிலிருந்து இத்தகையப் பாகுபாட்டு முறைகள் வேறுபட்டிருக்கவில்லை. சமூகவிலக்கம், பாகுபாடுகாட்டல், அவமதித்தல் ஆகியவற்றை அனுபவித்தல் என்பதன் பின்னணியில் பயின்று வரும் குழந்தைகளே பின்னர் நகரங்களுக்கு உயர்நிலை மற்றும் மேல்நிலைப்பள்ளிக்குச் செல்கின்றனர்”*3* என்பதை அதிகாரப்பூர்வமாகப் புலப் படுத்துகின்றார். இந்த அடிப்படையில் மேற்கண்ட நிகழ்வு சமூக விலக்கும் என்பதன் கீழாக வைத்தே உணரப்பட வேண்டியதாகின்றது.

சாதிஅடிப்படையில் மாணவர்களை இனங்காணுதல் (வகுப்பறையில்) :

இடைநிலைச் சமூகக் குழந்தைகளும், பெருவாரியானத் தலித் சமூகக் குழந்தைகளும் இணைந்து படிக்கின்ற பள்ளியில் வைத்து, தலித் குழந்தைகளை மட்டும் சாதிப் பெயரைச் சொல்லி அடையாளம் காணுகின்ற நடைமுறையினை ஆசிரியர்

தனக்கேற்பட்ட இளம் வயது அனுபவமாகக் காட்டுகின்றார். ஆதிக்கச் சாதியைச் சேர்ந்தப் பள்ளித் தலைமை பெண் வகுப்பாசிரியரும், உடற்கல்வியாசிரியர் ஒருவரும் இச்செயலில் ஈடுபடுவதை, "அப்பப்ப பீ.டி. டீச்சரும், எங்க கிளாஸ் டீச்சரும் என்னத்துக்கோ, அசெம்பிளியில, கிளாஸ்ல வந்து அரிசன பிள்ளைகல்லாம் நில்லுங்கன்னு சொல்லுவாக, நிப்போம். எங்கபேர எழுதிக்கிட்டு ஒக்காரச் சொல்லுவாக. இது ரொம்ப கடமா இருக்கும். கிட்டத்தட்ட ரெண்டாயிரம் பிள்ளைகளுக்கு முன்னால, தலய தொங்கப்போட்டுக்கிட்டு என்னமோ தப்பு தண்டாசெஞ்ச மாதிரி நிக்கணும் கேவலமாத்தா இருக்கும் " *(2004 : 30)*. அலுவலகத் தேவையை முன்வைத்து இது போன்ற அடையாளப்படுத்துதல்கள் நிகழ்துப்படுகின்றது. எனினும் பிற சாதியச் சமூக மாணவர்களுக்கு மத்தியிலும், பொது வகுப்பறைக்குள்ளும் அவ்வப்போது நடைபெறுவதாக ஆசிரி—யரால் சுட்டப்படும் இந்த அடையாளப்படுத்துதல்களால் துவண்டு போகின்ற ஒரு தலித் மாணவியின் மனநிலை இதை ஒரு சாதிய மேலாதிக்க நடைமுறை என்பதாகவும் ஏனையச் சமூக மாணவர்களுக்கு முன்னிலையில் தங்களுக்குச் செய்யப்படுகின்ற அவமானம் என்பதாகவுமே ஒரு தலித் மனம் கருதும் என்பதிலுள்ள யதார்த்தமே நியாயமானக் கோபமாக, கொந்தளிப்பாகக் கருக்கில் வெளிப்படுகின்றது.

இது போன்ற நிகழ்த்தப்படும் நடைமுறைகள் குறித்து ரகுபதி என்பவர். "பொதுக் கல்வி நிலையங்களில் தலித் மாணவர்கள் சேர்ந்து பயில்வதிலிருந்து தொடர்ந்து விலக்கப்ட்டனர். இந்த விலக்க நடவடிக்கைகளில், தலித்துக்களுக்கு புழங்கு உரிமைகளற்ற பகுதியில் கல்வி நிறுவனங்களை நிறுவுதல், நேரடியானச் சேர்க்கை அனுமதி மறுத்தல், தலித் மாணவர்கள் படிக்கின்ற, அவர்கள் படிப்பதற்கு அனுமதி வழங்குகின்ற பள்ளிகளை, தலித் அல்லாதோர் புறக்கணித்தல், பள்ளிகளுக்குள்ளே தலித் மாணவர்களுக்கென்று தனி வகுப்பறை, தனி இருப்பிடம் அமைத்தல், அனைத்து சாதி மாணவர்களும் இருக்கும் ஒரே தலித் மாணவர்களுக்கென்று தனி இருக்கைகளை ஒதுக்குதல் என்பன போன்ற வெவ்வேறு வடிவங்கள் அடங்குகின்றது. இதன் கீழாகத்தான் தலித் மாணவர்கள் சமூக விலக்க நடவடிக்கைகளுக்கு உட்பட்டிருக்கின்றனர்."4 என்று சுட்டுகின்றார்.

இவர் கருத்துக்களின் கீழ் வைத்து, அனைத்து மாணவர்களும் கூடும் பொது இடங்களில் வைத்தும், வகுப்பறைகளில்

வைத்தும் தலித் மாணவர்களை மட்டுமே சாதியின் பெயரால் அடையாளப்படுத்துகின்ற நடைமுறையைப் பொது மாணவச் சமூகத்திலிருந்து / தலித் சமூக மாணவர்களை விலக்கி, அடையாளப்படுத்துகின்ற ஒரு செயல் என்று தான் ஒரு தலித் பார்வையில் இதைக் காணவியலுகின்றது. இதே போன்றதொரு அனுபவத்தை பள்ளியில் படிக்கின்ற காலத்தில் பெற்றதாக கே.ஏ. குணசேகரன் என்பவர் அவரது “வடு”5 சுயசரிதையில் பதிவு செய்துள்ளார். ரகுபதி என்பவர் கருத்தோடு ஒத்திசைந்து போகும் வகையில் மாற்கு என்பவர் தனது ’யாத்திரை’ நாவலில், “தலித் மாணவர்கள் பள்ளியில் பயிலுகின்ற பிற சாதி மாணவர்கள் அமர்ந்திருக்கும் மரத்தாலான இருக்கைகளின் கீழ் தரையில்தான் உட்கார வைக்கப்பட்டிருந்தனர்” 6 எனவும், சிவகாமி தனது பழையன கழிதலும் நாவலில், “பறையர் சமூகக் குழந்தைகள் படிக்கின்ற பஞ்சாயத்து ஒன்றியப் பள்ளியில் குடியானவர்களாகிய இடைநிலைச் சாதிக்காரர்கள் தங்களது குழந்தைகளை சேர்க்கைக்காக அனுப்புகிற வழக்கம் இல்லை ”7 என்பதையும் அடையாளப்படுத்துகின்றனர். இவை போன்ற செய்திகளையெல்லாம் இணைத்து வைத்துப் பார்க்கின்ற பொழுது, தலித் மாணவர்கள் கல்வி நிலையங்களில் சாதிய ரீதியில் விலக்கப்பட்டும், விலக்கம் சார்ந்த நடைமுறைகளுக்கு ஆளாக்கப்பட்டும் வருகின்றனர். சாதி வெறி பிடித்தச் சமூக மக்கள், ஆசிரியர்கள், மாணவர்கள் உள்ளிட்டப் பிறரே இந்த விதத்தில் பெரும் பங்காற்றுகின்றனர் என்பன போன்ற தெளிவுகளைப் பெற முடிகின்றது.

சாதியை முன்வைத்து வெறுத்து ஒதுக்கி அணுகுதல் (விடுதியில்) :

ஒரு குழந்தையைப் பள்ளிக்கு படிக்க அனுப்புதல் என்பது வயிற்றோடு போராடும் தலித் சமூகத்தினருக்குச் சவாலான ஒரு செயலாகவே இருக்கின்றது. அதனால் தான் இச் சமூகக் குழந்தைகளுக்குப் பள்ளியில் மணி அடித்தால் சோறு போடுவார்கள் என்று மட்டுமே நன்றாகத் தெரிந்து இருக்கின்றது. அந்த அளவிற்கு அவர்களை வறுமையானது பாதித்து இருப்பதோடு அறிவுசார் தளத்திலிருந்தும் விலக்கி வைத்துள்ளக் கொடுமையை (2004—18) உணரவியலுகின்றது. இது போன்ற மிகக்கொடியச் சமூகப் பொருளாதார நெருக்கடிகளையும், தடைகளையும் கடந்து சென்று பள்ளிக்குள் உள்ள விடுதியில் தங்கி எட்டாம் வகுப்பு படிக்கின்ற பொழுதில் ஆசிரியர் தனக்கேற்பட்டச் சாதியத் தடை ஒன்றினை, “ ஆஸ் ட ல் ல இருந்த வார்டன் சிஸ்டருக்கு கீழ்ச்சாதி பிள்ளைக, ஏழைப்

பிள்ளைகன்னா ஆகாது. வெவரமில்லாம கண்டதுக்கும் புடுச்சு வையும்... இவள்களுக்கு வீட்ல ஒன்னுங் கெடைக்காது. இங்க வந்து தின்னுட்டு தடிக்காளுகன்னு எல்லார் முன்னாலயும் சொல்லி வையும், லீவுக்கு வீட்டுக்குப் போயிட்டு வந்துபாரு வத்தல் கணக்கா வந்திருக்காளுகன்னு சொல்லும். ரொம்ப கஸ்டமா இருக்கும். மத்தவக மாதிரித்தான் நாங்களும் சாப்பாட்டுப் பணம் அந்தப்பணம் இந்தப் பணமுன்னு கட்டுனோம். இருந்தாலும் இப்படி ஒரு பேச்சு" (. 2004 : 29) என்று மனவேதனையுடன் குறிப்பிடுகின்றார்.

கிறித்தவச் சமயம் சார்நது நடத்தப்படும் பள்ளியிலும், பள்ளி விடுதியிலும் உள்ள மேலாதிக்கச் சமூக மனோபாவமுடைய ஆசிரியர்கள், பள்ளி நிர்வாகிகளாக இருக்கின்ற குருமார்கள், சாமியார்கள், விடுதிக் கண்காணிப்பாளர்களாகப் பெண் துறவிகள் உள்ளிட்டவர்களே சாதியை மையமாக வைத்து தலித் மாணவர்களை, ஏனைய சமூக மாணவர்களுக்கு முன்னிலையில் வைத்து அவமானப்படுத்துகின்றனர். சாதி இந்துக்களைவிட, சாதிக் கிறித்தவர்களிடையேதான் இது போன்ற ஆதிக்க அதிகாரச் செயல்பாடுகள் அதிகமாக உருவெடுக்கின்றன. தலித் குழந்தைகளின் மனம் அவமதிப்பிற்கும் இழிவிற்கும் உள்ளாக்கப்படும் தங்களது நிலையைக் குறித்து, வெட்கிக் குனிவதுடன் ஒருவித பயமும் அச்சமும் கொள்கின்றது. இதன் உச்சத்தில் இவர்கள் தங்களைத் தாழ்ந்தவர்களாகவே கருதிக் கொள்கின்ற சூழலுக்கு ஆட்படுகின்றனர் என்பதை நூலாசிரியர், மற்றவர்களைப் போன்றே பள்ளிக்கட்டணம், விடுதிக்கட்டணம் உள்ளிட்டவற்றை செலுத்துவதோடு, கல்வியிலும் சிறந்து விளங்குகிற ஒரு தலித் மாணவியை, விடுதியின் கண்காணிப்பாளராகிய கிறித்தவப் பெண் துறவி ஒருவர் மேலாதிக்கச் சாதிய உணர்வுடன் அணுகுவதோடு அவர்களைச் சேரிப்பிள்ளைகள் என்று முகத்திற்கு நேராகவே கேவலமாகப் பேசுகின்றார்.

இத்தகையச் செயல்பாடுகளின் பின்னணியில் சாதீயம் செயல்படுபளை வெளிப்படையாக உணர முடிகின்றது. இதே போன்று காஞ்சா அய்லாயவும் சாதியை முன்வைத்துப் பள்ளி—யிலிருந்து வெறுத்து ஒதுக்கப்பட்ட ஒரு சுய அனுபவத்தை, "எங்கள் பள்ளி ஆசிரியர்களும் பிறரும் எங்கள் ஒவ்வொருவரையும் சாதியை அடிப்படையாகக் கொண்டே அணுகினர். பார்ப்பன ஆசிரியராக இருந்தால் அவர் எங்களை வெறுப்பார். எங்களை முகத்திற்கு எதிரிலேயே எங்களைத் திட்டுவார். அவருடைய

கருத்துப்படி நாங்கள் உதவாக்கரைகள், வயல்வேலை செய்கிற சவுதாரிகக் குடும்பத்திலிருந்து வருவதாக எங்கள் முன்னாலேயே குறிப் பிடுவார். அவர்கருத்துப்படி வயலில் வேலை செய்வது இழிவானது, அசிங்கமானது, அருவெருப்பானது"8 என்றவாறு காட்டுகின்றார். இந்த அடிப்படையில் மேற்கண்டச் சம்பவத்தை இணைத்து நோக்கும் பொழுது தலித்துக்கள் என்றாலே அசிங்கமானவர்கள் சேரியில் இருந்து வருவதால் இழிவானவர்கள், கீழ்ச்சாதிக்காரர்கள், ஏழைகள் என்று கருதுகின்ற மேலாதிக்க எண்ணம் தான் தலித் குழந்தைகளைப் பள்ளியிலும், பள்ளிவிடுதியிலும் வைத்து அவமதிக்கத் தூண்டுகின்றது. தலித் மாணவக் குழந்தைகளைத் தங்களைத் தாங்களே இழிவானவர்கள் என்று எண்ண வைக்கின்றது என்ற உண்மைகள் வெளிப்படுவதைக் காணலாம்.

கல்வி, வழிபாட்டிடங்களை ஆதிக்க வெளியில் அமைத்துக் கொள்ளுதல் :

கிறித்தவச் சமய நிறுவன அமைப்புக்கள் நடைமுறையில் சாதியச், சமூக அமைப்பு முறை என்பதாகவே நீடித்து வருகின்றது. இச்சமயத்தினுடைய எந்தத் தளத்திலும் தலித்துக்கள் சமநிலையில் நடத்தப்படுவதில்லை என்பதற்கு எல்லா விதமான நிறுவன அமைப்புக்களும், ஆதிக்கச் சாதி மையங்களுள்ளாக அமைக்கப்படுவதையும், அவர்களது கட்டுப்பாட்டின் கீழாகவே இயங்குவதையும் காரணமாகக் குறிப்பிடலாம். தலித்துக்களுக்குப் புழங்கு உரிமை மறுக்கப்பட்ட இத்தகைய வெளிகளுக்குள் தான், அவர்கள் மீதான ஒடுக்குமுறைகள் தோற்றம் கொள்கின்றது.

கிறத்தவச் சமயக் குருமார்கள், பெண் துறவிகள் உள்ளிட்டோர் ஆலயங்களையும், கல்வி நிறுவனங்களையும் ஆதிக்கச் சாதி வெளிகளிலேயே அமைத்துக் கொள்வதால் அவை சார்ந்தப் பயனைப் பெறுவதற்குத் தலித்துக்கள் பல்வேறு தெருக்களையும் பல மீட்டர்கள் நீளும் வழிப்பாதைச் சிரமங்களையும் அனுபவிக்க வேண்டியுள்ளது. இதனை, "ஊருக்குள் நொழயுற எடத்துல... கடைசி பஸ்ஸ்டாண்டு இருக்கு... எங்க ஒலகமே. அத்தோட முடிஞ்ச மாறித்தான்... ஊருக்கு கெழக்க கல்லற இருக்கு. இதயொட்டி தான் நாங்க இருக்கோம்... மத்தபடி... மேச் சாதியா ஒருபக்கம், கீச்சாதியா ஒர பக்கம்னு பிரிச்சாக... அவுக எங்க தெருபக்கம் வரவே மாட்டாப. கோயிலு பள்ளிக் கொடங்க எல்லாமே அவுக தெருவுள்ளதா இருக்குது... மேச்சாதிக்காரகளுக்குன்னே ஒரு பெரிய பள்ளிக் கொடம் நாயக்கமார் தெருவுல இருக்குது.

பள்ளிக்கொடத்துல முக்கால்வாசிப் பிள்ளைக பள்ளக்குடி பறக்குடி பிள்ளைகதா. ஆனா பள்ளிக்கொடத்த நாடாக்கமாரு தெருக்கிட்டதான் இந்தச் சாமியாருங்க கட்டி வச்சிருக்காங்க." (2004 : 17 — 27) என்ற வரிகளிலிருந்தும், "கோயிலுக்கு, பள்ளிக் கொடத்துக்குப் போகணும்னா பலதெருவுகளைத் தாண்டி நடந்து போகனும், கோயிலு, பள்ளிக்கொடம், மடம், சாமியாரு பங்களா, எல்லாமே மேச்சாதிக்காரங்க இருக்குற எடத்துல தான் இருக்குது... இருந்தாக்கூட ... நடந்து அங்க போய் படிக்கணும், மேச்சாதி ஆளுகள்ள கொஞ்ச பேறுதா கிறிஸ்தவங்க. அவுகளுக்கு... எல்லாமே பக்கத்துலதான் நடக்கணும்னு அவசியமில்ல. நாங்கதா மழன்னாலும் வெயிலுனாலும் நடந்து போகனும் இதுல வேற எங்க தெருவுல இருக்குற லைட்டு மட்டும் அநேகமா எரியாது. யாரும் அத கண்டுக்கவும் மாட்டக. இருட்டுக்குள்ள சகதிக்குள்ள பீங்காட்டு வழியா போய் வரணும். இங்க இம்புட்டு அசிங்கமா இருக்குன்னு தான் சாமியாரு, சிஸ்டருக எல்லோரும் ஒதுங்கிக்கிட்டாகளோ என்னமோ" (2004:83—84) என்று வேதனைப்பட்டு சிந்திப்பதிலிருந்தும் புரிந்து கொள்ள முடிகின்றது.

பாமாவினுடைய இந்தப் பதிவுகளின்படி, திருச்சபையைச் சார்ந்த நாயக்கர், சாதிக்காரர்களும், நாடார் சமூகக் கிறித்துவர்கள் வாழ்கின்ற ஆதிக்க, அதிகார மைய வெளிகளிலேயே பள்ளிகளும், கோயில்களும் அமைக்கப்படுகின்றது. இத்தகைய ஆதிக்கச் சமூக வெளிகளிலிருந்து பல மீட்டர்களுக்கு அப்பால் உள்ள சேரியில் ஒதுக்குபுறமாக வாழக்கூடியத் தலித்துக்கள மேற்கண்ட நிறுவனங்களின் பயன்பாட்டைப் பெறுவதற்காக அவர்களது தூய்மையற்றப் பகுதிகளையும், மின்விளக்கு வசதியில்லாத இடங்களையும், தெருக்களையும் கடந்து செல்ல வேண்டிய நிர்பந்தத்திற்கு தள்ளப்பட்டுள்ளனர். இவ்வாறு ஆதிக்கச் சாதி வெளிக்குள் பொது நிறுவன அமைப்புக்களை உருவாக்கிக்கொண்டு அவர்களோடு கைகோர்த்துக் கொள்ளுகின்ற சமயக்குருமார்களும், பெண் துறவிகளும், இணைந்து தான் தலித் சமூக மக்கள் என்றைக்குமே தங்களைச் சார்ந்தே இருக்க வேண்டும் என்பதிலும், அவர்கள் ஆன்மீகத்திலும், கல்வியிலும் எளிதாக மேன்மையடைந்து விடக்கூடாது என்பதிலும் கவனமாகச் செயல்படுகின்றனர். இதனால் தான் ஆதிக்க வெளிச் சார்ந்ததாகவே கோயிலும், பள்ளிக்கூடங்களும் கட்டப்படுகின்றது என்பன போன்ற முடிவுகளுக்கு வர முடிகின்றது. கருக்கு ஆசிரியர் கூறியிருப்பதைப்

போன்றே கே.ஏ.குணசேகரன் என்பவர். "பள்ளியில் படிக்கின்ற வசதியைப் பெறுவதற்காகவும், விடுதியில் சென்று உணவு வசதி பெறுவதற்காகவும் நான்கு கிலோ மீட்டர் தூரம் நடக்க வேண்டியிருந்தது"9 குறித்து தன் சுயசரிதையில் காட்டுவதையும் பார்க்கவியலுகின்றது. இதைப் போலவே, "உலக மனித உரிமைப் பிரகடனம் பிரிவு (4), பிரிவு (7) இன்படி எல்லோருக்கும் பொதுவாக உள்ள சமத்துவம், சுதந்திரம், மனித மாண்பு, சகோதரத்துவம் உள்ளிட்ட நிலைகளில், ஒரு குறிப்பிட்ட சமூகத்தவருக்குச் சாதியை முன்வைத்து இழைக்கப்படுகின்ற கொடுமைகளை குற்ற நடவடிக்கைகளாகவே கொள்வதோடு, மனிதரைப் பாகுபடுத்தல், பாகுபடுத்துமாறு தூண்டுதல், பாகுபடுத்தலின்கீழ் அநீதி இழைத்தல் உள்ளிட்டவற்றையும் குற்ற நடவடிக்கைகளாகவே கணக்கில் கொள்கிறது." 10 ஆனால் இது போன்ற எண்ணற்ற கொடுமைகள் தலித்துக்களுக்குச் சாதியை முன்வைத்து நடந்து கொண்டேதான் இருக்கின்றது. இந்தச் சட்டங்களால் அவற்றை இன்றளவும் குறைக்க முடியவே இல்லை என்பதே யதார்த்தமாக இருக்கின்றது.

தலித் மாணவர்களை முறையற்ற வேலைகளில் ஈடுபடுத்தி எடுபிடிகாளக்குதல் (பள்ளியில்) :

ஒடுக்கப்பட்டவர்களுக்கு உரிமை வாழ்வு என்கின்ற விவிலியக் கொள்கை கோட்பாடுகளை ஆதிக்கச் சாதிவெறி பிடித்தக் கிறித்தவர்கள் யாரும் நடைமுறைப்படுத்துவதே இல்லை. இதே நிலைதான் இவர்களது சமூகத்திலும் சமய மட்டத்திலும் உள்ளது. பிறப்பின் அடிப்படையில் தலித்துக்களும் மனிதர்களே என்று ஒரு போதும் எண்ணாத ஆதிக்கச் சமூகத்தினரால் தேவையானால் உபயோகப்படுத்திக் கொள்ளவும் இல்லையென்றால் ஒதுக்கித் தள்ளவும்படுகின்ற ஒரு பொருளாக இவர்கள் தொடர்ந்து இருந்து வருகின்றனர். இந்த அதிகாரத்துவ ஆணவப் போக்கு கல்வித் தளங்களையும்கூட விட்டுவைக்கவில்லை என்பதை, "நான் படிச்ச பள்ளிக் கொடத்துல எங்க சாதின்னா ஒரு அசிங்கமா பேசுவாக... பள்ளிக் கொடத்துல முக்கால்வாசிப் பிள்ளைக பள்ளக்குடி பறக்குடி பிள்ளளைகதா... அரிசளப் பிள்ளைகனா எல்லாத்துக்கும் அசிங்கமாத்தான் தெரியுது. ஆனா அவுகள வச்சு வேலை மட்டும் வாங்குவாக. பள்ளிக்கொடத்து வேல புரா நாங்க தான் பாக்கனும்" (2004: 27) என்ற வரிகள் சுட்டுகின்றது.

காலங்காலமாக சாதி என்பது வேர்ப்பற்றுவதற்கு எடுக்கின்ற முயற்சியும், அதை முறித்து வேரறுக்க எடுக்கின்ற முயற்சியும்

தான் ஆதிக்கச் சாதிகளுக்கும், அடிமைச்சாதிகளுக்கும் தொடர்ந்து நடக்கின்ற வரலாற்றுப் போராகவிருக்கின்றது. இந்தப் போரின் ஒரு வெளிப்பாடாகவே கருக்கு, கலக்கல் தன்வரலாறுகளைக் காமுடிகின்றது. இந்த வகையில் கருக்கு, நூல், தலித் கிறித்தவச் சமூகத்தின் வட்டாரத் தன்மைக்கு ஏற்றபடி எல்லா நிலைகளிலும் உச்சநீச்சமடைந்திருக்கின்றது. "சாதியத்தை மையமாகக் கொண்ட ஒரு சமச்சீரற்ற நாட்டில் நிலபிரபுத்துவ சாதியமைப்பு தினமும் சாதிவெறி, மதவெறியைத் தூண்டிக் கொண்டேயிருக்கின்றது.

இந்த வெறிக்குப் பலியாகிக் கொண்டிருப்பவர்கள் பெரும்பாலும் தலித்துகளாகவே இருக்கிறார்கள்"12 என்பதையும், "நமது சமூக அமைப்பில் ஒருவர் எந்த சமயத்திற்கு மதம் மாறினாலும், அவரது சாதி அடையாளம் மட்டும் மாறவே மாறாது என்கிற அளவிற்கு சாதியானது ஒருவரின் பிறப்போடு தீர்மானிக்கப்பட்டு தொடர்வதாக உள்ளது. என்பதையும் அம்பேத்கர் குறிப் பிடுகின்றார்."13சாதிய ஆதிக்கம் மிக்கவர்கள் பிற சமயங்களின் எல்லாவிதமான இயங்கு தளங்களிலும் இருந்து கொண்டு தலித்துக்களை ஒடுக்கின்றனர். அது போலவே, கிறித்தவச் சமயத்திற்குள்ளும் நிகழ்கின்றது என்பதால்தான் சமயம் சார்ந்தப் பள்ளியில் தலித் சாதிக் குழந்தைகள் என்றாலே அசிங்கமாகப் பேசுவதும், அவர்களை முறையற்ற வேலைகளைச் செய்ய வைத்து எடுபிடிகளாக நடத்துவதும் நிகழ்கின்றது என சிந்திக்க முடிகின்றது.

வயதிற்கும் தகுதிக்கும் மீறிய செயல்களைச்செய்ய நிர்ப்பந்தித்தல் :

மூன்றாம் வகுப்பு மாணவியாக ஆசிரியர் பாமா இருக்கும் பொழுது, அவரது பள்ளிக் கூடத்தை நிர்வகிக்கக்கூடியத் தாயார்மடத் துறவிகள், திருமணத்திற்கு மந்திரம் படிக்க வருகின்ற பெண்களுக்கு மந்திரம் கற்றுக் கொடுக்கின்ற வேலையில் இவரை ஈடுபடுத்துகின்றனர். மூத்த பெண் துறவிகள் மட்டுமே செய்ய வேண்டிய இந்த வேலையை ஒரு தலித் சிறுமியைச் செய்யச் சொல்லிக் கட்டாயப்படுத்துவதோடு, அதில் ஏற்படும் தவறுகளுக்கு வன்தண்டனை வழங்குவதை, "நான் மந்தரங்கள நல்லாச் சொல்வேங்குறதுனால் சிஸ்டரு எனிய கல்யாணத்துக்கு மந்தரம்படிக்க வந்த பொண்ணுகளுக்கு மந்தர... சொல்லிக் குடுக்கச் சொன்னாங்க .... நானு அப்படி ... சொல்லிக்கொடுத்த பெறகு சிஸ்டரு வந்து பொண்ணுக்கிட்ட மந்திரங் கேப்பாக. அவுகளுக்குச் சொல்லத் தெரியாட்டி எனியத்தான் வைவாக. அப்படித்தான் ஒரு நாளு ... சிஸ்டரு

வந்தாக. அவுக வந்த பயத்துல நான் ஒருவரிதப்பா மாத்திச் சொல்லிட்டேன். வந்ததே சரின்னு சிஸ்டர் எந்நெத்தியில ஓங்கிக் கொட்டுனாங்க. எனக்கு ....வலின்னா உசுரு போயிருச்சு. அந்த எடுத்துல விங்கிருச்சு. பெறகும் விடல. அழுதுகிட்டே ... இந்த சிஸ்டரை கல்ல எடுத்து எறியனும்னு நெனச்சுகிட்டேன். அத்தோட இந்த மந்திரகிளர்ஸ, ஆசீர்வாதம் எதுக்கும் போக மாட்டேன்னு நெனச்சுகிட்டேன்"*(2004:84)* என்று கூறுவ— திலிருந்து அறிய முடிகின்றது.

திருமணத்திற்கு தன்னைத் ஒரு டிபண் தயார் செய்து கொள்வதற்குரிய அறிவுத் தேர்ச்சியை வலியுறுத்துகின்ற திருமணச் சட்டம், "குருமார்களும், கன்னியர்களும், பிரதர்களும் தங்கள் அழைத்தலுக்காகத் தங்களையே தயாரிப்பதுபோல், திருமனம் புரியும் ஒவ்வொரு ஆணும் பெண்ணும் மண வாழ்க்கைக்குறித்து ஆழ்ந்த அறிவைப் பெறுதலின் பொருட்டு ஒராண்டு காலம் ஆயத்தப் பயிற்வி பெறவேண்டும். இந்த ஆயத்தில் வேதசாஸ்திரம் போதிக்கும் எவ்விதப் படிப்பினைகளையும் குருமார்களும், கன்னியர்களும், மணமக்களின் பெற்றோர்களும் இணைந்து கற்பிக்க வேண்டும். இதனால் அவர்களுக்கு மிகுந்த நன்மை விளையும்"14 என்று கூறுவதைக் காட்டுகின்றார் சங். H.H. சேவியர், இவரது கருத்திலிருந்து திருமணத்திற்குரிய மந்திரம் உள்ளிட்ட ஆயத்தப் பயிற்சிகளைக் கற்றுக்கொடுக்கின்ற பணி குருமார்களையும், கன்னியர்களையும், பெற்றோர்களையும் மட்டுமே சார்ந்தது என்பதும், அவற்றில் பக்குவமடையாத இளத் தலித் மாணவி ஒருவரை ஈடுபடுத்துதல் என்கின்ற மேற்கண்ட ஆதிக்க அதிகாரச் செயல் முறையற்றதே என்பதும் தெளிவுப்படக் காணலாம்.

மாணவர்களைக் கோயில் சார்ந்த பணிகளில் ஈடுபடுத்துதல் :

தலித் கிறித்தவ மக்கள் பல்வேறுபட்ட சாதியச் சமூகப் பாகுபாட்டுக் கூறுகளினால் தொடர்ந்து ஏற்றத் தாழ்வுகளுக்கும் சிதைவுகளுக்கும் சமூக விலக்கிற்கும் இழிநிலைக்கும் ஆளாக்கப்பட வேண்டியவர்களாகவே மதிக்கப்படுகின்றனர். இந்த வகையில் தற்போது சாதிக் கிறித்தவர்களே மிகுந்தப் பங்காற்றி வருகின்றனர். இவர்களது அழித்தொழிப்பின் தீவிரம் இளம் தலித் குழந்தைகள், மாணவர்கள், ஆசிரியர்களடங்கியக் கல்வி நிலையங்களையும் கூட விட்டு வைக்கவில்லை என்பதைத்தான் பாமா, விடிவெள்ளியினுடையத் தன் வரலாற்றிலக்கியச் சித்திரிப்புக்கள் தெளிவுபடுத்துகின்றன.

இந்த வகையில் பாமா மூன்றாம் வகுப்புப் படிக்கின்ற பொழுது தனக்கு நடந்த ஒரு சம்பவத்தை, “மூணாப்பு படிக்கும் போது . . . தாயாருமாரு பள்ளிக்கொடத்துல படிக்கையில சிஸ்டருங்க எனியத்தான் பங்குக்கோயில தெறக்க பூட்டச் சொன்னாக. பள்ளிக்கொடத்து நேரத்துல கோயில்ல போய் பூவாசு எடுத்துவர அதவெளக்க, பெறகு சிஸ்டரு பூவாசு வச்சுத்தர கொண்டு போய் கோயில்ல வைக்க ... எல்லா நாஞ்செய்வேன். ஏங்கூட யாராச்சும் இன்னொரு பிள்ளைய கூட்டிக்கிட்டுப் போவேன். தனியாயப் போகப் பயம்மா இருக்கும்” *(2004: 80)* என்று கூறுவதிலிருந்து, பள்ளி பாடவேளையின் பொழுது ஒரு தலித் மாணவியை கல்வியிலிருந்து விலக்கும் விதமாகவே தனது சொந்த வேலைகளைச் செய்யச் சொல்வதும், கோவில் சார்ந்தப் பிறபணிகளைச் செய்யச்சொல்லிக் கட்டாயப்படுத்தவும் செய்கின்றனர்.

சாதிக் கிறித்தவர்களின் இத்தகையத் தலித் விரோதப் போக்குகளால் பலக் கொடுமைகள் மறை நிகழ்வுகளாகத் தொடர்ந்து கொண்டுதான் இருக்கின்றது. பலநூறு ஆண்டுகளாகவே சமய, சமூக நிலையில் தலித் கிறத்தவர்கள் அடிமைப்படுத்தப்பட்டும், அவர்களுக்கான இட ஒதுக்கீட்டு உரிமை, சலுகைகளுக்காகவும் விடாது போராடிக் கொண்டேதான் இருக்கின்றனர். இத்தகைய வரலாறுகள் மறைக்கப்பட்ட நிலையிலேயேதான் இன்றும் உள்ளது. இதையெல்லாம் ஆராய்ந்தும், தேடிக் கண்டறிந்தும் பதிவு செய்ய வேண்டியது இன்றைக்கு அவசியமாக உள்ளது.

பி.எஸ். குகா போன்றவர்கள் இச்செயலைத்தான் வரலாற்றை கீழிருந்து படித்தல் (Study of History From Below) என்றும் அடித்தள விளிம்புநிலை வரலாற்று ஆய்வு ; (Subaltern Studies) என்றும் கூறுகின்றனர். தலித்துக்களின் கலாச்சார, பண்பாட்டு வரலாறுகள் பல மண்ணில் புதையுண்டு கிடக்கின்றது. அவை தான் உண்மையானத் தமிழ்ச்சமூக வரலாற்றை வடிவமைக்கவும், எழுதவும், மீட்ருவாக்கம் செய்யவும் உதவுகின்ற அடித்தளமாபும். இவற்றை மறுதலித்துவிட்டே தமிழ்ச்சமூகப் பண்பாட்டு வரலாறுகள் தொடர்ந்து எழுதப்படுகின்றது. இதனால்தான் தலித்துக்கள் இதுவரை எழுதப்பட்ட வரலாறுகளை அவர்களுடையதாக ஏற்றுக் கொள்ளாமல் புதிய வரலாறுகளை எழுதுகிறார்கள். இந்த வகையில் தலித் கிறத்துவப் படைப்பாளர்களால் எழுதப்பட்டதே தன் வரலாறுகள் என்று அடையாளப்படுத்தலாம்.

தலித் மாணவர்களைக் கட்டிடப்பணியில் ஈடுபடுத்ததுல் :

தலித்துக்களுடையப் புழங்கு வெளியிலிருந்து பல மீட்டர் தொலைவில் உள்ள ஆதிக்கச் சமூகவெளியில் இயங்குகின்ற பள்ளி ஒன்றில் படிக்கின்ற தலித் குழந்தைகளை அறிவுசார் நடவடிக்கைகளிலிருந்து விலக்கும் முகமாகப் பல்வேறுச் செயல்கள் நிகழ்த்தப்படுகன்றன. இந்த வகையில் பள்ளியினுடையப் பாடவேளையின் பொழுது அவர்களை அழைத்து, கட்டிடப் பணியில் ஈடுபடுத்துகின்ற நிகழ்வு ஒன்றை, "சாமியார் பள்ளிக்கொடத்துல படிக்கையில் பழைய கோயில இடுச்சுட்டு, புதுக்கோயில் கட்ட ஆரம்பிச்சாங்க. அப்ப பழய கோயிலுக்குப் பின்னால் கெட்டடங் கெட்டுறதுக்கு வானந்தோண்டுனாங்க, நாங்க கைத்தொழில் கிளாஸ்ல அங்க போயி பள்ளத்துல இருந்து மண்ண அள்ளி வெளியே போடுவோம்"(2004: 85) என்பதாக பாமா சுட்டிக் காட்டுவதிலிருந்து, வயதிற்கும், தகுதிக்கும் மீறியப் பணிகளில் தலித் குழந்தைகளைப் பாடவேளையின் பொழுது ஈடுபடுத்தினர் என்பது புலனாகக் காணலாம்.

பள்ளியின் இதுபோன்ற செயலினைச் செய்யச் சொல்வகை, தலித் குழந்தைகளின் மீது நிகழ்த்தப்படும் மனித நேயமற்றக் கொடுமை என்பதாகவே அணுகலாம். இழிவானது என்று ஒதுக்கப்ட்ட எல்லா விதமானப் பணிகளையும், தலித்துக்கள் தான் செய்ய வேண்டும் என்கிற சாதி ஆதிக்கச் சமூக மனவியல் பதிவுகள் கல்விப்புலத்தை நிர்வகிப்பவர்களிடனும் எதிரொலிப்பதோடு, அதற்கு இளம்வயது தலித் குழந்தைகளை மனிதநேயமின்றி பயன்படுத்தவும் தூண்டகின்றது. இதன் வழியே கல்வி பெறுவதிலிருந்து அவர்களை நூதனமாகத் தடுக்கின்றச் செயல்களும்கூட நடைபெற்றுள்ளன. கல்வியறிவைப் பெற்று அதன் மூலமாக வேலை வாய்ப்பினையும், பொருளாதார சமத்துவத்தையும் தலித்துக்கள் பெற்றுவிடக்கூடாது என்று சிந்திக்கின்ற எல்லாவிதமான ஆதிக்கச் சாதித் தன்னிலைகளும் பல்வேறு நிறுவன அமைப்புக்களிலும் முக்கியப் பொறுப்புக்களில் இருந்துகொண்டு தலித்துக்களாக இருக்கக்கூடிய அனைவரையும் ஒடுக்கவும், அடக்கவும் செய்யும் வகையில் நூதனமாகச் செயல்படுகின்றது. இந்த வகையில் ஒரு தலித் மாணவர் எத்தனையோ விதமாக நெருக்கடிகளை மறைமுகமாவும், நேரிடையாகவும் சந்திக்க வேண்டியுள்ளது. பெரும்பாலான சாதியக் கல்வி மையங்களில் இத்தகைய தடைகள் தலித்துக்களுக்கு எதிராக அவ்வப்போது

முளைத்துக் கொண்டேயிருக்கின்றது. ஒடுக்கப்பட்டோருக்கான உண்மைக்கல்வி வழங்குவதில் கத்தோலிக்கத் திருச்சபைகள் சாதீய பாரபட்சம் காட்டவே செய்கின்றது என்பது படைப்பின் வழி புரிதலுக்குரியதாகும்.

மூடநம்பிக்கைகளைக் கூறியப் பயமுறுத்திப் பணிய வைத்தல் :

தலித் கிறத்தவ மாணவர்களுக்கென ஞான உபதேச வகுப்பினை நடத்துகின்ற ஆசிரியத் துறவிகள் பேய், பிசாசுக் கதைகளைக் கூறி பயமுறுத்தி அவர்களைப் பணிய வைப்பதோடு, பல்வேறு முறைசாராப் பணிகளிலும் ஈடுபடுத்துகின்றனர். சமயம் சார்ந்தக் கதை கூறுவதன் நோக்கமாக சோமலெ என்பவர், "சமய அறக்கோட்பாட்டை வலியுறுத்துவது, உலகியல் அறிவைப் புகட்டுவது, வாழ்வியலை விளக்கி உரிய வழிகாட்டுவது, சமூக வரலாற்றை அறியத் துணை நிற்பது, நீதிபோதனைக் களஞ்சியமாகச் செயல்படுவது, சமகாலச் சிந்தனைகளைப் போதிப்பது, ஒழுக்க நெறிகளை வலியுறுத்துவது"15 எனப்பலவற்றையும் சொல்லுகின்றார். இவர் சொல்லுகின்ற நோக்கத்திற்கு முற்றிலும் எதிரானதாகவே தலித் மாணவர்களுக்கு மேற்கண்ட வகுப்பில் கதைகள் கற்பிக்கப்படுகின்றது.

முறைச்சார்ந்தக் (Formal Education) கல்வியின் கீழ்க் கிறித்தவக் கல்வி நிறுவனங்களில் தலித் மாணவர்களுக்கென்று வழங்கப் படுகின்ற இப்பயிற்சி வகுப்புக்களில், பேய் பிசாசு, ஊழ்வினை, பிறவிக்கொள்கை பற்றிய மூடக்கதைக் கட்டுமானங்களை மாணவர்கள் அச்சுறும் வகையில் கூறுவதோடு, கீழ்ப்படிதல், விசுவாசம் என்பதையும் வலியுறுத்தி இதன் வழியாகவே அவர்களைத் தாழ்ந்தவர்களாகவே இருத்தி வைக்க செய்யப்படுகின்றக் கொடுமையை, "தாயாருமாரு பள்ளிக்கொடத்துல சிஸ்டருங்க... ஞானதேசக் கிளாஸ்ல சொன்னப் பேய்க்கதை பெசாசுக்கதை எல்லாம் நெனப்புக்குவரும். கோயிலுக்குள்ள எங்குட்டுப் பாத்தாலும் பேயா இருக்கிற மாறி இருக்கும்... பேயி பெரிய நோட்டுல நம்ம பாவத்த எழுதி வச்சு... நோட்டு காலியானதும் நம்ம முதுகுத்தோல உரிச்சு பாவத்தை எழுதும்னு சிஸ்டருக, ஞானதேசக் கிளாஸ்ல சொன்னாங்க. கரெக்டா நானு கோயில்ல தனியா இருக்கும்போது இது ஞாவத்துக்கு வரும்... பயந்து செத்துருவேன்... இந்த சிஸ்டருங்களுங் கெஞ்ச நல்ல கதையா எதுவுஞ் சொல்லமாட்டாக. எப்பப் பாரு பேய்க்கதைதான் பேய்... சிஸ்டருக சொல்ற வேலையெல்லாம் செய்வேன். என்ன

சொன்னாலும் கீழ்படிவேன். அடிக்கடி மந்தர...சொல்வேன்... பெசாச பாக்க... பயம்மா இருக்கும். பதறிப்போவேன் பதறி... எப்படித்தான் இத மறக்கணும், அழிக்கணும்னு நெனச்சாலும் முடியாது. இன்னும் அதிகமாத்தான் கண்ணுக்கு எதிரே வரும்" (2004: 80—81) என்று பயந்தும் பதியும் கூறுகின்ற வார்த்தைகள் வெளிப்படுத்துகின்றது.

ஞான உபதேசக் கல்வி என்பது சமயம் சார்ந்து வழங்கப் படுகின்ற ஒரு நல் ஒழுக்க மதிப்பீட்டுக் கல்வி, மழலைக் குழந்தைகளின் ஆன்மீகம் சார்ந்த அறிவு முன்னேற்றத்தை மேம்படுத்துவதில் இத்தகைய நெறித்துணைக் கல்விக்கே அதிக முக்கியத்துவம் கொடுக்கப்படுகின்றது. தனி, பொது வாழ்வியல் பிரச்சினைகளை எதிர் நின்று சமாளித்து கரையேறுவதற்கானத் துடுப்பாக இக்கல்வி உந்துதலாக உள்ளது. பல்வேறு விதமான அறிவுசார் தொடர்புகளையும், விழிப்புணர்வுகளையும் போதிக்கின்றது. இத்தகைய மிக உயர்ந்த நோக்கங்களைக் கொண்டு வழங்கப்படுகின்ற கல்வியானது தலித் மாணவர்களின் சமூக, சமய அறிவை அகண்டமாக்கவோ, ஆழமாக்கவோ செய்யாமல், சமய, மூடநம்பிக்கைகளுக்கு உள்ளாகவே அவர்களை முடக்குகிற வகையில் கற்பிக்கப்படுகின்றது.

பேய், பிசாசுகள் என்பவை சங்கஇலக்கியங்களில் அணங்கு என்று குறிக்கப்படுகின்றது. இச்சொல்லுக்கு அமைந்தப் பொருட்களாக "வருத்தம், தெய்வம், துன்பம், அச்சம், பேய், அழகு, தெய்வத்தன்மை, வெறியாடல், நோய், வடிவு"16 எனப் பத்திற்கும் மேற்பட்டப் பொருளை சாரங்கபாணி என்பவர் சுட்டுகின்றார். இது குறித்து வித்யானந்தன், "தமிழர்கள் பிற இனங்களைப் போலவே இனம் காணமுடியாதப் பல்வேறு புறச் சக்திகளின் பால் நம்பிக்கை உடையவர்களாகவே இருந்ததோடு அவர்களது வாழ்வின் சகலவித இயக்கங்களுக்கும் இவ்வகைச்சக்திகளே காரணமென்று நம்பினர். இவ்வகைச் சக்திகளையே அணங்கு, சூலி, பேய், கடவுள், தெய்வம் என்று கூறினர். இவையாவும் விலங்கு சாராத இயற்கைப் பொருட்களின் ஆவிகளாகக் கருப்பட்டன. இந்தச் சக்திகள் மலை, மலைச்சாரல், காடு, கடல் முதலிய நீர் நிலைகளில் குடிகொள்கிறது எனவும் நம்புகின்றனர்" 17 என்று விவரிக்கின்றார். இதே நம்பிக்கைகளையுடையத் தலித் குழந்தைகளையும், பெரியவர்களையும் சமயத் துறவிகள் ஞான உபதேச வகுப்பு உள்ளிட்ட பிறவற்றில் மூடநம்பிக்கைகள் சார்ந்த ஆவியுலக (Animism) சிந்தனைகளைகளைக் கற்பித்தலின்

வழியே பலவீனப்படுத்துகின்றனர். கட்டுலனுக்கு அப்பாற்பட்டு எங்கும் நிறைந்திருக்கக்கூடிய (Impersonal Power) இயற்கையிறந்தச் சக்தி குறித்த நம்பிக்கைகளை முன்வைத்தே சமயத்தளத்தில் உள்ளவர்கள் அவர்களுடைய தலித் குழந்தைகளின் தனிமுனைப்புடைய (Special energy) ஆற்றலை ஒடுக்குகின்றனர். ஞான உபதேசம் என்கிற சுவிஷேசப் போதனைச் சார்ந்தக் கல்வியினுடைய முழுப் பயன்பாட்டிலிருந்தும் தலித் குழந்கைகளைச் சாதியை முன்வைத்து விலக்கும் விதமாகவே இச்செயல் நடைபெறுகின்றது.

ராஜ் கௌதமன் இது குறித்து, "கத்தோலிக்கத் தலித் கிறிஸ்தவர்களுக்கு இயற்கையிலேயே பேய், பிசாசு, சார்ந்தப் பயன் உண்டு என்பதையும், ஞாயிற்றுக்கிழமை நடக்கும் பிரசங்கத்தில் பங்குசாமியார் உபதேசித்தப் பிறகு அவர்களோடு கிறிஸ்தவ சாத்தான்களும் சேர்ந்துகொண்டதால், இந்தப் பயம் வந்ததாகவும் அதனால் இந்துக் கடவுள்களையும், கூடப் பேய்களாகவே நினைக்கின்றனர்."18 என்றும் குறிப்பிடுகின்றார். இதையே ஜால்ஜீனா என்பவர், "தனக்கு நம்பிக்கையும், தனக்குப் பாதுகாப்பையும் நித்திய உணர்வையும் தரக்கூடிய ஏதோ ஒன்றில் ஈடுபட்டு மனித மனத்தின் செயல்பாட்டுத் தன்மையாகிய நம்பிக்கை"19 என்கிறார். இது தலித் கிறித்தவர்களிடத்தில் மிகுதியாகக் காணப்படுகின்றது. அதனால்தான தமது குழந்தைகளை ஞான உபதேசக் கல்விக்கு அனுப்புகின்றனர். இவ்வாறு அனுப்பப்படும் தலித் குழந்தைகளைக் குறிப்பாக, பெண் குழந்தைகளைத் தான் ஆசிரியர்களாக இருக்கக்கூடியப் பெண் துறவிகள் பேய் பிசாசு கதைகளைக் கூறி, சமயம் தொடர்பானப் போலி அறிவியலுக்குள்ளாக (Pseudo science) அவர்களை ஆழ்த்தி, அறிவிலிகளாகவே இருக்கின்ற வகையில் மறைமுகமான நடவடிக்கைகளில் ஈடுபடுகின்றனர். கிறித்தவச் சபைசார் பள்ளியில் தலித் குழந்தைகள் மீது பல்வேறு வழிகளிலும் ஒடுக்குதல்கள் நிகழ்வதைப் போலவே, திருச்சபை சார்ந்து நடத்தப்படும் கல்லூரிகளிலும் நிகழ்கின்றது என்பதைப் பின்வருமாறு காணவியலுகிறது.

தலித் மாணவி ஒருவரை சாதியடிப்படையில் நடத்துதலும் ஒடுக்குதலும் (கல்லூரியில்) :

பொருளாதாரச் சமத்துவத்தோடு சமூக சமத்துவத்தையும் ஒருவர் பெறுவதற்கு உதவுகின்ற விஞ்ஞானத் தொழில் நுட்ப அறிவியல் படிப்புக்களில் சேருவதிலிருந்து தலித் மாணவர்கள் நூதனமாகப் புறக்கணிக்கப்படுகின்றச் சூழல்களையெல்லாம்

கணக்கில் கொள்ளாதச் சிலர் கல்வியறிவைப் பெற்றுவிட்டால் தலித்துக்கள் எல்லாவித சமத்துவத்தையும் அடைந்துவிடலாம் என்பதை முன்வைக்கின்றனர். ஆனால் நடைமுறையில் மேற்சொன்ன முன்வைப்புக்கள் பொருத்தமற்றதாகவே உள்ளது. இதனால் தலித்துக்களின் கல்வியறிவு இன்று வரை சொல்லிக் கொள்ளும்படியாக வளர்ச்சியடைந்திருக்கவில்லை. இந்தச் சூழ்நிலையில் கல்லூரிகளில், பயிலும் தலித் மாணவர்களைச் சிலச் சலுகைகளை முன்வைத்து சாதீய ரீதியில் அடையாளம் காணுகின்றச் செயல் பொது வகுப்பறையில் அனைத்துச் சமூக மாணவர்களுக்கு முன்னிலையும் நடைபெறுவதையும், அவற்றில் கல்லூரி ஆசிரியர், அலுவலர்கள் உள்ளிட்டோரே சாதிய மனோபாவத்துடன் நடந்துகொள்வதையும், இதனால் அவமானப்படுகின்ற ஒரு தலித் மாணவியின் மனம் கூனிக்குறுகிப் போவதையும் இதுவரை எந்தத் தலித்தியப் படைப்புக்களும் விவரிக்கவே இல்லை.

விவரிக்கவே முடியாத இது போன்ற உளவியல் சார்ந்தப் பல்வேறு பிரச்சனைகளைக் கல்வித்தளத்தில் தலித் மாணவர்கள் அவ்வப்போது எதிர்கொள்ளவே செய்கின்றனர். இது போன்றப் பிரச்சனைகளை ஒரு பொதுவான நடவடிக்கை என்று கூறி பொதுப் பரிவர்த்தனைக்குள் இதனைச் சேர்த்து விடாமல், தனக்கான இழிவு என்பதாக இதனை உணரும் ஒரு தலித் மாணவத் தான்மைக்கு உரிய நியாயம் செய்வதையே இப்பகுதி விரும்புகின்றது. இதன்கீழ் கருக்கு ஆசிரியர் பாமா தனது கல்லூரிப் பருவத்தில் சாதிய பாகுபாட்டு வித்தியாச நடவடிக்கைக்கு உள்ளாக்கப்பட்டதால் உளக் கொதிப்பிற்கு ஆளானதை, “தொலதூரத்துல இருந்த ஒரு ஊருக்கு காலேஜ் படிப்பு படிக்கப் போனேன்.

இம்புட்டு தூரத்துல, இவ்வளவு பெரிய காலேஜ்ல இவ்வளவு பிள்ளைகளுக்கெடயில சாதீ கீதி ஒன்னும் இருக்காதுன்னு நெனச்சுக்கிட்டு இருந்தேன். ஆனா அங்ககூட சாதி வித்தியாசம் பார்க்கத்தான் செஞ்சாக, திடீர்னு ஒருநாள் கிளாஸ்ல ஒரு லெக்சரர் அரிசனப்பிள்ளைக எல்லாம் நில்லுங்க, கவர்மெண்ட் பிற்படுத்தப்பட்டோர்கு சாய்ந்தர நேரம் டியூசன் ஏற்பாடு பண்ணியிருக்குனு சொன்னது. ரெண்டே பேரு, நானும் இன்னொரு பிள்ளையும் நின்னோம். மத்த பிள்ளைகளுக்கெடயே சலசலப்பு, ஏளனச் சிரிப்பு, எனக்குன்னா கோவம் அப்படி வந்துச்சு. ஒடனே அந்த மிஸ்கிட்ட எனக்கு அந்த டியூசனும் வேண்டாம் ஒன்னும்

வேண்டாம்னு சொல்லிட்டு ஒக்காந்தேன். எங்க போனாலும் என்ன படிச்சாலும் இந்த சாதி நம்பள லேசா உடாது போலிருக்கு" (2004: 30) என்று வெசனப்படுவதிலிருந்து புரிந்து கொள்ள முடிகின்றது.

அனைத்துச் சமூகமானவர்களும் கூடியிருக்கின்ற பொது வகுப்பறைக்குள் வைத்து தலித் மாணவர்களை மட்டுமே "அரிசனங்கள்" என்கின்ற அடையாளப் பெயரைச் கூறி எழுந்து நிற்க வைக்கின்ற கல்லூரி ஆசிரியர் ஒருவரது நடவடிக்கையினால், ஏனைய மாணவிகளின் மத்தியில் சலசலப்பிற்கும், ஏளனச் சிரிப்பிற்கும், ஆளாகுகின்ற ஒரு தலித் மாணவ மனம் ஆசிரியரின் இந்த நடவடிக்கையைச் சாதிய மேலாதிக்கச் செயல்பாட்டின் உச்சமாகவே கணக்கில் கொள்கின்றது. சாதியத்தால் தொடர்ந்து பாதிக்கப்பட்டுக் கொண்டிருக்கும் ஒரு சமூகத்திலிருந்து, கல்வி நிலையத்திற்குள் நுழைகின்ற ஒரு தலித் மாணவ மனம், அங்கேயும் அதன் தீவிரத்தை உணரும்போது, பெரும்பாலும் சமரசமாகவும், சில நேரங்களில் கொதித்தெழவும் தான் செய்கின்றது. அப்படித்தான் இங்கு, சாதியை முன்வைத்து வழங்கப்படும் பயிற்சி வகுப்பை வேண்டாம் என்று மறுத்து ஒதுக்குவதுடன் சமரசமாகின்றது.

பாமா என்கிற தலித்தின் இந்த மனம், தலித் மாணவர்களுக்கு மட்டுமே உரியச் சலுகைகள் என்ற பெயரில் கல்வி நிறுவனங்கள் அவர் மீதானச் சாதிய அடையாளத்தை உறுதிப்படுத்தவே செய்கின்றது என்பதைப் பதிவு செய்கின்றார். இந்த விதத்தில் பாமாவைப் போல சமூகத்தளத்தில் இதனை எதிர்ப்பவர்களும், ஆதரிப்பவர்களும் இருக்கவே செய்கின்றனர். இளம்மாணவச் சமூகத்தினரும் கூட சிறுபான்மையாக இப்பிரச்சினையினை எதிர்கொள்கின்றனர். எனினும் தலித் மாணவர்களைச் சாதி அடிப்படையில் பொது வகுப்பறையில், பொது அமர்வுகள் உள்ளிட்டப் பிற இடங்களில் வைத்து அடையாளம் காணுகின்றக் கல்விசார் சாதீய அரசியல் நடவடிக்கைகள் நிச்சயமாக எதிர்க்கப்படவேண்டிய ஒன்றே எனல் தகும்.

மாணவர்களை எக்காளத்திற்குள்ளாகுதல் (கல்லூரி விடுதியில்) :

"பார்ப்பானுக்கு மூத்தவன் பறையன் கேட்பாரின்றிக் கீழ் சாதியானான்" என்ற வார்த்தைகளின்படி இன்று வரைச் சமூக இயலாமைகளையும் அவலங்களையும் தலித்துக்கள் தொடர்ந்து அனுபவித்து வருகிறார்கள். மனிதத் தர்மத்தையே

மையமாகக் கொண்டிருக்கின்றது என்று சொல்லப்படுகின்ற இந்து, கிறித்தவச் சமயங்களில் தான் இவர்கள் மீதான சமூக ஒதக்கல்கள், சிறயவர் பெரியவர் என்ற பாகுபாடுகள் ஏதுமின்றி நிகழ்கின்றது.

இத்தகைய பாகுபாடுகளுக்கு ஆளாகின்ற சமூகத்திலிருந்து கல்லூரிப் படிப்பிற்குச் செல்லுகின்ற ஒரு தலித் மாணவரை அவரது சாதியை மையமாக வைத்து வெறுத்து ஒதுக்குவதோடு ஒருவிதப் பாரபட்சமான நடவடிக்கைகளையும் சாதியச் சமூகத்தைச் சேர்ந்த கிறித்தவக் கல்வியாளர்களும், கல்வி நிறுவனத்தை நிர்வகிக்கக்கூடியச் சமயத் துறவிகளும் மேற்கொள்கின்றனர். இதன் வழியே தலித் மாணவர்களைக் கல்வி பெறுதலிலிருந்து தானாகவே வெளியேறிடச் செய்கின்ற உள்மனச் சாதிய சூழ்ச்சியைக் கருக்கு சுயமரிதை காட்சிப்படுத்துகின்றது. இந்தச் சம்பவத்தில் வருகின்ற மேலாதிக்கச் சமூக மனோபாவமுடையக் கிறித்தவக் கல்லூரி முதல்வரும், விடுதிக் கண்காணிப்பாளாராகியப் பெண் துறவி ஒருவரும் விடுதியில் உள்ள தலித் மாணவர்கள் மீது மட்டும் விடுதி சார்ந்த பாரபட்ச நடைமுறைகளைத் தீவிரப்படுத்துவதோடு, பிறச் சமூக மாணவர்களை சுதந்திரமாக நடத்துகின்றனர். தலித் மாணவியாக இருக்கின்ற ஒருவர் தனது குடும்ப நிகழ்வு ஒன்றிற்குச் செல்ல விடுதி கண்காணிப்பாளரிடமம் அனுமதி கோருகின்றார்.

அவரை ஒத்தப் பிறருக்கு விடுப்பு வழங்குகின்ற கண்காணிப்பாளர், அந்த மாணவருக்கு மட்டும் விடுப்பு வழங்க மறுப்பதுடன் அவரது குடும்பத்தை, சாதியை முன்வைத்து ஏளனப்படுத்துவதை, "இன்னொரு தடவ, என்னோட தம்பி தங்கச்சி புதுநன்மை வாங்குனாங்கன்னு வீட்டுக்குப் போக உத்தரவு கேட்டேன், அது ஒரு சனி, ஞாயிறு லீவு நாளுகத்தான் இருந்தாலும் என்னமோ அந்த பிரின்ஸ்பாலும், வார்டனும் சேந்துக்கிட்டு என்ன உடமாட்டேன்னு அடம் பண்ணுனாக... எங்கண்ணு முன்னாலேயே வேற பணக்காரப்பிள்ளைகள வீட்டுக்கு அனுப்புனாக... நேருக்கு நேராகவே அவுகள மட்டும் உடுறீகளே எதுக்கு என்ன உடமாட்டீங்கன்னு கேட்டேன், அதுக்கு அவுக சொன்னபதில் 'ஓங்க சாதியில என்னத்த பெரிசா புதுநன்மை வாங்குறதெல்லாம் கொண்டாடப்போறாங்க. இதுக்கெல்லாம் அனுப்ப முடியாதுன்னு சொல்லித் திமிரா பேசுச்சுக... அதுனால பிடிவாதமாப் போவேன்னு சொல்லி சாதிக்கொரு சட்டமில்லை, எல்லாருக்கும் ஒரே

மாதிரித்தான் சட்டம் போடனும்னு பேசி கடைசில வீட்டுக்குப் போனேன்" (2004 : 30) என்ற வார்த்தைகளில் இது போன்று, கல்வித் தளத்தில் நிகழ்த்தப்படுகின்ற சாதிய ரீதியிலான நடத்துதல்களுக்கு எதிரான துணிச்சலான நடவடிக்கையில் ஈடுபட வேண்டிய தேவையும், அவசியத்தையும் ஆசிரியர் எடுத்துக் காட்டுகின்றார். என்பதையே மேற்கண்ட வரிகள் காட்டுகின்றது. இத்தகையத் துணிச்சல் மிக்கக் கலகக்குரலைத் தலித் பெண்கள் எழுப்ப வேண்டியதன் அவசியம் பற்றி குறித்து அரங்கமல்லிகா, "இன்றைக்குத் தலித் பெண்ணின் குரல் சமுதாயத்தைத் துளைக்கக்கூடிய கூர்மையான குரலாக இருக்கிறது. தலித் அமைப்பும், தலித் பெண்கள் அமைப்பும் சாதி பற்றிய முக்கியமான கேள்வி தொடர்பாக விவாதம் நிகழ்த்தியுள்ளது. இதன் காரணமாகத் தலித் பெண்களுக்குச்சுதந்திரமும் தனித்துவமாகக் குரலும் தேவை என்பதைத் தலித் பெண்ணியம் வற்புறுத்துகின்றது"20 என்று தங்களுக்குரிய எல்லாத் தளங்களிலும், தலித் பெண்கள் தங்கள் குரலைக் கூர்மைப்படுத்த வேண்டிய அவசியமும், அவசரமும் உள்ளதை இவர் சுட்டுவதற்கு ஏற்பவே, பாமா, தனக்கு எதிராக விடுதியில் செயல்படும் கல்லூரி முதல்வரையும், விடுதிக் கண்காணிப்பாளராக இருக்கக்கூடியப் பெண் துறவி ஒருவரையும் எதிர்த்துக் குரல் எழுப்பி செயல்படுத்தியுள்ளார் என்பதாக இதனைக் கொள்ளலாம்.

கடவுளை முன்வைத்து ஏமாற்றப்படுதலும் எதிர்த்துப் போராடுதலும் :

அறிவு சார்ந்த எல்லாத் தளங்களிலும் தலித் சமூகத்தினர் தடைகள் பலவற்றைக் கடந்தே முன்னேற வேண்டியுள்ளது. இத்தகையச் சூழலைக் கட்டமைத்து வைத்திருக்கின்றச் சாதீய அரசியலுக்கு கிறித்தவக் கல்வி நிறுவனங்கள் விதிவிலக்கல்ல, இந்த வகையில் கல்லூரி ஒன்றில் படித்துக் கொண்டிருந்தப் பாமா, அவருக்கு எதிராக நிகழ்ந்த நிறுவன நடவடிக்கைகளைச் சில நேரங்களில் எதிர்த்தும், பலமுறை அனுசரித்தும் எசன்று கொண்டிருந்தச் சூழலின் ஒரு கட்டத்தில் தான் சமூகப் பகுப்பாய்வின் கீழ் உணர்வெழுச்சி கொள்கின்றார். சமூகத்திலும், சமயத்திலும், இன்னபிற நிலைகளிலும் தம் மக்கள் ஒடுக்கி, ஓரங்கட்டப்பட்டுப் புறக்கணிக்கப்படுகின்ற சூழல்களையெல்லாம் நன்கு உணரத் தலைப்படுகின்றார். இந்த உணர்வெழுச்சி கிறித்தவச் சாமியார்கள், குருமார்கள், கன்னியாஸ்திரிகள் உள்ளிட்டவர்களையும், கடவுளின் பேரைச் சொல்லி இத்தகையோர் நடத்துகின்றப் போலியானச் சமூக,

சமய சடங்காச்சாரங்களையும் கேள்விக்குள்ளாக்குகின்றது. இது போன்ற கல்லூரியில் நடக்கின்ற சாதிய ரீதியிலானச் சிலச் சம்பவங்களினால் கோபமும், கொந்தளிப்பும் இவருக்குள் தீவிரமாக எழுவதை, "கஸ்டப்பட்டு காலேஜ்ல... படிக்கும் போது கடவுட்மேல நான் வச்சிருந்த பாசம், பக்தி எல்லாம்... கடம்ன கடவுளே காப்பாத்துன்னு சொல்றதோடு போச்சு... தெனமும் ஏன் பூசைக்குப் போகனும்? நன்ம வாங்கனும்? இப்பிடி கண்டமானிக்கு மனசுக்குள்ள கேள்வி வரும். சாமியார்களும் சிஸ்டர்களும் எனிய ரொம்ப ஏமாத்திட்டாங்கன்னு மனசுக்குப்படும்... அதுனால அவுக செய்ற ஒன்னுமே புடிக்காது. எதுத்து கேள்வி கேட்டேன் சண்ட போட்டேன் சே... ஏமாத்துக்காரங்க, வேசக்காரங்கன்னு மனசுக்குள்ள ஒருவெறுப்பு உண்டாச்சு... இவுக சொல்லிக் குடுத்த மாறி நாமவளவளன்னு சொல்ற மந்திரங்கள்ள அந்த பக்தி முயற்சி, இந்தப் பக்தி முயற்சி, நவநாள், செவமால இப்பிடி இதுகள்ள்தான் கடவுள் இருக்குரார்னு நம்ப முடியல... அதுனால அம்புட்டு நாளூ நம்பிக்கிட்டு செய்துக்கிட்டு வந்ததெல்லாம் அர்த்தமில்லாததா, போலித்தனமா பட்டுச்சு, சிஸ்டரா போகணும்னு இருந்த ஆசையெல்லாம் அடியோட போச்சு" (2004: 95 — 96) என்று கூறுவதிலிருந்து அறியலாம்.

சமூக வேரோட்ட மாற்றத்தில் முன்னேறத் துடிக்கின்ற ஒரு தலித் கெண்ணின் தன்னிலை எல்லாவிதமான ஆதிக்க மையங்களுக்கு எதிராகவும் முரண்பாடு கொள்வது என்பது தவிர்க்கவியலாததாகின்றது. இவ்வாறான எதிர் (Opposite Dialecties) முரண்பாட்டு இயங்கியல் நடவடிக்கைகள் தான் பாமாவிடம் மேற்கண்டவாறு எழுகின்றது. இதனை அவரது சுயசரிதையின் எல்லா இடங்களிலும் காணவியலுகின்றது. கிறித்தவச் சமூக, சமய மெய்யியல் (Catholic Religious and Socio - Philosophical) நடவடிக்கை என்று சொல்லப்பட்டவை அனைத்தும், தன்னையும், தன் சமூகத்தையும் அடிமைப்படுத்தக்கூடிய மேலாதிக்க நடவடிக்கைகளே என்று கருதுகின்ற ஒரு தலித் பெண்ணினுடைய அதிமிஞ்சிய உணர்வு வெளிப்பாடுகள். ஒரு ஒடுக்கப்பட்டச் சமூகத்தின் குரலாகவே இங்கு ஓங்கி ஒலிக்கின்றது என்பதால் தான் சமூக, சமய தளத்திலும், கல்வி நிலையங்கள் உள்ளிட்டவற்றிலும் நிகழும் தனிநபர் சார்ந்த ஒடுக்குதல்களை, சமூகம் (Social Prblem) சார்ந்ததாகவே இவ் ஆய்வு கணக்கில் எடுத்துக் கொள்கின்றது. மதத்தின் பெயராலும், ஆதிக்கச் சமூக, சமய ஒழுங்கு முறையாளர்களால் வடிவமைக்கப்பட்ட அறங்களின் பெயராலும் இன்ன பிறக்

கொள்கை, கோட்பாடுகளின் மூலமாகவும் நிகழ்த்தப்படுகின்ற எல்லா விதமான நடவடிக்கைகளையும் பாமாவைப் போல் தன் உணர்பெழுச்சியோடு கேள்வி கேட்க, மீற வேண்டியத் தேவையும் நெருக்கடியும் இன்றைக்குத் தலித்திய, தலித் பெண்ணியச் சமூகத்தினருக்கு ஏற்பட்டுள்ளது. இதை முன்னெடுப்பதன் மூலமாகவே, ஒரு தலித் தனது சுயத்தை ஆதிக்கத் தன்னிலைகளின் பிடியிலிருந்து மீட்டெடுக்க முடியும் என்பதைத் தான் பாமாவின் மேற்கண்ட எதிர்ப்புணர்வு மிக்கச் செயல்பாடுகள் சமூக அக்கறையோடு முன்வைக்கின்றன. சமயம் சார்ந்து நடத்தப்படுகின்ற கல்லூரியைத் தொடர்ந்து, பெண்கள் கல்வியல் கல்லூரி ஒன்றின் கீழ் எழும் சாதியத்தின் தாக்கத்தைப் பாமா எதிர்நோக்கிச் செல்வதைக் கீழ்வருமாறு அறியலாம்.

கிறித்தவக் கல்வியில் கல்லூரியும், சாதியத்தின் தாக்கமும் :

ஆதிக்கச் சாதியினர் தங்களின் அதிகார பலத்தால் பெரும் பான்மையாக உள்ள தலித் சாதியினரை, மையத்தைவிட்டு விளிம்பிற்குத் தள்ளிதோடு மட்டுமின்றி, எப்பொழுதெல்லாம் விளிம்பிலுள்ளவர்கள் மையத்தை நோக்கி நகர்ந்து வருகிறார்கள் அப்பொழுதெல்லாம் அவர்களை மிகக் கவனமாக விரட்டியடிக்கின்ற வகையிலுமே தான் செயல்படுகின்றனர். இத்தகைய விரட்டியடிக்கின்ற ஆதிக்கச் சாதியினரின் கைகளில் இருக்கின்ற கல்வி நிறுவனங்களில் தான் அதி நூதனமாகச் செயல் வினையாற்றுகின்றது. ஒரு தலித்தினுடையக் கல்வி சார் முன்னகர்வுகளைப் பின்னுக்குத் தள்ளும் விதமாக, சாதீயம் பல்வேறு நிலைகளில் அவர்களைப் பின்தொடர்ந்தே வருவதை, “இப்படி அங்க முடிச்சுட்டு பி. எட். பண்ணனும்னு இன்னொரு காலேஜ்ல சேர்ந்தேன். அங்கயும் அதே கதிதான். ஆனாக்கூட படிப்பு, தெறமை இதுகள்னால, சாதியாவது மயிராவதுன்னு துணிஞ்சு அடிச்சு பேசிக்கிட்டிருந்தேன். எதுக்குனாலும் தல நிமிர்ந்து நின்னேன் . . . ஒவ்வொரு எடத்துலயும் படிப்பு ஒன்ன வச்சே . . . சாதிப் பேச்சு பேசித் திரிஞ்ச இதுககிட்ட சமாளிச்சுட்டு வந்தேன்” (2004: 31) எனக் கூறுவதிலிருந்து, கல்வியில் கல்லூரிகளிலும் தலித்துக்களின் மீது சாதிய ரீதியிலானத் தொந்தரவுகளும், பிரச்சனைகளும் நிகழ்ந்திருக்கின்றது என்பது விளங்கக் காணலாம். கல்வித் தளத்தில் தலித்துக்களின் நுழைவு எப்பொழுது நிகழ்ந்ததோ, அப்பொழுதே அவர்களுக்கு எதிரானச் சாதீயமும் கல்வித் தளத்தில் நுழைந்து விட்டது. இதனால் அறிவு நுகர்ச்சி

நடைபெறும் நிறுவன அமைப்புக்களில் எல்லாம் தலித் சமூகத்தைச் சேர்ந்த மாணவர்களும், ஆசிரியர்களும் பிறரும், ஏதோ ஒரு வகையில் சாதியத்தின் தாக்கத்தை உணர்ந்தவர்களாகவே இருந்து வந்துள்ளனர் / வருகின்றனர்.

எல்லாக் கல்வி நிறுவனங்களிலும் இது போன்ற சூழல் இருப்பதாகச் சொல்ல முடியாது. அதே வேளையில் தலித் மாணவர்கள் மீது கல்வி நிறுவனங்களில் சாதிய ரீதியிலானத் தாக்கங்கள் இல்லை என்றும் கூற முடியாது. அந்த அளவிற்குக் கல்வி நிறுவனங்கள், தொழிற் பயிற்சி மையங்கள் என எல்லாவிடங்களிலும் சாதிய அரசியல் மறைமுகமாகவோ, வெளிப்படையாகவோ இருக்கவே செய்கின்றது. இதை பாமாவைப் போல் ஒரு தலித்தாக இருந்து அனுபவிப்பவர்களால் மட்டுமே உணரவும், உணர்த்தவும் முடியும் எனலாம். இது குறித்து ரகுபதி என்பவர், "தலித் மாணவர்கள் உயர் கல்வியில் அறிவியல் பாடப் பிரிவில் படிப்பதிலிருந்து விலக்கம் செய்யப்படுகிறார்கள். காரணம் அறிவியல் கல்வி பயில்வது என்பது அத்துறைகளில் படிப்பவர்களை வல்லுநர் தரத்திற்கு உயர்த்துகின்றது. மேலும் வேலை வாய்ப்பும் எளிதில் கிடைத்துவிடுகின்றது. அதனாலேயே அதிக மதிப்பெண் பெற்ற எனக்க மறுக்கப்பட்டது.

இது ஏன் என்று எனக்குள் இருந்த கேள்விக்கு கிடைத்த விடை. நான் தலித். தாழ்த்தப்பட்ட சாதியைச் சேர்ந்தவன். சாதீய அரசியல் பெரிய அளவிற்குப் புரியாதிருந்த எனக்கு கல்லூரியில் தலித் மாணவர்களுக்கு அறிவியல் பாடப் பிரிவுகளில் இடம் வழங்கப்பட மாட்டாது என்பது பின்னர்தான் தெரிந்தது. மற்றொரு உதாரணம்... இன்னும் ஒரு முக்கியத்துவம் இருக்கின்ற வணிகவியல் பிரிவில் சேர்ப்பதிலிருந்தும் தலித் மாணவர்கள் விலக்கப்படுகிறார்கள். இதனால் தலித் மாணவர்கள், சிறுபான்மையினர்... பொருளாதார முன்னேற்றத்திற்கு உதவியாக இருக்கும் கல்வியிலிருந்து விலக்கப்படுவதன் விளைவுகளால் தலித் மாணவர்கள் பெரும்பாலானோர் சமூக அறிவியல் துறைகளிலும், சொற்ப எண்ணிக்கையில் அறிவியல் துறைகளிலும் பட்டம் பெறுகின்றனர். மேலும் உயர்கல்வியில் தலித்துக்களின் பல்வேறு உரிமைகள் பறிக்கப்படுகின்றது. இது குறித்து கவனத்தில் கொள்ள வேண்டும். ஏனெனில் இச்செயல் தலித் மாணவர்கள் கல்வியில் திறமையானவர்களாக வளர்வதை நேரடியாகவே தடுத்து விடுகிறது."2 என்று தம் சுய அனுபவத்தைப் பதிவு

செய்கின்ற இவரது வரிகளிலிருந்து கல்வித் தளத்தில் சாதீயம் உள்ளதை உறுதி செய்ய முடிகின்றது.இதேபோல் திருநெல்வேலி மாவட்டத்தில் உள்ள ஜான்ஸ் கல்லூரி தொடங்கப்பட்டக் காலத்தில் பள்ளர், பறையர் சாதியைச் சார்ந்தவர்கள் சேர்ந்து பயில்வதை நாடார் சாதியினர் எதிர்த்தே வந்துள்ளனர். மாவட்டத்தில் உள்ள ஏனைய பிற கல்லூரிகளிலும் தலித் மாணவர்களோடு பிற சாதி மாணவர்கள் சாதி அடிப்படையில் மோதிக் கொள்வது அவ்வப்பொழுது நிகழ்ந்து கொண்டேயிருக்கின்றது. கல்வித் தளத்தில் சாதியம் உள்ளது என்பதைப் புலப்படுத்துவதற்குரிய மற்றொரு நேரடிச் சான்றாக ராஜ்கௌதமன் தன், "சிலுவைராஜ் சரித்திரத்தில் அறிவியல் பிரிவில் சேருவதற்குரிய தகுதியிருந்தும், அவருக்குக் கணக்குப் பிரிவில் இடம் வழங்கப்பட்டது குறித்தும், கல்லூரிக்குள் உள்ள சாதி திமிர் பிடித்த மாணவர்களால் ஏளனத்திற்குள்ளாவது குறித்தும், கல்லூரி ஆசிரியர்கள், சாமியார்கள் உள்ளிட்டவர்களிடமும் சாதிய அரசியல் இருந்தது குறித்தும்"22 தெளிவுப்படுத்துவதிலிருந்தும், கல்வித்தளத்தில் சாதீய மேலாண்மைச் செயல் நிகழ்வதையும் அவற்றை எதிர்த்துப் போராடியும், அவற்றோடு சமரசம் செய்வதும் தான் தலித்துக்கள் தங்கள் இருப்பைத் தக்க வைத்துக் கொள்ள வேண்டியுள்ளது என்பதையும் காணலாம்.

பெண்கள் துறவுப்பயிற்சி மடமும், அவதூறுகளுக்குட்படும் தலித் பங்கேற்பாளரும் :

ஆசிரியர் பாமா, துறவுச் சபைக் கன்னியர்களின் ஆதிக்க அதிகாரச் செயல்பாடுகளால் தலித்துக்களும், மாணவக் குழந்தைகளும் படுகின்ற அவஸ்தைகளையும், தனக்கு நேர்ந்தச் சிலச் சம்பவங்களினால் ஆதிக்கச் செயல்பாடு குறித்த தெளிவுகளையும் பெறுகின்றார். இதனால் தானே ஒரு கன்னியாஸ்திரியாகித் துறவு பூண்டு, தம் சனங்களுக்காக, சனங்களின் குழந்தைகளுக்காகச் பணியாற்றுவது என்ற விருப்பத்தில், 5 ஆண்டுகளாகப் பார்த்துக் கொண்டிருந்த வேலையை உதறிவிட்டு ஒரு துறவுச் சபையில் பயிற்சியாளராக நுழையும் போதே சாதீயம் தலைதூக்குவதை நேரிடையாக உணருகின்றார். இந்த உணர்தலை, "இந்தக் கன்னியாஸ்திரிக சேந்துகிட்டு தலித் பிள்ளைகளள, டீச்சர்கள இந்தப் பாடு படுத்துதுகளே, நம்ம ஒரு கன்னியாஸ்திரி ஆகி இந்த மாதிரி கேவலப்பட்டு, கெட்டுப்பட்டு கெடக்கிற சனங்களுக்கு ஏன் உதவி செய்யக் கூடாதுன்னு... பாத்துட்டு இருந்த வேலையை எழுதிக்

குடுத்திட்டு ஒரு சபையில போய்சேந்தேன்... மடத்துக்குள்ளச் சாதி வித்தியாசம் ரொம்ப பாப்பாகன்னு சொன்னாக. நாங் கேட்டாத்தான. எல்லாத்தையும் மீறி ஒரு மடத்துக்குள்ளே போயிட்டேன்... ஏழை எளிய சனங்களுக்காகவே வாழனும்னு நெனச்சுக்கிட்டு ... உள்ளப் போனா... எனக்குச் சம்பந்தமில்லாத எடத்துக்கு வந்துட்டோம்னுதான் மொத நெனப்பு வந்துச்சு... ஒரு நாளு எங்களுக்கு டிரெயினிங் குடுக்குற ஒரு சிஸ்டரு என்னோட சர்டிபிகேட்லயும், ஞானஸ்நான சர்டிபிகேட்டுலயும் பெறந்த தேதி ஏன் மாறிப் போட்டுருக்குன்னு இங்கிலீஸ்ல கேட்டுச்சு... பள்ளிக் கொடத்துல அட்மிசன் வாங்கணும்னு நீங்க தமிழ்காரங்க இப்படி ஏமாத்தி தேதி போட்டுக்கிட்டீகன்னு கத்துச்சு. இம்புட்டு நாளா சாதியத்தான் மட்டமாச் சொல்லி நம்மபளத் தல நிமிரவுடாம செஞ்சாக. இப்ப என்ன தமிழ்ககாரக கூட இந்தச் சபையில பறச்சாதி மாறித்தானேன்னு தோணுச்சு. சரி இந்தம்மாவுக்கு நம்ம ஊர்ச் சங்கதி தெரியாதுல்ல... பெறது வெளக்கமா... அதுக்குப் பெறகும் அது நான் பொய்ச் சொல்றேன்னு சொல்லுச்சு... பெறகு தான் புரிஞ்சது அந்த சபையில தமிழ்க்காரங்க தாழ்ந்த சாதி மாதிரின்னு. அப்ப பாத்துக்கங்க ஏ நெலமய. நானு தமிழ்காரி. தமிழ்காரிலேயும் பறச்சாதி வேறு இருந்தாலும் தொடர்ந்து இருந்தேன்." *(2004: 32 — 33)* என்ற அவரின் அனுபவ வரிகளிலிருந்து பெற முடிகின்றது.

"சாதியத்தின் தனித்துவம், ஒவ்வொருவரையும் ஒரு சாதியாக உணர வைப்பதிலும், அவ்வாறு உணர்த்துவதன் கீழ், ஒவ்வொரு சாதிக்கும் கீழே அதற்குரிய ஒருவரை நிறுத்துவதுமாகியக் கட்டமைப்பை கொண்டிருப்பதிலும் உள்ளது"23 என்று அரங்க மல்லிகா கூறுவதற்கேற்பவே, பெண்கள் துறவுப் பயிற்சி நிறுவனப் பயிற்சியாளர் ஒருவர், தமிழகத் தலித் பெண் துறவு பயிற்சிப் பங்கேற்பாளர் ஒருவரைத் தாழ்ந்த சாதி என்கின்ற அடையாளத்தின் கீழும், தமிழர்கள் என்ற அடையாளத்தின் கீழும், சாதி, இன வேற்றுமைக்குள் நிறுத்த முயலுவதையும் இனத்தாலும் சாதியாலும் ஒரு தலித் / பெண் / துறவி தள்ளி வைக்கப்படுகின்ற சிக்கல் அடையாளப்படுத்தப்படுவதையும் கவனிக்க முடிகின்றது. "ஒருவரை நேரில் காணும் வரை பாகுபாடு காணாத ஒருவர் அவருடைய இனத்தைக் கேள்விப்பட்டவுடன் பாகுபாடு காட்டுவதை உயர்ந்த சாதிக்காரர்களாகக் கருதிக் கொள்வோர் பலரிடமும் அடையாளம் காணலாம். இந்த வகையில் தலித்துக்கள் கல்வியாலும் பழக்க வழக்கத்தாலும் பொருளாதாரத்தாலும்

எவ்வளவுதான் மேன்மையடைந்திருந்தாலும், பெரிதும் பாதிக்கப்படுபவர்களாகவே இருக்கின்றனர். இப்பாகுபாட்டு உணர்வு கற்றார், கல்லார் என அனைவரிடமும் மிகுந்து காணப்படுகின்றது. மேலும் உணர்வாலும், உடையாலும், உருவத்தாலும் தலித்துக்கள் பிரித்துப் பார்க்கப்படுகின்றனர். பிரிவினைக் காண்போரின் குருதியோடு இவ்வுணர்வுகள் கலந்து இருப்பதால் தான் தலித்துக்கள் சமநிலையில் நடத்தப்படுவதில்லை"24 என்று வாசுகி என்ற சிந்தனையாளர் கூறுவதுவே போலவே, ஏழை, எளியச் சனங்களுக்காகவே வாழ்ந்துவிட்டு சாக வேண்டும் என்று எண்ணுகின்றத் தலித் துறவுப் பங்கேற்பாளர் ஒருவரின் இனம், சாதி குறித்து, தெரிந்தவுடன் பாகுபாடு காட்டப்படுகின்றது. தமிழ்க்காரர்கள் என்றால் தலித்துக்களே என்றும், ஏமாத்துக்காரர்கள் என்றும் நினைக்கின்ற மேலாதிக்க ஆழ் மனதின் இருப்பில் பதிவாகியிருக்கின்ற உணர்வு தான் இத்தகையக் கீழ்த்தரமான மதிப்பீட்டைச் செய்வதுடன் அதன் வழியாக அவர்களைத் தாழ்த்தவும் செய்கின்றது என உணர்த்தலாம்.

துறவுப் பயிற்சியாளர்களும் சாதிய மோகமும் :

துறவுச் சபையில் சேர்ந்து, பயிற்சி பெறுகின்றவர்கள் சமயப் பணி, சமயத்தை முன் வைத்து சமூகப் பணி, மனிதத்தைக் காக்கும் பணி, மற்றும் ஒடுக்கப்பட்டோருக்கானச் சேவைகளையும் செய்வதற்குரிய அறிதல்களிலும், புரிதல்களிலும், கவனத்தைச் செலுத்தாமல், பங்கேற்பாளர் ஒவ்வொருவரின் சாதி தெரிந்து கொள்வதிலே குறியாக இருக்கின்றனர். இவர்களது ஆர்வக் கோளாறினால் ஒரு தலித் பங்கேற்பாளர் சூழநிலைக் கைதியாகி விழி பிதுங்கிப் போவதையும், "சிஸ்டர் ஆகுறதுக்குன்னு எங்ககூட ட்ரெயினிங் படிச்ச பிள்ளைகளுக்கு ஒவ்வொருத்தருக்கும் என்ன சாதின்னு தெரிஞ்சுக்கணும்னு கொள்ள ஆச, அதுகளுக்குள்ளேயே சாதிப் பத்திப் பேசுவாளுக. ஒரு நா ஒரு பிள்ளை வந்து ஏங்கிட்ட நான் என்ன சாதின்னு கேட்டுச்சு. நான் எஞ் சாதியைச் சொன்னா நம்ப மாட்டேங்குது. அதுக்கு மேல... நான் என்ன செய்யட்டும்னு உட்டுட்டேன்" (2004: 33) சமூகத்தின் பல்வேறு வெளிகளிலும் சாதி என்பது வேரோடிக் கிடக்கின்றது. இதனால் ஏற்படுகின்றத் தடைகளைத் தாண்டி மெல்ல நகர்ந்து கொண்டிருக்கும் ஒவ்வொரு தலித்துக்களையும் விடாமல் நிழல் போன்று இந்தச் சாதீயம் தொடர்ந்து கொண்டுதான் இருக்கின்றது என்பதையே மேற்கண்ட வரிகள் சுட்டுகின்றது. இது குறித்து ஜெர்லின் என்பவர்,

“கடந்த 3000 ஆண்டுகளில் வளர்ந்து இறுகிப் போன ஒரு வடிவமைப்பே சாதி. இது எல்லா விதமானச் சமயங்களுக்கும் ஏற்றவாறு மிக அழகாகக் கட்டமைக்கப்பட்டிருக்கின்றது. ஒரு கட்டமைப்பு எவ்வளவு நேர்த்தியாகச் செய்யப்பட்டிருக்கிறதோ அவ்வளவுக்கு அவ்வளவு அதை மாற்றுவது கடினம். இந்த வகையில் சாதியக் கட்டமைப்புக்கும் இது பொருந்தும், மனித மனத்தின் அடி ஆழத்தில் போய் தங்கியுள்ள இந்தச் சாதி அவர்கள் செல்லும் இடங்களுக்கெல்லாம் முன் செல்லக் கூடியதாகவே உள்ளது” 25

என்று சொல்லுவதற் ஏற்பவே மேற்கண்ட சம்பவத்தில் துறவுப் பயிற்சி பெறுபர்களிடம் சாதியம் குறித்த வெளிப்பாடுகள் அமைவதைப் பொருத்திப் பார்க்கவியலுகின்றது. ஒடுக்கப்படும் சாதியினராகவும், ஒடுக்கப்படும் வர்க்கத்தினராகவும் உள்ள தலித்துக்கள் அடிமை நிலையிலிருந்து மீள்வதை குவியப்படுத்துகின்ற தலித் விடுதலை என்ற செயல்பாடும், அதற்குரியத் திட்டங்களைக் குவியப்படுத்துகின்ற தலித் அரசியலும் சாதீயத்தை எதிர்நோக்கியதாகவே தொடர்ந்து இயங்கி வருகின்றது என்பதையும் கூட இதனுடன் ஒத்து நோக்கலாம்.

பெண்கள் துறவுச்சபையும் சாதிய வெளிப் பிரிவினையும் :

சோழர்கள் காலத்தில் தொடங்கி இன்று வரையிலும் சாதிய, வெளிப் பிரிவினை என்பது தலித்துக்களை எல்லாவிதமானச் சமூக — சமயத்திற்குள்ளும், முடக்கியே வருகின்றது. இந்த வகையில் கிறித்தவத்திற்குள் முடக்கப் பெற்றவர்கள் முன்னேற்றத்தை நோக்கிய நிலையில் எழுகின்றபோதெல்லாம் ஒடுக்கப்படுகின்றனர். அப்படித்தான் துறவில் மேன்மை பெற விழையும் ஒரு தலித்தின் முன்னகர்வுவெளிப்பிரிவினை என்பதன் கீழ் பலம் இழக்கச் செய்யப்படுகின்றது. சாதிவெறி கிறித்தவச் சமூகத்தில் உள்ளது போலவே, சமயம் சார்ந்த அத்துணை நிறுவன அமைப்புக்களிலும் வெளிப்பிரிவினைகளை உண்டாக்கியுள்ளதை, “ட்ரெயினிங்... சிஸ்டரு ஒரு கிளாஸ்ல... அரிசனப் பிள்ளைகள சிஸ்டராகச் சேர்த்துக்க மாட்டாக... அவுகளுக்குத் தனிச்சபை கூட எங்கயோ இருக்குன்னா” *(2004 : 33)* என்று கூறுவதிலிருந்து கண்டறியலாம்.

சாதிக் கிறத்தவர்கள் தலித் கிறித்தவர்கள் X என்ற சொல்லாடலுக்கு ஏற்பவே கத்தோலிக்கச் சமூக — சமயத்திற்குள் வெளிப் பிரிவினைகள் இருப்பதையே மேற்கண்ட வரிகள்

சுட்டுகின்றது. இந்து X கிறித்தவத்தைப் பொறுத்தவரை ஒடுக்கவும் ஒதுக்கவும்படுகிறவர்களில் மிகப்பெரும் பாதிப்பை எல்லா நிலைகளிலும் எதிர்கொள்கின்றவர்கள் தலித் பெண்களாகவே உள்ளனர். இவர்களது குருட்டு நம்பிக்கைகளை அடித்தளமாக வைத்தே சமூக சமயத்தளத்தில் இவர்கள் அறிவிலிகளாக்கப் படுகின்றார்கள். சாதீய வெளிப்பிரிவினைகள் கிறத்தவத்திற்கு உள்ளாகவும் வேரூன்றியுள்ளது என்பதை சிவசுப்பிரமணியன் என்பவர், "தமிழகத்தில் நிலவிய சாதி வேறுபாடுகளை முற்றிலும் மீற சேசு சபையினரால் முடியவில்லை. உயர்ச்சாதியனர் X தொடும் சாதியினர் என்ற எல்லைக்குள்தான் இவர்களால் செயல்பட முடிந்தது. சாதி வட்டத்திற்கு வெளியே நின்ற தீண்டத்தகாதவர்களைப் பிற சாதியினருக்குச் சமமாகத் தேவாலயத்தில் அனுமதிக்க அவர்கள் முன்வரவில்லை. தனித் தேவாலயங்கள் அமைக்கப்பட்டது. தேவாலயங்கள் மட்டுமின்றி இடுகாடுகளே தனித்து சாதி வாரியாக இன்றும் நடைமுறையில் உள்ளது" 26 என்கின்றார்.

வெளிப் பிரிவினைக்கு இடுகாடுகளே உள்ளாகியிருக்கும் பொழுது திருச்சபைகள், துறவுச் சபைகள் சாதிக்கொன்றாக இருக்கின்றத, என்று சொல்லப்படும் செய்தி ஒன்றும் பெரிதில்லை. எனினும் தலித்துக்கள் செல்லும் இடமெங்கும் அவர்கள் மீது வெவ்வேறு வகைகளில் பிரிவினைகள் புகுத்தப்படுகின்றது என்பது மட்டும் இங்கு பதிவு செய்யப்பட வேண்டியக் குறிப்பாக முன்வைக்கலாம்.

துறவுப் பயிற்சிப் பங்கேற்பாளரைப் பலவீனப்படுத்த முயலுதல் :

பல்வேறு விதமானச் சாதீய நெருக்கடிகளை வெவ்வேறு நிலைகளில் எதிர்நின்று சமாளித்து, நம்பிக்கையோடும் துணிச்சலோடும் போராடித் துறவுப் பயிற்சியை பாமா நிறைவு செய்கின்ற தருவாயில் அவரது பயிற்சியாளர் ஒருவர் கூறுகின்ற சாதீய ரீதியிலான வதந்தி ஒன்றினால் பதற்றமடைவதோடு, மன உளவியல்சார் பலவீனமும் அடைகின்றார். இதனால் தடுமாற்றமடைகின்ற அவரது உள்ளம் பலவிதமாக அங்கலாய்க்கின்றது. பின் தன்னுடையப் பயிற்சியாளர் கூறியது வீண் வதந்தி என்பது அவருக்குத் தெரிய வந்ததற்குப் பிறகு தான் அவரின் மனம் சமாதானமாவதோடு, சாதீயத்தின் மீது கோபமும் கொள்கின்றது. இதனை, "ட்ரெயினிங்கெல்லாம் முடுஞ்சு, சிஸ்டரா ஆறதுக்கு கொஞ்ச நாள் இருந்துச்சு. அங்க இருந்த சிஸ்டரு ஒரு கிளாஸ்ல சில சபைகள்ள அரிசனப் பிள்ளைகள சிஸ்டராச் சேர்த்துக்க

மாட்டாக. அவுகளுக்குத் தனிச்சபை கூட் எங்கேயோ இருக்குன்னா. எனக்கு... என்னடா இது கடைசி நேர்த்துல வந்து இப்பிடி சொல்லுதுன்னு மனசுக்குள்ள வெசனமாப் போச்சு ... அவுக கிட்ட போயி இந்த மாதிரி நானு ஒரு அரிசனப் பிள்ளை, ஒங்க சபையில அரிசனப் பிள்ளைகள சேத்துக்குவீகளான்னு கேட்டாக... சொன்னாகன்னு சொன்னேன். அப்ப அவுக கேட்டுருக்காகள்ள... நீ இங்க இருக்கலாம்னு சொன்னாங்க. எனக்க அப்படியே அந்த எடத்துலயே மறஞ்சு இல்லாமப் போயிட மாட்டோமான்னு இருந்துச்சு. இந்த சாதி இல்லாத எடமே இல்லையான்னு பொலம்பிட்டு அந்த, இந்தான்னு சிஸ்ட்ராகிட்டு இன்னொரு மடத்துக்கு வந்து சேர்ந்தேன்" (2004:34) என்று கூறுவதிலிருந்து புரிய முடிகின்றது.

மனிதம் பற்றிய முழுமையானப் புரிதல்களைப் பெறுவதே அர்ததமுள்ள ஆன்மீகத் துறவு வாழ்க்கைக்க அடிப்படையானவைகளாக வேண்டப்படுகின்றது. இத்தகைய புரிதல்களைத் துறவில் ஈடுபட விழைவோர் பெறும் பொருட்டே அவர்களுக்குத் திருச்சபைச் சட்டப்படிப் பல்வேறு விதமானப் பயிற்சிகள் தேவ அழைத்தல் என்பதன் கீழ் கொடுக்கப்படுகின்றது. குறைந்தது 12 ஆண்டு காலம் இதற்கானப் பயிற்சியை மேற்கொள்ளுவது மரபு. இது குறித்து ராஜ்கௌதமன், "சிலுவைராஜ் சரித்திரத்தில் 27 தெளிவாகப் புலப்படுத்துவதன் வழி அறியலாம். இத்தகையப் பயிற்சியை பாமா நிறைவு செய்கின்ற தருவாயில் தான் சாதிக் கிறித்தவர்களிடமிருந்து தலித் கிறித்தவர்களைப் பிரித்து அணுகுகின்ற ஆதிக்க மனப்போக்கு மேலோங்கப் பெற்ற ஒரு பெண் துறவுப் பயிற்சியாளரால் சாதியை முன்வைத்து வதந்தி சமூக விலக்கல் (அ) ஒதுக்கல் என்பதன் கீழ் நிகழ்த்தப்படுகின்றது என்பதாகவே கருத முடிகின்றது. "தலித் ஒருவர் துறவில் முழுமைப் பெற்று சபையில் சேருவதை விரும்பாத ஒரு ஆதிக்க அதிகார வர்க்க மனம் வதந்தி என்கிற பெயரில் தடுப்பாணை ஒன்றைச் சொல்கின்றது. இத்தகைய எதிர்மறைத் தடுப்பாணையைதான் விலக்கு (Taboo), விலக்கு செயற்பாட்டியல் (Taboo Functionalism)"28 என்பதாக செல்லப் பெருமாள் என்பவர் குறிப்பிடுகின்றார். உயர் சாதியினர் விருப்பத்தின் அடிப்படையில் மட்டுமே வாழ்வுரிமை, மனித அடையாளம் மறுப்பு, சமூக நிர்ப்பந்தங்களின் திணிப்பு, உள்ளிட்ட இன்ன பிற மற்ற உரிமை மறுப்புக்களையும், திணிப்புக்களையும் அன்றாடமோ, அவ்வப்பொழுதோ சந்திக்க வேண்டிய கட்டாயம் தலித்துகளுக்கு மட்டுமே

ஏற்படுகின்றது. இதனால் இவர்களின் நாகரீகமான மற்றும் கௌரவமான வாழ்க்கை என்பது உயர்சாதியினரின் விருப்பு வெறுப்புகளுக்கு உட்பட்டதாகவே தான் மிகுதியும் உள்ளது. இதை எதிர்த்து மீறல் இருப்பதை ஒத்துக் கொண்டாலும் கூடத் தனிமைப்படுத்துதல், ஒதுக்குதல், தீண்டாமைப் பாராட்டல் ஆகியன பிரதான ஒடுக்குமுறைப் போக்குகளாகவே திகழ்கின்றது. இத்தகைய கட்டாயத் தனித்துவ வாழ்க்கை சாதீய ஆதிக்கத்தின் வெளிப்பாடாகத் தான் நிகழ்கின்றது. "சாதிய ரீதியிலான ஒடுக்குதல்கள் சமூக, சமய, பொருளாதார, பண்பாடு என எல்லா நிலைகளிலும், வர்க்க நிலையிலும் வெளிப்படுவதாகவே உள்ளது"29 என்பன இது போன்ற கருத்துக்களையே கேசவன் என்பவர் விரிவானத் தளத்தில் தமது நூலில் குறிப்பிட்டுள்ளார். இவர் கருத்தோடு ஒத்துப்போகும் விதமாகவே, துறவுப் பயிற்சியை நிறைவு செய்யும் பாமாவைச் சாதியை முன்வைத்து பலவீனப்படுத்த முயற்சிக்கும் துறவி ஒருவரின் செயல்பாட்டை அணுகவியலுகின்றது. அதே வேளையில், இதனைப் பாமா மீறுவதையும், தனது ஜனநாயக உரிமைக்காகப் போராடுவதையும் காண முடிகின்றது. சாதீய ஆதிக்க முரண்பாட்டை ஒழிப்பதற்காகத் தலித்துக்கள் கடைபிடிக்க வேண்டிய நெறிமுளைகள் குறித்துக் கூறும் இளங்குமரன் என்பவர், "இது போன்ற மீறல் உணர்வையும் கலக எதிர்ப்புணர்வையுமே ஆதிக்கச் சாதீய முரண்பாட்டை ஒழிப்பதற்காக தலித்துக்கள் கையில் எடுக்க வேண்டிய ஆயுதம்" 30 என்று குறிப்பிடுகின்றார். இவர் குறிப்பிடுவதற்கேற்பவே பாமாவின் கலகச் செயல்பாடுகள் இருப்பதை அறியலாம்.

தலித் ஆசிரியர்கள், மாணவர்கள் மீதானச் சாதிய வெறுப்பும் காழ்ப்புணர்ச்சியும் (துறவு சபை சார்ந்தப் பள்ளியில்) :

சாதீய மற்றும் வர்க்கச் சமூக — சமயக் கட்டமைப்பிற்குள் தலித்துக்களினுடைய இருப்பு என்பது கீழ்நிலையில் தான் உள்ளது. சுமார் 67 உட்சாதிப் பெயர்களுடன் அனைத்து இடங்களிலும், சமயங்களிலும் வாழ்க்கை நடத்துகின் இவர்களுள் பறையர், பள்ளர், சக்கிலியர் என்கின்ற சாதியினர் மட்டும் 85 சதவிகிதம் இருக்கின்றனர். இவர்களைத் தான் அன்னிய மொழிச் சொல்லால் தலித்துக்கள் என்று பொதுமைப்படுத்துவர். இவர்களில் பறையர் சமூகத்தைச் சேர்ந்தக் கிறத்தவர்கள் மீதும் சாதிய — தீண்டாமைக் கொடுமைகள் கடுத்தமாகவே உள்ளது. சாதிக் கிறத்தவர்கள் இம்மக்களுக்குரிய பொது உரிமையோ, சம உரிமையோ எந்த

இடத்திலும் கொடுப்பதில்லை. மேலும் மரபு ரீதியிலானத் தொழில்சார் நிர்ப்பந்தங்கள் பல இவர்கள் மீது இன்றும் திணிக்கப்படுகின்றது. இந்தத் திணிப்புக்கள் கல்வி நிறுவனத்தில் அதிநூதனமாக நிகழ்வதுதான் மிகப் பெரிய அபத்தமானதாக உள்ளது. அப்படியொரு சாதீய அபத்தத்தைப் பாமா சந்தித்தது குறித்து, "சாதியாவது மயிராவதுன்னு... ஒவ்வொரு எடத்துலயும்... சாதிப்பேச்சு பேசித் திரிஞ்ச இதுககிட்ட சமாளிச்சுட்டு வந்தேன். படிப்ப முடிச்சிட்டு வேலைக்குப் போய் சேர்ந்தேன். அங்க ஒரு கன்னியாஸ்திரி நீங்க நாடாரன்னு கேட்டுச்சு. இல்ல நாங்க பறையர்னு சொன்னேன். அது மூஞ்சி போன போக்கப் பாத்தா... சிரிப்பா வருது. அங்க இருந்த கன்னியாஸ்திரிக... தெலுங்குக்காரிக... அதனால எங்களப் போல தலித்துக்களைக் கண்டா அதுகளுக்குப் புடிக்கிறதில்ல... அங்க வேல செஞ்ச அஞ்சு வருசமும் போராட்டந்தான். அங்க ஏகப்பட்ட பிள்ளைகள் தலித் பிள்ளைகதான். ரொம்ப சந்தோசமா. இந்த கன்னியாஸ்திரிகளோட சண்ட போட்டுக்கிட்டு... எதுத்துக்கிட்டு... இப்படி இந்த கன்னியாஸ்திரிக சேந்துகிட்டு தலித் பிள்ளை, டீச்சர்கள இந்தப் பாடு படுத்துதுகளே... இந்த மாதிரி கேவலப்பட்டு, கெட்டுப்பட்டு, கெடக்கிற சனங்களுக்கு... உதவி செய்ய... பாத்துக்கிட்டு இருந்த வேலையும் வேண்டாம்னு எழுதிக் குடுத்திட்டு ஒரு சபையில போய் சேந்தேன்" (2002 : 31 — 32) என்பதாகக் குறிப்பிடுகின்றார்.

சாதி என்ற ஆயுதத்தால் தன்னைத் தாக்க வருபவர்களைச் சரியாக அடையாளம் கண்டு கொள்வதுடன் அவர்களின் தாக்குதலுக்கு எதிராக எதாவது ஒரு எதிரிடை (அ) எதிர்வினைச் செயல்பாட்டை முன்னெடுக்க வேண்டியக் கலக மனதுடையவர்களாகத் தலித்துக்கள் மாறுகின்றனர். எதிர்ப்புக்களைக் கண்டு ஒதுக்குவதும், அவற்றை கண்டு ஒதுங்குவதுமாகிய நிலைப்பாட்டைத் தலித் கலக மனச்செயல்பாட்டு வடிவங்களில் ஒன்றாகவே கொள்ளலாம். இவற்றைப் போன்ற எதிர்ப்பண்பாட்டு (Counter Culture)க் கூறுகளையே ராஜ்கௌதமன், "ஆதிக்கச் சாதி முரண்களை அகற்றுவதற்கு ஒரு தலித் மேற்கொள்ள வேண்டிய வழிமுறைகளில்" 31 ஒன்றாகக் குறிப்பிடுகின்றார்.

மேற்கண்ட எடுத்துக்காட்டில் பாமாவினுடையக் கலக மனச் செயல்பாடுகள் தலித் கிறித்தவர்களின் அடிமைச் சமூக வாழ்விற்கான மாற்று அறநெறி விதிகளை நிர்மாணிப்பதற்காகவே தான் நிகழ்த்தப்பட்டிருக்கின்றது. இவர்களைப் போன்ற சமூக

— சமயப் புரட்சியாளர்களால், தான் தலித் சமூகத்திற்கு விடிவு பிறக்கும் என்பது சிந்திக்கத்தக்கதாகும்.

தலித் மாணவர்கள் கீழ்த்தரமாக நடத்தப்படுதல் (துறவுசார் விடுதியில்) :

கல்லூரிப் படிப்பை முடித்ததும் பெண்கள் துறவுச் சபை ஒன்றினால் நிர்வகிக்கப்படுகின்ற பள்ளி ஒன்றில் முதன் முறையாக வேலைக்குச் சேர்கின்றார் பாமா. பெண்கள் துறவுச் சபை என்றாலே சாதி வெறியும், பணவெறியும், ஆதிக்க அதிகார வெறியும் தலைவிரித்து ஆடுகின்ற இடம் என்று ஏற்கனவே அறிந்திருந்த இவருக்கு அது சார்ந்த அனுபவங்கள் நிகழ்கின்றது. தலித் ஏழை மாணவர்களின் பெயரில் விடுதி ஒன்றை அமைத்துக் கொண்டு, அவர்களின் கல்வி முன்னேற்றத்திற்கு எந்த வகையிலும் உதவாமல், அவர்களைத் தங்களது சுய வேலைகளைச் செய்வாற்குரிய எடுபிடிகளாக நடத்துகின்ற மூத்த பெண் துறவிகள் சாதி, இன, மொழி வெறிபிடித்துப் போய் அவர்களுக்குள்ளாகவே சண்டையிட்டுக் கொள்கிறார்கள். இவர்களோடு எந்த விதத்திலும் ஒத்துப் போகாத பாமா முரண்பாடு கொண்டவராகவே இருப்பதோடு தலித் குழந்தைகள் மிகவும் மலிவானவர்களாக நடத்தப்படுவது குறித்து வருத்தமும் கொள்கின்றார். இதனை, "படிப்பை முடிச்சுட்டு... வேல செய்யப் போனதும் ஒரு கன்னியாஸ்திரிகளோட பள்ளிக்கொடத்துல தான். '

எடுத்த எடுப்புல... தெரிஞ்சுது. அவுக நெசமாவே சேசு சொன்ன மாறி வெள்ளை அடிக்கப்பட்ட கல்லறைன்னு... அஞ்சு வருசம் அங்கவேலை பார்த்தேன். அந்தப் பள்ளிக் கொடத்துல... முக்காவாசிப்பேரு தலித் பிள்ளைக தான். அதுகளுக்குப் பாடஞ் சொல்லிக் குடுக்குறதுக்கு... கன்னியாஸ்திரிக பன்னுன அக்ரமங்களப் பாக்கையில் பத்திக்கிட்டு வரும். அந்தப் பிள்ளைகளுக்கு... ஒன்னுஞ் செய்யாம தின்னு கொளுத்துப் போய்... கெடந்தாக. ஏழைப் பிள்ளைகளைப் பேரச் சொல்லி போர்டிங்குன்னு ஒன்ன வச்சுக்கிட்டு, அந்தப் பிள்ளைகளத்தான் சகல வேலைகளையும் செய்யச் சொல்லிக்கிட்டு இருந்தாங்க... எடுபிடி ஆளுங்க மாறியும் வச்சிருந்தாங்க. கொஞ்சம் மனுசத் தன்மையா நடக்குற சிஸ்டருக ரொம்ப கஸ்டப்பட்டுக்கிட்டு கெடந்துச்சு. அவுகளுக்குள்ளேயே சாதி... ஏழை பணக்காரன்னு...பேசுற பாசை வச்சுக்கூட சண்டைதான். தலித் பிள்ளைகளுக்கு படிப்போட வேற பல காரியங்களையும் சொல்லி ஊர் ஒலகத்துல அவுக நெலமய வெளங்க வைக்கலாம். ஆனா அதுக்கு மாறாக...

அவுகளுக்கு வேற பொகலிடம் கெடையாதுங்குற மாறித்தான் நடத்துறது, பேசுறது எல்லாமே. அதுனாலயே அந்தப் பிள்ளைகளுக்கும் சரி நமக்கு கெடச்ச கெதி அம்புட்டுத் தாங்குற மாறி இருக்குங்க. காலையும், சாயங்காலமும் மடத்துல இருக்குற அத்துணை வேலைகளையும் செய்யுங்க. இதெல்லாம் பார்த்த எனக்கு மனசு ரொம்பச் சங்கடப்பட்டுச்சு. என்ன கன்னியாஸ்திரிக... இப்பிடி இருக்காகன்னு கோவமா வரும். செல சமயம் அவுக கிட்டய கேள்வி கேட்டுச் சண்டை கூடப் போட்டுருக்கேன்" *(2004:96—97)* என்பதாகத் தெரிவிக்கின்றார்.

சாதியச் சமூக, சமய, அமைப்பைத் தகர்க்காமல் தலித் (கிறித்தவர்களுக்கு)களுக்கு விடுதலையென்பது சாத்தியமேயில்லை என்பதை சேவியர் என்பவர். "சமூக வியலாளர்களும் மார்க்சியவாதிகளும் கூறுவது போல, பாரம்பரியமாக இருந்து வருகின்ற சாதீயச் சமூக, சமயக் கொடுமைகள் யாவும் நிலவுடைமைச் சமுதாயத்திற்கு முன்பிருந்தே நிகழ்நது வருகின்றது. ஆனால் நிலவுடைமைச் சமூக உற்பத்தி காலத்தில் தான் இத்தகைய வடிவங்கள் கூர் தீட்டப்பட்டு நிறுவனமயமாகியது. நீண்ட காலமாக மாறாமலேயே இருந்து வருகின்ற கிராமச் சமூகப்படிநிலை அமைப்பைப் பாதுகாக்கும் உற்பத்தி உறவுகளைத் தகர்க்காமல், சமய, பண்பாட்டு, அரசியல், பொருளாதார உறவுகளில் இயங்கியல் ரீதியிலான மாற்றம் நடைபெறும் என்று எதிர்பார்த்து இருப்பது அறிவியல் சார்ந்த எதிர்பார்ப்பாக இருக்க இயலாது" *32* என்று கூறுவதன் கீழ் வரையறுக்கின்றார். பாரம்பரியமாகத் தலித் சமூக மக்கள் மீது என்று விதிக்கப்பட்டிருக்கின்ற வேலைப் பிரிவினைகளும், அவர்கள் மீதான தீட்டு குறித்தக் கருத்தாக்கமும் தீவிரமாக செயல்படுத்தபடுவதையே, கன்னியர் துறவு மடத்தினுள் உள்ள தலித்துக்களும், ஆசிரியர்கள், தலித் பள்ளி குழந்தைகளும் எடு பிடிகளாக்கப்படுவதும், கீழானவர்களாக்கப்படுவதுமாகிய மேற்கண்டச் சம்பங்கள் உணர்த்துகின்றது எனலாம்.

துறவுச்சபை சார் நிறுவனங்களும் ஒடுங்கிக் கிடக்கும் தலித்துக்களும் (மடம், பள்ளியில்) :

துறவுப் பயிற்சியை முழுமையாக நிறைவு செய்துவிட்ட பாமா, துறவுச் சபை சார்ந்த மடம் ஒன்றினுள் பணியின் பொருட்டு சேருகின்றார். துவக்கத்திலேயே மடத்திற்குள் சாதியத்தின் தாக்கம் இருப்பதைக் கண்டுணருகின்றார். சாதி, பலமும், பணபலம் மிக்க சமூகத்தைச் சேர்ந்த குழந்தைகளும்,

துறவிகளும் இருக்கின்ற மடத்தில், அவர்களுக்குரிய அத்துணை வேலைகளையும், மடம் சார்ந்தப்பிற கீழ்நிலைப் பணிகளையும் தலித் சமூகத்தவர்களே செய்கின்றனர். மடத்தை நிர்வகிக்கின்ற பெண் துறவிகளுக்கும் அவர்களிடம் குவிந்து கிடக்கின்ற பணத்திற்கம் தலித்துக்கள் தங்களைக் கூனிக் குறுக்குக் கொண்டு, அதிகாரத் தோரணைக்கு அஞ்சி, நடுங்கி ஒடுங்கிப் போய் , ஓடியபடி வேலை செய்கின்றார்கள். வயது முதிர்ந்த பெரியவர்களும்கூட மரியாதைக் குறைவாக நடத்தப்படுகின்றார்கள். கேவலப்படுத்தப் படுகின்றார்கள்.

இவற்றையெல்லாம் அருகிலிருந்து பார்த்துக் கொண்டு, தனக்கும் இந்தக் கதி வந்துவிடுமோ என்கிற பயத்தில் எல்லாவற்றையும் பார்த்தும் பார்க்காதது போல் இருக்கின்ற இவர்தான், "சிஸ்டராகிட்டு இன்னொரு மடத்துக்கு வந்து சேர்ந்தேன். அந்த மடத்தையும், பள்ளிக்கொடத்தையும் பார்த்ததுமே எனக்குப் பகீர்னு போச்சு... மலப்பா இருந்துச்சு. மடத்துக்குள்ளயும் சாதிப் பிரிவினை இல்லாம இல்ல. எடுத்த எடுப்புலேயே அங்கிருந்த நெலவரத்தப் புரிஞ்சுக்கிட்டேன். பெரிய பெரியப் பணக்கார வீட்டுப்புள்ளைக படிக்கிற அந்தப் பள்ளிக் கொடத்துல, பள்ளிக் கொடத்தக் கூட்டிக் கழுவிச் சுத்தம் பண்ண, கக்கூஸ் கழுவ, இந்த மாதி வேலைகளைப் பூரா எங்க சாதி ஆளுகதா பாத்துக்கிட்டு இருந்தாக, மடத்துக்குள்ளயும் அப்பப்ப கீச்சாதி சனங்களப்பத்திக் கேவலமா பேசிக்கிட்டாங்க. கீச்சாதி சனங்களை மனுஷங்களா நெனச்சுக்கூடப் பேசமாட்டாங்க.

நான் ஒரு கீச்சாதி சிஸ்டர்தானு அவுகளுக்கு... அவஸ்தைப்பட்டுக்கிட்டு கெடந்திருக்கேன். அவுக ஐடியாப்படி கீச்சாதின்னா ரொம்ப மோசமானவுக, ஒழுக்கமோ, சுத்தமோ, பண்பாடோ எதுவுமே இல்லாதவுக... இப்பிடி வாக்கு வர்றதெல்லாம் பேசுவாக.. நானு ஒரு தலித்துன்னு சொன்னா இவுக என்ன எப்படி வச்சுக்குவாகன்னு நெனச்சுப் பாக்கையில நடுக்கமெடுக்கும். நானும் பயந்தாங் கொள்ளியாய் பொழப்பு நடத்திக்கிட்டு இருந்தேன. அங்க இருந்த... தலித் ஆளுக... மானக்கேடா ஈனத்தனமா நடத்துறதையும்... இந்த ஆளுகளுக்கும் இந்த சிஸ்டர்களுக்கும்... பயந்துகிட்டு வயசான மனுசங்க கூட பச்ச புள்ளாயட்டம் அஞ்சி, நடுங்கி, ஒடுங்கி மானம், மரியாதைத எல்லாத்தையும் மண்ணுக்குள்ளே பொதைச்சுட்டு ஓடியாடி வேலை பாக்குதப் பார்க்கும் போது வேதனையா இருக்கும். இவுக கிட்டப் போய் இப்படி எதுக்குப் பயந்து சாகணும். ஒங்க

வேலைய ஒழுங்காப் பாத்துட்டு சம்பளத்த வாங்கிட்டுப் போக வேண்டியது தானேன்னு சொன்ன நீங்களன்ன இன்னைக்கு இங்க, நாளைக்கு எங்கேயோ போறவுக... நாங்கல்ல இவுள்கிட்ட கெடந்து அவஸ்தைப் படணும்னு சொல்லுவாக." (2004 : 34 —35) என்று அவரும், அவருடைய மக்களும் ஒடுங்கிக் கிடந்த விதம் குறித்துப் புலப்படுத்துகின்றார்.

சாதியாலும் தீண்டாமையாலும் ஒதுக்கப்பட்ட ஒரு சமூகத்தில் பிறந்த ஒரே காரணத்திற்காகத்தான் அச்சமூக மக்கள் தங்கள் வாழ்நாள் நகர்வின் ஒவ்வொரு கணமும் மிகவும் கீழ்த்தரமானவர்களாகவே மதிக்கப்பட்டு நடத்தப்படுகின்றார்கள். இது போன்ற இழிவுகள் இடுகாடு வரையிலும் சாதீய வன்மத்தோடு தொடர்வதை இன்றளவும் நடப்பில் காண முடிகின்றது. படித்துப் பட்டம் பெற்று, ஒரு பொறுப்பானப் பதவியில் இருப்பவர்கள் மீதும் சாதியும் தீண்டாமையும் ஒப்பீட்டளவிலேனும் இருக்கவே செய்கின்றது. அப்படித்தான் தலித் துறவியாகியப் பாமாவின் மீதும் சாதிய ரீதியிலான ஒதுக்குதல்கள் நிகழ்வதையும், அவராகவே பயந்து போய் ஒதுங்கிக் கொள்வதையும் பார்க்கவியலுகின்றது.

தலித்துக்கள் எங்கெல்லாம் இருக்கிறார்களோ (அ) செல்கிறார்களோ அங்கெல்லாம் அவர்கள் மீது சாதிய அடையாளப்படுத்துதல்களும், ஒடுக்குதல்களும் தலைதூக்குகிறது. இதனால் அவர்கள் விழி பிதுங்கி நிற்கதியாக இருக்க வேண்டிய நிலைக்குத் தள்ளப்படுகிறார்கள். விழி பிதுங்கிப் போகின்ற சூழலின் உச்சக் கட்டத்தில் தான் பாமா, "கீச்சாதியா பெறந்துட்டாலே ஒவ்வொரு நிமிசமும் தெணறித்தான் வாழ வேண்டி இருக்குது. இன்ன சாதின்னு தெரிஞ்ச ஒடனே மொகத்த சுளுச்சு அறுவெறுப்பா நம்பள பாக்குறாக.அப்படிப் பாக்கையில மனசுக்குள்ள எம்புட்டு வலின்னு சொல்ல முடியாது. வலியோட கோவமும் வரும்.நம்ம கோவம் அவுகள என்ன செய்ய முடியும். கோவத்த முழுங்கிட்டே, கேவலப்பட்டுக்கிட்டே வாழ வேண்டியதா இருக்கு" (2004 : 35) என்று சாதி சார்ந்து எழுகின்ற தொடர் இழிவுகள் அனைத்தையும் பெரும்பாலும் சகித்துக் கொண்டு செல்பவர்களாகவே தலித்துக்கள் உள்ளனர். இவர்களுக்கான நகர்வு வெளியென்பது சாதியத்தால் வரையறுக்கப்பட்டதாகவே தொடர்ந்து இருக்கின்றது என்று புலப்படுத்துகின்றார்.

எழுத்தறிவும், ஆன்மிக நிலையிலான முன்னேற்றமும் பெற்றிருந்த பாமாவிற்கே இந்த நிலை என்றால் மற்றவர்களின்

நிலை குறித்து சொல்லவே வேண்டியதில்லை. படித்தவர்கள், படிக்காதவர்கள் என்ற வித்தியாசமே இல்லாமல் எல்லோரும் பெரு வியாதிக்காரனை (அ) குடரோகியைப் பார்ப்பதை (அ) நடத்துவதைப் போன்ற தலித்துக்களிடம் செயல்படுகின்றனர். இயேசுசபை சாதீயத் துறவிகளும்கூட மேற்கண்டச் சிந்தனை மனோபாவம் உடையவர்களாகவே இருக்கின்றார்கள் என்பதையும் புரிந்து கொள்ளவியலுகின்றது. தமிழகத் திருச்சபையில் சுமார் 65 முதல் 75 சதவிகிதம் பேர்கள் தலித் கத்தோலிக்கக் கிறித்தவர்களாக இருப்பினும் இவர்களால் சமூக, சமயம் சார்ந்த நிலைகளில், மதிப்பு மிக்க பொறுப்பானப் பதவிகளுக்கு மிகுதியாக வர முடிவதில்லை, அவ்வாறு வரக்கூடிய வாய்ப்பினைப் பெற்றவர்களால், சாதியக் கிறித்தவர்களின் உள் அரவியலைத் தாண்டி முன்னகரவே முடிவதில்லை. அந்த அளவிற்கு அவர்கள் பல்முனைப் பாதிப்புகளைச் சந்திக்க வேண்டியவர்களாகவே இருக்கின்றனர்.

இதை அருள்தாஸ் என்பவர், “மற்ற தலித் மக்களைப் போலவே பரந்த சாதியச் சமுதாயத்தில் தீண்டத்தகாதவர்களாக ஒதுக்கப் படுதல், சாதிக் கிறித்தவர்களிடமிருந்து தனிமைப்படுத்தப்படுதல், தலித் கிறத்தவரும், ஷெட்யூல்டு உரிமை கோருவதால் இவர்கள் மற்ற தலித் மக்களின் எதிர்ப்பிற்கு உள்ளாக்கப்படுதல், அரசு சலுகைகள் மறுக்கப்படுதல். அரசியல் சட்டத்தின் அடிப்படை உரிமைகளை இழந்து தவித்தல் எனப் பல்வேறு முனைகளிலும் சமூகமும், அரசாங்கமும் இன்ன பிற நிறுவனங்களும் தலித் கிறித்தவர்களைப் புறக்கணிக்கவே செய்கின்றது”33 என உறுதி செய்கின்றார். சாதிக் கிறித்தவர்களைவிட சமய நம்பிக்கையில் அதிக பற்றும், மாறாத நம்பிக்கையுடைய்த தலித் மக்களுக்கு மனிதர்களைவிட அவர்களது கடவுள்களும் அக்கடவுளரது வார்த்தைகளும் தான் நம்பிக்கைக்குரியது. அதனால் தான் அவர்கள் ஒவ்வொருவருக்கும் ஏதோவொரு மதம் (அ) சமயம் தேவைப்படுவதாகவே உள்ளது.

அம்பேத்கர் இது குறித்து, “மதம் ஏழைகளுக்கும் ஒடுக்கப்பட்ட மக்களுக்கும் அவசியம். ஒரு மனிதன் நம்பிக்கையை ஆதாரமாகக் கொண்டு தான் வாழ்கிறான். வாழ்க்கையின் ஆணி வேர், அடி வேர் நம்பிக்கையில் தான் பொதிந்துள்ளது. இந்த நம்பிக்கை இழக்கப்படுமானால் வாழ்க்கை என்ன ஆவது? மதம் நம்பிக்கை அளிக்கிறது. ஒடுக்கப்பட்ட மக்களுக்கு ஏழை, எளிய மக்களுக்கு ஒரு செய்தியைக் கூறுகின்றது. பயப்படாதீர்கள். வாழ்க்கை நம்பிக்கை அளிப்பதாகவே

இருக்கும் என்று உறுதி கூறுகின்றது. இதனால் தான் ஏழைகளும் அடக்கி ஒடுக்கப்பட்டவர்களும் மதத்தை அரவணைத்துக் கொண்டிருக்கிறார்கள்." 34 இத்தகையதொரு நம்பிக்கைகளையுடைய தலித் கிறித்தவர்களைத்தான், சாதிக் கிறித்தவர்கள் மன ரீதியிலான மற்றும் உடல் ரீதியிலான தீண்டாமைக் கொடுமைக்கும், சாதிய ஒடுக்கு முறைகளும் உள்ளாக்குகின்றனர் என இதன் வழியாகத் தெளியலாம்.

தலித் துறவுப் பயிற்சிப் பங்கேற்பாளரை பலவீனப்படுத்தி தரக்குறைவாக்குதல் :

பாமா ஆசிரியர் வேலை பார்த்துக் கொண்டிருந்த சூழலில் தன் விருப்பத்தின் பெயரில் துறவுச் சபை ஒன்றில் துறவுப் பயிற்சியினைப் பெறுவதற்காக நுழைகின்றார். பயிற்சி மடத்தின் முதல் நுழைவிலேயே துறவு குறித்த உண்மையான நிலவரங்கள் அவருக்குத் தெரிய வருகின்றது. மனிதாபிமானமற்றப் பிணங்களாக நடமாடுவதைக் காண்கிறார். "திருச்சபை, துறவுச் சபை, துறவு மடம் உள்ளிட்டவற்றில் உள்ள குருமார்கள், சாமியார்கள், பெண் துறவிகள் உள்ளிட்டவர்கள் சபை சார்ந்து நடத்தப்படுகின்றப் பல்வேறு நிறுவன அமைப்புக்களிலும் இருந்து கொண்டு தலித் மக்கள் மீது எந்த அளவிற்கு அநீதிகளை இழைக்க முடியுமோ அந்த அளவிற்குக் கொடுங்கோன்மைச் செயலாற்றுகின்றனர். இவற்றையெல்லாம் பல்வேறு அமர்வுகளின் மூலம் கண்டுணருகிற" *(2004:78—79,100—105)* பாமா, தம் சமூக மக்கள் கிறித்துவச் சமய மாற்றத்தினால் எவ்வித முன்னேற்றமுமின்றி இழிநிலையிலேயே இருப்பதைக் கண்டு மனக் கொந்தளிப்படைகின்றார்.

துறவுச் சபை, துறவு மடம் இவற்றினுடையத் தலித் விரோதப் போக்குகளைப் பாமா கண்டறிந்த விதம் குறித்து, "ஒரு கிராமத்துல தலித் பொண்ணா பிறந்து, வளந்து, படிச்சு, அஞ்சாறு வருசம். வேலையும் பாத்துட்டு... நம்ம வாழ்க்கய பிரயோசனமா அர்த்தமுள்ள வெதத்துல வாழனும்னு ரொம்ப ஆசைப்பட்டுக் கிட்டுத்தான் மடத்துல சேந்தப் பெறகுதான் கொஞ்சங் கொஞ்சமா அங்க இருந்த நெசமான நெலவரம் தெரிய வந்துச்சு... சேர வேண்டாமுன்னு... அவுக சொன்னது பூரா நெசந்தான்னு தெருஞ்சுக்கிட்டேன்... முடிஞ்சவர சமாளிச்சு இருந்து பாப்போமுன்னு இருந்தேன். மடத்துக்குள்ள...சொதந்திரமா நடமாடவோ, பேசவோ, திங்கவோ முடியல... சூதுவாதோட இருந்தாத்தான் பொழைக்க முடியும்... நித்திய வார்த்தைப்பாடு எடுக்காத வரை... என்குன்னா

சீன்னு போச்சு... மடந்தான் இப்பிடி பள்ளிக்கொடம் நல்லா இருக்கும்னு நெனச்சா அது அதுக்கு மேல...

மூணு வார்த்தைப் பாடுக எடுக்குறாக... சொல்லிக் குடுக்காக... ஆனா நெசத்துக்கு இது மூணையும் வச்சே... நம்மள மொடக்கிப் போட்டு அடிமைகளா ஆக்கிப் போடுறாக, கீழ்ப்படிதல்னு சொல்லி... தல நிமுர உடாம அமுக்கிப் போடுவாக சுயமாக சிந்திக்கக்கூட உடமாட்டாக... அவுக சிந்திப்பாக நாம செயல் படணுமாம்... சொதந்திரமும் உரிமையுங்கூட இருக்காது... கீழ்ப்படிதல், விசுவாசம் இதச் சொல்லிப் பயங்காட்டி... அவுக சொல்றபடிதான் செய்யணும்னு அடம் பிடிக்குதுக. அதிகாரங் கொடி கட்டிப் பறக்குது.

அந்த ஆணவத்துக்குப் பலியாவது எனியப் போல உள்ளவுக தான், இத எப்பிடி விசுவாசத்தோட பாக்குறதுன்னு வெளங்கல. இவுகளோட மூணு வார்த்தப்பாடுகளுமே இவுகள சனங்க கிட்ட இருந்து, நெச வாழ்க்கையில இருந்து, ரொம்ப தூரத்துக்கு பிரிச்சு வெலக்கி வச்சு இவுக ஏதோ இன்னொரு ஒலகத்தச் சேந்தவு கன்னு காட்டுது..." *(2004 :102 — 105)* என்பதாகச் சொல்லிச் செல்கின்றார்.

ஏழை, எளியவர்களாகியத் தலித் மக்களுக்கும், அவர்களது குழந்தைகளுக்கும் கல்விச் சேவையளித்து, இயேசுநாதர் வழங்கிய ஒடுக்கப்பட்டோருக்கான உரிமை வாழ்வை அவர்களை முன்னேற்றி விடுவதன் மூலமாக வழங்குவதற்காகவும், இன்ன பிறச் சமூக, சமயப் பணிக்காகவும் ஆரம்பிக்கப்படும் திருச்சபைகள், துறவுச் சபை, துறவு மடங்கள் உள்ளிட்ட நிறுவன அமைப்புக்கள் இவற்றிலிருந்து விலகி, தலித் சமூக மக்களின்மீது விரோதப் போக்குகளை அரங்கேற்றுகின்ற சாதீய அதிகார, ஆதிக்க அரசியல் சூழ்ச்சிகளையுடைய ஒரு அமைப்பாகவே செயல்படுகின்றது. பெண்கள் துறவு நிறுவனம் சார்ந்து நடத்தப்படுகின்ற பள்ளியில் வேறெங்கும் இல்லாத அளவிற்கு தலித் குழந்தைகள் மீது கொடுமைகள் நிகழ்த்தப்படுகின்றது.

துறவு சபையாளர்கள் வாழுகிற வாழ்க்கைக்கும், செய்கின்ற வேலைகளுக்கும் எவ்விதமானச் சம்பந்தமும் இல்லை எனும் அளவிற்கு ஏழை, எளிய தலித் சமூகத்தவர்கள் மீது ஆதிக்கத்தை நிறுவுகின்றனர். எல்லோரையும் அன்பு செய்தல் வேண்டும். எல்லோரும் கடவுளுடைய குழந்தைகள் என்று பிரமாதமாகப் பேசுகின்ற இவர்கள், சாதி ஆதிக்கமிக்கச்

செல்வந்தர்களோடு உறவாடுவதோடு ஏழை, எளிய மக்களை மனிதர்களாகக்கூட நடத்துவது இல்லை. கீழ்ப்படிதல், விசுவாசம், தேவ அழைத்தல் என்ற மந்திர வார்த்தைகளைப் பயன்படுத்தி தலித்துறவியாக இருப்பவர்களையும் கூட சுயமாகச் சிந்திக்கவோ, செயல்படவோ, ஏழை, எளிய சமூகத்தினரோடு மனித மாண்போடு உறவாடவோ முயன்றால் தடுக்கின்றனர். அவர்கள் அதிகாரத்தின் கீழ் செயல்படும் வகையில் மிரட்டி அடக்கிப் பணிய வைக்கின்றனர். இத்தகையோர்களுடைய ஆணவத்திற்குப் பலியாகுபவர்கள் தலித்துக்களாக, பெண்களாகவே இருக்கின்றனர். தலித் சனங்களிடமிருந்தும், அவர்களது சமூக வாழ்க்கைக்கான வழிகாட்டுதலிலிருந்தும் ரொம்ப தூரத்திற்கு விலகிப் போய் சென்று சாதீய ஆட்டம் போடுகின்ற இந்தப் பெண் துறவிகளின் செயல்பாட்டையே பாமாவை விசுவாசக் கண்ணோட்டத்துடன் (2004: 105—106) பார்க்கச் சொல்லுகிறார்கள் எனப் புரிந்து கொள்ள முடிகின்றது.

துறவுப் பயிற்சியின் பொழுது கற்றுத் தருகின்ற (அ) கற்றுக் கொண்டபடியே நடப்பு வாழ்வில் ஒரு தலித் பெண் துறவி சிந்திக்கவும், செயல்படவும், பேசவும் துணியும் போது அவர் மீது கீழ்ப்படிதல் இல்லை, தேவ அழைத்தலுக்குரிய தகுதியில்லை, விசுவாசமில்லை என்கிற மூன்று அம்புகள் வீசப்படுகின்றது. இந்த அம்புகள் பட்டுத் தெறிக்கின்ற ஒவ்வொரு வேளையும் அவர் அடங்கியும், ஒடுங்கியும் போக வேண்டியக் கட்டாயத்திற்குத் தள்ளப்படுகின்றார். ஆதிக்கச் சமூக மனோபாவமுடையப் பெண் துறவிகளினுடைய பைத்தியக்காரத்தனத்திற்கு ஆளாகுகின்ற தலித் துறவியின் முன்னிலையிலேயே அவர்கள் சமூக மக்களைப் பற்றித் தாழ்ந்த மதிப்பீட்டைச் செய்கின்றனர்.

தலித்துகளுக்குச் செய்கின்ற உதவி நல்ல பாம்பிற்குச் செய்வதற்கு ஒப்புமைப்படுத்தப்படுகின்றது. இவர்களுக்கு அரசு வழங்குகின்ற சலுகைகள் குறித்தும் விமர்சிக்கப்படுவதோடு, நாகரீக முன்னேற்றத்திற்கேற்றவாறு தன்னைப் புதுப்பித்துக் கொள்கின்ற இம் மக்களின் நடைமுறைப் பழக்க வழக்கங்களும் கூட கடுமையான வீண் விவாதத்திற்கு உட்படுத்தப்படுகின்றது. துறவுச்சபை, மடத்தைப் பொறுத்த வரை தலித்துக்கள் அசிங்க மானவர்கள், அருவெறுக்கத்தக்கவர்கள், கீழ்ச் சாதிக்காரர்கள், வீட்டிற்கு வெளியே நிற்க வைக்கப்பட வேண்டியவர் களாகவே கணிக்கப்படுகின்றனர். பலத் துறவிகளுக்கு

தலித்துக்கள் குறித்த அறிமுகமே இல்லை. சமூகச் சிந்தனையும், சமூகப் பகுப்பாய்வுமற்ற இந்தப் பெண் துறவிகளா சேவை செய்வார்கள்? மனதளவில் சாதீய அழுக்குப் பிடித்துப் போய் இருக்கிற கேள்வி இவர்களால் என்ன சேவை செய்ய முடியும்? என்கிற கேள்வி பாமாவிற்குள் எழுவது போல், ஆய்வாளருக்கும் எழவே செய்கின்றது.

இத்தகையக் கேள்விக்கு மனசாட்சியுள்ள வேதசாட்சிகள் ஒவ்வவொரும் பதில் சொல்லியே ஆக வேண்டும் என்பதே பாமாவினுடையக் கேள்விக்குள் மறைந்திருக்கின்ற தலித் விடுதலைக்கானக் கலகக்குரல் என யூகிக்க முடிகின்றது. தலித்துக் களினுடைய நுழைவு எங்கே தங்களுக்கான இருப்பைக் குலைத்துவிடுமோ என்று எண்ணுகின்ற ஆதிக்க, வர்க்கத் துறவிகள், எல்லாப் படிநிலைகளிலும் இருந்து கொண்டு, செய்கின்ற இடர்பாடுகளையெல்லாம் தவிடு பொடியாக்கி முன்னேறத் துடிக்கின்ற ஒவ்வொரு தலித்துக்களும் கடும் பிரயத்தனங்களை மேற்கொள்ள வேண்டியுள்ளது. இவற்றையெல்லாம் கடந்து முன்னேறுகின்றவர்கள் தான் மீண்டும் மீண்டும் முடக்கப்படுகிறார்கள். இதனால் தான் தலித் சமூகத்திலிருந்து பேராயர், ஆயர் உள்ளிட்ட முக்கியப் பொறுப்பாளர்களாக ஆணோ, பெண்ணோ இதுவரையிலும் கணிசமான அளவில் வர இயலவில்லை எனக் கருத முடிகின்றது.

இக்கருத்தை உறுதி செய்யும் விதமாக மாற்கு, "திருச் சபையில் உள்ள சாதிய ஆதிக்கத்தால்தான் தலித்துக்களில் பெரும்பாலானோர் துறவிற்கு வருவதில்லை. அப்படியே வருபவர்களுக்கு முறையான இறை பணி அழைத்தலுக்குரியக் கல்வித் தளத்திலேயே கடுமையாக இவர்கள் இறுக்கப்பட்டு, தானாகவே விலகிக் கொள்ளும் நிலைக்குத் தள்ளப்படுகின்றார்கள் என்று விளக்குவதோடு, தேவ அழைத்தலுக்குரிய அடிப்படைக் கல்வித் தகுதி பெற இவர்களுக்கு வாய்ப்பம் கொடுக்கப்படுவதில்லை. அதையும் மீறி பயிற்சியைத் தொடரும் போதும், பயிற்சியை நிறைவு செய்யும் போதும் தீண்டத்தகாதவர்களாகவே தான் இவர்கள் நடத்தப்படுகின்றனர்"35 என்றும் விளக்கமாக எடுத்துக் காட்டுகின்றார். இவற்றிலிருந்து பாமா துறவை விட்டு விலகியதன் பின்னுள்ள நியாயத்தை ஓரளவிற்கு உணரவியலுகின்றது.

ஆசிரியத் துறவி ஒருவரை அதிகார வளையத்திற்குள் அடக்கி, பணியமர்த்துதல் :

“ஒருவர் மதம் மாறிவிட்டார் என்றால் அவர் தனது சாதீயச் சமூகத்தை, விட்டு விட்டாரென்று அர்த்தமன்று. அவரது பெயர் பழக்க வழக்கங்கள் ஆகிய யாவும் முன்பு போலவே மாறுபடாமல் இருக்கவே செய்கின்றன. அவரது அண்டை வீட்டார் முன்பு போலவே அவரை மதிக்கின்றனர் என்று (ஷெராக் பாதிரியார்) கூறுவதாக”36 ஜெயபாண்டியன் குறிப்பிடும் செய்திகள் மதம் மாறிய தலித் கிறித்தவர்களுக்கும், தலித் கிறித்தவர்களை ஒடுக்குவதிலேயே குறியாகவிருக்கின்ற சாதியக் கிறித்தவர்களுக்கும் பொருந்துவதாகவே இருக்கின்றது என்பதைப் பாமாவும், விடிவெள்ளியும் புலப்படுத்துகின்றனர். அடித்தளத்திலுள்ளப் பறையர், பள்ளர், சக்கிலியர், வண்ணார், நாவிதர் உள்ளிட்டோர் எத்தகைய மதத்தை (அ) சமயத்தைச் சார்ந்தவர்களாக இருந்தாலும், அவர்கள் அவர்களது சாதீய அடிப்படையிலேயே நடத்தப்படுகின்றார்கள். இந்த அடிப்படையில் தான் தலித் கிறித்தவர்களும் மதிக்கப்படுவதால், சாதிக் கிறித்தவர்களால் நிர்வகிக்கப்படுகின்ற நிறுவன அமைப்புக்களில் இவர்களுக்குச் சம உரிமை வழங்கப் படுவதில்லை. வழங்கப்படும் இடங்களிலும் சாதிய — தீண்டாமைப் பாகுபாடுகள், பாரபட்ச நடவடிக்கைகள் உள்ளிட்ட பல்வேறு பிரச்சனைகள் எழவே செய்கின்றது.

இத்தகைய நெருக்கடிகள் கல்வி நிறுவனங்களில்தான் அழுத்தம் நிறைந்ததாக உள்ளது. இதைப் பாமா, கல்வி நிறுவனப் பணி சார்ந்து பெற்ற அனுபவம் ஒன்றின் மூலமாகக் காட்சிப்படுத்துவதை, “எளிய ஒரு கிராமத்துக்கோ ஏழைப் பிள்ளைக படிக்கிற பள்ளிக்கொடத்துக்கோ அனுப்புங்கன்னு கேட்டா கீழ்ப்படிதல், விசுவாசம் இத சொல்லிப் பயங்காட்டி அவுக அனுப்புற எடத்துக்குத்தான் போகணும். அவுக சொல்றபடிதான் செய்யணும்னு அடம் பிடிக்குதுக… அவுக அதிகாரம் கொடி கட்டிப் பறக்குது. அந்த ஆவணத்துக்குப் பலியாவது எனியப் போல உள்ளவுக தான்… இம்புட்டையும் கேட்டுக்கிட்டு, பாத்துகிட்டு, அனுபவச்சிட்டு நானும் மேலக்குடி ஆளு மாதிரி ரொம்ப மேட்டுமையா இருந்தது மனசுக்குள்ள உறுத்திக்கிட்டே இருந்துச்சு… மூணு வருசங் கழிச்சு எனிய வேற எடத்துக்கு மாத்துனாக. ஒரே மாசத்துக்குள்ள அஞ்சு எடத்துக்கு மாத்தி உட்டாக. இந்த மாத்தமெல்லாம் இஸ்பிரீத்து சாந்து வந்து சொல்லித்தான் செய்யுறதா

சொல்றாக. ஆன இந்த இஸ்பிரீத்து சாந்துக்கு இம்புட்டு தடுமாத்தம் ஏன்னு புரியல. சரி இம்புட்டுத் தடவ மாத்திட்டு கடேசியா ஏதாவது இன்னொரு பெரிய பணக்காரப் பள்ளிக் கொடத்துல சொல்லிக் குடுக்கப் போகச் சொன்னாக. எம் மனசே தாறுமாறா செதறிப் போச்சு. இப்பிடி அர்த்தங் கெட்டத்தனமா ஒரு டீச்சரா வந்து பணக்கார கூட்டத்துக்குச் சொல்லிக் குடுத்து அவுகள முன்னேத்தி உடுறதுக்கு தேவ அழைத்தல்னு ஒன்னு அவசியமான்னு பட்டுச்சு. அந்தப் பள்ளிக் கொடத்துல பணக்காரப் பிள்ளைக சொல்ற மாறி நாம கேக்கணும்... இது என்ன இப்பிடின்னு கேட்டா, இதுல இருந்து தான் சபைக்கு ஏகப்பட்ட வருமானம் வருதாம். என்னடா வருமானத்துக்காக பள்ளிக்கொடங்களான்னு நெனச்சேன்... எனிய வேற பயங்காட்டுறாக. ஒரு அஞ்சு மாசம் அங்ன பல்லக் கடுச்சுட்டு இருந்து பாத்தேன்... தாக்குப் பிடிக்க முடியல... ஆறாவது மாசத்துல இந்தச் சித்திரவத நமக்கு வேண்டாமின்னு பெட்டியத் தூக்கிட்டு மடத்தவிட்டே வெளியே வந்துட்டேன்." (2004: 105 107) ஐரோப்பிய மேனாட்டுக் கிறித்தவ அருட்தொண்டர்களின் வருகையினால் தான் இன்றைக்கும் தென் தமிழகத்தில் பல்வேறு சமூகச் சேவை மையங்களும், கல்வி நிறுவனங்களும் தொடர்ந்து செயல்பட்டுக் கொண்டிருக்கின்றன.

இவற்றில் தான் ஆதிக்கச் சாதியினர் இருந்து கொண்டு தலித்துக்களைச் சாதிய அடிப்படையில் துண்டாடி வருகின்றனர். இவற்றையெல்லாம் ஒரு கட்டத்திற்கு மேல் தாங்கிக் கொள்ள இயலாதவர்கள் தான் உள்ள சாதியத்திற்க எதிராகக் கலக நடவடிக்கையில் ஈடுபடுகின்றனர். தலித் கலகக் குரலியலும், கலக அழகியலும் இந்த வகையில் குறிப்பிட்டத்தக்கப் புரட்சிகர இலக்கிய நடவடிக்கைகளாக உள்ளன. இதற்கு கருக்கும், கலக்கலும் நல்ல சான்றுகளாக இருக்கின்றன எனல் தகும். மடாலயக் கன்னியர்களினுடையச் சாதிய வெறியினையும், பணம், பதவி உள்ளிட்ட வெறியினையும் கண்டும் காணாமலும் இருந்து காலத்தை ஓட்டி வந்த பாமா, ஒரு கட்டத்தில் ஆதிக்கச் திமிர் பிடித்தத் துறவிகளோடுச் சமரசமாகச் செல்ல மனமின்றி கண்டனக் குரல் எழுப்ப முயல்கின்றார். இவரது குரல் கடவுளின் பெயரால் நெறிக்கப்படுகின்றது. பின் மீண்டும் கலகக் குரல் எழுப்புகின்றார். இவரது குரல் மீண்டும் எடுபடாமல் போகவே, துறவையும் மடத்தையும் விட்டு வெளியேறுகின்றார். இவரைப் போன்றே திருச்சபையில் உள்ள சாதியத்தை எதிர்த்து தலித் ஙீ அதலித் கிறித்தவர்கள் கலகக் குரல்

எழுப்பவே செய்கின்றனர். இவற்றில் தலித் கிறித்தவர்களைப் பொறுத்த அளவில் இன்றைக்கு மிகப்பெரிய அளவில் போராடுவதற்குரிய சூழல் சாத்தியப்பட்டிருக்கின்றமைக்கு சமூகப் படைப்பாளர்கள், சிந்தனையாளர்கள் போராளிகள் உள்ளிட்டோரே முக்கியக் காரணமாக உள்ளனர். குறிப்பாகத் தலித் சமூகப் பெண்கள் படைப்பளார்கள் இன்று போராட்டக் களத்தில் நிற்கின்றார்கள்.

சாதீய அரசியலை, தங்கள் விடுதலையை, சமூக விடுதலையைப் பேசுகின்றார்கள். தன்னுடைய சுய வரலாற்றுத் தான்மையை மிகத் தெளிவாக அடையாளப்படுத்துகின்றார்கள். தலித் சமூகப் போராட்டத்தில் முன்னெப்போதும் இல்லாத அளவிற்கு, தலித் பெண்கள் இன்று பெரும் பங்காற்றுகின்றனர். இந்த வகையில், ஒரு தலித் + ஒரு பெண்+ ஒரு துறவி, ஒரு படைப்பாளர் = சமூகப் போராளி என்ற சமன்பாட்டின் கீழ் பாமாவும், விடிவெள்ளியும் முக்கியத்துவம் பெற்றவர்களாகவே சிறந்து விளங்குகின்றனர் என மதிப்பிடலாம்.

தின வழிபாட்டில் அடக்குமுறைகளைக் கடைபிடித்தல் :

கிறித்தவத் தலித் குழந்களையும், பெரியவர்களையும் வழிபாட்டிற்கு கட்டடாப்படுத்துகின்றனர். இதனை மீறுகின்ற தலித்துக்களின் மீது அடக்குமுறைகளைக் கையாளுதல் என்பது நிகழ்கின்றது. இதனைத் தன் வரலாற்றாசிரியர் பாமா, “விடியங்காட்டி மழன்னாலும், பனின்னாலும், வெள்ளனத்துல எந்துருச்ச காலப் பூசைக்கு... பல்லு வெளக்கியும் வெளக்காமலும் துண்ட தூக்கிப் போட்டுக்கிட்டு ஓடணும். கோழி கூப்டத்தான் ஒறக்கமும், நல்லா வரும்... அன்னியராந்தான்... எந்திரிக்கவே சங்கடமா இருக்கும். மூஞ்சியக் கழுவியும் கழுவாமலும் ஓடுவோம்... அதுலயும் கம்மா பெருகிக் கெடந்தா ரொம்ப குளுரும்... எந்திரிக்க மனசு வராது. ஆனா என்ன பாடுபட்டாலும்... போயத்தா ஆகணும், போகாட்டி மறுநாறு பள்ளிக்கொடத்து அசெம்பிளில வச்சு சாமியார்கிட்ட இல்லன்னா வாத்தியார் கிட்ட அடிவாங்கணும். அடின்னா சாதாரண அடி இல்ல. பெரம்புட்டு சுளீர் சுளீர்ன்னு அடி உழும். வீங்கிப் போகும் வீங்கி. அந்த அடிய நெனச்சுக்கிட்டாப் போதும். படுக்கையிலிருந்து துள்ளிக் குதுச்சு எழுந்துருச்சுருவோம் *(2004: 79)*” என்ற நிகழ்வின் கீழ், மழை, பனி / எதுவானாலும் அதிகாலையிலேயே எழுந்திருந்து தினமும் கோவிலுக்குச் செல்ல வேண்டியக் கட்டாயத்திற்குத் தலித் குழந்தைகளை உட்படுத்தியிருப்பதோடு, இதன்படி வழிபாட்டில் கலந்து

கொள்ளாத இளம் குழந்தைகளை மறுநாள் பள்ளியில் வைத்து பிரம்பால் அடித்து துன்புறுத்துகின்ற மனிதயேமற்றச் செயலை, கிறித்தவச் சாதி மேலாதிக்கமுடையச் சாமியார் ஒருவரும், ஆசிரியர் ஒருவரும் மேற்கொள்வது குறித்து தெளிவாகச் சித்திரிப்பதிலிருந்து அறிந்து கொள்ளவியலுகின்றது.

இதைப் போன்றே மற்றொரு இடத்தில், "ஈஸ்டருக்கு... அதான் பெரிய வெள்ளிக் கெழம அன்னைக்கு ஊர்ல தாயாரு பள்ளிக்கொடம், சாமியாரு பள்ளிக் கொடத்துல படிக்கும் பொழுது கண்டிப்பா அந்த ஆராதனைக்குப் போகணும்... சிஸ்டர்மாரு தொந்தரவுனால தூங்க முடியாது. செல சமயத்துல சிஸ்டர்களே தூங்குவாக. ஆனா அவுகளப் போயி நாம அடிக்க முடியுமா? கிள்ள முடியுமா? ... சேசு உயிர்க்கும்போது சிஸ்டர்க எல்லாத்தையும் அவுக போட்டு ஒக்கர்ர பாய வச்சு அடுச்சு எழுப்புவாக. நடுச்சாமத்துல கிறிஸ்மஸ் ஈஸ்டர் நடுசாமப் பூசைக்கு எந்துருச்சுப் போக கஸ்டமா இருக்கும். எதுக்கு இந்த சேசு நடுச்சாமத்துலதான் பெறக்காரு? உயிர்க்காரு? தூக்கத்துல இருந்து எந்திருக்கனுமேன்னு இப்பிடி செலவருசம் நெனச்சிருக்கேன். (2004:93—94)"என்பதிலிருந்து சமயம் சார்ந்த தளத்தில் நடைபெறும் வழிபாடு சார்ந்த நிகழ்வுகளில் கலந்து கொள்வற்குத் தலித் குழந்தைகளும் பெரியவர்களும் வற்புறுத்தப்படுவதையும், கலந்து கொள்ளாத குழந்தைகள் மறுநாள் பள்ளியில் வைத்து சாமியார்கள், ஆசிரியர்கள், பெண் துறவிகள் உள்ளிட்டவர்களால் தண்டிக்கப்படுவதையும் காண வியலுகின்றது.

தலித் குழந்தைகள் மட்டுமின்றி பெரியவர்கள் மீதும் மரியாதைக் குறைவான நடத்தைகளும்கூட நிகழ்கின்றதை, "தலித் சாதியினர் மீது மேல் சாதி, இடைநிலைச் சாதிக் காரர்களாகிய சாமியார்கள், குருமார்கள், ஆசிரியர்கள், பெண் துறவியர்கள், உள்ளிட்ட இவர்களோடு இன்ன பிறரும் வன்முறையாளர்களாகவே செயல்படுகின்றனர். இதனால் தலித்துக்கள் பல்முனை ஆதிக்கத்திற்கு உட்பட்டவர்களாகவே இருந்து வருகின்றனர்"37 என்ற ராஜ்கௌதமனின் கருத்திற்கு ஏற்பவே தலித் கிறித்தவர்களின் சமய வாழ்வியல் நிலைப்பாடுகள் உள்ளதை ஒத்துநோக்கி அறியவியலுகின்றது.

பொய்புரட்டுகளைக் கூறி ஏமாற்றுதலும் கட்டாயப்படுத்துதலும் :

கிறித்தவச் சமூகத்தில் பிறக்கின்ற ஒவ்வொருவரும் அவர்கள் பங்குக்கோயிலைச் சேர்ந்த ஞானத்தகப்பன்

அல்லது ஞானத்தாயார் ஒருவரிடமிருந்து புதுநன்னை பெற்று கிறித்தவிற்குள் இணையப் பெற்றவர்கள் ஒவ்வொரு ஞாயிறுதோறும் கோவிலுக்குச் சென்று திருப்பலிப் பூசையில் கலந்துகொண்டு நன்மை வாங்குவதும், பாவச் சங்கீர்த்தனம் செய்வதும் கட்டாயமாகப் பின்பற்ற வேண்டிய நடவடிக்கைகளாகும். கிறித்துவின் சரீரமாகக் கருதப்படுகின்ற நற்கருணையை வாங்கும் பொழுது அதைக் கையினால் தொடுவதோ, பல்லினால் கடித்து விழுங்குவதோ கூடாது என்ற சட்டத்திட்டங்கள் விதிக்கப்பட்டிருக்கின்றன. இவற்றையெல்லாம் தலித்துக்களாகியத் தங்களை ஏமாற்றுவதாகச் செயல்படுத்தப்படுகின்ற ஏமாற்று வேலை என்பதை ஆசிரியர் பாமா தான் உணர்ந்ததை, "புதுநன்மை வாங்குவதற்கு முன்னால ... சொல்லிக் குடுத்த பாவத்தைத்தான் நான் ரொம்ப நாளா சொல்லிக்கிட்டு வந்தேன். வாரா வாரம் ... பாவசங்கீர்த்தனத் தொட்டில போயி... சாமியாரு சொன்ன மந்தரங்களோட உத்தமனஸ்தாப மந்தரத்தையும் சேர்த்து சொல்லிட்டு தான் வீட்டுக்கு ஓடுவோம். நன்ம வாங்கும் போது நன்மய பல்லுட்டயோ கையுட்டயோ தொடக்கூடாது. வாய்க்குள்ள ஒட்டிக்கிட்டாலும், நாக்காலயே தடவித்தடவி தள்ளி முழுங்கனும்னு சிஸ்டர்க சொன்னாங்க.

சேசு நன்மையில இருக்கிறார், அவரைக் கடிக்கக்கூடாது, நம்ம பாவக்கையிட்டுத் தொடக்குடாதுன்னு திரும்பி திரும்பிச் சொன்னாங்க. அதுனால ஒரு தடவ நன்மயக்கையிட்ட தொட்டுட்டேன். சிஸ்டர்க பயங்காட்ன மாறி ஒன்னுமே நடக்கல. எந்த ஊர்லயோ ஒரு பெய நன்மய பல்லுட்ட கடுச்சுட்டானாம். காலையில இருந்தே அவென் வாய்லருந்து ரத்தமா கொட்டுச்சுசாம். இப்படியும் சிஸ்டர் சொன்னாக. அதையுந்தான் பாப்போமேன்னு ஒரு நாளு, வாய்கிட்ட வச்சுக்கிட்டு பயந்து நன்மயக் கடுச்சுமென்னு முழுங்கிட்டேன். துண்டுட்ட வாய தொடச்சுப் பாத்தேன் ரத்தமே இல்ல, இதவும் சும்மாதான் சிஸ்டருக சொல்லி இருக்காகன்னு தெரிஞ்சுகிட்டேன். ஆனா அதையும் யார்கிட்டயும் சொல்ல முடியல."(2004: 81 — 83) என்பதாகச் சொல்வதிலிருந்து உணரலாம்.

"இதைப் போன்றதொரு நிகழ்வையே ராஜ்கௌதமனும்"38 சுட்டிக்காட்டுவதன் மூலமாகத் தலித் கிறித்தவர்கள் சமயச் சார்ந்தச் சடங்கு, சம்பிரதாயங்களின் மூலமாக ஏமாற்றப்படுகின்ற செயலுக்கு ஆட்பட்டு வந்தனர் என்பதும்,

சமயவாதிகள் பொய்யானச் சமயக் கதைக் கட்டுமானங்களின் வழியாகவே அவர்களை அறியாமையிலேயே தாழ்வாக இருக்க வைத்திருக்கின்றனர் என்பதும் தெளிவாகத் தெரிகின்றது. ஆனால் இவற்றையெல்லாம் நம்ப மறுக்கின்ற, தலித் மனம் ஒன்று, சமயத்தளத்தில் செய்யக்கூடாததாகச் சொல்லப்பட்ட அத்துணைச் சட்டத்திட்டங்களையும் மீறுவதையும், இதனூடாகவே பார்க்கவியலுகின்றது. தலித் கிறித்தவர்களின் மீது சாதீய ரீதியிலான ஒடுக்குதல்களையும், தீண்டாமைச் சார்ந்த ஒதுக்குதல்களையும் நிகழ்வத்துவதில் சாதீயக் கிறிஸ்துவர்கள் இந்து சாதியக் சமூகத்தவர்களைவிட அதிக வெறிப் பிடித்தவர்களாக இருக்கின்றனர். தலித்துக்களைப் பொறுத்த அளவில் கிறித்தவச் சமயம் இரட்டை வேஷம் போடுவதாகவே உள்ளது என்பதை மார்க்ஸ் என்பவர் சுட்டிக்காட்டுவதை சுகன் தமது நூலில், “தீண்டாமையைப் பொறுத்தமட்டில் இந்தியாவிலும் சரி, ஈழத்திலும் சரி கிறிஸ்துவத்தின் நிலைப்பாடு இரட்டைத் தன்மை யானதாகவே அன்றும் இன்றும் உள்ளது. ஒரு பக்கம் இந்து மதத்தைப் போலவே சாதியத்தை உள்வாங்கிக் கொண்டு தீண்டாமையை நடைமுறைப்படுத்துவதும், இன்னொரு புறம் தீண்டாமைக்கு எதிரானப் போராட்டங்களையும் இயக்கங்களையும், இலக்கியங்களையும் ஆதரிப்பதுமாகிய நிலையில்தான் இதனுடைய வெளிப்பாட்டுத் தன்மை உள்ளது”39 என்று “தீண்டத்தகாதவன் முதலான ஈழத்து சிறுகதைகள்” என்ற தொகுப்பிற்கான முன்னுரைப் பகுதியில் சுட்டிக்காட்டுவதிலிருந்து அறியலாம்.

சாதிக் கிறித்தவர்களின் சாதியத் தீண்டாமைக் கொடுமைகளைதத் தலித் கிறித்தவர்கள் நூற்றாண்டுக் காலமாகப் பொறுத்துக் கொண்டே வருவதைப் போலவே, சாதி இந்துக்களின் கொடுமைகளை இந்து தலித்துக்களும் பொறுத்துக் கொண்டே வருகின்றார்கள்.மொத்தத்தில் மூவாயிரத்து முந்நூறு ஆண்டுகளுக்கு மேலாகத் தலித்துக்கள் சாதீய தீண்டாமைக் கொடுமைக்கு எதிராகப் பொறுத்துக் கொண்டே இருக்கிறார்கள் என்பதை அம்பேத்கர் குறிப்பிடுவதை தாமஸ் என்பவர், “3300 — ஆண்டுகளாக ஒரு சமுதாயம் தீண்டத்தகாத சாதியாக இருந்து தாக்குப்பிடித்து வருகிறது... உலக ரோம கத்தோலிக்கத் தலைமைப் பீடம் வாடிகனில் உள்ளது. போப் ஆண்டவர் தான் மதரீதியாக உலகத்தில் பிரசித்திப் பெற்றவர். இவர் ஒது பெரிய மதத்தின் சொந்தக்காரர். இந்தியாவிலும், இவர்களுக்கு அதிகமான

மக்கள் கூட்டம் உள்ளது. ஆகையால் உலகின் மிகப் பெரிய மதத்தின் தலைவர் அவர். இந்தியாவில் உள்ள தீண்டத்தாதவர் கூட்டம் இருபது கோடிக்கு மேல் உள்ளது. உலகில் எங்கும் காண முடியாத எந்த மக்கள் கூட்டத்திலும் காணமுடியாத, எந்த மதபோதகன் மனசிலும் காணமுடியாதப் பொறுமை ஏசுவிடம் இருந்தது. சிலுவையில் தொங்கவிடும் மட்டும் தன் பொறுமையைக் காத்து வந்தார். அவர் பொறுமைக்குச் சற்றும் குறையாத பொறுமையைத் தீண்டத்தகாதவர்கள் கடைபிடித்து வருகிறார்கள். யாருமே நினைத்துக் கூட பார்க்க முடியாத பொறுமையைத் தீண்டத்தகாதவர்கள் மூவாயிரத்து முன்னூறு ஆண்டுகளாகக் கடைபிடித்து வருகிறார்கள் என்றால் அவர்களை ஈடுஇணையற்ற பொறுமைசாலிகள் என்று கின்னஸ் புத்தகத்தில் இடம்பெறச் செய்ய போப் ஆண்டவர் ஏன் சிபாரிசு செய்யக் கூடாது?"40 என்று கேள்வி கேட்கின்றார். இத்தகையதொரு பொறுமையைக் கொண்டிருந்த வத்ராயிருப்பு புதுப்பட்டித் தலித் கிறித்தவர்கள் மீதுதான் சமயம் சார்ந்த தளத்தில் ஏமாற்றுதல் போக்கு அவர்களை அடிமைப்படுத்துவதை நோக்கமாகக் கொண்டு புகுத்தப்படுகின்றன.

உறுதிப்பூசுதலிலும் ஆசிர்வாதப் பூசையிலும் அடக்குமுறையைக் கையாளுதல் :

"தீண்டாமைன்னு சொல்லிக்கிறத நானு மூனாங்கிளாஸ் படிக்கையில் கேட்டதே இல்ல. ஆனா இப்படின்னா என்னன்னு பாத்து, ஒணந்து, அனுபவிச்சு அவனமானப் பட்டிருக்கேன்" (2004: 13) என்று கூறுகின்ற பாமா, அதே பாடப்பிரிவில் படிக்கின்ற பொழுதுதான் உறுதிப் பூசுதல் சடங்கினை நிறைவு செய்கின்றார். இந்தச் சடங்கு குறித்தும், இதைத் தொடர்ந்து நடக்கும் ஞாயிற்றுக்கிழமைக்குரிய ஆசீர்வாதப் பூசை குறித்தும் விளக்குவதிலிருந்தும் அவர்கள் போலியானச் சடங்குச் சம்பிரதாயங்களின் வழியாக அடக்குமுறைக்குட்படுவதையும், அடிமையாக அறியாமையில் இருப்பதையும் இருவேறு நிலைகளில் காணமுடிகின்றது.

உறுதிப்பூசுதலில் ஏமாற்றுப்படுதலுக்கு உட்படுதல் :

முழுமை பெற்ற கத்தோலிக்கராக ஒருவர் தன்னை அடையாளப்படுத்திக் கொள்ளுவதற்குப் பல்வேறுச் சடங்கு சம்பிரதாயங்களை நிறைவேற்றிட வேண்டும் என்பது திருமறைச் சட்ட விதிகளாகும். இதனை நிறைவேற்றியவர்களே

இரட்சண்யப் பணி செய்வதற்குரியக் குரு பட்டம் பெறத் தகுதியுடையவராகின்றார். இந்தத் தகுதியை ஒரு தலித் பெற்றுவிடுவதன் மூலமாக அவருக்குச் சமூகத் தகுதியும் கிடைத்துவிடுகின்றது என்பதை நன்குணர்ந்து கொள்கின்ற சாதியச் சமூக சமயவாதிகள் தலித்துக்களைச் சமய நிலையில் தலைதூக்கிவிடாதபடிக்கு செய்வதற்குரியச் சூழ்ச்சிகளை மேற்கொள்கின்றனர். போலியானச் சமய நம்பிக்கைகளைக் கூறி அவர்களைச் சமய அறிவியலில் அறியாமையுடையவர்களாகவே வைத்து இருக்கின்றனர். இக்கருத்தை, "மூணாங் கிளாஸ்ல படிக்கையில உறுதிப்பூசுதல் வாங்குனேன். உறுதிப்பூசுதலின் போது ஆண்டவர்சாமி கன்னத்துல... அடிக்கும்போதுதான் இஸ்பிரித்து சாந்து ஏம்மேல எறங்கி வருவாராம். அவர் அடிக்குறதை எதிர்பார்த்து... கண்ண மூடிமூடி தொறந்துக்கிட்டு இருக்க, நான் எதிர்பாராத நேரத்துல டப்புன்னு அவர் கன்னத்துல அடிக்க இஸ்பிரித்து சாந்தானவர் எறங்குன மாறியே தெரியலே. ஆனா பக்தியா இருக்குறதுக்காக தலய குனிஞ்சுக்கிட்டு இருந்தேன். அத இன்னைக்கு நெனச்சாச் சிரிப்பு பொத்துக்கிட்டு வருது" *(2004: 83)* என்று மக்களின் அறியாமை நிலையைக் கட்டறுக்கும் விதமாகப் பாமா செயல்படுவதிலிருந்து புரிந்து கொள்ளலாம்.

மேற்கண்டச் சம்பவத்தில் இஸ்பிரித்து சாந்துவான ஆண்டவர்சாமி அடிப்பதன் மூலமாக இறங்குவதாக சொல்லப்படுவது பொய் என்பதை ஒரு தலித் மனம் அறிகின்றச் சூழல் தெளிவுபடுத்துகின்றது. தலித்துக்கள் என்றாலே நீதி பிறழ்ந்து விடுவதுதான். இதுவரை எல்லோருக்கும் தெரிந்தச் செய்தியாக இருந்தது. ஆனால் தெய்வமே பிறழ்ந்து விடுகின்றது என்பதை இவரது சுயவரலாற்றில் தான் காட்டப்படுகின்றர். ஆண்டவர் சாமி அடிப்பதும், இஸ்பிரித்து சாந்துவானவர் இறங்குவதாகச் சொல்லப்படுவதும், தலித்துக்களை நம்பவைத்து ஏமாற்றுவதற்காக மேற்கொள்ளப்படுகின்ற ஒரு செயலே என்பதை இதன் மூலம் அறிய முடிகின்றது.

ஆசீர்வாதப் பூசையில் தலித்குழந்தை ஒன்றைக் கண்மூடித் தனமாகத் தாக்குதல் :

கத்தோலிக்கத் திருமறைச் சட்டப்படி ஞானஸ்தானம் பெற்ற ஒவ்வொரு கிறித்துவரும் ஞாயிறுதோறும் நடக்கும் திருப்பலிப் பூசையில் கலந்து கொள்ளுவதும், கிறித்துவிற்கு ஒப்பு கொடுக்கப்பட்ட அந்த நாள் ஓய்வு நாளில் அனைவரும் கோயிலுக்குச் செல்வதும் வழக்கத்தில் உள்ளது. பழைய

ஏற்பாட்டில் உள்ள யாத்திராகமப் பகுதியில் இது குறித்த செய்திகள் குறிப்பிடப்பட்டுள்ளன. எனவே அன்றைய தினம் குளித்து, புத்தாடை அணிந்து கோவிலுக்குச் சென்று திருப்பலிப் பூசையிலும், மாலையில் நடக்கும் ஆசிர்வாதப் பூசையிலும் தவறாமல் கலந்து கொள்வர். இந்த "நியதிப்படி பூசைக்குச் செல்கின்ற தலித்துக்களுக்குக் கோவிலிலிருந்து ஒருபடி கோதுமையோ, மக்காச் சோளமோ அளந்து கொடுப்பது வத்ராயிருப்பு புதுப்பட்டி சாமியாரினுடையப் பழக்கமாகவிருந்தது" 41 என்பதை ராஜ்கௌதமன் எடுத்துக்காட்டுகின்றார்.

இத்தகையப் பழக்கமுடையப் புதுப்பட்டித் தலித் கிறித்தவர்கள் கூடியிருக்கின்ற ஒரு மாலை நேர ஆசீர்வாதப் பூசைக்கு, சிறுபிள்ளையாக இருந்த பாமாவை அவரது தாயார் அழைத்துக் கொண்டு செல்கின்றார். பூசை முழு நேரமாக நடக்கின்றது. சிறுபிள்ளையாக இருக்கிற பாமா தூங்கி விடுகின்றார். இதைப் பார்க்கிற பெண் துறவி ஒருவர் இரக்கமேயின்றி முதுகில் அடிக்கின்றார். பயந்து போன சிறுமிக்கு மீண்டும் தூக்கம் வருகின்றது. இப்பொழுது அந்தப் பெண் துறவி அடிப்படை நிறுத்திவிட்டு நறுக்கென்று கிள்ளி விடுகின்றார். தொடர்ந்து தூங்கிவிழும், சிறுமியை இப்பொழுது சாமியார் பார்த்துவிடுகின்றார். இப்படி மாறி மாறி அடிவாங்கும் பொழுது பயந்து போய் கோயிலில் சிறுநீர் கழித்துவிடுகின்றது அந்த சிறுமி. இதற்கும் சேர்த்துக் கூடுதலாக அடிக்கின்றனர் ஆதிக்கப் பெண் துறவிகள். இதை, "நாயித்துக்கெழமச் சாயங்காலம் மந்தரக்கிளாஸ் இருக்கும். அது முடிஞ்சு கோயில்ல ஆசிர்வாதம் இருக்கும்... இப்பிடியே நேரமாகும். எங்களுக்குச் சின்னப் பிள்ளைகளுக்கு ஒறக்கம் அப்பிடி கண்ணச் சொக்கிட்டு வரும், லேசா கண்ண மூடிட்டாலும் போதும்.

பக்கத்துல ஒக்காந்திருக்கிற சிஸ்டர் படீர்னு முதுகுல அடிக்கும்... இப்ப சிஸ்டரு அடிக்க மாட்டாக. ஆனா நறுக்குன்னு கிள்ளி வைப்பாக. அது அதைவிட வலிக்கும்... கிள்ளு வாங்குன கொஞ்ச நேரத்துல மறுபடியும் தல ஆடிச்சாயும், செல சமயம் சாமியாரு பாத்துட்டு சிஸ்டரக்கூப்பிட்டு அடிக்கச் சொல்வாரு. ஆராருக்குத்தான் பயப்படுகிறது? ஒரு நாளு இப்படித்தான் நான் நல்லா தூங்கிட்டு இருக்கையில சிஸ்டர் வச்ச அடியில அங்னயே ஒன்னுக்கிருந்திட்டேன். அதுக்கு... சேத்து கூட நாலு அடி வச்சாக. எங்கம்மா... நாங் கத்தி அழவே கூட்டிட்டுப்

போயிட்டாக. (2004: 83—84)" என்று காட்டுகின்ற சம்பவப் பதிவுகள் உணர்த்துகின்றது.

சம்பிரதாய நெருக்கடிக்குள்ளாக்கப்படும் தலித்துக்கள் :

தலித் கிறித்தவர்கள் சமயம் சார்ந்த சிலச் சம்பிரதாயப் பழக்க வழக்கங்களைச் செய்வதற்கு விரும்பியோ, விரும்பாமலோ நிர்ப்பந்திக்கப்பட்டிருக்கின்றார்கள் என்பதை சந்திப்புச் செய்தல் என்ற நிகழ்வின் மூலமாக அறிய முடிகின்றது. இந்நிகழ்வின் மூலமாக அவர்களது உழைப்பில், உழைப்பின் மீதான வருவாயில் திரட்டப்படும் பொருட்களும் சாமியார்கள், குருமார்கள், பெண் துறவிகள் உள்ளிட்ட மேலாதிக்கச் சமயவாதிகளால் நூதனமாகச் சுரண்டப்படுகின்றது. இதன் கீழ், ஒவ்வொரு புதுவருடப் பிறப்பு அன்றும் இம்மக்கள் அவர்களே ஒருபோதும் ருசித்து அறிந்திராதப் பல்வேறு விலையுயர்ந்தப் பழ வகைகள், இனிப்புக்கள் உள்ளிட்டவற்றையெல்லாம் எப்பாடு பட்டாவ வாங்கிக் கொண்டு போய் அவரவர் பங்கு சபைகளில் உள்ள சாமியாரையும் தாயாரம்மாவையும் சென்று சந்தித்து மாலை மரியாதை செய்ய வேண்டும். முதலில் சாமியார், தாயாரம்மா இவர்களைச் சந்திப்பதற்கு முன் வம்பாடுபட்டு உழைத்தப் பணத்தில் வாங்கியப் பொருட்களை கொடுத்துவிட்டுப் பின் அடக்க ஒடுக்கமாய் முழங்கால் போடவேண்டும்.

சாமியாரும், தாயாரம்மாவும் அவற்றை நோகாமல் வாங்கிவிட்டு அதற்குப் பதிலாக ஒவ்வொருவர் நெற்றியிலும் சிலுவையைப் போட்டுவிடுவார்கள். அதை வாங்கிக் கொண்டு வீசன கையும் வெறுங் கையுமாக இவர்கள் வருகின்றார்கள். இவ்வாறாக ஒரு போலியானச் சம்பிரதாயப் பழக்க வழக்கத்திற்கு ஏழை, பாழைகளானத் தலித்துக்கள் பழக்கப்படுத்தப்பட்டு இருக்கிறார்கள். இதைத்தான் பாமா, "வருசப் பெறப்பு... காலையில தெருவெல்லாம் ஒரே சலசலப்பு... ஆப்பிள்... ஆரெஞ்சு... தெராச்ச... ன்னு யாரோ வித்துட்டுப் போனாக. ஏதுடா நம்ம தெருவுல இப்பிடி வெல ஒசந்த பழங்கங்கூட விக்குதேன்னு ஆச்சரியமா போய் பார்த்தேன்... பல கொரலுக அந்த பழக்கார அம்மாவ கூப்பிட்டதுக... பெறகுதான் வெசம் புரிஞ்சுது. வருசப் பெறப்புக்குத் தாயாருக்கும், சாமியாருக்கும் குடும்பங் குடும்பமா, சபக்காருகளா போய் பழம், பிஸ்கத்து, இப்பிடி குடுத்துட்டு மால மரியாத செய்றது வழக்கம்... இருக்குன்னு தெரிஞ்சுக்கிட்டேன். எங்க தெரு ஆளுக இந்தப் பழங்களோட ருசிய பாத்திராட்டாலும் எப்பாடு பட்டாச்சும்

இத வாங்கிட்டு போயி சாமியாரு, தாயார்களுக்குச் சந்திப்பு வச்சுட்டு அடக்க ஒடுக்கமா மொழங்கால் போட்டு நெத்தில் சிலுவை வாங்கிட்டு வருவாக. எங்க வீட்ல இருந்தும்... போனோம். (2004: 66)" என்று கூறுவதிலிருந்து உணர முடிகின்றது.

மேலும், கை நிறைய விலையுயர்ந்த, தான் ஒரு போதும் ருசித்து அறிந்திராத பழ வகைகள் உள்ளிட்ட சிலவற்றை கொடுத்துவிட்டு, நெற்றியில் சிலுவையை மட்டுமே வாங்கி வருகின்ற இந்தச் செயலை சாமியார்களும், பெண் துறவிகளும் செய்கின்ற ஏமாற்று மோசடி, சுரண்டல் என்பதாகவே கணக்கில் எடுக்க முடிகின்றது. இத்தகைய மக்களைச் சந்திப்பு செய்ய வைப்பதன் மூலம் (அ) இவர்கள் சந்திப்புச் செய்வதன் மூலம் சாமியார்களும், பெண் துறவிகளும் நோகாமல் இருந்து சுரண்டித் தின்று வயிறு வளர்த்திருக்கின்றார்கள். தாங்கள் சமயத் தளத்தில் அர்த்தமற்ற நம்பிக்கைகளின் வழியாகச் சுரண்டப் பட்டுக் கொண்டிருக்கின்றோம் என்பதைக் கூட அறியாத இவர்களையே சுயத் தேவைகளை முன்வைத்து கொத்தடிமை போல் நடத்தகின்றனர். எழுத்தறிவும், தெளிவான ஆன்மீகப் பின்புலப் புரிதல்களுமற்ற இது போன்ற தலித் கிறித்தவர்கள் இன்றும் சமயத்தளத்தில் பல்வேறு மூடநம்பிக்கைகள், போலியான, அர்த்தமற்ற சடங்கு சம்பிரதாயங்களுக்குள்ளாக முடங்கியேதான் இருக்கின்றார்கள் என்பதே கிராமங்களின் யதார்த்தமாக உள்ளது. இது போன்ற மக்களைக் குறித்துக் கேசவன் இணையதளத்தில், "இந்து சமயமும், கிறித்தவ சமயமும் தலித் சமூக மக்களை அடிமையாக வைத்தே தன்னை நிலைநிறுத்திக் கொண்டு வருகின்றது. சுகபோக வாழ்க்கை வாழ்ந்து வரும் சாதி இந்துக்களாலும், சாதிக் கிறித்தவர்களாலும் ஏமாற்றப்பட்டவர்களாக, சுரண்டப்பட்டவர்களாக, உரிமைகள் பறிக்கப்பட்டவர்களாகவே இவர்கள் வாழ்நது வரக்கூடியவர்களாக இருக்கின்றனர். மேற்கூறியவர்களால் ஒதுக்குதலுக்கும், ஒடுக்குதலுக்கும் உள்ளாகுகின்ற இம்மக்களே நேர்மை, எளிமை, சாதனை, நம்பிக்கை, கடுமையான உழைப்பு என்பதற்குப் பெயர் போனவர்களாகவும், கடவுள் நம்பிக்கை, வழிபாடு, சடங்கு சம்பிரதாயங்கள், தியாகம், நன்றியுணர்வு, பிறர் உழைப்பை நம்பாதவர்கள், சுய உடல் உழைப்பை மட்டுமே நம்புபவர்களாகவுமே இருக்கிறார்கள்"42 என்கிறார்.

தலித்துக்களே பெரும்பாலும் உழைப்புச் சுரண்டலுக்கு உட்படுத்தப் பட்டிருக்கின்றார்கள். சுரண்டலில் பெண்

துறவிகளாக இருப்பவர்களும் ஈடுபடுகின்றனர். இத்தகையச் சமயப் பழக்க வழக்கங்களைத் தலித் மக்களுக்கே உரிய நக்கல், நையாண்டி, எக்காளம், கோபம், கிண்டல், கொந்தளிப்பு, எடக்கு உள்ளிட்ட கலகக் கூறுகளுடன் மக்கள் நகையாடுவதை, “வருசப் பெறப்பு... பூசயில ஒரெ ஒருத்தன் மட்டும் கத்திப் பாட்டுப் படிக்க, நாலு பேருக்கு அதுக்கு கண்ட... சாமானுகள வச்சு தாளம் போட்டானு. ஒடனே... எங்க தெரு பொம்பள ஒருத்தி வேணும் பாட்டுப் படிக்கவே ஆளுக இல்ல. இதுல பத்துப் பேரு தாளம் போட வந்துட்டானுக.வெக்கங் கெட்டவனுக. இப்பிடி சத்தம் போட்டுச் சொல்ல கொல்லுன்னு கோயிலுக்குள் சிரிப்பு... பூச முடிஞ்ச சாமியார் பங்களாவல ஒரே கூட்டம்.குடும்பங் குடும்பமா மட்டுமில்லாம,

மாதசப, பார்சப, நலமரணசப, நற்கருணை வீரன் சப. இப்படி ஏகப்பட்ட பேர் சந்திப்பு வெச்சாக... நம்ம கேட்டமோ இல்லியோ நின்னவுக, மொழங்கால் போட்டகவுக, நெடுஞ்சாங் கெடையா உழுந்தவுக எல்லாத்துக்கும் சாமியாரு வருசயா நெத்தியல சிலுவ போட்டாரு. முந்தியிருந்த சாமியாருக சந்திப்பு செஞ்சா சிலுவ போட்டு, ரெவண்டு ஆரெஞ்சு மிட்டாய், அஞ்சாறு சுருவங்க, புதுவருசக் காலண்டலு எல்லாங் குடுப்பாரு, இவரு வெறுஞ் சிலுவய மட்டும் போட்டு போகச் சொல்றாரு. இப்பிடி ஒருத்தி பொம்பல எல்லோரும் அதான இவரு இம்புட்டு கஞ்சத்தனம் பண்றாருன்ன சொல்லிக்கிட்டே வந்தாக. . . சாமி கிட்ட சிருச்சுக்கிட்டே ஒரு காலண்டரு கேக்கேன். அவரு மனசார துட்டுக் கேக்காருக்கா, வெலைக்குத் தான் விப்பாராம். கேட்டுக்கிட்டியா காலம் போற போக்கனன்னு சொல்லி சிரிச்சா. ஒடனே மாதா சபத் தலைவி வந்து... மடத்துக்கு வாங்க. நம்ம சபக்காருக போயி தாயாருக்குச் சந்திப்பு வப்போமுன்னு அதட்டிக்கூட்டிட்டுப் போனா, தாயாரும் வெறும் சிலுவ போட்டு போகச் சொல்லிட்டாளாம்... ஒரு சுருவங்கிருவம் இருந்தா குடுங்கன்னு கேட்டா... துட்டா குடுத்து வச்சிருக்க, சுருவம் கிருவம் வாங்கிக் குடுக்க... சரி சரி செவத்த தொடாம வெளியே போங்கன்னு... வெரட்டி உட்டாக” *(2004: 66 — 68)* என்ற வரிகளில், பல்வேறு பெயர்களில் சபைகளை வைத்துக் கொண்டு தலித்துக்களைச் சமயத் தளத்தில் சுரண்டுவதோடு, அவர்களை ஏமாற்றுவதையும் இதை உணர்ந்தும் உணராதவர்கள் போலச் செயல்படுகின்ற இவர்கள் தங்களிடம் இயல்பாக வெளிப்படுகின்ற கோபதாபங்களை நக்கல், நையாண்டி, கேலி, கிண்டல் என்பதன் மூலமாக வெளிப்படுத்துவதையும் கூட அறியவியலுகின்றது.

"ஒடுக்கப்பட்ட மக்களின் எதிர்ப்புக் குரல்களின் தான் பெரிதும் நக்கல், நையாண்டி, குசும்பு, கிண்டல், பேலி, குமைப்பு, பகடி ஆகியன பதுங்கிக் கொண்டிருக்கின்றன"43 என்று ரவிக்குமார் என்பவரால் இனங்காணப்பட்ட இயல்பியல் கலகக்கூறுகள் சாமியார்களும், பெண்துறவிகளும் தங்களை ஏமாற்றுவதையும், சுரண்டுவதையும் உணர்ந்து வெறுங்கையுடன் திரும்புகின்றத் தலித் பெண்களிடம் வெளிப்படுவதைப் பாமா பதிவு செய்திருக்கின்ற வார்த்தைகளில் (2004:68) காண முடிகின்றது.

எதிர்ப்புக் குரல்களில் தங்களுடைய மனக் குமுறல்களையும், ஏமாற்றங்களையும், வேதனைகளையும் இன்ன பிறவற்றையும் மறைபொருளாக வெளிப்படுத்துகின்ற இவர்களது நடத்தைகள் தலித் கலகப் பண்பாட்டு நடவடிக்கைகளுக்கான அம்சங்களுடையதாகவே தென்படுகின்றது. தலித் பெண்களுக்கு எதிராக எல்லா இயங்கு தளங்களிலும் ஆதிக்க அதிகார ஆணியல் சக்திகளும் சொற்ப அளவில் பெண்ணியச் சக்திகளும் அணி திரள்கையில் இவற்றிற்க எதிராக நிராயுத பாணிகளாகவிருக்கின்ற இவர்கள் என்ன வினையாற்றப் போகிறார்கள் என்பதை அவர்களது விழிப்புணர்வும் முழிப்புணர்வும் தான் நிர்ணயம் செய்யப் போகின்றது. இதன் முழுமையில் தான் ஆணாதிக்கச் சமூக — சமயக் கொடுங்கோலர்களுக்கு எதிரான அழிவும், அவர்களுக்கானப் பெண்ணிய விடுதலைக்கான உயிர்ப்பும் அடங்கியுள்ளது. ஒவ்வொரு தலித் பெண்களும் உணர்ந்து சமய மூடநம்பிக்கைகளை முழுமையாக நிராகரிக்காத வரை கிறித்தவத்திலும், இந்துத்துவத்திலும் பெண்களுக்கு விடுதலை கிடைக்காது என்பது சமயத் தளத்தை முன் வைத்து சிந்தித்தற்குரியதாகும்.

தலித்துக்களிடம் மனிதாபிமானமற்ற முறையில் நடத்துதலும், தீட்டின் அடிப்படையில் அணுகுதலும் :

மனிதாபிமானமற்ற முறையில் நடத்துதல் -

வருசப் பெறப்பு என்றாலே களைகட்டி விடுகின்ற வத்ராயிருப்ப ஆர்.சி.ரோமன் கத்தோலிக்கத் தெருவில் உள்ள சிறியவர்கள் முதல் பெரியவர்கள் வரை அனைவரும் சாமியார் நடத்துகின்ற சிறப்புப் பூசையில் கலந்து கொள்கின்றனர். பூசையின் போது சாமியார் வந்து தீர்த்தம் தெளித்துவிட்டுச் செல்கின்றார். அப்பொழுது கோவிலின் நடுவே ஒரு தலித்

குழந்தை ஒன்று சிறுநீர் கழித்து விடுகின்றது. இதைப் பார்த்துக் கொண்டிருக்கின்ற ஆதிக்கப் பெண் துறவி ஒருவர் மனிதநேயமற்ற முறையில் குழந்தையென்றும் பாராமல் அதன் முதுகில் கண்மூடித்தனமாகத் தாக்குகின்றார். குழந்தை கதறி அழுகின்றது. குழந்தையின் தாயார் அந்தக் குழந்தையை மிருகத்தனமாக முதுகில் அடித்த அந்தப் பெண் துறவியைத் திட்டியவாறே குழந்தையைக் கோயிலைவிட்டு வெளியே அழைத்துச் செல்கின்றார். இச்செய்தியை, "பாவ சங்கீர்த்தன... பூசயில... கோயிலுக்குள்ள... சாமியாரு வந்து தீர்த்தந் தெளிச்சுட்டுப் போன நடு செண்டருல ஒரு பெய அம்மணக்குண்டியா நின்னுக்குட்டு கிராதிக்கிட்ட இருந்து ஒன்னுக்கடுச்சுக்கிட்டே நடந்து வந்தான். குஞ்சானப் புடுச்சுக்கிட்டே வாரான். இதப் பாத்தக்கிட்டு இருந்த சிஸ்டரு... படார் படார்னு அந்தப் பெய முதுகுல நாலு உடுப்பு உட்டாக. அவெண் அடி பொறுக்க மாட்டாம அலற, அளகம்ம ஓடியாந்து, வருசப் பெறப்பும் அதுவுமா இப்பிடியா பச்சப் பிள்ளையை போட்டு அடிப்பாக, பாதகத்திகன்னு கத்திட்டு பிள்ளையத் தூக்கிட்டு கோயிலுக்கு வெளியே போயிட்டா (2004:67)" என்ற வரிகளில் பதிவாகியுள்ளதிலிருந்து காணலாம்.

தீட்டின் அடிப்படையில் அணுகுதல் :

மாதா சபை, நல்மரண சபை, நற்கருணை வீரர் சபை என்று பல்வேறு சபைகளையும், சபை சார்ந்தக் குழுக்களையும் உருவாக்கி, அக்குழு ஒவ்வொன்றிற்கும் ஒவ்வொரு தலைவியையும் தேர்வு செய்து அவர்களின் வழியாகப் பல்வேறு வகைகளிலும் சுரண்டல்களை நிகழ்த்துகின்ற பெண் துறவிகள், சந்திப்புச் செய்தல் என்ற சடங்கின் போது, அவர்களைச் சந்திக்க வருகின்ற தலித் கிறித்தவப் பெண்களைத் தொட்டால் தீட்டு என்பதன் அடிப்படையில் நடத்துகின்றார்கள். இதன் மூலமாக கிறித்தவ மெய் இறையியல் கொள்கைக்கம், கோட்பாடுகளுக்கும் எதிராகச் செயல்படுவதோடு சாவான பாவத்தையும், அற்பப் பாவத்தையும் செய்கின்றார்கள். தலித்துக்களை முன்வைத்து பாவங்களைச் செய்வதில் சாதி இந்துக்களைவிட சாதிக் கிறித்தவர்களே விஞ்சி நிற்கின்றார்கள். சாமியார்களும், துறவிகளும் இந்த வகையில் பல்வேறு பாவச் செயல்களில் ஈடுபடுவதுடன், தன்னை நாடி வருபவர்களுக்குப் பாவ சங்கீர்த்தனத்தை வேறு செய்கின்றார்கள். கிறித்தவத்தைப் பொறுத்த அளவில், "எல்லா விதமான பாவங்களைச் செய்வதற்கும் செய்த பாவங்களுக்க உடனே மன்னிப்பு

பெறுவதற்கும் கிறித்தவத்தில் தான் சௌகரியம் இருக்கின்றது"44 என்று ராஜ்கௌதமன் கூறுகின்றார்.

"பாவத்தை இழைத்துவிட்டு மன்னிப்புக் கேட்டுக் கொள்ளலாம் என்ற மமதையில் தான் மேலாதிக்கப் பெண் துறவி ஒருவர் சந்திப்பச் சாமான்களைப் பெற்றுக் கொண்டு அவர்களைப் புது வருடப் பிறப்பு அன்று வெறுங்கையோடு திருப்பி அனுப்புகின்றார். மேலும் அதிகாரத் தோரணையுடனும், பணவெறியுடனும் தீட்டுக் கோட்பாட்டினை மனதில் வைத்துக் கொண்டு சுவற்றில் சாயாமல் வெளியில் செல்லுங்கள் என்று (2004 68)" விரட்டியும் விடுகின்றார் எனக் காண முடிகின்றது.

கடவுள் பெயரால் மக்களை மரியாதைக் குறைவாக நடத்துதல் (மடத்தில்) :

திருச்சபையின் கீழ் இயங்கும் பெண்கள் துறவுச் சபை, துறவு மடங்கள் இவற்றின் கீழ் செயல்படும் பல்வேறு நிறுவன அமைப்புக்கள், கோவில்கள், கல்வி நிறுவனங்கள், மாணவர்கள் விடுதிகள் என்பன உள்ளிட்டவற்றை ஆதிக்கச் சாதியினரின் வெளிகளுக்குள்ளாகவே அமைத்துக் கொள்கின்ற பங்க குருமார்கள், சாமியார்கள், பெண் துறவியர்கள் உள்ளிட்டவர்கள், இவற்றைச் சார்ந்த, சாராத தலித்துக்களை மிகவும் கீழ்த்தரமானவர்களாக மதிப்பதுடன் மரியாதைக் குறைவாகவும் நடத்துகின்றனர். சமயம் சார்ந்து ஒடுக்கப்பட்டோர் சமூக மக்களுக்குக் கற்றுக் கொடுக்க வேண்டியவற்றையெல்லாம் கற்றுக் கொடுக்காமல், அவர்களை அறிவிலிகளாக, அடிமைகளாகவே வைத்திருக்கம் வகையில் அடிமட்டத்திலேயே இருத்தி வைக்கின்றனர் என்பதை, "கஸ்டப்படுகிற சனங்க மேலதான் கடவுள் ரொம்ப கருசனையா இருந்துருக்காரு. சேசு கூட அப்பேர்பட்ட சனங்க கூடதான் இருந்துக்காருனு... யாருமே... எடுத்துச் சொல்லல... கடவுள் நீதியானவர், நேர்மையானவர், அநீதி கண்டு கோபப்படுபவர், போலித்தனத்தை எதிர்ப்பவர், ஏற்றத் தாழ்வு காட்டாதவர். இப்பிடிப்பட்ட எதுவுமே அதுவரையில யாரும் சொல்லித் தரல . இந்த சேசுவுக்கும் நடமொறயில இருக்குற சேசுவுக்கும் ரொம்ப வித்தியாசம் இருக்குது. கஸ்டப்படுற சனங்ககிட்ட இப்பிடி இவரப்பத்தி சொல்லித் தராம சும்மா அர்த்தங் கெட்டத்தனமா தாழ்ச்சி, கீழ்ப்படிதல், பொறுமை, சாந்தம்னு சொல்லிக்கிட்டுக் கெடந்தாக... சதா காலமும் கடவுள் ரொம்ப அன்பானவர்னு சொல்லிக்கிட்டு இருக்குற இவுங்க மடத்துக்குள்ள... இன்னார் இன்னாருக்குத்தான் அன்புன்னு ஏகப்பட்ட கண்டிசன் இருக்குது. வெளிச்சனங்க பணம்,

படிப்பு, பகட்டோட வந்த ஒரு அன்பு. இல்லன்னா வேற அன்பு... மடங்களுக்குள்ளேயோ, மடத்துக்காரங்களோட எந்த நிறுவனங்கள்ளயோ அநியாயந்தான் தலைவிரிச்சு ஆடிக்கிட்டு இருக்குது... உள்ளுக்குள்ள பாத்தா யாரெ எப்படா, எப்பிடிடா குத்துவோம். கொதறுவோம்னு அலயுறாங்க. அவுக வார்த்தைகளே போதும் அம்பு கணக்கா தைக்கும். அவுக சௌகரியப்படி நடக்காத யாரையும் லேசுல உட்டு வைக்க மாட்டாங்க... கோயிலுக்குள்ள அவ்வளவு பக்தி பரவசத்தோடு பேசுறாங்க. ஆனா மடத்துக்குள்ளயோ பள்ளிக்கொடத்துக்குள்ளேயோ தப்பித் தவறி ஏழை எளியவுக வந்துட்டா சள்ளுப் புள்ளுனு வெறி நாய்க உறுந்த மாறி உளுதுங்க. *(2004: 97— 99)*" என்பன போன்ற வரிகள் தெரிவிக்கின்றது.

இதைப்போன்று தொடர்படையப் பிற நிகழ்வுகளாக, சாமியார்களும், பெண் துறவிகளும் அர்த்தமில்லாதவற்றைப் பேசுதல் *(மேலது, பக்.94—95)* சொல்வதென்றும் செய்வதென்றுமாக நடத்தல் *(மேலது, 98—100)* கஸ்டப்படுகின்ற சனங்ளின் கடவுள் பெயரைச் சொல்லி களவாங்குதலும் ஏமாத்துதலும் *(மேலது, பக் 101)* உள்ளிட்டவற்றையும் இணைத்துப் பார்க்க முடிகின்றது. இவற்றிலிருந்து, ஒடுக்கப்பட்டோருக்கான விடுதலை, சமத்துவம், சமநீதி உள்ளிட்டவற்றை மேம்படுத்துவதற்கானச் சட்டத்திட்டங்களையும் நேர்மையான மனிதநேய அணுகுமுறைகளையும் கொண்டதாகத் துவக்கக் காலங்களில் இருந்த கிறித்தவச் சமயம் சாதி இந்துக்களின் வரவிற்குப் பிறகு தான் சாதிய ஆதிக்கமும் அதிகாரமும் மிக்கச் சமயமாக மாறியிருக்கிறது எனத் தெரிய முடிகின்றது. "மனித விடுதலை, மனித மாண்பு... இப்படியான இலட்சியங்களுக்காகத் தொடங்கப்பட்ட புரட்சிகர எத்தனிப்புக்கள் அதிகாரத்திற்க வந்த பிறகு மனிதர்களையே அழிக்கத் தொடங்கிவிட்டன" *45* என்று ராஜ்கௌதமன் சொல்லுவதற்கு ஏற்பவே ஒடுக்கப்பட்டோருக்கான விடுதலை, ஒடுக்கப்பட்டோருக்கு உரிமை வாழ்வு என்பன உள்ளிட்ட பெருமித நோக்கத்தோடு துவங்கப்பட்ட கிறித்துவச் சமயத் திருச்சபைகளின் எத்தனிப்புக்கள் யாவும் அதன் தொடக்கக்காலப் புரட்சித் தன்மையிழந்துவிட்டு, ஒடுக்கப்பட்டோரின் இருத்தலையும் இயங்கலையும் அழித்தொழிக்கின்ற வகையில், சாதீய ஆதிக்கமும் அதிகாரமும் மிக்கச் செயல்பாடுகளைத் தொடர்ந்து செய்து கொண்டே வருகின்றது. அதனுடைய சமீபத்தியச் செயல்பாடுகளுக்குச் சான்றாகவே கலக்கலும், கருக்கும் உள்ளது எனலாம்.

தலித் விழாக்களைப் புறக்கணித்தலும் ஒதுங்கி நின்று வேடிக்கைப் பார்த்தலும் :

நில (விவசாய நிலம்) உறவுகளால் உண்டாக்கப்பட்டிருக்கின்ற கிராம வாழ்க்கையையே கருக்குவில் வருகின்ற தலித்துக்கள் தங்களது அடிப்படை வாழ்வியல் ஆதாரத் தளமாகக் கொண்டுள்ளனர். 'நிலம் X விவசாயம்' இவை சார்ந்த உறவுகளே சாதி உறவுகளாகப் பரிணமிப்பதை சமூக அறிஞர்கள் சுட்டிக்காட்டியிருக்கின்ற சூழலில்தான் இவர்களது உறவுகளும் இருக்கின்றன. "மனிதர் X நில உறவில் தோற்றம் பெறுவதே தொழிலாளர் உறவு"46 என்று நாராயணன் என்பவர் குறிப்பிடுவதற்க ஏற்பவே, குடும்பத் தொழிலாளர்களாகவும், கூலித் தொழிலாளர்களாகவும் மேல்சாதிக்காரர்களின் குடும்பத்திலும் நிலத்திலும் உழைக்கக்கூடியவர்களாகவும் உள்ள இவர்கள் ஊரின் ஒதுக்குப்புறத்தில் வாழ்கின்றனர். மனோகரன் என்பவர் குறிப்பிடுவதற்கேற்பவே, "சாதி வாரியாக அமைந்திருக்கும் குடியிருப்புக்களில் முதன்மை அதிகாரம் கொண்டே மேல் சாதிக் குடியிருப்புக்கள் இருக்கும் ஊரின் மையப் பகுதியிலிருந்து, நெடுந்தொலைவிற்கு விலகிப் போய் கிழக்குத் திசை நோக்கியதாய் அதிகாரம் ஏதுமற்ற தலித் கிறித்தவர்களாகிய இவர்களின் குடியிருப்புக்கள் ஊரின் ஒதுக்குப்புறமாகவே அமைந்துள்ளது."47 மேலும், "எல்லாக் கிராமங்களிலும் தலித் குடியிரப்புக்கள் கிழக்கு திசை நோக்கியே இருக்கிறது"48 என்று சமுத்திரம் என்பவரும் தம் நாவலில் பதிவு செய்துள்ளார்.

இவ்வாறு ஊருக்கு ஒதுக்குப்புறமாகவே இவர்கள் இருப்பதால் தான் இவர்களையும் இவர்கள் சார்ந்து நிகழும் எல்லா நடவடிக்கைகளையும், சாதிக் கிறித்தவர்களாக கருக்கு காட்டுகின்ற நாடார் சாதியினர் புறக்கணிப்பதோடு ஒதுங்கி நின்று வேடிக்கையும் பார்க்கின்றனர் என்பதை பாமா அவரது சமூக விழாப் புறக்கணிப்ப நிகழ்வின் மூலமாக எடுத்துக்காட்டுவதை, "ஊர்ல ஈஸ்டர் திருநாளு... வீட்டுக்க வீடு வரி பிரிச்சு நல்ல மேளதாளத்தோட கொண்டாடுவோம். எங்க தலித் கிறிஸ்தவங்க வீடுகள்ள மட்டுந்தா வரி பிரிப்பாக. நாடக்கமாருக வரியுங் குடுக்க மாட்டாக. திருநாள் கொண்டாட்டத்துல கலந்துக்கிடவும் மாட்டாக.. உயிர்த்த சேசச் சப்பரத்துல வச்சு சோச்சு... ஊருக்குள்ள தூக்கிட்டுப் போவோம். நாடாக்கமாருக என்னமோ இதுல எதுலயும் கலந்துக்க மாட்டாக. திருநாளைக்கு... கூட வரமாட்டாக.

அவுக தெரு வழியா சப்பரம் வரும்போது இந்துக்காரக மாறி எட்டிப்பாத்துட்டு வீட்டுக்குள்ள போயிருவாக. தலித் சாதிக் கொண்டாட்டத்துல அவுக சேந்துக்க மாட்டாக. சப்பரம் பல சாதிக்காருக தெருவுக வழியாப் போகும்... இப்பெல்லாம்... என்னத்துக்காக இதுகளக் கொண்டாடுறோம்னு யாரும் யோசிக்கிறது இல்ல" *(2004: 93— 94)* என்று கூறுவதிலிருந்து புரிந்து கொள்ளலாம்.

தலித் கிறித்தவர்ளால் நடத்தப்படுகின்ற பொதுத் திருவிழாக் கொண்டாட்டத்தின் போது வரி குடுக்காததோடு, சப்பர ஊர்வலத்தினையும் புறக்கணிக்கின்ற சாதிக் கிறித்தவ நாடார்கள் சாதிய அடிப்படையில் தங்களைத் தனிமைப்படுத்திக் கொள்பவர்களாகவே இருக்கின்றனர். ஆனால் இச்சாதியினரைக் குறித்து கால்டுவெல், "பணிவு, எளிதான நிர்வாகத் திறனுக்குள் அடங்கும் தான்மை, இரக்கம், நல்வழிகாட்டுதல், இரக்கத்தின் தன்மைகளைப் போற்றுதல் ஆகிய நற்குணங்களைக் கொண்டு கிறித்துவச் சமயம் சார்ந்த ஈடுபாடுகளில் இசையும் தன்மையுடையவர்கள்" 4 9 என்று பாராட்டியிருப்பதை ஜெயபாண்டியன் சுட்டுகின்றார். பல்வேறு எதிர்மறையாக குணபாவமுடைய நாடார் கிறித்தவர்கள் இடைநிலைச் சாதி அந்தஸ்தைப் பெற்ற நிலையில் தான் சாதீய மேலாதிக்கச் சிந்தனையுடன் செயல்படுகிறார்கள் என்பதை பாமாவின் தன வரலாற்றில் உள்ள சில சம்பவங்களிலிருந்து தெளிய முடிகின்றது. நாடார் கிறித்தவர்கள் ரோமன் கத்தோலிக்கப் பிரிவிலும், புரோட்டாஸ்தானியக் கிறித்தவப் பிரிவிலும் பெருத்த ஆதிக்கத்தைச் செலுத்தி வருகின்றனர். நாடார் கிறித்தவர்கள் மதமாறறத் துவக்கத்திலிருந்தே தலித் கிறித்தவர்களையும், தலித் கிறித்தவப் போதகர்களையும் சாதிய ரீதியிலான ஒடுக்குமுறைக்கும், அவமதித்தலுக்கும் உள்ளாக்கியே வந்துள்ளனர் என்பதை ஜெயபாண்டியன் நூலின்வழிக் கண்டறிய முடிகின்றது. இத்தகைய விரோதப் போக்குகள் இன்றும் தொடர்வதையே பாமா உறுதி செய்கின்றார்.

"தலித் கிறித்தவர்களுக்கென்று உள்ள சபைகளையும் நாடார்கள் உள்ளிட்டச் சாதிக் கிறித்தவர்கள் அவர்களது விழாக்களைப் புறக்கணிப்பது போன்றே ஒதுக்குகின்றனர் என்பதையும் அவர்களுக்கென்று சி.எஸ்.ஐ., சி.எம்.எஸ்., லூத்தரன் உள்ளிட்டப் பல சபைகள் தனியாகச் செயல்படுகின்றது என்பதையும், சாமி இல்லாவிட்டாலும் இந்த சனங்கள்

இருந்துவிடுவார்கள். ஆனால் சாதியில்லாமல் இவர்கள் உயிர் வாழவே முடியாது"50 என்பதையும் ராஜ்கௌதமன் கூடுதலாகச் சுட்டிக்காட்டுகின்றார். சாதிக் கிறித்தவர்களால் தான் தமிழகக் கத்தோலிக்கத் திருச்சபைகள் சாதியச் சபையாக உருமாற்றமடைந்து போய் தலித்துக்களுக்கு எதிரான நிலைப்பாடுகளையுடையதாக இறுக்கமடைந்து உள்ளது. இது போன்ற இறுக்கத்தை உடைத்து சின்னாபின்னமாக்க வேண்டும் என்ற முனைப்போடு படைக்கப்பட்டிருப்பவைகளாகவே பாமாவின் கருக்கு, விடிவெள்ளியின் கலக்கல், ராஜ்கௌதமனின் சிலுவை ராஜ் சரித்திரம், காலச்சுமை, கே.ஏ. குணசேகரனின் வடு, உள்ளிட்டத் தன் வரலாறுகள் எனில் மிகையன்று.

கல்லறையும் சாதீய வெளிப்பிரிவினையும் :

ஏராளமானப் புழங்கு வெளிகளைத் தங்களது சாதீய அதிகார, ஆதிக்கக் கட்டுப்பாட்டின் கீழாக வைத்திருக்கின்ற சாதி, இந்துக்களும், சாதிக் கிறித்தவர்களும் எந்தக் காரணங்களை முன்வைத்தும் தலித்துக்களின் நுழைவைத் தங்களது வெளிக்குள் பெரும்பாலும் அனுமதிப்பதில்லை. இத்தகையோர்களின் மனிதநேயமற்றச் செயலுக்கு எடுத்துக்காட்டாகவே கல்லறை சார்ந்தப் பிரிவினைகள் உள்ளதை கருக்கு தன் வரலாறு எடுத்துக்காட்டுகின்றது. இது குறித்து, "கிறித்தவ பெணத்தப் பெதைக்குற கல்லற... அதுல எங்க தலித் சனங்கள மட்டும் பெதப்போம். ஒசந்த சாதி கிறித்தவகளுக்குத் தனிக் கல்லற அது பஸ்டாண்டுக்குத் தள்ளி இருந்துச்சு." (2004:37) என்ற வரிகள் சான்று பகரக் காணலாம்.

கிராமங்களில்தான் சாதியும் தீண்டாமையும் அதிகமாகக் கடைபிடிக்கப்படுகின்றது. இதனால் சாதியற்ற, தீண்டாமையற்ற வெளி என்று எதுவும் இருப்பதாக பாமாவின் பதிவுகளிலிருந்து அடையாளம் காண முடியவில்லை. கிறத்துவச் சமயத் தளங்களாகியத் துறவுச் சபை, துறவு மடம், இவை சார்ந்து நடத்தப்படுகின்ற கல்வி நிறுவனங்கள் உள்ளிட்டவற்றில் மட்டுமே தலித்துக்கள் மீதான ஒடுக்குமுறைகளைக் காட்டுகின்ற பாமா தேவாலயத்தில் தலித்துக்கள் ஒடுக்கப்படுதல் குறித்து எந்த இடத்திலும் பதிவு செய்யவில்லை. இதைத் தவிர்த்து பிறப்பு தொடங்கி இறப்பு வரையிலான எல்லா நிலைகளிலும் சாதீய ஒடுக்குதலுக்கு ஆட்பட்டவர்களாகவே அவர் சமூக மக்கள் இருப்பதை தெளிவுப்படுத்துகின்றார். இத்தெளிவின் உச்சக்கட்டமாகவே, கல்லறையிலும் சாதியடிப்படையிலான வெளிப்பிரிவினை இருக்கின்றதைப் பார்க்க முடிகின்றது.

கிராமம், கிராம வாழ்க்கை என்பது நில உறவுகளால் உண்டாக்கப்படுவதாகவே உள்ளது. பொதுவாக இந்தியா தமிழகக் கிராமங்கள் இன்னும் கூட நிலத்தை மையமாகக் கொண்ட வாழ்க்கையையே ஆதாரமாகக் கொண்டுள்ளன. தமிழகத்தைப் பொறுத்த அளவில் தலித்துக்கள் பெரும்பாலும் கிராமங்களில் தான் வாழ்கின்றனர். எனினும், கிராமம் என்பது வேறாகவும், தலித்துக்கள் வாழுகிற பகுதியாக சேரி என்பது வேறாகவும் தனிமைப்படுத்தப்பட்ட வெளியாகவே தான் இன்றும் உள்ளது. தலித் மக்கள் செல்படுகிற, வாழ்கிற சூழலைத் தீர்மானிக்கின்ற சக்தியாக வெளி என்பது உள்ளது. இந்த வெளியை மையமாக வைத்தே சேரிக்கான விதிகள் சாதிய மேலாதிக்கவாதிகளால் தனித்து வரையறை செய்யப்படுகின்றது என்கிறார் குணசேகரன். இந்த வரையறுப்புக்களால் தான் தலித்துகளுக்கென்று தனி இருப்பிடம், தனி நீர்நிலை, தனிப்பாதை, தனி சுடுகாடு என்பன போன்ற பிரிவுகள் இன்றும் உள்ளன.

இத்தகைய வரையறுப்புக்களை மீறும் போதுதான் ஆதிக்கவெளியினரின் தண்டனைக்குத் தலித்துக்கள் ஆளாக வேண்டியுள்ளது. "மனித உரிமைகளை இந்த வெளி வரையறுப்புக்களினால் தான் தலித்துக்கள் இழந்தும் போகிறார்கள் என்பன போன்ற செய்திகளை"51 குணசேகரன் என்பார் விரிவாகத் தமது நூலில் விவரித்திருக்கின்றார். மனிதர்களைக் கூறு போட்டு ஒவ்வொரு சாதிக்கும் கீழே ஒருவன் ஒவ்வொரு சாதிக்கும் மேலே இன்னொருவன் எனும், "வருணாசிரமக் கட்டமைப்பு முறையை உள்ளடக்கிய இந்து மதமே பிணம் புதைக்கிற கல்லறை, சுடுகாடு என்பது வரை சாதீயத் தீண்டாமையின் தாக்கம் உள்ளோடிப் போனதற்கு முக்கியக் காரணம். இதனால் தான் தலித்துக்களில் பெரும்பாலானோர் மதம் மாறினர்"52 என்று கேசவன் தமது நூலில் பதிவு செய்கின்றார்.

இந்து சமயத்தின் சாதியக் கோட்பாடுகளை அப்படியே உள்வாங்கிக் கொண்டு செயல்பட்டு வருகிற கிறித்தவ மதத்திலும்கூட இந்தக் கல்லறைப் பாகுபாடுகள் தலித்துகளுக் கென்றும்,சாதிக் கிறித்தவர்களுக் கென்றுமாகத்தான் உள்ளது. தமிழகத்தில் தலித்துக்கள் வாழுகின்ற கிராமங்களில் எல்லாம் சுடுகாடு சார்ந்தப் போராட்டங்களும், வன்கொலைகளும் இன்று நிகழ்ந்து கொண்டே வருகின்றன. தென் மாநிலக் கிராமங்களாகிய கண்டூர், மேலவளவு, கீழ்ப்பாட்டம், புளியங்குடி, குறிஞ்

சாங்குளம், பனையடிக்குப்பம், செந்நகரம்பட்டி, வழுதாவூர், வெண்மணி, காரனை, மதுரை, பரமக்குடி எண்ணற்ற இடங்களில் சுடுகாடு, பொதுப்பாதை, தடுப்புச் சுவர் எனப் பல்வேறு பிரச்சனைகள் அவ்வப்போது நிகழ்வதே சாதி இந்துக்களின், சாதிக் கிறித்தவர்களின் சாதிய — தீண்டாமைக் கொடுமைக்குக் கட்டியங் கூறுபவைகளாக இருக்கக் காணலாம். தான் இருக்கிற இடத்தையும், தன்னையும் புனிதமாக, தூய்மையானதாகக் கருதிக் கொள்கின்ற சாதீய மேலாதிக்க மனம், இதற்கு நேர்மாறானது என்று கருதுகின்ற ஒரு தலித்தின் உடலையும் உடமையினையும் அவர் உயிரோடு இருந்தாலும் சரி, இல்லையாயினும் சரி தனக்கருகில் வருவதையும், இருப்பதையும் அனுமதிக்க மறுக்கின்றது. இதன் இறுதியான மறுப்பே தனிக்கல்லறை என்ற வெளிப்பிரிவினையாக தோற்றம் கொண்டுள்ளது என்பது புரிதலுக்குரியதாகும்.

ஆதிக்கச் சாதியினருக்குத் துணை போகும் பங்கு சாமியாரும் தலித்துக்களும் :

தலித் கிறித்தவர்கள் தங்களுக்கென்று ஒதுக்கப்பட்டக் கல்லறைத் தோட்டத்தில் பிணத்தை புதைக்க ஏற்பாடு செய்து கொண்டிருக்கையில் இவர்கள் கல்லறை வெளியை அபகரித்துக் கொள்ளப் பல்வேறு சூழ்ச்சிகளில் ஈடுபடுகின்ற சாலியர்களாகிய இடைநிலைச்சாதியச் சமூகத்தவர்கள் அப்போது வந்து குறுக்கிடுகின்றனர். இந்தக் குறுக்கிடுதலின் ஒரு கட்டத்தில் அப்போது வந்து குறுக்கிடுகின்றனர். இந்தக் குறுக்கிடுதலின் ஒரு கட்டத்தில் இரு சமூகத்தவர்களுக்கும் இடையில் மோதல் வலுக்கின்றது. தொடர்ந்து நடைபெறுகின்ற கலவரத்தில் இரு தரப்பிலும் வன்கொலைகள் நிகழ்கின்றது. சாலியச் சமூகத்தவர்கள் காவல் துறையையும், ஊர் பங்குச் சாமியாரையும் பிற இடைநிலைச் சாதிக்காரர்களோடும் சமரசம் செய்து கொண்டு தான் இந்த தாக்குதலை நிகழ்த்துகின்றனர் என்பதை அறிந்திராத தலித்துக்கள் தாக்குப் பிடிக்க முடியாமல் போலீஸ் அடிக்குப் பயந்து போய், கிறித்தவக் கோயில் கோபுரங்களில் ஏறி ஒளிந்து கொள்கின்றனர். இவர்களைப் பங்குச் சாமியார் ஒருவர் காட்டிக் கொடுக்கின்றார். தலித்துக்கள் தங்களது நியாயமான உரிமைக்குப் போராடுவது தெரிந்தும் சாமியார் ஆதிக்கவாதிகளுக்குத் துணை போவதோடு, தலித்துக்கள் மீது போடப்பட்ட வழக்குகளைச் சந்திக்கத் தேவையானப் பண உதவி கேட்கையில் கொடுக்கவும் மறுக்கின்றார். இறுதியில் கல்லறை குறித்த வழக்கு தலித்துகளுக்குச் சாதகமாக

முடிகின்றது. இந்நிலையில் கோவிலுக்குச் சென்று நன்றியறிதல் பாட்டுப் பூசை வைக்க வேண்டுமென்று தலித் பெண்கள் கலந்து ஆலோசிக்கும் போதுதான் தலித்துகளுக்கு எதிராகப் பங்குச்சாமியார் துணைப் போன விபரம் எல்லோருக்கும் தெரிய வருகின்றது என்பதை, "கிறித்தவக பெணத்தைப் பெதைக்குற... எங்க கல்லறய சாலியக்குடிக்குச் சொந்தமின்னு சொல்லித்தான் ரெண்டு சாதிக்கும் சண்டைக்காடு நெறிஞ் சது. கல்லறய... பள்ளிக்கொடத்துக்கு வெளாட்டு மைதானமா, தோட்டமா, ஆக்கிப் போடலாம்னு சாலியப் பெயலுகளோட திட்டம். அதுனால தொடந்தடியா சண்ட வந்துக்கிட்டே இருந்துச்சு... சாலியக்குடி ஆளுக போயி போலீஸ்டேசன்ல எங்க ஆளுக மேல... செஞ்சது செய்யாதது எல்லாஞ் சேத்து சோடன பண்ணி கேசு போட்டாகளாம்.

போலிசு சுத்திச் சுத்தி வந்துச்சு... ரெண்டு மூணு நாளு கழுச்சு கோயில் கோபுரத்துல கொஞ்சப் பேரு ஒளுஞ் சிருந்தாங்கன்னு... பங்குச் சாமியாருதான் போலீசுக்குத் தகவல் குடுத்ததா பொம்பளைக சொல்லிக் கிட்டாக... திடீர்னு ஒரு நாளு கல்லற கேசு நம்ம பக்கம் செவிச்சிடுச்சு... நம்ம பாட்டெ பூட்டெங்காலத்துல இருந்து இந்தக் கல்லறையில் பெதச்சுக்கிட்டு வாரோம். இவனுக... அடவடித்தனம் பண்றானுக. அதான் கடவுளுக்கே பொறுக்கல கேசு. நம்ம பக்கம்... இந்த சாமியாரு கால் தூசி மொயற்சி எடுத்தாரா?... கால் மேல கால் போட்டு பங்களாவுல சுருட்டுக் குடுச்சுக்கிட்டு பாத்துக்கிட்டு இருந்துருக்காரு. அது மட்டுமில்ல... வாய்தாவுக்குப் போகவே இல்லாம சாமியார் கிட்ட கடனா கொஞ்சம் ரூபா கேட்டதுக்குக் குடுக்கவே முடியாதுன்னட்டாராம்... எப்பிடியோ கேசு எங்க பக்கமா முடிஞ்சது... சந்தோசம்" (*2004: 37—50*) என்ற வரிகளில் இருந்து அறிய முடிகின்றது.

சாதியத்தாலும் தீண்டாமையாலும் தங்களது சுய முகவரிகளை இழந்துவிட்டுத் தவித்து கொண்டிருக்கின்ற இந்து ஙீ கிறித்தவத் தலித்துக்கள் தங்களிடம் எஞ்சியிருக்கின்ற நிலங்களைக் காப்பாற்றிக் கொள்வதற்காகப் பல்வேறு போராட்டங்களைச் சந்திக்க வேண்டியுள்ளது. பஞ்சமி நில மீட்பு, மண்ணுரிமைப் போராட்டம் இவையெல்லாம் நிலபுல மீட்பு தொடர்புடையப் போராட்டமாகவே இன்றும் தொடர்கின்றது. "தலித்துக்கள் அனைவரும் ஒன்றுபட்டுப் போராடுவதன் மூலமாக மட்டுமே தங்களுக்குரியச் சுய உரிமைகளை நிலைநாட்டவும், சுய உடைமைகளை மீட்டெடுக்கவும் முடியம்"53 என்று

கேசவன் கூறுவதற்கேற்பவே, மேற்கண்ட சம்பத்தில் ஆதிக்கச் சாதியினரையும், அவர்களுக்குத் துணை போகின்றப் பங்குச் சாமியாரையும் எதிர்த்து தலித் கிறித்தவர்கள் போராடி வெற்றி பெறுகின்ற காட்சியைக் காண முடிகின்றது.

சுமார் இருபது ஆண்டுகளுக்கு முன்னால் வெளிவந்து தமிழ் இலக்கிய உலகில் பரப்பரப்பான விவாதத்தை எழுப்பி அடங்கியிருக்கும் ஒரு தன் வரலாற்றிலக்கிய நூலே கருக்கு. தலித் கிறித்தவப் பெண் துறவி ஒருவருடையச் சுய வாழ்க்கையை அதன் பின்புலமாகவிருக்கின்ற சாதிய ஒழுங்கமைப்பு, தலித்துக்களினுடைய ஒடுக்குதலுக்குட்பட்டச் சமூக, சமயப் பண்பாட்டு வாழ்வியல் சூழல் எனும் தளத்தில் பொருத்தி அமைக்கப்பட்டிருக்கும் இதை ஒரு தன்வரலாறு (அ) வரலாற்று வரைவியல் என்று சொல்லி நிறுத்திக் கொள்ளாமல், ஒட்டுமொத்தச் சமூகத்தினுடையக் கூட்டுப் பண்பாட்டுப் பரிணாம வரலாற்றையும், உள்ளடக்கியத் தன்னின வரலாற்று வரைவியல் (அ) சுய இனவரைவியல் என்பதாகவே அடையாளப்படுத்தலாம்.

படைப்பாளர் பாமா தான் நேரிடையாக உற்று நோக்கியதும், கேள்விப்பட்டதுமாகியச் சமூக, சமய உலகின் பலவகையானக் கூறுகளைப் பற்றியும், அக் கூறுகளைச் சார்ந்திருக்கின்ற பறையர் கிறித்தவ மக்களின் மீதானச் சாதிய ஒடுக்கு முறைகள் பற்றியும் மிகத் தெளிவாகப் பேசுகின்றார். இவரது பேசுபொருளில் ஒரு தலித் கிறித்தவப் பெண்ணின் சமூக, சமயத் துறவுசார் பண்பாட்டு வாழ்வியல் வரலாறும், அவரது மக்களின் மீது சமூகத் தளங்களில் குறிப்பாகச் சமயத் தளங்களில் நிகழ்த்தப்படுகின்ற ஒடுக்குமுறைகளை எதிர்ப்பாப்பதுமாகிய அவர்களது சமகாலத்திய வரலாறும் தெளிவுபடுத்தப்படுகின்றன. அதைப் போலவே கிறித்தவத்தில் நிலவுகின்ற சாதியத் தீண்டாமைக் கொடுமைகளையும், புறக்கணிப்புக்களையும் இன்ன பிறவற்றையும் சமயத் திருச்சபைகள், பெண்கள் துறவுச் சபைகள், மடங்கள் இவற்றின் கீழ் இயங்குகின்ற கல்வி நிறுவனங்கள் உள்ளிட்டப் பிற நிறுவன அமைப்புக்களின் வழியாக எடுத்துரைக்கின்றது. மேற்கண்டப் பின்புலத்தில் ஒரு சாமானியத் தலித் கிறித்தவக் குடும்பத்தில் பிறந்த ஒரு பெண், சிறுமி, மாணவி, ஆசிரியர், துறவி என்பன போன்ற நிலைகளில் எல்லாம் இருந்து படைப்பாளர் எதிர்கொண்ட யதார்த்த வாழ்க்கையைப் பற்றி சுயப்பிரக்ஞையோடும் சமூக அக்கறையோடும் கிறித்தவச் சமூக, சமயம் குறித்த மதிப்பீட்டுப்

பார்வையோடும் இவ்வரலாறு பல்வேறு செய்திகளையும் பதிவு செய்துள்ளது. இத்தகையப் பதிவுகளின் அடிப்படையில் தான் இந்நூல் தன்னின வரலாற்று (அ) சுயவரலாற்று வரைவியல் என்கின்ற நோக்கில் அடுத்தக்கட்டப் பரிமாணத்தை அடைவதை உணரவியலுகின்றது. இத் தன்வரலாற்றில் சொல்லப்பட்டுள்ளச் செய்திகள் வாய்மொழிப் பண்பைத் தழுவிய பேச்சு வழக்கிலேயே விவரிப்பு செய்யப்பட்டுள்ளன. இந்த வாய்மொழிப் பண்புதான் படைப்பினுள் நிறைந்திருக்கும் சமூகக் கூட்டுத் திரளினுடையக் குரலை ஒருவிதக் கதையாடலின் வழியே பிரதிபலிக்கின்றது என்பது குறிப்பிடத்தக்கதாகும். கலக்கல் தன்வரலாற்றில் (அ) சுய சுயசரிதையில் இப்பண்பை வேறொரு வடிவத்தில் காணவியலுகின்றது.

பல்வேறு சாதியச் சமூகங்களையும், கிறித்தவச் சமூக, சமய நிறுவனங்களையும், அவற்றுடனான உறவுகளையும் கொண்டு இயங்கக்கூடியத் தலித் பறையர் கிறித்தவச் சமூக ஒழுங்கமைப்பையே சிதைத்து அழித்தொழிப்பிற்குள்ளாக்குகின்ற வலைப்பின்னல்சக்தியாகசாதிஎன்பதுநீண்டநெடுங்காலமாகவே இருந்து வருகின்றது. இந்தச் சாதிதான் கிறித்தவத் தலித்துக்களின் கல்வி அறிவு சார்ந்த முன்னகர்வுகளை தொடர்ந்து தடை செய்து கொண்டே இருக்கின்றது. இதற்க வ. புதுப்பட்டியின் பொது மைய வாழிடப்பரப்பில் உள்ளச் சமூக வெளிக்கட்டமைப்பும், புறக்கணிப்பும் குறித்து பாமா விவரித்துள்ளச் செய்திகளே போதுமான நேரடிச் சான்றுகளாக உள்ளதைக் காணலாம். இந்தச் சூழலின் பின்புலத்தில், சமயம் சார்ந்து நடத்தப்படுகின்ற பள்ளி, கல்லூரி, துறவுப் பயிற்சி மையம், பணிமையம், இவற்றின் கீழ் செயல்படுகின்ற விடுதிகள் என்பன போன்ற இடங்களோடும், இவற்றையெல்லாம் நிர்வகிக்கக்கூடியப் பெண்கள் துறவுச் சபை, மடங்கள் உள்ளிட்டப் பிற திருச்சபைச் சார்ந்த அமைப்புக்களோடும், உறவுகொண்டு இயங்கக் கூடியத் தலித் சமூக மாணவர்கள் குறிப்பாக, மாணவிகள், பெண் துறவிகளாகிய ஆசிரியர்கள் பிற கீழ்நிலைப் பணியாளர்கள் உள்ளிட்டவர்கள் மீது தான் ஒடுக்குமுறைகளும், ஒதுக்குமுறைகளும் மிகக் கடுத்தமாகச் சாதியை முன்வைத்த நிலையில் அரங்கேற்றப்படுகின்றது என்பதை நூல் முழுமையிலும் பரவலாகக் கண்டறிய முடிகின்றது.

கல்வியறிவின் வழியே விழிப்பும், முழிப்பும், மேன்மையும் பெற்று ஒரு தலித் சமூக சமயத்தளத்தில் படிநிலை மதிப்புயர்வு

பெற்றுவிடுவது என்பது தங்களுக்கு மிக ஆபத்தானதாகும் என்று சிந்திக்கின்ற ஆதிக்கச் சமூக, சாதியத் தன்னிலைகள், சமயம் சார்ந்த அறிவுசார் தளங்களின் முக்கியப் பொறுப்புக்களில் இருந்து கொண்டு அதிநூதனமான ஒடுக்குமுறைகளையும் இருட்டடிப்புக்களையும் கட்டவிழ்க்கின்றனர். இது போன்ற எண்ணற்ற ஒடுக்கு முறைகளையெல்லாம் நேரிடையாகவோ, மறைமுகமாகவோ அனுபவித்துதான் ஒரு தலித் ஒருவரால் குறிப்பாக, இங்கு தலித் பெண் ஒருவரால் மேன்மையடைய முடிகின்றது என்பதே நிதர்சனமாக விருக்கின்றது. ஒட்டு மொத்தத்தில், சமூகத் தளத்தைவிட, சாதிய ஏற்றத்தாழ்வுகளையும், தீண்டாமை சார்ந்தக் காழ்ப்புணர்ச்சிகளையும் இன்னபிறக் கொடுமைகளையும் கிறித்தவச் சமயத் தளங்களில் தான் மிகப் பரவலாக இனங்காண முடிகின்றது. இக்கொடுமைகளைத் துறவுசார் மையங்களில் உள்ளத் தலித் பெண் துறவிகளும் எதிர்கொள்கின்றனர் என்பது குறிப்பிடத்தக்கதாகும். இவற்றையெல்லாம் வைத்துப் பார்க்கும் பொழுது கிறித்தவத்திற்கு மாறிய தலித்துக்களின் மீது சாதீயமும், தீண்டாமையும் கடைப்பிடிக்கப்படுகின்றது என்பதை இவ்வரலாற்றின் வழியே உறுதி செய்ய முடிகின்றது. தலித் சமூகத்தவர்கள் துறவிகளாக, குறிப்பாகப் பெண்கள் துறவிகளாகப் போனாலும்கூட இதனால் தான் ஒதுக்கவும் ஓரங்கட்டவும் படுவதோடு, துறவில் மேன்மை பெறுவதிலிருந்தும் பின் தங்கியவர்களாக்கப்படுகின்றனர் என்பன போன்ற தெளிவுகளையும் கூடுதலாகப் பெற முடிகின்றது.

அடிக்குறிப்புகள்

1. மாற்கு., யாத்திரை. பக் 156 — 157.
2. வி.டி. ராஜ்சேகர், தலித் விடுதலையும் கிறிஸ்தவமும், பக் . 18 — 20.
3. கே. ரகுபதி, கல்வியிலிருந்து விலக்கப்படும் தலித்துக்கள், விசை காலாண்டிதழ், பக். 52 — 53.
4. மேலது, பக். 29.
5. கே.ஏ. குணசேகரன், வடு சுயசரிதை, பக் 29.
6. மாற்கு.மு.க.நூ, பக் 63.
7. சிவகாமி, பறையன கழிதலும் . . . . பக். 52 —53.
8. காஞ்சா அ — ல — யா. நான் ஏன் இந்துவல்ல, ப.46.
9. கே.ஏ., குணகேசரன், மு.க.நூ, ப. 63.

10. ஸ்மித்தா நெருலா, நெறுக்கப்பட்ட மக்களுக்கான உரிமைகள், ப. 78.

11. எஸ். சிவதானு, ஒடுக்கப்பட்ட மக்கள் மீதான மீறல்கள், ப.48.

12. டாக்டர் அம்பேத்கர். பாபா சாகேப். நூல் தொகுப்பு, தொகுதி — 1. ப.61.

13. பி.ஆர். அம்பேத்கர், இந்தியாவில் சாதிகள், ப.2.

14. சங்.பி.பி. சேவியர், இல்லற வாழ்க்கை. ப.100.

15. சோமலெ. தமிழ்நாட்டு மக்களின் மரபும் பண்பாடும், ப. 124.

16. இரா. சாரங்கபாணி, சங்க இலக்கியப் பொருட் களஞ்சியம், தொகுதி — 1, பக் 23 —24.

17. வித்யானந்தன், தமிழர் சால்பு. ப. 148.

18. ராஜ்கெளதமன், சிலுவைராஜ் சரித்திரம். பக். 114 — 150.

19. ஜார்ஜீனா பீட்டர், வன்முறைக்கு அப்பால். ப. 73.

20. அரங்கமல்லிகா, தலித் பெண்ணிய அழகியல். ப. 4.

21. கே. ரகுபதி. மு.க.நூ. பக். 57 — 58.

22. ராஜ்கெளதமன். மு.க. நூ., பக். 312 — 322.

23. அரங்கமல்லிகா, மு.க.நூ., ப. 9.

24. வாசுகி, தலித்தியச் சிக்கல்களும் தீர்வுகளும், பக். 75—56.

25. ஜெரீலின், தலித் மானிடவியல், ப.14.

26. சிவசுப்பிரமணியன், கிறிஸ்தவமும் சாதியும், ப. 81.

27. ராஜ்கெளதமன், மு.க.நூ., ப. 330.

28. ஆ. செல்லப்பெருமாள், சமூகமானிடவியல். ப. 9.

29. கோ. கேசவன், தலித் அரசியலில் மார்க்சியப் பங்கு, பக். 75 — 76.

30. இளங்குமரன், கிளர்ந்தெழுகிறது கிழக்கு முகவை, பக். 30 —47.

31. ராஜ்கெளதமன், தலித் பண்பாடு, ப. 17.

32. எம்.ஏ. சேவியர், மையத்திலிருந்து விளிம்பை நோக்கி, ப. 26.

33. அருள்தாஸ், தலித் விடுதலைக்கு, ப. 72.

34. அம்பேத்கர், மக்கள் தத்துவம், பக். 82 — 83

35. மாற்கு, கிறிஸ்தவத்தில் தீண்டாமை, ப. 58.

36. ஜெயபாண்டியன், நாடார் வரலாறு, ப. 145.

37. ராஜ்கெளதமன், தமிழ்க்கதைகளில் தலித்தியம், கோடாங்கி இதழ்க் கட்டுரை,ப.5.

38. ராஜ்கௌதமன், சிலுவைராஜ் சரித்திரம், பக். 214 — 215.

39. சுகன். தீண்டாத்தகாதவன் முதலான ஈழத்து தலித் சிறுகதைகள், (முன்னுரையில் மாற்கு). பக். III — IV.

40. சு. தாமஸ், திராவிட பூமி, பக். 99 — 100.

41. ராஜ்கௌதமன், மு.க.நூ., பக். 219.

42. கோ. கேசவன், தலித் வாழ்வியலும் கலாச்சாரமும் இணையதளக் குறிப்புரை ப. 2.

43. ரவிக்குமார். கண்காணிப்பின் அரசியல், ப. 25.

44. ராஜ்கௌதமன், மு.க.நூ., பக் 213 — 215, 393, 394.

45. ராஜ்கௌதமன், காலச்சுமை. ப. 121.

46. நாராயணன், வறுமையின் பின்னணி, ஒரு தலித் கிராமத்தின் உருவாக்கம், ப. 127.

47. ப. மனோகரன், சு. சமுத்திரம் நாவல்களில் கிராமிய வாழ்வு, ப. 24.

48. சு. சமுத்திரம், ஒரு கோட்டுக்கு வெளியே, பக். 12 — 15., 139.

49. ஜெயபாண்டியன், மு.க.நூ., ப. 83.

50. ராஜ்கௌதமன், காலச்சுமை, ப. 60.

51. கே.ஏ. குணசேகரன், ஒடுக்கப்பட்டோர் அரங்கியல், ப. 19.

52. கோ. கேசவன், பள்ளு இலக்கியம் ஒரு சமூகவியல் பார்வை, பக். 51 —55.

53. கோ. கேசவன், சாதீயம், ப. 266.

கலக்கல் தன்வரலாறும் தலித் கிறித்தவர்கள் மீதான சமயம் சார்ந்த ஒடுக்குமுறைகளும்

திண்டிவனம் மாவட்டம் கொங்கப்பட்டியில் கத்தோலிக்கக் கிறித்தவப் பறையர் சமூகத்தில் பிறந்து, கிறித்தவச் சூழலிலே கல்வி கற்று ஆசிரியராக உயர்வடைகின்ற விடிவெள்ளி ஸ்டெல்லா தன் விருப்பினாலும், ஒருவித நெருக்கடியாலும் கன்னியர் மடத்தில் சேர்ந்து துறவையேற்கின்றார் (1970) தொடர்ந்து துறவு நிறுவன அமைப்பின் ஒவ்வொரு படிநிலைப் பொறுப்புகளையும் வகிக்கின்ற இவருக்கு, ஏனையப் பிற சமயங்களைப் போலவே கிறிஸ்தவச் சமயமும் அதனுடைய நிறுவன அமைப்புகளும் தொடக்ககாலப் புரட்சித் தன்மையினை இழந்து, புரோகித ஆதிக்கத்தையும் அதிகார வன்முறையையும் கொண்ட 'கேந்திரமாகவே மாறியதோடு, இவற்றை அவ்வாறு மாற்றிய மேலாதிக்கச் சமூக, சாதிய அதிகாரம் மிக்கக் கறையான்களுக்கு அதனுடைய புனிதமான கொள்கைகளையும், கோட்பாடுகளையும், மதிப்பீடுகளையும் இரையாக்கிக் கொண்டிருக்கின்றது என்பது தீவிரமாகப் புலப்படுகின்றது.

மேலும், இயல்பு வாழ்க்கையை விடுத்து எவை எவற்றின் காரணமாகவோ துறவினுள் சிக்கிக் கொள்கின்ற தாழ்த்தப்பட்ட, தலித் இளம் பெண் துறவிகளை மேலாதிக்கச் சாதிய மனோபாவமுடைய ஆண்,துறவிகள் தங்களது பாலியல் பசிக்கும் இரையாக்குவதையும், சில மூத்த ஆண் பெண் துறவிகள் இளம் ஆண் பெண் துறவிகளைக் கட்டாயத்தின் பால் புணர்ச்சிக்கு ஆளாக்குவதையும் இன்ன பிற நிலைகளில் பெண்களும் பெண் துறவிகளும் படுகின்ற சித்திரவதைகளையும் ஒரு தலித், பெண், துறவி என்கின்ற மூவகைக் கண்ணோட்டத்தில் கண்டும் கேட்டும் அனுபவித்தும் அறிந்து கொதிப்படைந்து போகின்றார். இதன் உச்சகட்டத்தில் தான் பல்வேறு சமயங்களிலும் ஒடுக்கப்பட்டச் சமூக மக்களின் விடுதலைக்கும், அவர்களின் போராட்டத்திற்கு எந்த வகையிலும் ஒத்துப் போகாமல் பல நேரங்களில் தடையாகவே இருக்கின்ற கிறித்தவத்திருச்சபை நிறுவனத்தையும் துறவு சார் அமைப்பையும் விட்டு விலகுவது என்று (1990) இல் முடிவெடுக்கின்றார்.

இந்த முடிவெடுத்தலின் பின்புலத்தில் தான் தலித் சமூகப் பெண்கள் கிறித்தவச் சமயத்துறவு, எனும் ஆதிக்கமும் அதிகாரமும் மிக்கக் குளத்தின் சுழற்சியில் மீண்டும் சிக்கிக்கொள்ளாமல் விடுதலை வாழ்வு பெற வேண்டும் என்கின்ற சமூக அக்கறையும் அதற்கு துறவு சார்ந்து இயங்குகின்ற பிற எல்லா நிறுவன அமைப்புகளும் அடங்கிய கிறித்தவச் சமய, சமூக, பொருளாதார அரசியல் உள்ளிட்டக் குலத்தைக் கலக்கியே ஆக வேண்டும் என்ற சமூகப் பகுப்பாய்வு புரட்சியும் இவருக்குள் இயல்பாக எழுகின்றது. இந்த உந்துதலோடு அவரது பாதிப்பிற்குள்ளானச் சுய வாழ்க்கை அனுபவங்களையும் கோர்த்து எழுத்தில் வடிக்க முயன்றதன் காரணமாகத்தான் கலக்கல் சுயசரிதை (அ) தன்வரலாறு என்பது பிறக்கின்றது.

கலக்கல் தன்வரலாறும், தலித் கிறிஸ்தவர்கள் மீதான சமயம் சார்ந்த ஒடுக்குமுறைகளும், எனும் இவ்வியல், கலக்கல் சுய சரிதையில் வெளிப்படுத்தப்பட்டிருக்கும் தலித் கிறித்தவர் குறிப்பாக, தாழ்த்தப்பட்ட, தலித் பெண்கள், பெண் துறவிகள் மீது நிகழ்த்தப்படுகின்ற, சமயம் சார்ந்த ஒடுக்குமுறைகள் குறித்து விரிவானத் தளத்தில் ஆராய்வதாக அமைக்கப்பட்டுள்ளது. இதன்கீழ், “கல்வி நிறுவனங்கள் சார்ந்த ஒடுக்குமுறைகள், திருச்சபை துறவுச்சபை, மடங்கள் உள்ளிட்டவற்றிலும் இவற்றின் கீழ் இயங்குகிற பிற நிறுவன அமைப்புகளிலும் நிலவுகிற ஒடுக்கு முறைகள், சமயத் தளம் சார்ந்தப் பிற ஒடுக்குமுறைகள்” என்ற மூன்று பெரும் பிரிவுகளில் கீழாகத் தரவுகள் திரட்டப்பட்டு பின் அவற்றை வகை/தொகை செய்து, உரிய அணுகுமுறைகளின் கீழாக இருத்தி ஆராய்வதையே நோக்கமாகக் கொண்டு, பின்வரும் நிலைகளில் ஆய்வு மேற்கொள்ளப்பட்டுள்ளன.

சமயம் சார்ந்த கல்வி நிறுவனங்களில் நிகழ்த்தப்படும் ஒடுக்குமுறைகள் :

சேத்துபட்டி என்கின்ற இடத்தில் நடைபெற்றுக்கொண்டிருந்த பள்ளி நிறுவனம் ஒன்றில் ஆசிரியப் பணியாற்றுகின்ற சின்னப்பன் என்பவர் மீது, பள்ளி நிர்வாகத்திலிருந்தச் சாதீய, மேலாதிக்க மன உணர்வுடையப் பிரெஞ்சுமிஷனரிகள், மேல் சாதிக் குருக்கள், மலையாள பிரதர்கள் எனப் பலரும் அவர்களின் தனிப்பட்ட விரோதங்களை முன் வைத்துக் காழ்ப்புணர்ச்சி கொள்கின்றனர். இதனால் அவருக்குப் பணியிடம் சார்ந்தப் பல்வேறு தொடர் நெருக்கடிகள் கொடுக்கப்படுகின்றன என்பதைப் பின்வருமாறு காணலாம்.

தலித் ஆசிரியர் ஒருவரைப் பள்ளியில் வைத்து மிரட்டி எடுக்க முனைதல் :

திண்டிவனம் மாவட்டம் அன்னாள் உயர்நிலைப் பள்ளியில் நேர்மையாகப் பணிபுரிகின்ற சின்னப்பன் என்கின்ற தலித் ஆசிரியர் தனது ஓய்வு நேரங்களில் அவரது சமூகத்திற்குப் பயன்படும் வகையில் 'உரிமைப் போராட்டம்' என்கிற ஏடு ஒன்றை வெளியிடுகின்றார். ஆசிரியரின் சமூகச் செயல்பாட்டைத் தங்களுக்கு எதிராகச் செய்யப்படுகின்ற 'சதி' என்பதாக உணர்கின்ற பள்ளியின் நிர்வாகியாகிய பிரெஞ்சு சாமியார் ஒருவர், அவரைப் பள்ளியில் வைத்து மிரட்டுவதுடன் தங்களது அதிகார வளையத்திற்குள் ஒடுக்க முனைவதை,

"நீர்தான் தலித் சின்னப்பன் என்பவரோ?

நீர் தான் பிரான்ஸ் நாட்டு மிஷனரியோ?

வணங்காமுடி நீ...

அது என் உடன் பிறந்தது...

குற்றம் சுமத்துகிறேன் உன்மீது...

என்னவென்று?

சேரிக்கு செல்கிறாய்...

சேரிவாழ் மக்கள் என் மக்கள்...

கூட்டம் கூட்டுகிறாய்...

கூடிப்பேசுவது பிறப்புரிமை.

குழப்பம் உருவாக்குகிறாய்...

குழப்பம் செய்யாமல் உரிமை பிறக்காது. கலகம் செய்கிறான் குழப்பம் விளைவிக்கிறான் என்று இயேசுவின் மேல் குற்றம் சுமத்தவில்லையா? பணிய மறுக்கிறாய்?

யாருக்குப் பணிய வேண்டும் நான் நீதிக்கா? அநீதிக்கா?

பணியவைக்கிறேன் பார் (1994:1)"

என்று பள்ளி நிர்வாகிக்கும், ஆசிரியருக்கும் இடையில் நிகழுகின்ற உரையாடலின் மூலமாக அறிய வியலுகின்றது. தமிழகக் கத்தோலிக்கத் திருச்சபையில், 'அறுபது முதல் எழுபது விழுக்காடு (60 — 70%) வரை தலித்துகள் இருந்தாலும் சமயம் சார்ந்தக் கல்வி நிறுவனங்களில் 3.57 சதவீதமும்., அலுவலகங்களில் 1.37 சதவீதமும் தான் பணிபுரிகின்றனர்.

எல்லாவிதமான வேலை வாய்ப்புகளிலும் பின்தங்கியே பலன் பெறுகின்றனர் இதற்கு கல்வித் தரத்தில் உள்ள ஆதிக்கச் சாதிக் கிறிஸ்தவர்களே காரணம். இவர்களே எல்லா விதமானப் பிரிவுகளிலும் இருந்து கொண்டு தலித்துகள் கல்வியறிவு சார்ந்து விழிப்புணர்வு பெறுவதை மிகவும் சாமர்த்தியமாகத் தடுத்து கொண்டிருக்கின்றனர்.'1 என்று மாற்கு என்பவர் தெரிவிக்கின்ற கருத்துக்களின் அடிப்படையில் வைத்து தலித் ஆசிரியர் ஒருவர் ஒடுக்குதலுக்கு உள்ளாக்கப் படுவதை இணைத்துக் காணும் பொழுது, தலித்துகள் கிறிஸ்தவக் கல்வி நிறுவனங்களில் பல்வேறு விதமானப் போராட்டங்களை எதிர்கொள்கின்றனர் என்பது புலப்படுகின்றது.

முறையற்றக் கட்டுப்பாடுகளை விதித்தல் :

சமூகத்திற்கானப் பணிகளை செய்து கொண்டிருக்கின்ற தலித் ஆசிரியரை அவரது சமூகச் செயல்பாட்டில் இருந்து தந்திரமாக பிரித்துவிடும் நோக்கில் நிர்வாகத்திலிருக்கின்றவர்கள் நேரிடையாகவும் மறைமுகமாகவும் பல்வேறு அடக்குமுறை சார்ந்த உத்திகளைக் கடைபிடிப்பதோடு, பள்ளிக்கு வருகின்ற ஆசிரியர் மீது முறையற்ற கட்டுப்பாடுகளையும் விதிக்கின்றனர் என்பதை, "பள்ளி நிர்வாகத்தில் இருந்த பிரெஞ்சு மிஷனரிகள், மேல் சாதிக் குருக்கள், மலையாள பிரதர்கள் நைனாவின் அசைவுகளை எல்லாம் அளந்து கொண்டிருந்தார்கள். சட்டையை உள்ளே போட்டு வேட்டியை அதன்மேல் கட்ட வேண்டும். அது ஆசிரியர்கள் நிர்வாகத்தினருக்கு காட்டவேண்டிய பணிவு என்று கருதப்பட்டது. நைனாவோ வேட்டிக்கு மேலே சட்டையைப் போட்டுக் கொண்டு கெம்பீரமாக நடப்பார்... தன்னைக் காட்டிலும் பத்துப் பதினைந்து வயது குறைந்த பிரதர்களைக் கூட பெயர் சொல்ல கூடாதாம்... நைனாவோ குட்மார்னிங் பிரதர் பேப்டிஸ்ட் என்று தோழமையோடு அழைத்து வைப்பார். சைனாவின் சுயசிந்தனை, நிமிர்ந்த நடை... குருக்கள் பிரதர்களுக்கு... சரியாகப்படவில்லை அவரை குனியவைத்து பணியுமாறு செய்ய... அவர்கள் கொடிய யுக்தியை கையாளத் துணிந்தார்கள்(1994:3)" என்ற வரிகளின் மூலமாக விடிவெள்ளி எடுத்துக் காட்டுகின்றார்.

சமயம் சார்ந்து நடத்தப்படுகின்ற கல்வி நிறுவனம் ஒன்றில் தலித் ஆசிரியர் மீது திணிக்கப்படுகின்றன மேற்கண்ட முறையற்றக் கட்டுப்பாடுகளைச் ஜாதியை முன்வைத்து செய்யப்படுகின்ற ஒடுக்குமுறை என்பதாகவே அடையாளம் காணமுடிகின்றது. கல்வி நிலையம்

சார்ந்த இந்த ஒடுக்குமுறைகளை விஜயலட்சுமி என்பவர் குறிப்பிடுகின்ற, "ஆதிக்க மனோபாவம் கொண்டவர்கள் அடக்க நினைக்கும் உடல்களின் மீது திணிப்பதற்கானக் கொள்கைகளை நிறுவதோடு, தலைமுறைத் தலைமுறையாக அந்த உடல்களை கட்டுப்படுத்தி வைப்பதற்குரிய அதிகாரத்தை நிறுவனமயப்படுத்தப்பட்ட சக்திகளின் மூலமாகவே நடைமுறைப்படுத்தும் வகையில் தான் அரசு, சட்டங்கள், அறம் முதலானவைகளை வகைப்பாடு செய்கின்றனர். பகுத்தறியும் ஆற்றலை வலுவிழக்கச் செய்து தன் தனித்த ஆளுமைகளால், தனிப்பட்ட ஒருவரின் ஆற்றலைப் புறக்கணிக்கின்ற ஆதிக்க மனம் அடக்கப்படுபவர்களுடையக் குழு மனப்பான்மையைத் தனது ஆதிக்க அறத்தின் மூலமாகக் கட்டுடைக்கின்றது. ஒடுக்கப்பட்டவர்கள் ஒன்று திறளாதபடி பொருளாதாரம் உள்ளிட்டப் பல்வேறு காரணிகளையும் தனக்குள் வைத்துக் கொண்டு ஏனையோரை வலிமையற்றவர்களாக்குகின்றது. குறிப்பாகத் தலித் உடல்களும், பெண்களின் உடல்களும் தான் இவ்வகையில் மிகமோசமாக கட்டுப்படுத்தப்பட்டன. இவர்களின் உடலை தீட்டாகவும் ஒதுக்கத்தக்கதாகவும் கற்பித்தனர். தங்கள் உடலைத் தாங்களே இழிவாகக் கருதும் மன இயல்பை மத நிறுவனங்களின் துணைகொண்டு தான் சாதீய ஆதிக்கச் சமூகம் இன்று நடைமுறைப்படுத்தி வருகின்றது"2 என்ற கருத்துகளின் படிப் பார்த்தால், இது கல்வி நிலையங்கள் சார்ந்து நிகழ்த்தப்படுகின்றன தலித் உடல் மீதான அதிகாரம் சார்ந்த ஒடுக்குமுறையே என்பது தெளிவுபடக் காணலாம்.

சமீபத்தில் தினமலர் நாளிதழில் வெளிவந்த ஒரு நடப்புச் செய்தி, "சென்னை உச்சநீதிமன்றத்தில் இருக்கக்கூடிய கர்ணன் என்பவர் தலித் சமூகத்தைச் சார்ந்தவர் என்பதற்காகவே பிற ஆதிக்கச்சாதி நீதிபதிகள் கூடும் இடங்களான தேநீர் விருந்து, டின்னர் மதிய உணவு, நீதிபதிகள் கூடும் இடம் உள்ளிட்ட பொதுத்தளத்தில் வைத்து அவமானப்படுத்தபடுவதோடு, ஆதிக்கச் சமூக நீதிபதிகளின் தாக்குதலுக்கும் உள்ளாக்கப்பட்டார்"3 என்று சுட்டிக் காட்டுவதிலிருந்து, சாதீய மேலாதிக்கவாதிகள் இருக்கின்ற வரையில் தலித்துகள் எத்தகைய உயர் பதவிகளில் இருந்தாலும் அவர்கள் அவமானப்படுதலுக்கும், ஒடுக்கப்படுதலுக்கும் உள்ளாக்கப்பட்டுக் கொண்டேயிருப்பார்கள் என்பது தெளிவாகின்றது. சுயமரியாதைக் கடைப்பிடிக்கின்ற உச்சநீதிமன்ற நீதிபதியாகிய தலித் கர்ணன் என்பவருக்கு நிகழ்ந்த அவமானமும், சின்னப்பன் என்கிற தலித் ஆசிரியருக்கு

அவரது பள்ளியில் வைத்து 40 ஆண்டுகளுக்கு முன்னர் நிகழ்த்தப்பட்ட அடக்குமுறையும் இதனையே எடுத்துக் காட்டுகின்றது எனலாம்.

தலித் ஆசிரியரை பள்ளியிலிருந்து விளக்குவதற்கான உத்தியை மேற்கொள்ளுதலும் நடைமுறைப்படுத்துதலும் :

தலித் சமூக முன்னேற்றத்துக்காக செயல்படுகின்ற ஒரு ஆசிரியரை நேரடியானத் தாக்குதலுக்கு உள்ளாக்கினால் அவரைச் சுற்றி பலரும் அணிதிரளக் கூடும் என்பதை நன்கு உணர்ந்து கொள்கின்ற பள்ளி நிர்வாகிகள் அனைவரும் தங்களுக்குள் கூடி ஆசிரியருடன் பணியாற்றுகின்ற பிற ஆசிரியர்களைக் கைக்கூலியாக மாற்றி ஒற்றன் வேலையைச் செய்யத் தூண்டுகின்றனர். இதனுடைய நீட்சியில் ஆசிரியர் அவரது இருபத்து ஐந்து ஆண்டு காலப் பணியிலிருந்து நயவஞ் சகமாக நீக்கப்படுகின்றார். இதனை, "பள்ளிக்கூடத்தில் பிரித்தாளும் யுக்தியை நிர்வாகத்திலிருந்தவர்கள் பின்பற்றினார்கள். சின்னப்பனைச் சூழ்ந்து பலர் ஒன்று திரளக்கூடுமெனப் பயந்தார்கள் . . . சலுகைகளை வாரி வீசினார்கள். அந்த வலைக்குள் பலர் சிக்கிக் கொண்டார்கள். சின்னப்பன் பற்றிய சிறு சிறுத் தகவல்களை அதிகாரக் கோட்டைக்குள் இருந்தவர்களிடம் சலுகைகளைப் பெற்றவர்கள் எலிகளைப் போல் கொண்டு சேர்த்தார்கள். அங்கு கோடாரி போன்ற திட்டம் தீட்டப்பட்டதை நைனா அறியவில்லை. நைனாவின் வேலைக்கு முடிவுகட்ட நிர்வாகத்திலிருந்தவர்களோ திட்டம் தீட்டியிருந்தார்கள்... சின்னப்பன் மீண்டும் பள்ளியில் கால் எடுத்து வைக்காமல் தடுக்க சதித்திட்டம் நடைபெறுவதாக காதில் விழுந்தது. புலியாக இருந்தவர் பூனையானார். இருபத்தைந்து ஆண்டுகள் மாடாக உழைச்சேனே... எனக்கே இப்படியென்றால் என்னை விடத் தாழ்ந்து கிடக்கும் என் இனத்தவர்களுக்கு என்ன நடக்கும் என்று குமுறினார். 'போ' என்று சொல்வதற்கு முன்னர் போகிறேன். என்று எழுதிக் கொடுத்தார் (1994: 4.5)" என்ற வரிகள் எடுத்துக்காட்டுகின்றது. இதன் மூலமாகத் தலித்துகள் ஒவ்வொருவரும் தங்களது சுய அடையாளத்தைத் தக்கவைத்துக் கொள்வதற்காக முன்னெடுக்கின்றப் போராட்டங்கள் அவர்களுக்கு எதிரானதாகவே திருப்பி விடப்படுகின்றது. சமூகத்தையும், சமயத்தையும், தங்கள் வசப்படுத்தி உள்ள ஆதிக்க மேலாண்மையாளர்களால் அப்பாவி தலித்துகளின் மீது ஒடுக்குமுறை எனும் அம்புகளை எய்துகின்றனர்.

தலித் ஆசிரியர் ஒருவர் மீது கட்டவிழ்த்து விடப்படும் கல்விப்புலம் சார்ந்த இந்த ஏகாதிபத்திய சாதிய வன்முறையானது ஒருவரது சுய அடையாளத்தையே சிதைக்கின்ற சக்தியினையுடையது. இதுகுறித்து, "ஏகாதிபத்தியம் முழுப் பண்பாட்டையும் ஒரு சேரத் தாக்குகிறது. சமூக அமைப்புகள், பொருளாதார உறவுகள், பண்பாட்டு மரபுகள் முதலானவற்றையும் கூட இது பாதிக்கின்றது. இதற்கு எதிராகப் பண்பாட்டை நிலை நிறுத்த வேண்டிய தேவையும் எழுகிறது. அந்நியக் கலாச்சாரம் திணிக்கப்படுவதை எதிர்ப்பது போலவே சொந்த கலாச்சாரம் சிதைக்கப்படுவதையும் தடுக்க வேண்டியிருக்கிறது"4 என்று விசயலட்சுமி என்பவர் பதிவு செய்திருக்கும் கருத்துகளின் கீழ்வைத்து, ஆசிரியர் மீது நிகழ்த்தப்படுகின்ற பிரித்தாளும் யுக்தியையும், பணி விலக்கத்தினையும் ஒத்துநோக்கி அணுகும்போது இது ஆதிக்கச் சமூக சமய வாதிகளால் அறிவுசார் தளத்தில் அரங்கேற்றப்படுகின்ற ஒடுக்குமுறை சார்ந்த வேரறுப்பு அரசியல் என்பதாகவே பொருள்படுகின்றது.

சான்றிதழைத் தரமறுத்து, துறவில் சேரச் சொல்லி வற்புறுத்தல் :

கிறித்தவ உயர்நிலைப் பள்ளியில் ஆசிரியர் பணியாற்றுகின்ற ஒரு தலித் பெண்ணினுடையக் கல்விச் சான்றிதழை, அவருக்கு வழங்க மறுக்கின்ற இத்தாலியப் பெண் துறவி ஒருவர், அவரைத் துறவில் சேரச் சொல்லி வற்புறுத்துவதன் பெயரில் நிகழ்த்தும் செயல்பாடு குறித்து, "நீ டீச்சராக ஆரணியில் வேலை பார்க்கிற, அங்கே இருந்த இத்தாலிய சிஸ்டர் உனக்கு சர்டிபிகேட் தரமாட்டேங்கிறாங்க. உன்னைய அவுங்க சபையில சேரச்சொல்லி கட்டாயப்படுத்தினாங்க. நான் நேரே அவங்க அறைக்குப் போனேன்... 'நீங்க ஒரு பிள்ளையை கட்டாயப்படுத்தக் கூடாது அதுக்கு விருப்பமுன்னா அது முடிவெடுக்கட்டும். சர்டிபிகேட்டை கொடுங்க'ன்னு சொன்னேன் மறுப்பு பேசாம கொடுத்துட்டாங்க... *(1994:17)*" என்ற வரிகளின் மூலமாக உணரமுடிகின்றது. பள்ளி நிர்வாகியாகிய ஆதிக்கச் சமூகக் கிறிஸ்துவப் பெண் துறவி ஒருவரின் மேலாதிக்கச் சிந்தனையில் உடைப்பை ஏற்படுத்தும் வகையில் அடங்க மறுத்து திமிறி எழுகின்றது, சின்னப்ப ஆசிரியருடைய மனைவியின் மேற்கண்ட நடவடிக்கைகள். தன்னுடைய மகளின் சான்றிதழைத் தர மறுத்து துறவில் சேரச் சொல்லி வற்புறுத்துகின்ற ஆதிக்கத் தன்னிலையை அடித்து நொறுக்குகின்ற தலித் தன்னிலை தாங்களைத் தலித்துகள்

என்பதால் தான் ஒடுக்க முனைகின்றார்கள் என்கின்ற அறிவு சார் விழிப்புணர்வையும் முழிப்புணர்வையும் பெற்றதால்தான் வெகுண்டெழுகின்றது.

தலித்துகளின் வரலாறு நெடுகிலும் இத்தகைய புரட்சியை அடையாளம் காணலாம். இதுகுறித்து கெயல் ஓம்வெட் என்பவர், "பல்வேறு நசுக்கப்பட்டப் பழங்குடியினரும், தலித்துகளும், பெண்களும், விவசாயக் கூலிகளும், ஏழைக் குடியானவர்களும், ஒப்பந்தக் கூலிகளும், கொத்தடிமைகளும், இன்னபிறரும் தான் இன்று தங்களது உரிமையை நிலைநாட்ட எழுச்சி கொள்வதோடு தாங்கள் சுரண்டப் பட்டதை எதிர்த்து கிளர்ந்து எழுகின்றனர். தங்களையும் ஓர் அங்கமாக ஏற்றுக்கொள்ளும் ஒரு புதிய சமுதாயத்தைக் கட்டமைக்கவும் தொடரும் அநீதிகளுக்கு எதிராகவும் பொங்கி எழுகின்றனர்"5 என்கிறார். இவர் கருத்துக்களின் அடிப்படையில் வைத்து மேற்கண்ட நடவடிக்கையை உற்று நோக்கும் பொழுது இதை ஒரு தலித் உரிமைப் போராட்டம் என்பதாகவே கருத முடிகின்றது.

விடுதியில் பூப்பெய்தும் தலித் பெண் மாணவருக்கு விடுப்பு வழங்க மறுத்தல் :

கிறித்தவ பள்ளி ஒன்றில் விடிவெள்ளி ஆசிரியராகப் பணியாற்றிக் கொண்டிருக்கின்றார். அதே பள்ளியினுடைய பெண்கள் விடுதி ஒன்றில் தங்கியிருந்து பயின்று வருகின்ற அவரது தங்கை ஒருவர் எதிர்பாராத விதமாக விடுதியில் பூப்பெய்தி விடுகின்றார். செய்தியை அறிகின்ற விடுதியின் கண்காணிப்பு பணியிலுள்ள பெண் துறவி ஒருவர் அந்த மாணவிக்கு உரிய விடுமுறையை அளிக்க மறுக்கின்ற செயலினை, "என் தங்கை ஒருத்தி போர்டிங்கில் படித்துக் கொண்டிருந்தாள். அங்கே அவள் வயசுக்கு வந்தாள். போர்டிங் சிஸ்டர்களோ போர்டிங் ஒழுங்குப்படி அவளை வீட்டுக்கு அனுப்ப முடியாது என்றார்கள்... என் அம்மா மகளை வீட்டுக்கு அனுப்பும் படி கேட்டார்கள். எல்லோருக்கும் ஒரே ஒழுங்கு தான் அனுப்ப முடியாது என்றார்கள் சிஸ்டர்கள். புதுசா வயசுக்கு வந்த பிள்ளையின் தேவைகள் என்ன? அந்த நேரத்திலே அதுக்கு என்னென்ன சாப்பிட கொடுக்கணும், எப்படி பராமரிக்கனும்'னு ஒரு தாய்க்குத்தான் தெரியும்... என்று வாதாடினார்கள். கையோடு அவளை வீட்டுக்கு கூட்டியும் வந்தார்கள்; *(1994: 17—18)*" என்ற வரிகளில் இருந்து உணரலாம். விடுதியில் உள்ள ஒரு தலித் மாணவியின் உடல்

சார்ந்து நிகழுகின்ற பருவமாற்றத்தை அறிந்து கொள்கின்ற மேலாதிக்கச் சாதீய மனநிலையையுடைய இத்தாலியப் பெண் துறவி ஒருவரின் மனிதநேயமற்ற இந்தச் செயல்பாட்டைத் தலித் பெண்களுக்கு எதிராக மற்றொரு பெண் முன்னெடுக்கும் பெண்ணாதிக்க நடைமுறையாகவே கருதலாம். தலித் பெண்கள் எல்லாத் தளங்களிலும் தங்களுக்கு எதிராக உள்ள ஆண் மற்றும் பெண்ணாதிக்கத்தை எதிர் கொள்ள வேண்டியவர்களாக இருக்கிறார்கள். "எல்லா சமயங்களிலும் அதிகாரத்தினால் மிகுதியாக நசுக்கப்படுபவர்களாக பெண்கள் மட்டுமே இருக்கிறார்கள். மக்களுக்கு பாதுகாப்பு அளிக்க வேண்டிய இடத்தில் இருப்பவர்களே பெண்ணைப் போக உடலாகப் பார்த்து, கொத்திக் கிழித்து, சிதறடித்து அவளை உடலளவிலும், மனதளவிலும் சிதைக்கின்றனர்"6 என்று விசயலட்சுமி பதிவு செய்திருப்பதற்கு ஏற்பவே நிகழும் மேற்கண்ட நிகழ்வை, தலித் பெண்ணிய ஒடுக்குமுறை என்பதாகவே அணுக வேண்டியுள்ளது. சாதியும் தீண்டாமையும் தான் கல்வி நிறுவன அமைப்புகளில் இயங்குகின்ற தலித் ஆசிரியர்கள், மாணவர்கள் உள்ளிட்டப் பலரும் ஒடுக்கப்படுவதற்குரிய காரணமாக அமைகின்றது. இதனால்தான், "நிறுவன மயமாக்கப்பட்ட நிலையில் தலித்துகளின் மீது அநீதிகளை புகுத்துகின்ற எல்லா மதங்களையும் ஒழுக்கக் கேடானதாகவும், மனிதநேயமற்றதாகவும், இழிவானதாகவும், சமத்துவ மற்றதாகவும் மாறிவிட்ட ஒன்றாகவே"7 அம்பேத்கர் குறிப்பிடுகின்றார். இவர் குறிப்பிடுவதற்கேற்பவே மேற்கண்டச் சம்பவம் நிகழ்கின்றது எனலாம்.

தலைமையாசிரியத் தலித் பெண் துறவி ஒருவரை மிரட்டி பணியிட மாற்றத்திற்கு ஆளாக்குதல் :

கிறித்தவ பள்ளி ஒன்றில் தலைமையாசிரியராக இருக்கின்ற தலித் பெண் துறவி ஒருவரை, அந்தப் பள்ளியின் நிர்வாக பொறுப்பில் உள்ள பங்கு குரு ஒருவர் அவருக்கு வேண்டிய ஒருவரைப் பணியமர்த்தல் தொடர்பாக மிரட்டுகின்றார். தகுதியில்லாத நபரைப் பணியமர்த்த தலித் பெண் துறவியானவர் மறுப்பு தெரிவிக்கின்றார். இதனால் பங்குக் குருவானவர் தலைமையாசிரியத் துறவியைக் கட்டாயப் பணி மாற்றத்திற்கு உடன்பட செய்கின்றார். இந்நிகழ்வை, "ஒரு பள்ளியின் தலைமையாசிரியை சிஸ்டரிடம் பள்ளியின் நிர்வாகியானப் பங்கு குரு தம் உறவினர் பெண்ணொருத்தியை நியமிக்கச் சொல்கின்றார். தகுதியில்லையென்று சிஸ்டர்

மறுக்கின்றார்கள். சலசலப்பு ஏற்படுகின்றது. சிஸ்டரைப் பற்றி கதை புனையப்படுகின்றது. உன்னை இவ்விடத்தை விட்டு மாற்றுகிறேன் பார், என சாமியார் கங்கணம் கட்டுகின்றார். சிஸ்டர் இடம் மாற்றம் செய்யப்படுகிறார்கள்"(1994:44) என்பதாக காணவியலுகின்றது. சமயம் சார்ந்து நடத்தப்படுகின்றப் பள்ளியினுடைய அனைத்து நிர்வாகப் பொறுப்புகளிலும் இருந்து கொண்டு ஆதிக்கம் செலுத்துகின்ற ஆண் துறவிகள், தங்களது சுய சாதிய மோகத்திற்கு ஏற்ப பிற தலித் பெண் துறவிகளைச் செயல்படக் கட்டாயப்படுத்துவதோடு, காயப்படுத்தவும் செய்கின்றார்கள். நிர்வாகப் பகிர்வினுடைய சமத்துவத்தை பிற பெண் துறவிகளுக்கு வழங்க மறுக்கின்ற இவர்கள் அவர்களைத் தங்களைச் சார்ந்து இருப்பவர்களாக்கி, அடக்கவும் முயலுகிறார்கள்.

இத்தகைய ஆணாதிக்க அமைப்பு ஒன்றினையேப் பெண்களும், தலித் பெண்களும் மரபுவழியாக எல்லா நிலைகளிலும் பெற்று வருகிறார்கள். சமூகக் கற்பிதங்கள் ஆணிற்கு உயர்வு (Superiority Complex) மனப்பான்மையினையும், பெண்ணிற்கு தாழ்வு (Inferiority Complex) மனப்பான்மையினையும் தொடர்ந்து நியாயப்படுத்தியே வருகின்றது. இதற்கு சமய, மதம் சார்ந்த முலாம் வேறு பூசப்படுவதால் தான் எல்லா நேரங்களிலும் பெண்கள் ஒடுக்கப்படுகிறார்கள். பெண்களின் சுயஇருப்பு (Female Self Realisation) உணர்வுகள் எல்லாவிதமானத் தளத்திற்குள்ளும் அமுழ்த்தப்பட்டதாகவே இருக்கின்றது. என்பதையே விடிவெள்ளியின் மேற்கண்ட சம்பவப் பகிர்வு உறுதி செய்கின்றது. இதுகுறித்து, "சமீப காலமாகவே ஆணாதிக்கப் போக்கிற்கு எதிராகப் பெண்கள் தங்களது ஆளுமைகளை எல்லாத் தளங்களிலும் நிலைநாட்ட வேண்டும் என்கின்ற விருப்பத்தில் தலையெடுத்துக் கொண்டிருக்கின்றனர்"8 என சேதுமணிமணியன் என்பவர் சுட்டுகின்றார். இவரது கருத்துக்களுக்கு ஏற்பவே தலித் தன்வரலாற்றாசிரியர்களான பாமாவும், விடிவெள்ளி யும் தலித் என்கிற தளத்தில் தலையெடுத்தவர்கள் என்று அடையாளப்படுத்தலாம். திருச்சபையின் கீழாக நடத்தப்படுகின்ற பெண்கள் துறவுச் சபைகள், துறவு மடங்கள், இவற்றின் கீழ் இயங்குகிற இன்ன பிற நிறுவன அமைவிடங்கள் இவற்றினையெல்லாம் சார்ந்திருக்கின்றத் தாழ்த்தப்பட்டச் சமூகப் பெண்கள், பெண் துறவிகள் உள்ளிட்டவர்களின் மீது தான் சாதிய மேலாதிக்க அதிகார வெறியுடன் கூடிய வரம்பு மீறிய அடக்குமுறைகளும், ஒடுக்குதல்களும், திணிக்கப்படுகின்றது. ஒரு பெண்ணினுடைய

இயற்கையை இன்னொரு பெண்ணே பிளவுபடுத்தும் செயல்பாடுகளையெல்லாம் தலித்திய, தலித் பெண்ணிய நோக்கில் பின்வரும் நிலைகளில் பகுத்து ஆராய முடிகின்றது.

இளம்பெண்களைத் துறவிற்குள் சிக்க வைத்து அந்நியப்படுத்துதல் :

கிறித்தவச் சூழலிலேயே கல்விகற்று கிறித்தவப் பெண் துறவிகளின் நிழலின் கீழ் படித்துக் கொண்டிருந்தப் படைப்பாளர், ஆரணி என்கிற இடத்தில் உள்ள பள்ளியின் நிர்வாகியாகிய இத்தாலியப் பெண் துறவி ஒருவர் மூளைச் சலவைக்குட்படுத்தி முக்காடு இல்லாத கன்னியராக மாற்றுகின்றார். இவருக்கு கிருத்துவத் துறவு, துறவியர்கள் புனிதர்கள் குறித்த வரலாறுகள் கற்பிக்கப்படுகின்றது. இவரது கற்க்றல் தேர்ச்சியானது அவரை சலோஷிசயப் பெண்கள் துறவுச் சபையில் ஒரு மலராக வேண்டும் என்கிற கட்டாயத்தை உண்டு பண்ணுகின்றது. இதனால் 1970 ஆம் ஆண்டு ஜூன் மாதம் 16 ஆம் தேதி அன்று துறவு பயிற்சியில் சேருகின்ற இவருக்கு, “தூசி நிறைந்த வகுப்பறையில் படுக்கை, சாதாரண உணவு, முறைவேலை, செபம், பின் கட்டாயக் கண் விழிப்பு… இரவு செபம், தூக்கம் எனக் கழிகின்ற நாட்கள் ஒரு செக்குமாட்டு… வாழ்க்கையாகத் தோன்றுகின்றது.

துறவில் சிக்கிக் கொள்பவர்களை அடிமைப்படுத்துகின்றன ஒரு சிறை சாலைக்கு… துறவுச் சபை என்று புனிதம் பூசப்பட்டு இருக்கின்றது என்ற உண்மை தெளிவாகின்றது. இவருக்கு துறவின் மீதான மோகத்தைத் தூண்டிய இத்தாலியத் துறவிகளின் வாழ்க்கை முறைகள் மேல்நாட்டு கலாசாரத்திற்கு அடிமையாக்க பட்டிருந்தது. துறவிற்குள் நுழைபவர்கள் பல்வேறு இறுக்கமான கட்டுப்பாடுகளால் முற்றிலும் தங்களுக்கே அந்நியப்பட்டவர்களாகவும், பிறரிடமிருந்து தங்களை தனிமைப்படுத்திக் கொண்டவர்களாகவும் இருக்கின்றனர். இவற்றையெல்லாம் துறவுப் பயிற்சி நுழைவிலேயே கண்டறிகின்ற விடிவெள்ளிக்குத் துறவு குறித்து கண்ட கனவெல்லாம் கலைகின்றது.”(1994: 19—24) மேலும், “செயற்கையான சிரிப்பு, வறட்சியான அமைதி, மனதில் பட்டதை மறைத்து வைப்பது, உணர்வதை வெளிப்படுத்த தயங்குவது இம்மாதிரியான போலியான உறவுமுறைகள், மேலும் சொல்லிக் கொடுக்கும் பாடங்களைச் சிறுபிள்ளையாக உள்வாங்க வேண்டிய நிலை, எதிர்மறையான எண்ணங்களைச் சொல்லத் தடை, விசுவாசமில்லை, அழைத்தல் இல்லை என்று சொல்கிறார்களே என்று தடுமாற்றம். இதனால் உண்மைகளைச் சொல்லவோ,

கேட்கவோ அங்கே இடமில்லை" (1994:24) என்று தெரிந்த போது தான் ஒரு சிறைக்குள் சிக்கிக்கொண்ட அவஸ்தையை உணர்கின்றார்.

உண்மைகளைத் தெரிந்து வெளியேற நினைப்பவரை, இத்தாலிய சாமியார் ஒருவர் தேவ அழைத்தல் இன் பெயரில் தடுக்கின்றார். வேறு வழியின்றி திருச்சபையின் போதனைகள், சட்டதிட்டங்கள், ஒழுங்குமுறைகள் உள்ளிட்டவற்றை கற்று தேர்வு அடைகின்றார். சபையில் அவருக்கு 'விருப்பநிலைத் தலைவி' என்கிற பதவி (Aspirant Mistress) கொடுக்கப்படுகின்றது. பின் அங்கிருந்து உரோம் நகருக்கு இறையியல் கல்வி பயிற்சிக்காக அனுப்பப்படுகிறார். இதற்கு முன்பாகவே அவருக்கு துறவும், துறவுச் சபையும் இன்னபிற நிறுவன அமைப்புகளும் ஒடுக்கப்பட்ட மக்களையும் பயிற்சிப் பங்கேற்பாளர்களையும் மெல்லமெல்ல அவர்களிடமிருந்தும் அவர்களை மற்றவர்களிடமிருந்தும் அந்நியப் படுத்தக்கூடிய ஓர் அசுர சக்திகொண்ட இயந்திரமாகச் செயல்படுகின்றது. (1994:21) என்கிற புரிதல்கள் ஏற்கனவே ஏற்பட்டிருந்தன. இந்தச் சூழலில் நிகழ்ந்த இவரது உரோம் நகரப் பயணம் துறவு குறித்த அவரது அசுவிசுவாச வேற ஆட்டி அசைகின்றது. உரோம் நகரில் அவர் கண்ட வாத்திகன் நகரில் உள்ள தலைமைக் கத்தோலிக்க திருச்சபையும் அதனுடைய டாம்பீகமும் போப் ஆண்டவரின் ராஜதோரணையும் அவர் ஏற்கனவே உள் வாங்கிக்கொண்டிருந்த வரலாற்றுத் திருச்சபைக்கும், இயேசுவிற்கும் இன்று அவர் காணுகின்ற நிறுவன ஆதிக்கத் திருச்சபைக்கும் சாதியப்பாகுபாடுகள் மிக்க ஆலயங்களுக்கும் நேர் எதிர் மாறாக இருக்கின்றது என்கிற எண்ணத்தையும் உணர்வையும் (1994: 26) ஏற்படுத்துகின்றது.

துறவைப் பற்றிய, துறவிகளின் வாழ்வைப் பற்றிய அறியாமையெனும் மாயத்திரை இவரை விட்டு விலகியதன் நீட்சியில் தான் அவர் ஒடுக்கப்பட்டோருக்காக வாழ்ந்த ஆதிக் கிறிஸ்துவின் பார்வையில் இன்றைய திருச்சபையையும் அதன் நிறுவனமயமாக்கப்பட்டப் பல்வேறு சாதீய ஆதிக்க அமைப்புகளையும் உற்றுநோக்க தொடங்குகின்றார். இதனூடாகத்தான் இவரது தலித்துகள் குறித்த பார்வையும் கூர்மைறடைகின்றது என்பன போன்ற செய்திகளையே 'மழுங்கடிக்கும் மடம் மாயைக்குள் மயக்கம்' என்கிற இருதலைப்புகளின் கீழும் படைப்பாசிரியர் விரித்துரைக்கின்றார் எனலாம்.

தலைமைக் திருச்சபையும் சபையினுடைய செயற்பாடுகளும் :

'வற்றிக் கொண்டிருக்கும் மை ஊற்று' எனும் தலைப்பின் கீழ் தலைமைக் கிறித்தவத் திருச்சபை, சபையினுடையச் செயற்பாடுகள் குறித்து இதுவரை வெளிவராதச் சில செய்திகளைப் பதிவு செய்துள்ளதிலிருந்து இன்றையத் திருச்சபையும் ஆலயங்களும், வரலாற்று இயேசுவிற்கும், அன்றைய ஆதித்திருச்சபைக்கும் ஆலயங்களுக்கும் முரணானதாக உள்ளதையும் அன்று 80 சதவீதம் ஒடுக்கப்பட்ட மக்களின் ஆயனாயிருந்த நாசரேத்து இயேசு, அதிகார மமதையில் அரசோச்சிய உரோமைப் பேரரசைக் கண்டனம் செய்த இயேசு, சின்னஞ்சிறிய சகோதர சகோதரிகளோடு நண்பனான இயேசு, நலிந்தோரின் நாயகனாகச் சம உரிமை கேட்டு எருசலேமை முற்றுகையிட்ட இயேசு, ஆளும் வர்க்கத்தை எதிர்த்ததால் சிலுவைச் சாவினை சந்தித்த இயேசு இன்று அவர் காணும் இயேசுவின் பிரதிநிதிக்குச் சவாலாகத் தோன்றி ஒரு போரை நடத்திக் கொண்டிருப்பதாகவும் ஆசிரியர் குறிப்பிடுவதை (1994: 27) அறியமுடிகின்றது.

மேலும், 'திருச்சபையும், அதனுடைய கல்வியும், பிறக் கதைகளும், பழையனவற்றைத் தூசித் தட்டுவதோடு, கடந்த காலத்திற்கு தூபம் போட்டு கொண்டு இருக்கின்றது. ஆதிக்க வர்க்கத்திலிருந்து விசுவாசம் பரவியதைப் பற்றி பறைசாற்றுவதோடு இருக்கும் சொத்துக்களைக் கட்டிக் காப்பதிலும், விஞ்ஞானத்தால் அடிபட்டுப் போகும் நொண்டி விசுவாசத்தைத் தூக்கி நிறுத்தவும் தான் முயற்சி செய்கின்றது. ஆதித் திருச்சபையின் தொடக்க கால வாழ்வு விடுதலை வழங்கக் கூடியதாக இருந்தது. அந்நாளில் ஏசு சமுதாயப் பிரமிடின் அடிமட்டத்திலிருந்தவர்களோடு வாழ்க்கையை அமைத்துக் கொண்டதோடு அவர்களுக்காகச் சிந்தித்தார். அவர்கள் மொழியில் பேசியதோடு அவர்களின் மீது சுமத்தப்பட்ட நுகத்தடிகளான யூதமதச் சட்டங்கள், சடங்குகளை தூக்கி எறியச் செய்தார். எளியோரது சுயசிந்தனையை வளர்த்தார்; ஒடுக்கப்பட்டோருக்கு விழிப்புணர்வு வழங்கினார். விடுதலைப் பணியில் ஈடுபடத் தம்மைப் பின்பற்றுவோரை தூண்டினார்; அவர் வழங்கிய கல்வி விடுதலை கல்வி; ஆனால், இன்றைக்குள்ளத் திருச்சபை வழங்கும் கல்வி ஒடுக்கப்பட்டோரைப் பற்றிய தலித் உணர்வுகளை மெல்ல மெல்ல அகற்றுவதற்கான மதக் கல்வி என்று (1994: 28—30) புலப்படுத்துவதையும் காணமுடிகிறது. "திருச்சபையினுடையச்

சுரண்டல் அடிப்படையிலான செயல்பாடுகள் குறித்து இவர், "ஓ... இந்த வத்திகன் திருச்சபை ராஜமாளிகையில் போப்பு இருக்கிறார். குட்டி அரண்மனைகளில் கர்தினால்கள் எங்கும் ஆலங்கார ஆலயங்கள் செல்வம் நிறைந்த நம் தலை திருச்சபை... ஞாயிற்றுக்கிழமை மதியம் 12 மணிக்கு இராயப்பர் பேராலய வளாகத்தில்... பல நாட்டு மக்கள் . . . காத்திருப்பார்கள். போப் பொதுமக்களை சந்திக்கத் திறந்த காரில் வரும்போது அவரை நெருக்கமாக... தூரமாக... வெகு தூரமாகப் பார்ப்பதற்கு மஞ்சள், ரோஸ், பச்சை நிற டிக்கெட்டுகள் வழங்கப்படும்... இராயப்பர் பேராலயத்தின் பெரு விழாக்களிலும்... திருப்பலிக்கு வரும்போது அவர் கையால் தேவ நற்கருணை வாங்கத் தனி அனுமதிச்சீட்டு வைத்திருக்க வேண்டும்... அரசரைப் போன்றே கோலம் புனைந்து வருவார். அங்கெல்லாம் பயணிகள் கூட்டம் இருந்து கொண்டே இருக்கும். செப மாலைகள், சுரூபங்கள், படங்கள், புகைப்படங்கள், தீர்த்தம், தைலம், புனித பொருட்கள் விற்கப்படுகின்றன. எங்கும் உண்டியல்களும் நீக்கமற இடம் பெற்றிருந்ததை கண்டேன்"(1994:26—27) என்பதாக எடுத்துக் காட்டுகின்றார்.

இதுகுறித்து ராஜ் கௌதமன் என்பவர், "ரோமாபுரியில் உள்ள கிறித்தவ ஆலயங்களைப் பற்றியும் அவற்றின் பகுத்தறிவுக்கு ஒவ்வாத மௌடீகத்தைப் பற்றியும் இவர் விளக்குவதைப் பார்த்தால் வியப்பாக இருக்கின்றது. போப் ஆண்டவர், கர்தினால்கள் ஆகியோர் சக்கரவர்த்தியாகவும், குட்டிச் சக்கரவர்த்தியாகவும் இருப்பதை நக்கலாக ஆசிரியர் கூறுகின்றார். இயேசு கிறிஸ்து அவர் கால யூத ஆதிக்கத்தை எதிர்த்துக் கலகம் செய்ததைப் போலவே இன்று இந்த வெள்ளை இனவெறி, சாதிவெறி, பண அதிகாரவெறி, கபடம், வேடதாரித்தனம் ஆகியவற்றின் கோரப்பிடியில் சிக்குண்டு போன புரோகிதத் திருச்சபையின் ஆதிக்கத்தை எதிர்த்தும் கலகம் புரிவது இன்றியமையாதது என்பதை ஆசிரியர் திட்டவட்டமாகப் பிரகடனம் செய்கின்றார்.

இந்தப் புரோகிதமயமானத் திருச்சபையால் ஒடுக்கப்பட்ட தலித் மற்றும் பிற உழைப்புச்சாதி மக்களை எப்படி மீட்க முடியும்? இந்தக் கேள்வியை இன்று தலித்துகளால் தான் கேட்க முடியும் பெண்களால் தான் கேட்க முடியும். ஆசிரியர் தலித் பெண்ணாக இருப்பதால் கேள்வியை எழுப்புகின்றார்"9 என்று தனது விமர்சனத்தை முன் வைக்கின்றார். இவற்றிலிருந்து கத்தோலிக்கத் திருச்சபையும்

அதனுடையச் செயற்பாடுகளும், அவற்றின் மூலமாக வழங்கப்படும் மதம் சார்ந்த கல்வியும் வறுமையில் வாடும் மக்களிடமிருந்து தலித் துறவிகளை அந்நியப்படுத்துவதாக அமைவதோடு, ஒடுக்கப்பட்டோரைப் பற்றிய அவர்களது உணர்வுகளை மெல்ல மெல்ல மழுங்கடிக்கவும் செய்கின்றது. இந்த அடிப்படையில் திருச்சபைகள் ஒடுக்கப்பட்டோருக்கான விடுதலைப் பயணத்திற்கு உகந்ததாக இன்றைக்கு இல்லை என்பதையும் பெற முடிகின்றது.

அயல்நாட்டுத் துறவு நிறுவன அமைப்பில் தமிழ்ப் பெண்கள் மலினப்படுத்தப்பட்டு ஒதுக்கப்படுதல்

உரோம் நாட்டில் துறவுப் பயிற்சியினை முடித்த விடிவெள்ளி அங்கு படித்துக் கொண்டிருக்கும்போது கிடைத்த முதல் வருட விடுமுறையில் இங்கிலாந்து, இரண்டாமாண்டு முடிவில் ஜெர்மனி, மூன்றாமாண்டு முடிவில் செசிலித் தீவு, என பயணப்படுகிறார். இந்தப் பயணத்தில் அங்குள்ளத் திருச்சபைகளையும் அதன் கீழ் இயங்கும் பெண்கள் துறவுச்சபை, இல்லங்கள், மடங்கள், மதம் சார்ந்தப் பள்ளிகள், இன்னபிற நிறுவன அமைப்புகள் அவற்றிலுள்ள மனிதர்கள் உள்ளிட்டவர்களை பார்வையிடுகின்றார்.

இந்தப் பார்வையின் ஊடாகத்தான் பல்வேறு இடங்களிலுள்ளத் தமிழ்ப் பெண்கள் சமூகத்தால், அரசாங்கத்தால் மதத்தால் ஆதிக்கக் குணமுடைய பெண் துறவிகளால் மலினப்படுத்தப்படுதலுக்கும், அடக்கப்படுதலுக்கும் அவமரியாதை படுத்தப்படுதலுக்கும் உள்ளாக்கப்படுகின்றனர் என்பது அவருக்குத் தெரியவருகின்றது. இது குறித்துத் தெளிவாக அறிகின்ற இவருக்கு குமுறலும் கோபமும் கொந்தளித்து எழுவதை தான், "மூன்றாண்டுகளில் ஐரோப்பாவில்... இங்கிலாந்தில்... ஜெர்மனி போ கால்ட் என்னும் இடத்தில்... மற்றொரு மடத்தில் சொசிலித்தீவிற்கு அங்குள்ள கான்வென்டில் மேலை நாடுகளில்... ஒடுக்கப் பட்டவர்களாக என் இன மக்கள் மனிதத்தில் கிடக்கும் நிலையைக் காணும்போது குமுறலும் கோபமுமே கொதிநிலை அடைகின்றது

அரசாங்கத்தால் ஏமாற்றப்பட்டு மதத்தால் மழுங்கடிக்கப்பட்டு, சமூகத்தில் கரித்துணியாக பயன்படுத்தப்பட்டு கிடக்கும் அவலநிலையை ஐரோப்பாவின் மனிதத்தோடு ஒப்பிடாமல் இருக்க முடியவில்லை." *(1994:27:34)* என்ற அனுபவ வரிகளில் குறிப்பிடுகின்றார். தமிழ்ப் பெண்கள் மீதானச்

சபைகளினுடைய நிலைப்பாடுகள் குறித்து இவர் கண்ட காட்சிகளைப் பின் வருமாறு வரிசைப்படுத்திக் காணலாம்.

இங்கிலாந்து துறவு இல்லத்தில் தமிழகப் பெண்கள் அவமதிக்கப்படுதல் :

இங்கிலாந்தில் உள்ளத் துறவு இல்லத்தில் பயிற்சி பெறுகின்ற தமிழ்ப் பெண்களை மிகவும் தரக்குறைவாக நடத்துவதோடு அவர்களின் சுய அடையாளங்களை மெல்லமெல்ல அழித்தொழிப்பிற்கு உள்ளாக்குகின்றனர். குறிப்பாக இளம்பெண் துறவிகளை அவர்களிடமிருந்தே அந்நியப்படுத்தி மிகவும் இழிவான முறையில் நடத்துவதோடு, மன உளைச்சலுக்கும் உள்ளாக்குகின்றன செயலினை, "இங்கிலாந்தில் ஒரு இல்லத்திலிருந்தேன்... தமிழகத்திலிருந்து அங்குள்ள சபைகளில் சேரவும் பிள்ளைகள் நடத்தப்படும் முறை, மனித மாண்பற்றதாகத் தோன்றியது. அங்கிருந்த தமிழ்ப் பெண்கள் என்னிடம் புலம்பினார்கள். எங்கமுடிய வெட்டி கிராப்பாக்கிட்டாங்க. சேலைகட்ட கூடாதுன்னு சரக்குக்கிடங்குக்குப் போய் பழைய பிராக்குகளை எடுத்து போட்டுக்கச் சொன்னாங்க. வாரம் முழுவதும் கத்தி முள்ளுல சாப்பிடனும் வாரக் கடைசியில் கையில சோறு சாப்பிடவிட்டாங்க. சாப்பிடும்போது பன்னிங்க மாதிரி சோறு திங்கிறீங்களேன்னு சொல்றாங்க"*(1994:33)* என்ற வார்த்தைகளில் காட்சிப்படுத்துவதிலிருந்து அறிய முடிகின்றது.

துறவுமடப் பெண்கள் மீது ஆதிக்க அதிகாரத்தைச் செலுத்துதல் :

இங்கிலாந்தில் உள்ளத் துறவு மடத்தில் இருக்கின்ற தமிழகப் பெண், தலித் பெண் துறவிகள் தங்களது விடுமுறைக்காக அவரவர் சொந்த ஊருக்குத் திரும்புகின்றனர். இதற்கானப் பயண ஏற்பாட்டின் ஒரு கட்டத்தில் அவர்கள் மீது அதிகார அடக்குமுறைகள் செலுத்தப்பட்டு அவர்களது சுய உரிமைகள் நெறிக்கப்படுகின்ற சூழலினை, "வேறொரு மடத்தில் தாயகத்திற்கு விடுமுறைக்குத் திரும்பும் ஒரு தமிழ் சிஸ்டர் சொன்னாங்க. நாங்க ஏதாவது அவுங்களுக்குத் தெரியாம வாங்கிட்டு, போயிடுவோமுனு, ஒரு வாரத்திற்கு முன்னாடியே சூட்கேசைப் பூட்டிச் சாவியைச் சுப்பீரியர் வச்சுக்கிட்டாங்க. இனிமே ஏர்போர்ட்டில் தான் அந்தச் சாவியை எங்கிட்ட தருவாங்களாம் "*(1994:33)* என்று ஆசிரியரே நேரடியாகக் கேள்வியுற்ற செய்தியாகக் குறிப்பிடுவதிலிருந்து அறியவியலுகின்றது. பொதுவாகவே எல்லா மதங்களும் பெண்ணை அடிமையாக வைத்திருப்பதையே விரும்புகின்றது.

இவற்றுள் கிறித்தவம் பெண்ணைப் பாவத்தின் கிடங்காகவே கற்பித்துள்ளமையால் தான் இன்று வரையிலும் பெண்கள் குறித்த இம்மதம் சார்ந்த மதிப்பீடுகளை யாராலும் மாற்றவே முடியவில்லை. தலித் பெண்களின் மீது தான் இதனுடைய தாக்கம் கடுத்தமாகவே நிகழ்கின்றது. ஒவ்வொரு தலித் பெண்ணும் பிற மேல்சாதி ஆண் ஙீ பெண்ணுக்கும் தன்சாதி ஆணுக்கும் கட்டுப்பட வேண்டிய அவலம் வேறு தொடர்கின்றது. இந்த அடிப்படையானப் புரிதலின் கீழாகவே மேற்கண்ட இடங்களில் அயல் நாட்டில் உள்ள மேலாதிக்கப் பெண் துறவிகளுக்குத் தமிழக தலித் பெண் துறவிகள் அடங்கி ஒடுங்கியிருக்கின்ற துறவுசபைசார் பதிவுகளை இனங்காண முடிகின்றது.

சொசிலித் தீவில் தமிழகப் பெண் துறவிகள் எடுபிடிகளாக நடத்தப்படுதல் :

தமிழ்நாட்டில் செயல்படுகின்ற பெண்கள் துறவுச் சபைகள் தங்களது சபைக்குத் தேவைப்படும் பணத்தை வெளிநாடுகளின் மூலமாகத் திரட்டிக் கொள்வதற்காகவே, விரும்பியோ, விரும்பாமலோ துறவு வாழ்வில் அகப்பட்டு விடுகிறத் தமிழகப் பெண்களை, குறிப்பாக, தலித் பெண்களை வெளிநாட்டு மோகத்திற்கு அடிமைகளாக்கி அவர்கள் திரும்பி வந்து விடாதபடிக்குச் செயல் தந்திர உத்தியுடன் அயல்நாட்டுச் சபைகளுக்கு அனுப்பி வைக்கின்றனர். இவ்வாறு அனுப்பப்படும் பெண்கள் தான் பலவிதமானக் கொடுமைகளுக்கு ஆளாக்கப்படுவதோடு முறையற்ற வேலைகளில் ஈடுபடுத்தப்பட்டு மனிதநேயச் சீரழிவிற்கும் சிதைவிற்கும் உள்ளாக்கப்படுகின்றன அவலத்தை, "சொசிலித் தீவிற்கு ஒருமுறை சென்றிருந்தேன். அங்குள்ள கான்வென்டில் இருந்த தமிழ்ச் சிஸ்டருங்க குமுறினாங்க.

எங்க வழியா சபைக்குப் பணம் சம்பாதிக்கத் தான் நாங்க அனுப்பி வைக்கப்பட்டிருக்கிறோம். இந்தக் குளுருல இங்கேயுள்ள பிசப்புங்க, சாமியாருங்க சுகமாச் சாப்பிட சமைக்கணும், பிளேட்டைக் கழுவணும், மேசை துடைக்கணும், தரை கழுவணும் இப்படியாக இந்தத் தீவுக்கு நாடு கடத்தப்பட்டுள்ளோம்" *(1994:33)* என்ற வரிகள் சுட்டிக்காட்டுகின்றது. தமிழ்ப் பெண்கள் தகர டப்பாக்களாகப் பயன்படுத்தப்படுவதையும், தன் மானத்தையிழந்து இழிநிலைக்குட்படுவதோடு அவமானப்படுத்தப்படுதலுக்கும் ஆட்படுவது குறித்து ராஜ்கௌதமன் என்பவர், "வெளிநாட்டு பணத்தை பெறுவதற்காக ஐரோப்பிய நாடுகளுக்கு

அனுப்பப்படும் மூன்றாம் உலகநாடுகளைச் சேர்ந்தப் பெண் துறவிகள் அந்த நாடுகளில் அனுபவிக்கும் கொடுமைகளை தான் ஆசிரியர் எடுத்துக்காட்டியுள்ளார் என்றும், தமிழகத்தில் சாதி ஆட்டம் போடுகிற உயர்சாதிப் பெண் துறவிகள் ஐரோப்பாவில் தலித்துகளாக நடத்தப்படுவதைப் பார்க்கிற போது பணம் படைத்த வெள்ளையருக்கு முன் ஏழைநாட்டு மக்கள் தலித்துகளே என்ற கசப்பான உண்மை இந்நூல் வழித் தெரிகிறது எனவும் தனது விமர்சனத்தை முன் வைக்கின்றார்."10 இதன் மூலமாக, உலகம் முழுவதிலும் உள்ள பெண்களுக்குப் பெண்களே முதல் எதிரிகளாக உள்ளனர்.

கருக்கு — கலக்கல் என்கிற இரு தன் வரலாறுகளைப் பொருத்தவரை அறுபது சதவீதம் பெண்களே, பெண்களை ஒடுக்குகின்ற செயலை முன்னெடுத்துச் செல்கின்றனர். இவ்விடத்தில் தமிழக தலித் பெண்களின் ஆற்றலை அடக்குவதற்கு அதிகார மேலாதிக்கம் மிக்க ஒரு பெண்ணே காரணமாவதைக் காணவியலுகின்றது. ஒரு பெண் துறவியின் மீது நடத்தப்படுகின்ற இந்த அடக்குமுறைகளுக்கு மறுப்பு ஏதும் சொல்லாமலிருக்கிறவர்களாயே துறவுச் சமூகம் வளர்த்தெடுக்கின்றது. இதை மீறி எதிரிடையாக செயல்படுபவர்களையே தன் காலின் கீழ் வைத்து நசுக்குகின்றது. இதனை நன்கு அறிந்ததால் தான் வெளிநாட்டு சபைகளில் உள்ள தமிழக தலித் பெண் துறவிகள் அடங்கியும் ஒடுங்கியும் போகிறார்கள் என்று எண்ணத் தோன்றுகிறது. மேலும், "வசதியானக் குடும்பங்களில், நடுத்தர வர்க்கக் குடும்பங்களில் மற்றும் ஏழ்மையான குடும்பங்களில் இருந்தவர்களும், ஆசிரியப் பயிற்சி, +2 படித்தவர்கள், வீட்டில் உள்ள பொருளாதார நெருக்கடி, தொடர்ந்து படிக்க முடியாமை, வேலையின்மை, திருமணத்தில் தடை, பாலுறவில் ஏற்படும் சலனங்கள், மாதவிடா— குறைபாடுகள், வாழ்க்கையில் ஏற்பட்ட சில ஊமைக்காயங்கள், சமூக வாழ்வில் நெருக்கடி, தொல்லைகள், பக்திப் பரவசம், சுய சுத்திகரிப்பு, துறவறம் மேலான புனிதமான வாழ்வு" *(1994:36)* பலவற்றாலும் தான் துறவு வாழ்வில் சிக்கிக்கொள்கின்றனர். இவ்வாறு சிக்கிக் கொள்பவர்களின் பலவீனங்களைத் தங்களுக்குச் சாதகமாக மாற்றிக் கொள்ளுகின்ற ஆதிக்க வெறி பிடித்தப் பெண் துறவிகளும்,சில ஆண் துறவிகளும் ஒட்டுமொத்தமாகச் சேர்ந்து கொண்டு தான் இவர்களை நாடு கடத்தித் தங்களது சபைகளுக்குச் சொத்துக்களை சேர்த்துக் கொள்கின்றனர். நம்மிடையே ரோமன் என்றும் கிரேக்கனென்றும் , ஆணென்றும் பெண்ணென்றும்

அடிமையென்றும், உரிமை குடிமகன்னென்றும் உயர் சாதியென்றும் தாழ்ந்த சாதியென்றும் இல்லை என்று கூறுகின்ற கிறித்துவச் சமத்துவம் காற்றில் பறக்கவிடப்படுவதை இது போன்ற சிலத் திருச்சபைகளிலும் துறவுச் சபை ,மடங்கள் உள்ளிட்டவற்றிலும் அவற்றின் கீழாகச் செயல்படுத்தப் படுகின்ற நிறுவன அமைப்புகளிலும் வெளிப்படையான நிகழ்வாகவே படைப்புத் தளம் சார்ந்து காணமுடிகின்றது.

இதை விடிவெள்ளி மட்டுமே தெளிவாகச் சுட்டிக் காட்டியுள்ளார். மேலும் அடிப்படையில், பெண்கள் துறவுச்சபை இருக்கின்ற இடங்களில் எல்லாம் ஆதிக்கச் சாதிய அரசியலும் இருக்கவே செய்கின்றது. இந்த அரசியலால் பெரிதும் வீழ்த்தப்பட்டவர்களாகவும், வீழ்தப்படுபவர்களாகவும் உள்ள தமிழகத் தலித் பெண்கள் தான் பல்வேறு நாடுகளிலும் உள்ளத் திருச்சபைகள், மடங்கள், உள்ளிட்டவற்றில் சிறுமைப்படுத்தப்பட்டுத் தங்கள் மனிதத்தையே இழந்து போகின்ற நிலைக்குத் தள்ளப்படுகின்றனர். இவர்களிடம் தான் (1994:37) பல்வேறு ஊமைக் காயங்கள் ஏற்படுகின்றன என்கின்றார். இவற்றையெல்லாம் பொருட்படுத்தாத ஆதிக்கச் சபையினர் தொடர்ந்து மேலும் இவர்களைக் கொத்தடிமைகளாகவே நடத்துகின்றனர். பொருளாதாரச் சுமையோ தன் தேவைகளைக் கண்காணிப்பதில் கவலையோ இல்லாமல் ஒரு கூட்டமாக உழைப்பை செலுத்தக் கூடியவர்களாக இத்தகையப் பெண் துறவிகள் இருப்பதாலேயே மேல்நாட்டுச் சபைகளுக்கு புனிதம் என்ற பெயரில் மூலம் பூசப்பட்ட இளந்துறவிகளாக இவர்கள் அனுப்பி வைக்கப்படுகின்றனர். இவர்களை மையமாக வைத்தே தமிழகத்தில் உள்ள துறவுச் சபைகள். துறவு மடங்கள், உள்ளிட்டனவும், மேலை நாடுகளில் உள்ள துறவுச்சபைகள், துறவு மடங்கள் போன்றவைகளும் தங்கள் சபைக்குரியச் சொத்துக்களையும் மடத்திற்குரியச் செல்வாக்கையும், அகலப்படுத்திக் கொள்கின்றன.

வசதி குறைந்த குடும்பங்களிலிருந்து வந்தவர்கள், திறமை குறைந்தவர்கள், குருக்கள், கன்னியர்கள், ஆயர்களின் உறவுப் பாதுகாப்பு இல்லாதவர்கள். போன்றவர்களே (1994:36) பொதுவாகத்துறவு என்ற பெயரில் வருமானப் பெருக்கிகளாக ஆக்கப்பட்டுக் கசக்கிப் பிழியப்படுகின்றனர். இத்தகையக் கொடுமைகளை யெல்லாம் கண்டும் கேட்டும் அறிந்த நிலையில் தான் ஆசிரியர் சாதாரண குடும்பங்களில் இயற்கையாக வளர்ந்து வரும் இளம் பிள்ளைகளின் மனித வளமையோடு

ஒப்பிடும் போது பெண்ணின் மனிதம் எனும் இளநாற்று வளருவதற்குச் சரியான நிலமாகத் துறவும் துறவு வாழ்வும் அதன் அமைப்பும் இருப்பதாக எனக்குத் தெரியவில்லை *(1994:35—38)* என்ற இறுதி கட்டத் தெளிவிற்கு வருகின்றார். தமிழகத் தலித் பெண் துறவிகளின் அவலநிலையைக் குறித்த இவரது புரிதல்களையே 'பல கோணங்களில் மனிதம், மலரும் போது பரவும் புற்றுநோ—' என்கிற இரு தலைப்புக்களின் கீழ் பதிவும் செய்கின்றார். பொதுவாகவே சமூக, பொருளாதாரம், சமயம் அரசியல், கல்வி, பாலியல் என எல்லா நிலைகளிலும் பெண்கள் புறக்கணிக்கப் படுபவர்களாக, ஒடுக்கப்பட்டவர்களாக, ஏமாற்றப்படுவர்களாகவே இருக்கின்றனர். இந்த வகையில் தலித், தலித் பெண்களே கூடுதலாக சாதிய, வர்க்க நிலையிலும் ஏற்படுகின்ற பிரச்சனைகளை எதிர் கொள்ள வேண்டியவர்களாகவே இருக்கின்றனர். இத்தகையோர்களையே மங்கையர்கரசி என்பவர் "தலித்துகள்"11 என்று குறிப்பிடுகின்றார். இவரது குறிப்புரையின் படி தமிழகத் திருச்சபை, துறவுச்சபை ,துறவு மடம் அதைப்போன்று வெளிநாடுகளில் உள்ளத் திருச்சபை, துறவுச்சபை,துறவு மடம் உள்ளிட்டவற்றில் ஒடுக்கப்படுகின்ற, புறக்கணிக்கப்படுகின்ற,ஏமாற்றப்படுகின்ற பெண்களைத் தலித்துக்கள் என்றே வரையறுக்கலாம்.

தலித் பெண் துறவி ஒருவர் மீது நிகழ்த்தப்படும் தனிநபர் ஒதுக்கு முறை :

ஆதிக்க சாதியினப் பெண் துறவிகள் தங்களது ஆதிக்க, அதிகார பலத்தால் பரம்பரைப் பரம்பரையாகவே தலைமைப் பதவிகளைப் பிடித்துக்கொண்டு, சபையிலுள்ள பலரையும் ஒடுக்குகின்றனர். இதனால்தான் சாதி வெறிபிடித்து அலைகின்ற இவர்களால் தலித் சமூக மக்களுக்கும் அவர்களின் விடுதலைக்கு என்ன செய்ய இயலும் என்ற கேள்வியைப் படைப்பாசிரியர் முன்வைக்கின்றார். பெண் துறவிகள் படுகின்ற சித்திரவதைகளைக் கருக்கு பாமாவை விட இவரே தெள்ளத்தெளிவாக அம்பலப்படுத்துகின்றார். இந்த அடிப்படையில் ஆசிரியருக்கு நிகழ்ந்த ஒரு தனிநபர் சார்ந்த ஒடுக்குதலை, "இந்த இளம் பெண்களுக்கு ஏற்பட்ட அனுபவங்கள், பல எனக்கும் ஏற்பட்டன. நான் நோவிஸ் மிஸ்டர்ஸ் ஆக இருந்தபோது சபையில் ஜென்ட்ரலேட்டின், ஜெனரலாக இருந்த மதர் நான் உரோமுக்கு போகும் முன் அன்பாக இருந்ததாக தான் எண்ணினேன். ஆனால் உரோம் போய் வந்தப்பிறகு வித்தியாசமாக மாறி இருப்பதை

நான் உணர ஆரம்பித்தேன். ஜெயலலிதாயிசம் போல் ஒரு அம்மாயிசம் சபையிலிருந்தது. அம்மா விரும்புவது வெறுப்பது, இதையொத்துதான் நான் செயல்பட வேண்டும் என எதிர்பார்ப்பு, அம்மாவின் ஆலோசனைப்படி நான் இயங்க வேண்டுமென விரும்பினார். அவர்கள் பார்வை என்மேல் கனிவாக இல்லை. கண்டிப்பாக இருப்பதாய் உணர்ந்தேன். அவர்களது ரிமோட் கண்ட்ரோலின் இயந்திரமாக நான் செயல்படுவது என் மனிதத்திற்கு செய்யும் துரோகம் எனக் கருதினேன். ஒரு நாள் ஞாயிறு அனைத்து இல்லத் தலைவிகளும் திருப்பலிக்காக கூடியிருந்தார்கள். நான் ஆர்கன் வாசிக்க அமர்ந்திருந்தேன். நோவிசுகள் சுற்றி நிற்கிறார்கள். அம்மா என்னை ஆர்கன் வாசிக்க சொன்னார்கள் என்று செக்கரட்டரி என்னிடம் சொல்ல, நான் எழ அவர்கள் அமர எனக்குள் ஏதோ கொதிக்க ஆரம்பித்தது. அது கண்ணீராகக் கொட்டியது. கலவரம் ததும்பியது. பல கன்னியர்களின் கண்ணீரின் காரணமென்ன என்று புரிந்தது. அம்மாயிசத்தின் அந்தரங்கம் என்ன என்று தெரிந்தது. துறவு வாழ்வில் மனிதம் சந்திக்கும் அவலம் வெளிச்சத்திற்கு வந்தது. தலத்திருச்சபையின் தாறுமாறுகள் என்னை வியப்பில் ஆழ்த்தின" *(1994:37—38)* என்ற அனுபவ வெளிப்பாடுகள் காட்சிப்படுத்துகின்றது.

துறவு சபைக்குள் தான் அந்நியப்படுத்தபடுவதையும் உணர்கின்ற படைப்பாளரின் தன்னிலை உக்கிரமடைகின்ற பொழுதுதான் அவரைப் போன்றே துறவு வாழ்வின் நசுக்கப்படுதலில் உள்ளாகிக் கொண்டிருக்கின்ற வீர பெண் துறவிகளின் கண்ணீர் வாழ்க்கை குறித்த கரிசனப் பார்வை அவருக்குள் எழுகின்றது. துறவு என்ற போர்வையில் நிகழும் மனிதநேய சிதைவாக்கங்களை அதன் நடப்பியல் தன்மைகளோடு தொடர்ந்து உணர தலைப்படுகின்றார். ஒடுக்கப்பட்ட மக்களின் மீட்சி தான் உண்மையான இறைப்பணி என்பதை முழுமையாக ஏற்று அதற்காகவே செயல்படுகின்றவர்களைத் துறவுச் சபையிலுள்ளச் சாதிய மேலாதிக்கச் சிந்தனையாளர்கள் மானக்கேடாக நடத்துவதைக் கண்டு கொதிப்படைந்து போகின்றார். அதனால்தான், "இதுபோன்ற புனிதமான வாழ்க்கையை இயேசு ஏன் தேர்ந்தெடுக்கவில்லை. மாறாக ஒடுக்கப்பட்ட மக்களோடு தம்மைக் கரைத்துக் கொள்ள அவர்கள் மத்தியில் வாழ்ந்தாரே: இவ்வாறு ஒடுக்கப்பட்டோரை மாபெரும் இயக்கமாகக் கட்டியெழுப்பினாரே, எருசலேமை நோக்கி பெரும் பேரணியைத் தலைமையேற்று நடத்திச் சென்றாரே ஏன்?

என்ற இந்த நிலையிலிருந்து சிந்திக்கும் பொழுது மடத்தைப் பற்றி நான் கண்ட முதல் அனுபவம் எனக்கு ஓர் உண்மையைத் தெளிவுபடுத்துகின்றது. ஒடுக்கப்பட்டோரிடமிருந்து மெல்லமெல்ல மக்களை அந்நியப்படுத்தும் அசுர சக்தி கொண்டது... கிறிஸ்துவ வாழ்வை கூர்மைப்படுத்த வேண்டியத் துறவறம் தம் அந்நியப்பட்ட வாழ்வினால் மழுங்கடிக்கும் எந்திரமாகச் செயல்படுகிறது" *(1994:20—21)* என்று துறவின் போலியான முகத்தைப் புலப்படுத்துகின்றார்.

விவிலியத்தை அடிப்படையாக வைத்துக் கொண்டு தலித் கிறித்துவர்கள் தங்களுக்கான விடுதலையைச் சிந்திக்கின்ற இந்த நடைமுறைதான் தலித் படைப்புத் தளத்தில் தன் வரலாறு என்கிற புத்தாக்க எழுச்சிக்காக இன்றைக்கு வெளிப்பட்டிருக்கின்றது எனலாம். இதுகுறித்து இருதயராஜ் என்பவர், "அடித்தட்டு கிறிஸ்தவர்கள் விவிலியத்தை படித்தபோது அதற்கு வெறும் அறிவுப்பூர்வமான விளக்கங்கள் தேடவில்லை. மாறாகத் தங்கள் வாழ்வின் அன்றாடப் பிரச்சினைகளை வறுமையை, அடிப்படை வசதியின்மையை அடிமைப்படுத்தும் சமூக, பொருளாதார, சமய, அரசு சார்ந்த அமைப்புகளை விவிலிய தோடு உரசிப் பார்த்தனர். பல்வேறு விவிலியப் பகுதிகள் தங்கள் வாழ்வின் தேவைகளுக்கு, தேடல்களுக்கு, கேள்விகளுக்கு தரும் விடைகள், விளக்கங்கள், சவால்கள் என்ன? என்று சிந்தித்தனர். அந்தத் தெளிவுகளின் அடிப்படையில் இணைந்து செயல் திட்டம் வகுத்தனர். இவ்வாறு அடித்தட்டு மக்கள் தங்கள் வாழ்வை இறைவார்த்தையின் ஒளியில் சிந்தித்துச் செயல்படும் முயற்சியாக எழுந்ததே விடுதலை இறையியல்" 12 என்று தம் கருத்தை முன்வைக்கின்றார். இவரது கருத்துக்களுக்கு ஏற்பவே விடிவெள்ளி விவிலியக் கருத்துகளை மீள்வாசிப்புக்கு உட்படுத்துவதோடு, தலித் வாழ்விற்கு மிக அணுக்கமாக இருக்கின்ற அதனுடைய வார்த்தைகளின் அடிப்படையில் திருச்சபையினுடைய நிலைப்பாடுகளைப் பொருத்து பார்த்து அதன் போலியான முகங்களை வெளியுலகிற்குத் தோலுரித்தாற் போன்று காட்டுகின்றார் என்று புரிந்து கொள்ள முடிகின்றது.

துறவுச் சபைப் பொதுத் தேர்தலில் தலித் பிரதிநிதி ஒருவரை சாதியை முன்வைத்து இருட்டடிப்புக்குள்ளாக்குதல் :

துறவுச் சபையினுடைய புதியத் தலைவர் பொறுப்பிற்கான தேர்தலை நடத்துவதற்காக 57 வட்டாரப் பிரதிநிதிகள் ஒன்று கூடுகின்றனர். சபையினுடைய மையப் பொறுப்பில் இருக்கின்ற ஆதிக்கச் சமூக பெண் துறவி ஒருவர் ஏற்பாடு

செய்கின்றார். இந்தத் தேர்தலில் ஆசிரியர் விடிவெள்ளியும் ஒரு போட்டியாளராக விருப்பமனு கொடுக்கின்றார். இவருக்கு ஆதரவாக மற்றொரு தலித் துறவி ஒருவர் செயல்படுகின்றார். இந்தச் செயல்பாடுகள் அமைப்பினுடைய மைய பொறுப்பில் உள்ள ஆதிக்கத் தலைமைக்கு தெரியவருகின்றது. முன்னதாகவே புதியத் தலைவர் ஒருவரைத் தேர்ந்தெடுத்து வைத்துள்ள ஆதிக்கத் தலைமையோடு ஒத்துப் போக மறுக்கின்ற ஆசிரியருக்கு எதிராக பிரித்தாளும் சாதிய யுக்தியைச் செயல்படுத்துகின்றனர். இதனை, "நான் இருந்த சபையின் பொதுத் தேர்தல் நடக்கவிருந்தது... 57 பிரதிநிதிகள் கூறியுள்ளார்கள். ஒரு வாரம் கூட்டம் ஏற்பாடு செய்யப்பட்டிருந்தது... இவைகள் அமைதிப்படுத்தி, திசை திருப்பி மழுங்கடிக்க என்பது எனக்குப் பிறகுதான் தெரிந்தது. மதர் ஜெனரலாக இருப்பவர்கள் தமக்கு வேண்டிய ஒருவரை முன்னதாகவே தேர்ந்தெடுப்பதற்கு, குறிப்பிட்டதாகப் பேச்சு... இக்கருத்துக்களை உள்வாங்கிய சில சகோதரிகள் சபை தலைவியாக நான் தேர்ந்தெடுக்கப்பட வேண்டுமென ஆசைப்பட்டார்கள்... எதிர்ப்புகளை அடியோடு அகற்றிவிட, அதிரடி நடவடிக்கை ஒன்று நடந்தது. என்னை ஆதரித்து ஒரு சுப்பீரியர் சிலரிடம் பேசியுள்ளார்கள். அது மதர் ஜெனரல் மாளிகையை எட்டுகின்றது. உடனே அந்த இரவில் அந்த சுபிரியரை அழைத்துவரச் சொல்லப்படுகின்றது. குற்றவாளியாகச் சிஸ்டர் வருகிறார். சடசடவென்று துப்பாக்கிச்சூடு நடந்தாற் போன்று வாக்குவாதம் ஜெனராலேட் அதிர்ந்தது" (1994:51—52) என்ற வரிகளில் சதிச்செயல் நடைபெறுவதைக் காட்டுகின்றார்.

ஒரு தலித் பெண் பிரதிநிதிக்கு ஆதரவாகச் செயல்பட்ட மற்றொரு தலித் பெண் துறவி ஒருவரை அதிகார வளையத்திற்குள் நிறுத்தி மிரட்டுகின்றனர். இது மட்டுமின்றி சாதியடிப்படையில் பேதங்களை உண்டாக்கி சபை பிரதிநிதிகளை தலித்துகளுக்கு எதிராகத் திசைத் திருப்புகிற செயலில் ஈடுபடுகின்றனர். இதற்காக ஆதிக்கச் சாதியச் சமூகப் பெண் துறவிகள் எல்லோரும் ஒன்றுகூடி ஆலோசனை செய்வதை, "சாதிய உணர்வு விஷயத்தைச் செலுத்தி வாக்காளர்களை மந்த படுத்தச் சிலர் இறங்கினார்கள். தலித்துங்க எல்லாம் மதர் ஜென்ட்ரலானா அவங்க சாதி புத்திய காண்பிச்சிடுவாங்கன்னு ஒருவர், அப்படியே தலித்தே மதர் ஜெனரலாயிட்டா. தாழ்த்தப் பட்டோர் உயர்த்தப்படுவர், உயர்த்தப்பட்ட தாழ்த்தப்பட்டவர் என்று போக வேண்டியதுதான்னு மற்றொருவர் இந்தச் சாதியப் பேய் தன் கோரமான உருவத்தைக் காட்டி

பேயாட்டம் போட்ட சமயத்தில், சபையில், சங்கங்களில், சமூகத்தில் ஒடுக்கப்பட்டவர்கள் இழிவான முறையில் சிலுவையில் அறையப்பட்டச் சுமக்கும் சிலுவைப் பாதையின் வேதனைகளை என்னால் அப்பொழுதுதான் உணர முடிந்தது. தகுதி வாய்ந்த ஒருவரை மதர் ஜெனரலாக தேர்ந்தெடுக்கப் பரிசுத்த ஆவியின் ஜெபம் உருக்கமாகச் சொல்லப்பட்டது. என்ன போலித்தனம் இது யாருன்னு தான் நிர்ணயம் பண்ணிட்டாளுங்களே. அப்புறமென்ன என முணுமுணுத்தனர் சில சகோதரிகள். புனிதமான தேர்தல் முடிந்தது பரிசுத்த ஆவியின் வல்லமையால் தேர்ந்தெடுக்கப்பட்டவர்களில் நானும் ஒருத்தி" *(1994:52)* என விளக்குகின்றார். தலித்துகளின் மீது தான் சாதீயம் தனது முழுபலத்தையும் காட்டுகின்றது. இதனால் எல்லா இடங்களிலும் இவர்களின் இருப்பு கணக்கில் எடுத்துக் கொள்ளப்படாததாகவே தொடர்கின்றது. இத்தகைய சாதீய ஒடுக்குமுறைக்கு எதிராகக் கிளர்ந்தெழுந்து உரத்தக் குரலெழுப்புகின்ற இலக்கியங்களைத் தான் தலித், தலித் பெண்ணிய இலக்கியம் என்பதாக அறிஞர் பெருமக்கள் குறிப்பிடுகின்றனர்.

இது குறித்து,"இந்தச் சமூகத்தில் ஒரு சமரசமற்ற தன்மையுள்ளது. தலித்துகளுக்கு கொடுமை இழைக்கப்படுகின்றது. இவற்றை பேசுகின்ற இலக்கியத்தையே தலித் இலக்கியம் என்கிறோம்"13 என்று பாவண்ணன் தமது நூலில் குறிப்பிடுகின்றார். இதன்படி மேற்கண்டச் செயல்பாடுகளில் தலித் பிரதிநிதி ஒருவர் துறவுச் சபைப் பொதுத் தேர்தலின்போது கொடுமை இழைக்கப்படுதலுக்கு உள்ளாகுகின்றார். அவருக்கு உரியச் சமத்துவம் மறுக்கப்படுகின்றது. இந்த வலியிலும் வேதனையிலும் தான் தமது சுயசரிதை இலக்கியத்தில் அவற்றைப் பேசுகின்றார் என்பதாக வைத்துப் பார்க்கும் பொழுது ஆசிரியருடைய இந்தப் படைப்பைத் தலித் தன் வரலாற்றிலக்கியம் (அ) தலித் சுயசரிதையிலக்கியம் என்றே அடையாளப்படுத்தலாம்.

துறவில் நிகழும் முறைகேடுகளும் அவஸ்தைப்படும் தலித்துகளும் :

திருச்சபைகளில் இருந்து கிளர்ந்தெழுகிறத் துறவுச் சபைகள் கிறித்தவத்தின் கருப்பொருளாகிய ஒடுக்கப்பட்டோருக்கான உரிமை வாழ்வை வழங்குதல் என்பதிலிருந்து முற்றிலும் விலகிப் போய் விட்டது; சாதியத்தின் பிடியில் சிக்குண்டு மனித நேயத்தில் மலடாகிக் கொண்டிருக்கின்றது. பணத்தாசையில் ஆளும் அதிகார வர்க்கத்தினரின் கைக்கூலியாக இருந்துகொண்டு தம்மைச் சார்ந்திருக்கின்ற மக்களை அடக்கி ஒடுக்குகின்றன.

சபையின் நிர்வாகத்தைக் கட்டிக்காக்க, சபையைச் சீராகக் கொண்டு செல்ல, சபைக்கு பேர் வாங்கித் தர, எனச் சிலர் கரும்புச் சாறு பிழியப்படுவதுபோல் கசக்கப்படுகிறார்கள். இவர்களின் மூலமாக பெறப்படுகின்ற பணத்தின் பெரும்பகுதியும் சபையின் சொத்தாகவும் நிலமாகவும், கட்டடமாகவும் தான் மாறுகின்றது. குறிப்பாகப் பெண்களின் வருமானம் முழுமையும் சபையின் உருவாக்கத்திற்கும் கட்டடங்களுக்கும் செலவிடப்படுகின்றது. வெறும் சம்பிரதாய சடங்காகவே இவர்கள் மீது சபையில் பரிவு காட்டப்படுகின்றது.

இவற்றையெல்லாம் அறிந்து கொண்டு சபைக்கு ஒத்துழைப்பு வழங்க மறுப்பவர்களும், ஒடுக்கப்பட்டோர் பக்கம் நின்று செயலாற்றுபவர்களும் சபையினுடையத் தலைமைப் பொறுப்பிற்குரியத் தகுதியற்றவர்களாக ஒதுக்கி ஓரங்கட்டப்படுகிறார்கள்.' *(1994; 51:54)* என்பதை ரொட்டித் துண்டுகளை வீசும் பணக்காரர்கள் என்ற தலைப்பின் கீழ் விரிவாக பேசுகின்ற ஆசிரியர், "ஒடுக்கப்பட்டோர் உரிமைக்காக செயல்படுவோர் சபையின் தலைமைப் பொறுப்புக்கு பக்குவமற்றவர்கள் என மறைமுகமாகக் கருதப்படுவதை உணர்ந்தேன். தமக்குச் சாதகமானதைச் சாதித்துக்கொள்ள எப்படிப்பட்ட ஆள் தேவை என்பதே தலையான தகுதியாக கருதப்படுகின்ற எதார்த்த நிலையை அப்போதுதான் உணர்ந்தேன். சபைகளில் குவிந்து கிடக்கும் ஆள்பலத்தை, ஆற்றலை, செல்வங்களைச் சக்கை உணவைப் போல் எளியோருக்கு பகிர்ந்தளிக்க துணியாதவரை, அந்த வீட்டுக்கு சபைக்கு மீட்பு வருமா என்பது கேள்வி தானே. துறவுச் சபைகள் திருச்சபையில் கிளர்ந்தெழுந்து திருச்சபையைப் புதுப்பிக்க கிருத்துவத்தின் கருப்பொருள் ஆகிய ஒடுக்கப்பட்டோருக்கு உரிமை வாழ்வை வழங்குதலை வாழ்ந்து காட்டவே, வேரோட்டமான மாற்றத்தின் தீவிரம், புரட்சிகரப்போக்கு, சவால் ஆகியவற்றைத் தனிவரம் என்று கொண்டிருந்த துறவு சபைகள் இன்று இவற்றையெல்லாம் துறந்து விட்டார்கள். சாதிய பிடிக்குள் சிக்கி சீரழிந்து மலடாகிக் கொண்டிருக்கிறார்கள். ஆளும் வர்க்கத்தின் கைக்கூலியாகிக் கொண்டிருக்கிறார்கள்" *(1994:54)* என்பதாக ஆதங்கப்படுகின்றார்.

ஆதிக்கம், சுரண்டல், ஒடுக்குமுறை என்ற மூன்றினாலும் தலித் பெண்கள் தாக்கப்படுவதற்கும் அவர்கள் மீது அதிகாரம் நிறுத்தப்படுவதற்கும் பால் பாகுபாடுகளே முக்கிய அடிப்படையாகின்றது. இந்தச் சூழலினை நன்கு உணர்ந்து

கொண்ட தலித் படைப்பாளர்கள் குறிப்பாகப் பெண்ணியப் படைப்பாளர்கள் சாதியை ஒழிப்பது, தலித் பிரச்சினைகளை பேசுவது, கலகக்குரல் எழுப்புவது, கடுமையானச் சமூக, சமய, அரசியல் எதிர்வினைகளை தூண்டுவது, பொருளாதாரச் சமத்துவத்தை வலியுறுத்துவது, தலித் உணர்வை உசுப்பி விடுவது, மரபுகளை உடைப்பது, சமயப் புனிதங்களையும் அதன் போலிகளையும் அம்பலப்படுத்துவது என்பன போன்ற பல்வேறு நிலையிலும் விழிப்புணர்வுப் பணியினை மேற்கொள்கின்றனர். "இதுபோன்ற பணிகளையே தலித் அழகியல் கூறுகிறது"14 என்பதாக முகில் என்பவர் குறிப்பிடுகின்றார். தலித் சமூக விடுதலைக்கான அரசியல் கூறுகளையுடையதாகவே விடிவெள்ளி தமது சுய சரிதையைப் படைத்துள்ளார்.

சாதிய, மேலாதிக்க வன்முறையைக் கொண்ட கேந்திரமாகவே மாறிவிட்டத் திருச்சபையினைச் சார்ந்து இருக்கக்கூடிய தலித் பெண் துறவிகளின் நிலை என்பது மிகுந்த அபத்தத்திற்கும், அவள் அதற்கும் உரியதாகவே உள்ளது. குருக்களாக, ஆயர்களாக, மேய்ப்பாளர்களாக உள்ள மேலாதிக்கச் சாதிய உணர்வுடைய ஆண், பெண் துறவிகளின் அடிமைத்தனம் மிக்க ஆதிக்கப் பிடிக்குள் சிக்கித் தவிக்கும் பெண் துறவிகள் மீது நிகழ்த்தப்படும் பாலியல் சார்ந்த ஒடுக்கு முறைகளை பின்வரும் நிலைகளில் இருந்து அறிய முடிகின்றது.

ஆயர்கள் மேய்ப்பர்களால் சுரண்டப்படும் தலித் துறவிகளின் நிலைப்பாடுகள் :

1987—ஆம் ஆண்டு தஞ்சை வட்டாரத்திற்குரியத் துறவியர் பேரவையின் பொறுப்பாளராகவும், தலைவராகவும், விடிவெள்ளி பொறுப்பேற்கின்ற இவருக்கு பணிக்காலத்தில் 22 மடங்கள், 120 பெண் துறவிகள், 6 குருக்கள், 6 ஆயர்கள் உள்ளிட்டவர்களை சந்திக்கின்ற வாய்ப்பு கிடைக்கின்றது. இதனால் துறவுச்சபை மதம் சார்ந்து செயல்படுகின்ற பெண் துறவிகள், ஆண் துறவிகள், குருமார்கள், ஆயர்கள், போப்புகள் உள்ளிட்ட பலரது செயல்பாடுகள் குறித்தும் புரிந்து கொள்கின்றார். கிறித்தவ திருச்சபையாளர்கள் துறவுச் சபைகளையும், மடங்களையும், பெருவாரியாகக் கிராமப் புறங்களிலேயே அமைக்கின்றனர். குடிசைகளில் வாழ்கின்ற 90% மக்களை ஏமாற்றி, அவர்களின் பெயரில் வெளிநாடுகளிலிருந்து பணம் பெறுகின்றனர். அந்தப் பணத்தில் தான் மடங்களையும், மருந்தகங்களையும், பள்ளிகளாகவும், பணக்கார பங்களாக்களாகவும் கட்டிக்கொண்டு, சுகபோக

வாழ்க்கை நடத்துகின்றனர். இதனால்தான் குடிசையும் சேரிவாழ்க்கையும் எவ்வித மாற்றமுமின்றி இன்றும் அப்படியே இருக்கின்றது எனவும், ஒடுக்கப்பட்ட மக்களுக்காக வே தங்களை அர்ப்பணித்துக் கொண்டவர்களாகக் காட்டிக்கொள்ளும் ஆயர்கள் குட்டி ஆமைகள் போன்று செயல்படுவதே இதற்கு காரணம் என்பதை சுட்டிக் காட்டுகின்ற இவர், "ஆமைகள் கெட்டியான ஓட்டுக்குள்ளே தங்களைக் காத்துக் கொள்கின்றனவே... இதே நிலையைத் துறவிகள் அடைந்து விட்டார்களோ? என்ற கேள்வி எழுகின்றது. இப்படியாகத் தங்களை தற்காத்துக் கொள்ளும் இவர்கள் மனிதத்தை ஏதோ ஒன்று அரித்துக் கொண்டிருக்கிறது. இவர்களில் பலர் ஏன் தம் பெருவாரியான நேரத்தை புறங்கூறுவதில் செலவிடுகின்றார்கள் சமூக விழிப்புணர்வுப் பணிகளிலும், சமூக ஈடுபாட்டிலும் ஏன் அதிக ஆர்வம் செலுத்தவில்லை?

ஆனால் எப்படியோ இவர்கள் தங்கள் சொந்தம், சுற்றம், குடும்பத்தாரைப் பணம் வரக்கூடிய வேலைக்கு அமர்த்தி விடுகின்றார்கள். படிக்க வைக்க வாய்ப்புத் தேடி தருகின்றார்கள். முள்வேலி கட்ட, மாடு கவனிக்க, தோட்டம் பராமரிக்க, தண்ணீர் தூக்க, அழுக்குத் துணி துவைக்க, சமையல் செய்ய, எடுபிடி வேலை பார்க்க கிராமத்து ஏழைகள், தாழ்த்தப்பட்டச் சாதியினரைப் பலிகெடாவாகப் பயன்படுத்தப்படுகிறார்கள். ஒடுக்கப்பட்டோரின் விடுதலைக்கு போராடும் மனப்பக்குவமோ, மனித முதிர்ச்சியும் காண்பது அரிதாகயிருக்கின்றது. கடவுள் அவர்களிடம் எதிர்பார்க்கும் பணி என்று தருமநியாயம் கற்பிக்கின்றார்கள்."*(1994:40)* குட்டி ஆயர்களாகச் செயல்படும் பங்கு குருக்களில் பலர் ஜனநாயகக் கலாசாரத்தில் வளராதவர்களாக இருப்பதால் தான் சபைகளிலும் மடங்களிலும் இருந்துகொண்டு அப்பாவி தலித் சமூக மக்களை எதோச்சதிகாரப் போக்கில் நடத்துவதோடு, சாதிய நச்சுக் கிருமிகளை உற்பத்தி செய்து வளர்த்தெடுக்கும் நிபுணர்களாகவும் செயல்படுகின்றார்கள்.

தங்களையும் தங்கள் குடும்பத்தாரையும் குடிசை நிலையிலிருந்து மாடி நிலைக்கு உயர்த்துவதிலேயே குறியாக இருக்கும் இவர்கள் குறித்து, "மதத்தாலோ, அரசாங்கத்தாலோ, மக்களாலோ எந்த வகையிலும் கல்லடிபடாமல் பெரிய ஆமைகளாகத் தங்களை தற்காத்துக் கொள்ளும் இவர்களா ஆயர்கள்? இவர்களா ஒடுக்கப்பட்ட மக்களை விடுதலை நகர் நோக்கி வழி நடத்தப் போகிறார்கள்?"*(1994:40)* என்று சந்தேகிக்கவும் செய்கின்றார்.

ஒடுக்கப்பட்ட மக்களுடைய விடுதலைப் பணியே, விவிலியக் கடவுளுக்குரியச் செயல்பாட்டின் மிக இன்றியமையாதக் கூறு என்று சுட்டிக்காட்டும் மோகன் லார்பியர் என்பவர், “விவிலியக் கடவுளை ஏற்றுக் கொள்பவர்கள் அவர் மீது விசுவாசம் கொள்பவர்கள் ஒடுக்கப்பட்ட மக்களிடத்து இயேசுவைப் போலவே விடுதலை பணி செய்ய வேண்டும்”15 என்று குறிப்பிடுகின்றார். இவரது குறிப்புகளின் படி செயல்படக் கூடியவர்களாக இல்லாமல், விவிலியக் கடவுளுக்கும் அவரது செயல்பாட்டிற்கும் முற்றிலும் முரண்பட்டு இருக்கின்ற ஆயர்களையும் குருக்கள் உள்ளிட்டவர்களையும் தான் படைப்பாளர் ஆமைகளான ஆயர்கள் என்று குறிப்பிடுகின்றார் எனப் புரிந்து கொள்ள முடிகின்றது.

மௌனமும் வழியும் என்கிற உணர்வுத் தளத்தில் தனது சுயசரிதையை எழுதி இருக்கின்ற படைப்பாளர், அவரது ஏமாற்றம், ஆணாதிக்கத் துறவிகள், பெண் துறவிகள் மீதான எதிர்ப்புக்குரல், தலித் பெண்ணியக்குரல், வீடு, பணியிட சிக்கல்கள், உழைக்கும் தலித்துறவிகளின், பெண்களின் மீதான விடுதலை, உடல் சார்ந்த பிரச்சனைகள், கட்டற்ற சுதந்திரம் வேண்டுதல், பெண் துறவிகளின் மீது முறையற்ற ஒழுக்க விதிகளையும், அறத்தையும் நிர்ப்பந்திக்கின்ற ஆதிக்கச் துறவுச்சபைகள், மடங்கள் உள்ளிட்டவற்றின் பண்பாடு, பெண் உடலை நசுக்குவதிலேயே குறியாகச் செயல்படுகின்றது.

துறவின் எல்லா உயர் நிலைகளையும், ஆக்கிரமித்திருக்கும் ஆணாதிக்க துறவிகள், பிற பின் துறவிகளின் உடலைப் போகப் பொருளாகப் பார்க்கின்ற கொடுமைகளும் வேறு இதன் ஊடாகவே நடைபெறுகின்றது என்பது அதிர்ச்சிக்குள்ளாக்குகின்றது.

ஆண் துறவிகளால் பாலியல் துன்புறுத்தல்களுக்குள்ளாகும் பெண் துறவிகளின் நிலைப்பாடுகள் :

துறவுச் சபைகள், மடங்கள் இவற்றை நம்பி வாழ்கின்ற, இவற்றுக்காக உழைக்கின்ற தாழ்த்தப்பட்டத் தலித் பெண் துறவிகளின் உடல், ஆண் துறவிகளால் சீண்டப்படும் தீண்டத்தகாதது என்று ஒதுக்கப்படும் பொருளாக்கப்படுகின்ற அவலம் நிகழ்வதை, அப்பட்டமானச் சான்றாதாரங்களுடன் காட்டுகின்ற ஆசிரியர். துறவுக் கலாச்சாரத்தில் நிகழும் இந்த ஈனத்தனமான பாலியல் அரசியலை, எதிர்க்கத் துணியாமல் அதை மௌனமாக ஏற்றுக்கொள்ளும் பெண் துறவிகளின்

பரிதாப நிலைப்பாடுகளை, "மேதகு ஆயர்கள், நம்ம பிள்ள எப்படி இருக்கு? என்றார். நம்ம பிள்ள தான் சாதிச்சிஸ்டர். உன்னைய பாக்கத்தாம்மா இவ்வளவு தூரத்தில் இருந்து வந்தேன் என்கிறார் சிவப்பாக இருக்கும் தம் சாதிச் சின்ன சிஸ்டரைப் பார்த்து மற்றொரு ஆயர்... சிலர் சிஸ்டர்களோடு பணிப்பெண்களோடு, குடும்பப் பெண்களோடு சிலிம்புசங்கள் செய்வதாகப் பாதிக்கப்பட்டவர்கள் என்னிடம் கண்ணீர் விடும் போது, ஆட்டுத்தோல் போத்திய ஓநாய்கள் என்றாரே இயேசு அது ஞாபகத்திற்கு வந்தது" *(1994:40 — 41)* என்ற வரிகளில் உணர்த்துகின்றார்.

பணம், பதவி, பந்தம், பந்தா வாழ்க்கை இவற்றுக்காகவே துறவு என்ற பெயரில் புனிதப் போர்வையில் செயல்படும் இந்த ஆயர்கள், பங்களா, கார், செங்கோல், கிரீடம், தங்கச் செயின் எனப் பல்வேறு ஆடம்பரங்களினால் அலுத்துப்போய் இருக்கிறார்கள் இவர்களைத் தான், "யாரைப் பற்றி இவர்கள் உண்மையிலேயே அக்கறை கொண்டிருக்கிறார்கள்? இவர்கள் மக்களைக் காக்கும் ஆயர்களா? தங்களை தம் நிறுவனத்தைக் காக்கும் ஆமைகளா?" *(1994:42)* என்று கேட்கின்றார். தமக்கு எதிராக செயல்படுகின்ற எந்த நிறுவன அமைப்புகளையும் இன்றைக்கு கிறித்தவத் தலித்துகள் நம்பவோ, ஏற்றுக்கொள்ளவோ தயாராக இல்லை என்பதையே ஆசிரியரின் துணிச்சலானப் படைப்புதளம் சார்ந்த நடவடிக்கைகள் காட்டுகின்றது.

பாக்கியமுத்து என்பவர், "தலித் சமூக நவீன படைப்புகளானது குடும்பம், சாதி, சமயம், சமூகம், அரசு உள்ளிட்டவற்றின் கட்டுப்பாடுகளை உள்ளவாறே ஏற்றுக் கொள்ளாதவை என்றும் இக்கட்டுப்பாடுகளிலிருந்து விடுதலைப் பெறத் துடிக்கும் மாந்தர்களையே கதாபாத்திரங்களாக சித்தரிப்பவை எனும் கைலாசபதி கூறுவதாகத் தமது நூலில்'"16 பதிவு செய்திருப்பதன் கீழாக வைத்து விடிவெள்ளியினுடைய படைப்புச் செயல்பாட்டை அணுகும்போது, அது கிறித்தவச் சமயச் சபைகளை நிர்வகிக்கின்ற ஆதிக்கவாதிகளின் கீழாகவே பல்வேறு நிறுவன அமைப்புகள் இயங்குகின்றன. இந்த அமைப்புகள் யாவும் ஆதிக்கக் கட்டுப்பாடுகளை உள்ளவாறே ஏற்றுக் கொள்வதாக இருப்பதையும், இத்தகையக் கட்டுப்பாடுகளிலிருந்து விடுதலைப் பெறத் துடிக்கின்ற மாந்தர்களையே கதாப்பாத்திரங்களாகச் சித்தரிக்கின்றதையும் உற்று நோக்கி அறிய முடிகின்றது. இந்த வகையில் கலக்கல் சுயசரிதையைத் தலித் கிறித்தவச் சமூக மக்களின்

விடுதலைக்கான நவீன வரலாற்று இலக்கியப் படைப்பு என்பதாகக் கொள்ளலாம்.

இளம் பெண் துறவிகள் மீது நடத்தப்படுகின்ற ஆதிக்க அதிகாரச் செயல்பாடுகள் :

இந்தியத் — தமிழகத் துறவியர் பேரவையின் முக்கியப் பொறுப்பில் உள்ள பெண், ஆண் துறவிகள் ஒடுக்கப்பட்ட மக்களை மையப்படுத்தியச் செயற்பாடுகளில் தம் ஆர்வத்தைச் செலுத்தாமல், சபையைச் சார்ந்திருக்கின்ற தலித்துகளையும் பிறரையும் மூலதனமாக வைத்து அவர்களது உழைப்பைச் சுரண்டுவதுடன், மனிதநேயமேயின்றி தான் அவர்களை நடத்துகின்றனர். அன்றையத் தலித்துகள் ஆகியச் சமாரியரோடும், ஒடுக்கப்பட்டவர்களோடும் தன்னை இணைத்துக் கொண்ட இயேசுவைப் போலவே இன்றைக்கு இருக்கின்ற தலித் கிறிஸ்தவர்களோடு தங்களை இணைத்துக் கொள்வதற்கும், அவர்களுக்கு எதிராக பின்னப்படும் என்ற ஆதிக்க வலைகளை அறுத்து, திருச்சபையைச் சார்ந்த சாதிவெறி பிடித்த மேலாதிக்கக் குருக்கள், பங்கு குருமார்கள், ஆயர்கள், பெண் துறவிகள் உள்ளிட்டவர்களுக்கு எதிராகப் போராடுவதற்கும் உரிய ஒரு புதிய புரட்சிகர இயேசுவை, அவரின் பதிலியைத்தான் தலித்துகள் அனைத்து திருச்சபைக்குள்ளாகவும் தேடிக் கொண்டிருக்கின்றனர். அந்த அளவிற்கு திருச்சபையும், துறவுச்சபை, மடங்கள் இவை சார்ந்த நிறுவன அமைப்புகளும் தலித்துகளை சாதீய ரீதியில் வாட்டி வதைக்கின்றது.

திருச்சபை, துறவுச் சபையின் தலித் விரோத நடவடிக்கைகள் :

கருக்கு பாமாவை விட கலக்கல் விடிவெள்ளியே திருச்சபை குறித்தும் அதன் நிறுவன அமைப்புகள் தலித்துகளுக்கு எதிராக, தலித் பெண்களுக்கு எதிராக என்னவெல்லாம் செய்கின்றது என்பதையும் உலகளாவியப் பார்வையில் பதிவு செய்கின்றார். இவர் பதிவுகளின்படி, திருச்சபையின் கீழான நிறுவனங்கள் யாவும் ஒடுக்கப்பட்ட மக்கள் வாழுகின்ற இடங்களில் அமைக்கப்படுகின்றது. அதன்பின் மக்களைத் தம் வசப்படுத்தும் வகையில் கல்வி நிலையங்களை, சபைகள், மடங்கள், கோயில்களுக்கு அருகாமையிலேயே உருவாக்கி, பள்ளிகளிலும், சபைகள் மடங்கள் சார்ந்து நடத்தப்படும் விடுதிகளிலும் தங்கிப் பயிலும் இளம் குழந்தைகளை நிறுவனச் சபையில் இணைத்துக் கொள்ளும் வகையில் திட்டம் தீட்டுகின்றனர். பின்னர் தேர்வின்

மூலம் பள்ளிக் குழந்தைகளில் தகுதியானவர்களை பொறுக்கி எடுத்து அவர்களுக்கு மதக்கல்வி அளிக்கின்றனர். தொடர்ந்து அவர்களை மூளைச் சலவைக்கு உள்ளாக்குகின்றனர். இவர்களை பின்னாளில் எங்கு? எப்போது? தயார்படுத்துவது என்பன உள்ளிட்ட நிலைகளில் திட்டம் வகுத்து மெல்ல மெல்ல அவர்களைத் துறவு வலைக்குள் புகுத்துகின்றனர். இவ்வாறு சிக்கிக்கொள்பவர்களேப் பல்வேறுத் துன்பங்களைத் தொடர்ந்து அனுபவிக்கின்றனர்.

இதனை காண்கின்ற ஆசிரியரே, “இயற்கையாக இவர்களை வாழவிட்டால் ஆனந்த பறவைகளாக இருந்திருப்பார்கள். சுறவு சபையில் வாழும் பலரின் வெதும்பிய நிலையோடு இணைத்துப் பார்க்கும் பொழுது இந்த இளசுப் பிள்ளைகளை துறவு வளைக்குள் போடுவது கொடூரமான அநீதி இல்லையா என்று தோன்றும். எனக்கு ஒரு பெண் இருந்தால் சிக்க வைப்பேனா? இது ஒரு பெண்மைக்குச் செய்யும் துரோகச் செயல் ஆகும் என உணர்ந்திருக்கிறேன்” *(1994:46)* என்று வருத்தமடைவதோடு, மேலும் சபைக்கு ஆல் பிடிக்கின்ற இத்தகைய நடவடிக்கைகள் குறித்து, “பள்ளிகள் அதிகரிக்கின்றன. பங்குக்கோயில்களுக்குப் பக்கத்தில் மடங்கள், சில இடங்களில் மருத்துவமனைகள், சபைகளில் வளரும் பிள்ளைகளை நிறுவனத்தில் அமைக்கத் திட்டமிட வேண்டியுள்ளது. எத்தனை பேர் எப்பொழுது ஓய்வு பெறுவார்கள்? எத்தனை இடங்கள் எப்பொழுது நிரப்பப்பட வேண்டும்? இளம் பிள்ளைகளில் யாரை எங்கு நிரப்பப் பயிற்றுவிப்பது என கணக்குப் போட நிர்பந்திக்கப்படுகிறார்கள். அப்படியான இடங்களை நிரப்பிய பிறகு எஞ்சியிருப்பவர்களைப் பொதுவாக, அதிகம் படிக்க இயலாதவர்களை, ஓய்வு பெற்றவர்களைப் சமூகப்பணி, கிராமப் பணி, நற்செய்திப் பணி என்பதற்கு ஒதுக்குகிறார்கள்.” *(1994:47)* என்பதாகப் பலப்படுத்துவதில் இருந்து திருச்சபை, துறவு சபைகள் இரட்டை வேசம் போட்டுக் கொள்வதோடு, ஒருவித மௌனத் கலாச்சாரத்தையும் கடைப்பிடிக்கின்ற ஒன்றாக மாறிவிடுகின்றது என்பது விளங்குகின்றது.

“பல்வேறு சபைகளின் சார்பாகச் செயல்படுகின்றார்கள் கடவுளின் பெயரைச் சொல்லி துறவில் பலரை ஈடுபடுத்துகின்றார்கள். இவ்வாறு ஈடுபடுத்தபடுபவர்கள் தான் ஒடுக்கப்பட்டவர்கள் உடன் இணைந்து வாழ முடியாத நிலையில் மனநிலைப் பாதிப்புக்கு ஆளாவதோடு, நிறுவனத்திற்காக தங்களது சுய மதிப்புகளையும், சிலர் பெண்ணையும் கூட

இழக்கின்றார்கள். முரண்பாடுகளோடு வாழவேண்டிய சூழலுக்குள் ஆட்படுகின்றனர் இத்தகையோர்களே ஆலயத்திலும் சபை அமர்வுகளில் பல்வேறு எதிர்ப்புகளைச் சந்திக்கின்றனர்."*(1994:48—49)* என்பதையும், இவற்றையும் மீறி இச்சமூகச் செயல்பாட்டாளர்கள் பணியின் பொருட்டு ஒரு இடத்திற்குச் செல்லும்பொழுது, சமூகப் பகுப்பாய்வு அற்ற ஒரு பங்குகுருவின் கட்டுப்பாட்டின்கீழ் வருகின்றார்கள். இவர்களைப் பங்கு குருவானவர் தன்னாதிக்கத்தினால் அடக்குவதோடு, சுயத் திட்டங்களுக்கு ஏற்ப அடிபணிந்து நடக்க வேண்டிய நிர்பந்தத்திற்கும் உள்ளாகின்றார்கள். இதனால், ஞான உபதேசம் கற்றுக்கொடுக்க, சந்தா பணம் வசூலிக்க, உண்டியல் எண்ணுவதற்கு, சக்கிரிஸ்டியர்களை கவனிக்க, சமையலறையைப் பார்த்துக் கொள்ள, புதுநன்மை தயாரிக்க, திருமணத்திற்குத் தயாரிக்க, சாமியார்களின் துணிமணிகளைக் கணக்கெடுக்க, தூசி படிந்த பழையச் சடங்குகள் சம்பிரதாயங்களுக்குப் புதுப்பொலிவு கொடுத்து அவற்றுக்கு தூபம் போட, எல்லாவற்றிற்கும் மேலாக நிறுவனத்திற்குச் சொத்தின் மேல் சொத்துச் சேர்க்க எனப் பல்வேறு நிலைகளிலும், துடிப்புடன் செயல்பட கட்டாயப்படுத்த படுகின்றார்கள். இவ்வாறு பயன்படுத்தப்படும் சமூக பணியாளர்கள் தான் துறவு சபைகளின் இழிவு படுத்த படுகின்றனர் *(1994: 47—50)* என்பதையும் கூடுதலாக அறிய முடிகின்றது.

இளம் துறவிகளை இழிவுபடுத்தி, மண்டியிட வைத்தல் :

துறவில் ஈடுபடுத்தப்படும் இளம் சமூக பணியாளர்கள் சபையில் உள்ள பலராலும் அவமானப்படுத்தப்படுகின்றனர். இவர்களின் நடத்தைகள் கொச்சைப்படுத்தப்படுகின்றது. முறையற்றப் பல்வேறுப் பணிகளைச் செய்யச்சொல்லி இவர்களை கட்டாயப்படுத்துவதோடு, வரம்பு மீறிய ஏச்சிற்கும் பேச்சிற்கும் உள்ளாக்குவதை, "ஆலயத்தில், சபை அமர்வில், தியானத்தில், வழிபாட்டில் ஒடுக்கப்பட்டோர் நம் சகோதரர்கள் சகோதரிகள் என்று முணுமுணுப்பவர்கள் சுய வாழ்வில் நேர் எதிரியாகவே செயல்படுகின்றார்கள். சமையல் வேலை, வீட்டு வேலை பார்ப்பவர்களைபச் சனியன் என்றும், பன்னி மாதிரி தின்பவர்கள், எருமை மாடுகள் என்றெல்லாம் மானாவாரியாக திட்டுவதையும்... 60 வயது முதியவரை வாடா போடா எனப் பேசுவது ஆதிக்கத் திமிரின் வெளிப்பாடு... மோட்டார் எந்திரமுள்ள கொட்டகையே இவர்கள் தங்க

வேண்டிய இடம், வாட்ச்மேன், டிரைவர்கள் இவர்களை எல்லாம் எடுபிடிகளாக்குவது, எப்பொழுதும் வெள்ளை உடை அணிவித்து ஏழைப் பிள்ளைகளை அவர்கள் பெற்றோர் முன் புனிதையாகக் காட்சி தரச் செய்வது, பின் அவர்களைக் கூனிக்குறுகி சிறுமைப் படுத்துவது, மண்டியிட வைப்பது, ஆசிர்வதிப்பது போல் அவர்களைத் தாழ்த்தி, தாழ்வாகவே இருக்குமாறு செய்வது... அருட்சகோதரிகளைப் பற்றி இழிவாக பேசி சின்னக் குறைகளைக் கூடப் பெரிதுபடுத்துவது, சாதிவாரியாக, மொழிவாரியாகச் சேர்ந்துகொண்டு பிறருக்கு குழி பறிப்பது, சகதியை அள்ளி வீசுவது என்பன போன்ற செயற்பாடுகள் சகஜமான ஒன்றாக மடங்களில் நிகழ்ந்து கொண்டு வருகிறது. வற்றிய கிணறு போல் கிடக்கும் ஏழை மக்களின் நிலைமையையும், தண்ணிக்குச் செத்த செடிகளாக தெரியும் குழந்தைகள், போலீஸ் அராஜகத்தாலும், ஆண் ஆதிக்கக் கொடுமையினாலும் கண்ணீர் வடிக்கும் பெண்கள், தாழ்த்தப்பட்ட மக்கள் சிந்தும் இரத்தம் போன்றவைகளும் சபையிலுள்ள பலரின் மனதை சுடுவதே இல்லை. அவர்கள் கண்களைக் கலக்குவதில்லை. இதனால்தான் கத்தி அழாமல் இறுகிய பாறைகளாகவே இத்தகையோர் மாறிவிடுகிறார்கள்" *(1994:49)* என்கிறார்.

துறவில் சிக்கிக் கொள்கின்ற சமூகப் பணியாளர்களும், இளம் துறவியர்களும், சிறியவர் முதல் பெரியவர் வரை உள்ள இன்ன பிறரும் இறை நம்பிக்கையின் அடிப்படையில் தன்னையே இழந்தவர்களாக கூனிக்குறுகி போவதை விளக்குகின்றார். தலித்துகளின், தாழ்த்தப்பட்டப் பிற மக்களின் மீது நிகழும் மேற்கண்டச் செயற்பாடுகள் உடல் சார்ந்த ஒரு அடிமைத்தனம் என்பதாகவே வெளிப்படுகின்றது. இதுகுறித்து ராஜ்கௌதமன், "மனிதரின் உடல் அசைவுகள், சைகைகள், இடம், காலம் ஆகியவற்றின் அசைவுகள் கூட ஆதிக்க அடிமை நிலைமையின் தகுதிகளை வேறுபடுத்திக் காட்டுகிற சமிக்ஞைகளாகச் செயல்பட்டுக் கொண்டிருக்கின்றன... எழுந்து நிற்பது, பாதங்களைத் தொட்டுக் கும்பிடுவது, கண்களில் ஒற்றுவது, நெடுஞ்சாண கிடையாக வீழுவது முதலியன அடிமைப்பட்ட, கீழ்மைப்பட்ட நிலையைச் சுட்டுகிற உடல் அசைவுகளே""[17] என்று விளக்குவதன் கீழாக வைத்து இளம் துறவிகள் மீது நிகழ்த்தப்படுவது, உடல் சார்ந்த அடக்கு முறைகளே எனத் துணியலாம். ஏழ்மையான குடும்பங்களிலிருந்து வருபவர்களையே துறவுச்சபைகள் மெல்ல மெல்ல உருமாற்றத்திற்கு உட்படுத்தி ஒடுக்குகின்றது. இதனால்தான்

அவர்கள் தங்களது சுயச் சமூகக் கலாச்சாரங்களில் இருந்து இவர்கள் துரத்தப்படுத்தப்படுகின்றார்கள்.

இவர்களது சமூக உறவாட்டங்களுக்குக் கூட நாளடைவில் தடை விதிக்கப்படுகின்றது. தொடர்ந்து நடுத்தர வர்க்கத்தினரின் தன்மைகளை உள்வாங்கக் கற்பிக்கப்படுகின்றனர். இந்த வகையில் 40 வயதிற்கு மேற்பட்டவர்களே கொள்கை, இலட்சியம், ஒடுக்கப்பட்டோர் பணி இவைகளை மெல்ல மெல்ல மறந்து விடுகின்றனர். பின்பு சிறைக்கைதிகளைப் போல் நிறுவனத்தை நிலைநிறுத்தவே இயந்திரமாக இயங்குகின்றார்கள். இதனாலேயே துறவுசார் மனித உறவுகள் கரடுமுரடான ரோட்டில் பயணம் மேற்கொள்வதைப் போன்று அமைவதாக ஆசிரியர் காட்டுகின்றார். *(1992:49—50)* எனவும் விளங்கிக் கொள்ளவியலுகின்றது.

ஆசிரியர்களையும் பணியாளர்களையும் நெருக்கடிக்குள்ளாக்குதல் :

துறவுச்சபை, மடம் இவை சார்ந்து நடத்தப்படுகின்ற பள்ளிகளில் ஆசிரியப் பணியாற்றும் பெண் துறவிகள் மீது திணிக்கப்படுகின்ற நெருக்கடிகளை, ஆணாதிக்க, பெண்ணாதிக்க துறவிகளின் நடைமுறைகள் தெளிவுபடுத்துகின்றதை, "இவுங்க கிட்டப்பிழைக்கணும்னா... நம்ம எப்பயும் தாழ்வாகவே நடந்துக்கணும், அவுங்கள மேல வச்சிடனும்... என்று ஆசிரியர்கள், பணியாளர்கள் பலர் சொல்லக் கேட்டுள்ளேன்" *(1992: 50)* என்பதாக நூலாசிரியர் விளக்குகின்றார். இத்தகையோர் மீது எத்தகையதொரு நெருக்கடிகள் திணிக்கப்பட்டிருந்தால், இவர்களாகவே தங்களைத் தாழ்த்திக் கொள்ளக் கூடியவர்களாக இருந்திருப்பார்கள் என்று காணும் பொழுதுதான் இதனுடையத் தீவிரத்தை உணரவியலுகின்றது. திருச்சபையிலும், இதன் கீழ் செயல்படும் பிற நிறுவன அமைப்புகளிலும் துறவு வாழ்விலும் கூட தலித், தலித் பெண் சமூக மக்களே பெரிதும் பாதிப்படைகின்றனர். இவர்களே எல்லா நிலைகளிலும் தரம் தாழ்த்தப்படுதலுக்கும் பாலியல் சீண்டல்களுக்கும் உள்ளாக்கப்படுகின்றார்கள். இதனால் இவர்களுக்கு உரிய நீதியும், சமத்துவமும், உரிமையும், விடுதலையும் மறுதலிக்கப்படுகின்றது. இவ்வாறு மறுக்கப்படுவனவற்றைத் தலித் பெண்கள், துறவிகள் மீட்டெடுக்க வேண்டுமென்றால், முதலில் அவர்கள் அதிகாரத்தைக் கைப்பற்றி ஆகவேண்டும். அதிகாரத்தைக் கைப்பற்றுதலே சமூக விடுதலைப் போராட்ட நகர்விற்கான முதல் படியாக உள்ளது என்பதால், ஆதிக்கச் செயல்பாடுகளைக் கண்டு அனுசரித்து செல்லாமல் கலகக்

குரலெழுப்ப வேண்டும். புரட்சி செய்ய வேண்டும். இதன் மூலமாகவே பெண்கள் தங்களுக்கான புதிய விடுதலை வெளியை கட்டமைக்க முடியும் எனலாம். இதேபோன்ற புரட்சிக் கருத்துகளையே தோதாத்ரி என்பவர்ணீ "அதிகாரத்தைக் கைப்பற்றுதலும் கட்டமைத்தலும்"18 என்பதன் கீழாக பரிந்துரைக்கின்றார்.

ஆணாதிக்கச் சபைகளும் பெண்ணிய அத்துமீறல்களும் :

ஒரு தலித் சமூகப் போராளிக்கு மகளாகப் பிறந்த விடிவெள்ளி, அவரைப் போலவே, போராட்டக் குணத்துடன் கிறித்தவச் சமூகத்தையும், சமயத் திருச்சபை, துறவு நிறுவன அமைப்பு உள்ளிட்டப் பிறவற்றையும், கடும் விமர்சனத்திற்கு உட்படுத்துகின்றார். இதன் ஒரு நிலையாகவே, ஆதிக்கத் துறவிகள் நிகழ்த்தும் அதிகார அத்துமீறல்களை வெளிப்படுத்தி, கண்டனக் குரலெழுப்புகின்றார். இந்தக் குரல் ஒளியானது 'சிங்கக் குகையில் சிக்கிய மான் குட்டிகள்' என்ற தலைப்பின் கீழ் பின்வரும் நிலைகளில் பதிவாகியிருப்பதைக் காண முடிகின்றது.

ஆணியல் பங்கு நிர்வாகமும் நாயினும் கீழாக நடத்தப்படும் பெண் துறவிகளும் :

துறவு வட்டாரத் தலைவியாகச் சில ஆண்டுகள் பொறுப்பு வகித்த ஆசிரியர், பல்வேறு சபைகளிலும் உள்ள ஆணாதிக்கத் துறவிகளின் பிடியில் சிக்கி, பெண் துறவிகள் நாய் படாத பாடுபடுவதை, ஒரு பங்குசாமியாரின் நிர்வாகத்தின் கீழ் இருக்கிற அனாதை இல்லம் சார்ந்தக் குழந்தைகளைக் கவனிப்பதற்காக நியமிக்கப்பட்டிருக்கிற அருட்சகோதரிகள் அந்தச் சாமியாரால் நாயினும் கீழாகவே நடத்தப்படுகிறார்கள். இந்த அடிப்படையில் "பணத்துக்காக அவர் அறையில் போய் காத்துக் கிடக்கின்ற சிஸ்டர்களை அலைக்கழிப்பதோடு, மறுநாள் செல்பவர்களை மணிக்கணக்காக காத்துக்கிடக்கவும் செய்கின்றார்.

பின் அரைவயித்துக் கஞ்சிக்குக்கூட போதாத அளவுக்குச் சிறுசிறு தொகையாகத் தருகின்றார். இதனால் அந்த சகோதரிகள் மெல்ல மெல்ல ஒரு நாய்க்குட்டியின் நிலைமைக்கு ஆளாகி அந்தச் சாமியாரையே நம்பி வாழ்கின்ற நெருக்கடி நிலைக்கு தள்ளப்படுகிறார்கள். பணக்கோட்டையை ஆளும் வர்க்கமாக ஆண்களே பெரிதும் இருப்பதால் திருச்சபையில், மேலிருந்து கீழ்வரை சங்கிலித் தொடர்பாக இவர்களே

அதிகாரத்திலும் அமர்த்தி வைக்கப்பட்டிருக்கிறார்கள்" *(1994:43)* என்று சுட்டிக்காட்டுகின்றார். பெண் துறவிகளாக இருக்கக்கூடியவர்கள் தங்களது பயணத்திற்கும், படிப்புச் செலவிற்கும் கைச்செலவிற்கும் ஆதிக்க, அதிகாரமிக்க ஒரு கர்த்தினாலையோ, ஆயரையோ, குருவையோ தான் நாட வேண்டியச் சூழலுக்குத் தள்ளப்பட்டிருக்கின்றார்கள். இதே போன்ற நிலைமைதான் கிராமங்களில் பணியாற்றுகின்ற பெண் துறவிகளுக்கும் உள்ளது. இத்தகைய பல்வேறு நிர்ப்பந்தங்களினால்தான் பெண்களுக்குத் துறவில் சமநிலை வழங்கப்படுவதில்லை என்பதையே, "நீதியின் அடிப்படையில் உறவும் இருப்பது அரிது, சொந்த பந்தம், உற்றார் உறவினர் என்றால் ஒருவித சலுகை, அயலார் மற்றவர் என்றார் வேறொரு நடவடிக்கை இந்நிலையில் பல சகோதரிகள் தங்களது மதிப்பிழந்து கூனிக்குறுகிப் பூச்சிகளாக ஆக்கப்படும் நிலை நோக்கித் தள்ளப்படுவதாகவே தெரிகிறது" *(1992:43)* எனத் தெளிவு படுத்துகின்றார்.

சமூகப் பாகுபாட்டிற்கு ஏற்றாற் போன்றே தலித் பெண்களின் இடமும் என்பது கீழ் நிலையிலேயே இருக்கின்றது. அவர்களுக்கான சமூக அங்கீகாரம் இன்னும் முழுமை பெறவேயில்லை. பாலியலடிப்படையில் மிக அதிகமான இறுக்கத்தை இவர்களே சந்தித்துக் கொண்டு இருக்கின்றார்கள். இவர்களைத் தங்களைப் போன்ற சமூக உயிரிகளே (Social Beings) என்று கூடப் பலரும் மதிப்பதில்லை. இரு பாலினரிடையேயும், மேலாதிக்கத்தை (Hierarchy) உருவாக்கியிருக்கிறார் பாலியல் கட்டுமானத்திலிருந்துதான் ஆண், பெண் உறவு நிலை முரண்பாடுகள் பிறக்கின்றது. இதையே வர்க்க முரண்பாடாகச் சமூகமும் சமயமும் வளர்த்தெடுக்கின்றது. இதன் நீட்சியாக தான் பெண்கள் எல்லா நிறுவன அமைப்புகளிலும் அந்நியப்படுத்துதலுக்கும் (Allenation) அமுக்கப்படுதலுக்கும் உள்ளாக்கப்படுகின்றார்கள். ஆணியச் சமூக (Masculine Society) அதிகாரத்திற்குப் பெண்கள் பலியாவதும், பலியாவதிலிருந்து மீள்வதும் வரலாறு கடந்து இன்றும் தொடர்ந்து கொண்டே இருக்கின்றது என்பதையே அதலித், தலித் பெண் பறவைகளின் நிலைப்பாடுகளில் வழியாகப் படைப்பாளர் புலப்படுத்துவதாக உணவியலுகின்றது.

பங்கு கோவில்களில் அதலித், தலித் அவமதிக்கப்படும் பெண் துறவிகள் :

குரங்கு கையில் பூமாலை கிடைத்ததைப் போன்று பங்குக் கோவில்கள் பலவும் ஆதிக்கவெறிப் பிடித்த குருக்களிடமும்,

சாமியார்களிடமும் தான் இருக்கின்றது. இவர்களைச் சார்ந்து செயல்பட வேண்டிய கட்டாயத்தில் உள்ள அதலித், தலித் பெண் துறவிகளின் சார்பு நெருக்கடியை அவர்களுக்குச் சாதகமாக்கிக் கொள்கின்ற ஆணாதிக்கத் துறவிகள், பொதுச் சபையில் வைத்து மரியாதை குறைவாகத் திட்டுவதோடு, அவமதிப்பும் செய்கின்றனர். மேலும் இவர்களை எடுபிடிகளாக்கி ஏளனப்படுத்துவதோடு பங்கு கோவிலுக்கும், நிர்வாகத்திற்கும் சொத்துகளைச் சேர்த்துக் கொள்ளும் வகையில் வணிகர்களாகவும் செயல்பட தூண்டுகின்றனர். தொடர்ந்து மலிவான வேலைகள் பலவற்றிலும் ஈடுபடச் செய்து, பின்னர் அடிமை நிலைக்குத் தள்ளுவதை, "சிஸ்டர்களிடம் கங்கணம் கட்டுகின்ற பல குருக்களிடம் சிக்குண்டு அவர்கள் பட்ட துயரத்தை கேள்விப்பட்டுள்ளேன். அவர்களை அழைக்கும் முறை, 'வாடி, போடி தான்.

வா, போ தான்.' பெண்கள் என்ற காரணத்தால் எடுபிடிகளாக்குவது, சால்ராக்களாக, தலையாட்டி பொம்மைகளாக்குவது, கேலி நையாண்டிக்கு ஆளாக்குவது பங்குகளில் சாமியாருங்க போடுற கூத்துக்குச் சில சிஸ்டர்களை சிங்க ஜா அடிக்கச் செய்வது, வத்தி விற்க, அலங்காரம் பண்ண, உண்டியல் எண்ண... இப்படி சாமியார்கள், உயர, பெயர் வாங்க, அவர் காரியம் நிறைவேற, தொண்டர்களைப் பயன்படுத்துகிறார்கள். சாமியார்கள் செய்யும் வியாபாரத்தனங்களில் சிஸ்டர்களுக்கு உடன்பாடு இல்லை. கொள்கை அளவில் எதிர்ப்பு... மதிப்பீடுகளின் முரண்பாடு இருக்கின்றது தான். ஆயினும் சரிசமமாக நின்று பேச முடியாது. கூட்டுத் சிந்தனைக்கும், செயல்பாட்டிற்கும் இங்கு இடமில்லை. பெண்மையிங்கு, இன்னும் எத்தனை காலங்கள் தான் இந்த அலைக்கழிப்பிற்கு ஆளாக வேண்டும்? மாதர் தம்மை இழிவு செய்யும் மடமையைக் கொளுத்துவோம் என்னும் போர்குரலுக்கு ஏற்ற செயல் திட்டம் ஏன் திருச்சபைக்குள் இன்னும் உருவாகவில்லை?" (1994:44) என்று கேள்வி கேட்பதன் மூலமாகச் சித்தரிக்கின்றார்.

ஆணியல் கருத்துருவாக்கங்களும் (Male Ideology) அதன் வழியமைந்த பாலியல் வேறுபாட்டு (Meaning of Sexual Difference) அர்த்தங்களும் அதிவேகமாகப் புறப்பட்டுச் சென்று, பெண்களின் உடைய ஆளுமை உளவியலைப் பலமாகத் தாக்கிக் கொண்டே இருக்கின்றது. இந்தத் தாக்குதலை ஆண்கள் தங்களுக்கான ஆளுமையோடு (Dominance) செய்வதால்தான்,

பெண்கள் அவர்களது ஆளுகையின் கீழ் அடங்குபவர்களாகவே (Suppressed) இன்றும் இருத்தி வைக்கப்பட்டிருக்கின்றனர். சமூகம் சார்ந்த ஒழுங்கமைவுகள் பொது அதிகார ஆளுமையின் கீழ் இருக்கும்பொழுது அங்கு எவ்வித சலனங்களும் ஏற்படுவதில்லை. அதுவே ஒரு தலைப்பட்சமாக வெளிப்படும் போது தான், விவாதத்திற்குரியப் பேசுபொருளாக மாறிவிடுகின்றது. இந்தப் பார்வையில், ஆணாதிக்க கரத்தினால் அடக்கப்படுவதற்கு எதிராக ஒரு பெண்ணின் ஆளுமை வெகுண்டு எழும்போது தான் சுய ஓர்மை குறித்த உணர்வு நீட்சியைச் சந்திக்கின்றது. இதன் பின்னரே பல ஆண் குரல்களையும் அது கலைத்துப் போடுகின்றது. இவ்வாறு கலைத்துப் போடுகின்ற ஒரு தலித் பெண்ணிய, விடுதலைச் செயல்பாட்டின் கீழாகவே விடிவெள்ளி கிறித்தவத் துறவில் நிகழும் ஆணாதிக்கத் தனத்தை கட்டுடைக்கின்றார் எனல் தகும்.

ஆளுமைக்கான அடையாளமற்றவர்களாகவே பெண் துறவிகளை வைத்திருத்தல் :

இரண்டாம் பால்களாகவே கருதப்படுகின்ற பெண்ணுடல் ஆணாதிக்க அரசியல் ஒடுக்குமுறைகளின் பல்வேறு நிலைகளிலும் பந்தாடப்பட்டே வருகின்றது. ஆதிக்க மனோபாவம் கொண்டவர்கள் தங்கள் அதிகாரத்தைச் செலுத்தவும், நிலைநாட்டவுமான இடமாகப் பெண்களின் உடலையே தேர்வு செய்கின்றனர். பெண்ணின் பகுத்தறிவும் ஆற்றலை வலுவிழக்கச் செய்து, அவளது தனித்த ஆளுமைகளையும், ஆற்றலையும் இருட்டடிப்பு செய்கின்றனர். மேலும் அவர்களுடைய குழு மனப்பான்மையை வரன்முறையற்ற அறக்கட்டுப்பாடுகளையும், நியதிகளையும் புகுத்துவதின் வழி கட்டுப்படுத்துகின்றனர். இந்த வகையில் தலித் சமூகப் பெண்களின் உடல்கள் தான் மிக மோசமாக எல்லா நிலைகளிலும் கட்டுப்படுத்தப்படுகின்றது. இதற்குச் சான்றாக துறவு அமைப்பில் நிலவுகிற பெண்கள் மீதான வன்முறை அற்ற ஆணாதிக்க மீறல்களைப் படைப்பாளர் காட்டுகின்றார்.

சில ஆயர்களின் கட்டுப்பாட்டில் உள்ள துறவுச் சபைகளைச் சார்ந்த சகோதரிகள் உடை மாற்றுவதற்கான அனுமதி வேண்டி அந்த ஆயர்களைக் கெஞ்ச வேண்டியச் சூழலில் இருப்பதையும், ஆயர்கள் மருத்து முறைப்பதோடுச் சுயமாக செயல்பட முனைந்து அவர்கள் அடி எடுத்து வைத்தால் கர்ச்சிப்பதையும், சிறிது முன்னேறினால் கூட கட்டுப்படுத்த ஆரம்பித்து விடுவதையும், எடுத்துரைக்கின்றார். இதன்பிறகு அடிபணிந்து

விடுகின்ற பெண்கள் சபையே பின்னோக்கி நகர்கின்றது. இதனால் பெண்மைக்குரியச் சுதந்திரமோ, சுயமதிப்போ, சுய அடையாளமோ கிடைப்பது அரிதாகிவிடுவதுடன் ஒடுங்கிப் போய் விடுகின்றது என விளக்குகின்றார். இது குறித்து, "சமூகச் சிந்தனையாளர்களை சபைக்கு அழைத்தால் அடுத்த நிமிடமே ஆயர் இல்லத்தில் இருந்து அதிரடி நடவடிக்கை எடுக்கப்படுகின்றது. ஒடுக்கப்பட்டோரின் விடுதலைக்காகக் குரல் கொடுக்கும் ஏடுகளைப் படிக்காதே, நிறுவனங்களோடு தொடர்பு கொள்ளாதே... உறவாடாதே என்றெல்லாம் கண்டிப்புகள், ஆறாம் சின்னப்பர் 1975ஆம் ஆண்டு... ஆணும் பெண்ணும் சமத்துவ உறவு கொண்டு சமுதாய வாழ்வில் இணைந்து உலகை உயர்த்த வேண்டும் என்றார்... ஆனால் அப்படியானக் கருத்துக்களை ஏன் திருச்சபையில் உள்ள பலர் குப்பையில் தூக்கி எறிகின்றனர்? அடிமைத்தனங்களைக் கட்டிக்காத்து வருகின்றனர்? கட்டட அடிக்கல் நாட்டவா, மந்திரிக்கவா, கட்டடத் திறப்பு செய்யவா, வழிபாடு நடத்தவா . . . பயிற்சியளிக்கவா என எல்லாவற்றிலும் ஆண்களின் ஆதிக்கமே கொடிகட்டிப் பறக்கின்றது.

இதனால் மிகப் பலப்பெண்களுக்கு நடைபெறுவது சுயசிந்தனை மறுப்பு, சுயசிந்தனை மறுப்பிற்குப் பிறகு பெண்மை எப்படி வளரும்? மனிதம் எவ்வாறு தழைக்கும்? இதன் விளைவாக தானே பெண்மையை இழந்த சகோதரிகள் சண்டையிடுகின்றார்கள். ஆசிரியைகளை தரக்குறைவாக நடத்துகின்றார்கள், பணிப்பெண்களைக் கழிவுப் பொருளாக கருதுகின்றார்கள். விசித்திரமான கொடூரங்களுக்கு இலக்காக்குகின்றார்கள்."(1994:45) என இத்தகையோரின் இழிநிலை குறித்துப் பேசுகின்றார். தலித் தன்வரலாற்றுப் பெண் படைப்புகளாகிய கருக்கும், கலக்கலும் நிகழ்காலத்தின் உடைய அழித்தெழுத முடியாத வரலாறாக, சாதியச் சமூக, சமய ஆணாதிக்கக் கட்டமைப்புகளின் அசலான தன்மையைப் பதிவு செய்யும் வரலாற்றிலக்கிய ஊடகமாகவே உருப்பெற்றிருக்கின்றது.

ஒரு ஆணின் பார்வைகளாகவே அமைந்தத் தலித் பெண்ணியச் சித்தரிப்புகள் நான் மடை மாற்றத்திற்குட்பட்டு, தலித் பெண்ணே தனக்கான வாழ்வியல் வரலாற்றினை எழுதுதல் என்பதாக உருவெடுத்திருக்கின்றன. எல்லாவிதமான அடக்குமுறைக்கும் எதிரான கட்டவிழ்ப்புகளையும், கலகங்களையும் செய்யவேண்டிய வினையூக்கிகளாகவே

பாமா, விடிவெள்ளி என்கிற தலித் பெண் படைப்பாளர்கள் பரிணமித்துள்ளார்கள். இவ்விருவரும் இவர்கள் பல்வேறு விஷயங்களைக் குறித்து உரத்துப் பேசுகின்ற போதுசிலவற்றில் மட்டும் ஒருவித ஒலியடைப்பைக் கடைபிடிக்கிறார்கள் என்பதையும் நுணுக்கமாகக் காணமுடிகின்றது. துறவு அமைப்பில் ஒடுக்கப்படும் பெண்களின் வாழ்க்கை, ஆணியல் சார்புத் தன்மையோடு பொருந்தியிருப்பதிலிருந்து எப்போது விடுபடுகின்றதோ அப்பொழுதுதான் அவர்களுக்கு விடுதலை என்பது சாத்தியமாகும் எனலாம். தலித் கிறித்தவப் பெண்களுக்கான உரிமையியல் சட்டங்கள் யாவும், சட்ட நூல்களுக்குள்ளையே சிறைக்கைதியைப் போல சிக்கிக் கிடக்கின்றது. ஆணாதிக்க அரசியல், சமூக, சமயப் பண்பாட்டுத் தளத்தில் மாற்றம் ஏற்பட்டால்தான் பெண்களுக்கான உரிமையியல் சட்டங்களுக்கும் சட்டப் புத்தகங்களுக்கும் பயன் ஏற்படும். மேலும், பெண்ணுரிமை பேசுகின்ற பெண்களின் படைப்புகளை ஆணியத்திற்கு எதிர்நிலையில் வைத்துப் பார்க்கின்ற ஒற்றை நோக்கும் மாறும். தகு மாற்றங்கள் நிகழ்ந்தால் மேலும் பலநூறு தலித் பெண்ணிய சுய வரலாற்று இருப்புகள் வெளிப்படும் என்பன போன்ற சிலப் புரிதல்களை இங்கு முன் வைக்கலாம்.

தலித் தலைமை ஆசிரியப் பெண் துறவி ஒருவரைக் கட்டாயப் பணி இடமாற்றத்திற்கு ஆளாக்குதல் :

“எழுதுதல் (Arch - Ecrihire) என்கிற தொடர் செயல்பாட்டின் மூலமாக இறுகிக் கிடக்கின்ற மனிதத்தை கட்டவிழ்க்கவும் அதற்கானத் தடைகளைத் தாண்ட முடியும். தொடர் செயல்பாடாக இதனை நிகழ்த்துவதன் மூலமாக ஆதிக்கச் செயல்பாடுகளையும், அதனுடைய மையங்களையும் கூட தகர்க்க முடியும்“19 என்று நாகார்ச்சுனன் என்பவர் சுட்டிக் காட்டுவதற்கு ஏற்பவே விடிவெள்ளி செயல்பட்டுள்ளார். இவரது எழுத்து செயல்பாட்டினூடாகத்தான், துறவு வாழ்வில் ஒடுக்கப்படும் பெண்களின் இருப்பு குறித்தும், அவர்கள் இயங்கக் கூடிய இடங்களில் தொடர்கின்ற ஆதிக்கச் செயல்பாடுகள் குறித்தும் உலகிற்கு எடுத்துக்காட்டுதல் என்பது அமைகின்றது. துறவு பண்பாட்டில் ஒடுங்கிக்கிடக்கும் பெண்கள் பல்வேறு உளவியல் பணியிடச் சிக்கலுக்குள் சிதைந்து போகின்றார்கள். இவர்களை ஆதிக்கத் துறவிகள் சிதைப்பதை, “ஒரு பள்ளியின் தலைமையாசிரியரை சிஸ்டரிடம் பள்ளியின் நிர்வாகியாகிய பங்கு குரு தம் உறவினர் பெண்ணொருத்தியை

நியமிக்கச் சொல்கின்றார். தகுதி இல்லை என்று சிஸ்டர் மறுக்கின்றார்கள். சலசலப்பு ஏற்படுகின்றது. சிஸ்டரைப் பற்றி கதை புனையப்படுகின்றது. 'உன்னை இவ்விடத்தை விட்டு மாற்றுகிறேன் பார்' எனக் சாமியார் கங்கணம் கட்டுகின்றார். சிஸ்டர் இடம் மாற்றம் செய்யப்படுகின்றார். பள்ளியின் நிர்வாகப் பொறுப்பைத் தக்க வைத்துக் கொண்டு சகோதரிகளைப் பந்தாடும் ஆண் ஆதிக்க அமைப்புமுறை மிகக் கொடுமையானது. இந்த ஆண் குருக்கள் தன் சாதியைச் சாராதக் கன்னியர்களென்றால் சின்னச் சின்னத் தவறுகள் என்னும் முட்களால் குத்திக் காயப்படுத்தியுள்ளார்கள். நிர்வாகப் பகிர்வில் சமத்துவம் வேண்டுமல்லவா?" *(1994:44)* என்று கேள்வி கேட்பதன் வழியாக பதிவு செய்கின்றார்.

பெண்களை ஆள்வதற்கேற்றவாறு பல்வேறு குண பாவங்களை வரையறுத்து வானியல் சமூகம் அவர்களைச் சீரழிக்கின்றது. இவற்றையெல்லாம் விதியே என்று கண்டுகொள்ளாமல் பெண் சமூகத்திற்குள், மிக அரிதாக சிலர் திமிறி எழுந்து கேள்வி கேட்பதோடு, ஆணாதிக்கப் பயிற்றுவிப்புகளை, புகுத்தல்களின் மீது கோபமும் கொள்கின்றார்கள். இது போன்ற செயல்கள் எப்பொழுதெல்லாம் தலைதூக்குகின்றதோ அப்பொழுதெல்லாம் பெண்ணினுடைய உணர்வெழுச்சி குரல்வளை நெரிக்கவும்படுகின்றது. அப்படி ஒரு நெரித்தலைத்தாய் தான் மேற்கண்ட சம்பவங்களிலிருந்து உணர முடிகின்றது. "தாய்வழி சமூகங்களினுடைய எச்ச சொச்சங்கள் எப்பொழுது அழித்தொழிப்பிற்குள்ளாகி தந்தை வழிச் சமூகம் தன்னை அங்கு நிலை நிறுத்திக் கொண்டதோ அப்பொழுதே பெண்களின் வரலாற்றில் உலகளாவிய முதல் தோல்வி என்பதும் நிகழ்ந்து விட்டது"20 என்று கவிதா என்பவர் குறிப்பிடும் தோல்வி இன்றுவரை சரி செய்யப்படாமல் தொடர்வதையே பெண்கள் மீது நாள்தோறும் தொடரும் அத்துமீறல்கள் கவனப்படுத்துகின்றது.

விடிவெள்ளி காட்சிப்படுத்துகின்ற பெண் மீதான ஒடுக்குதல்கள் யாவும் சமூக வன்முறை (Social Violence) என்பது தான் கீழும் கத்தோலிக்கச் சமய (அ) மத வன்முறை (Religious Violence for Catholic) என்பதன் கீழும் தான் நிகழ்கின்றது என்பது கருதத்தக்கதாகும். பால் வேறுபாட்டின் அடிப்படையில் பெண்களைத் துண்டாடும் ஆணாதிக்கத் துறவிகள், ஆயர்கள், குருக்கள் உள்ளிட்டவர்கள் மைய அதிகாரப் பதவிகளில் இருந்து கொண்டு, பெண் துறவிகளைப் பாலியல்

சீண்டல்களுக்கும், அத்துமீறல்களுக்கும் ஆட்படுத்துவதோடு, திரைமறைவில் பல்வேறு இளம் பெண் துறவிகளை உடல்சார் சித்திரவதைகளுக்கும், நெருக்கடிகளுக்கும் உட்படுத்துகின்றனர். பெண் துறவியர்கள் மீது நிகழ்த்தப்படும் இந்தக் கீழ்த்தரமானப் பாலியல் அரசியல் வன்முறையை இந்த நூலில் தான் முதன்முறையாகப் பார்க்கவியலுகின்றது. ஆண் துறவிகளின் பதுங்காட்டத்திற்குப் பலியாகின்றப் பெண் துறவிகளின் நிலைப்பாடுகளைப் பின்வருமாறு விரிவாக உணர முடிகின்றது.

குருக்கள், ஆயர்கள், சாமியார்கள் உள்ளிட்டோரின் பாலியல் பதுங்காட்டங்களும் பழியாகும் பெண் துறவிகளும் :

துறவு என்பது கடவுளுக்கு சமமானதாகவும் புனிதமானதாகவும் கருதப்படுகின்றது. இத்தகையப் பரிசுத்தமானச் சமயத் துறவு வாழ்வில் ஈடுபடக் கூடியவர்கள் துறவு வாழ்விற்கே இழுக்கை ஏற்படுத்தும் வகையில் காமக்கொடூரர்களாகப் பதுங்காட்டம் போடுவதைப் படைப்பாளர் தமிழ் சமூக உலகிற்கு முதன் முதலாக வெளிச்சம் போட்டு காட்டுகின்றார். மனத்துறவை வலுக்கட்டாயமாக ஏற்றுக்கொள்கின்றத் துறவிகளே பின்னாளில் இத்தகைய அத்துமீறல்களை நிகழ்த்துகின்றனர். இதுகுறித்துப் பின்வரும் நிலைகளில் அறிய முடிகின்றது.

பங்கு குருவானவர் நிகழ்த்தும் பாலியல் பதுங்காட்டங்கள் :

ஒரு முக்கிய கூட்டம் ஒன்றிற்கு தலைமைப் பொறுப்பேற்க வந்திருக்கின்ற பங்கு குரு ஒருவர், அவர் தங்கி இருக்கின்ற அறையைத் துப்புரவு செய்து கொண்டிருக்கின்ற ஒரு தலித் பெண்ணிடம் தாறுமாறானப் பாலியல் அத்து மீறல்களைச் செய்கின்றார். பின்னர் ஒன்றுமே தெரியாதவர் போன்று திருச்சபை ஆலய பீடத்தின் மேடையில் பூசை செய்வதற்குரிய அலங்கார ஆடைகளை அணிந்துக் கொண்டு நிற்கின்றார். என்றுமேயில்லாத பக்தி என்கிற முகமூடியை அணிந்து கொண்டு அந்தத் துறவி இறைவன் இயேசு என்றெல்லாம் முணுமுணுக்கின்றார். பாலியல் வக்ரபுத்தியுள்ள இந்தத் துறவி எதற்குத்தான் குருத்துவப் பயிற்சியை அதிக செலவு செய்து பெற்றாரோ? என்று முகம் சுழிக்கின்ற வகையில் துறவு எனும் முகமூடியணிந்து கொண்டு துறவினுடையப் புனிதத்தையே இவர் களங்கப்படுத்துவதை, “மனத்துறவு வலுக்கட்டாயமாக திருச்சபையில்... துறவு வாழ்க்கை... துறவு அமைப்பு... இவற்றின் ஒவ்வொரு கட்டத்திலும் இப்பாதிப்புகள் வெளிப்பட காண்கிறேன். ஒரு குரு தங்கியிருந்த அறையைத்

துப்புரவு செய்வதற்காக, வேலை செய்யும் பெண் சென்றாள். சிறிது நேரத்தில் பின்புற ஜாக்கெட் கிடைக்கப்பட்ட நிலையில் கதறிக்கொண்டு அவள் ஓடி வந்தாள். என்னைத் தப்பா அந்த ஆளு பயன்படுத்த இழுத்தாரு என்று குமுறி குமுறி அழுதாள். அந்த ஆள் ஒரு முக்கியமான பொறுப்பு வகித்து வந்தவர். ஒரு முக்கிய கூட்டத்திற்குத் தலைமையேற்று... பீடத்தின் மேடையில் அவர் நிற்கிறார். என்றும் இல்லாத பக்தி முகமூடியை அவர் அணிந்திருக்கின்றார். இறைவன், இயேசு என்ற வார்த்தையை அவர் முணுமுணுக்கும் போது... அந்த மனுஷனுக்கு இந்தப் பலவீனமிருக்கு என்று பலர் பல இடங்களில் நடந்த அனுபவங்களைச் சொல்கிறார்கள். ஏன் இந்த நாடகம்? இதற்குத்தான் குருத்துவ பயிற்சிக்காக எவ்வளவு செலவு?" *(1990: 59)* என்ற வரிகளிலிருந்து உணர முடிகின்றது.

பாமாவும் விடிவெள்ளியும் ராஜ்கௌதமன், கே.ஏ. குணசேகரன் ஆகியோரை விட மிகத் தீவிரமாகக் கிறித்தவகச் சமூக, சமய, அரசியலைப் பற்றி விமர்சிக்கின்றனர். இவர்களது விமர்சனங்களை நடைமுறையிலிருக்கும் ஆதிக்க மௌனங்களை எல்லா நிலைகளினுடாகத் தொந்தரவு செய்யக் கூடியதாக இருக்கின்றது. இந்தவகையில் விடிவெள்ளி குறிப்பிடத்தக்க அளவில் பங்காற்றியுள்ளார். இவர் கிறித்தவச் சமயத் துறவு வாழ்வில் உள்ள அதலித், தலித் பெண்கள், துறவிகள் அவர்கள் எதிர்கொள்ளும் பல்வேறு பொதுவானச் சிக்கல்களையும், ஆதிக்க, அதிகார ஒடுக்குமுறைகளையும் உடைத்தெறிந்து விட்டுச் செயல்பட எத்தனிக்கின்றவர்களை முடக்கிப் போடும் விதமாகவே உடல்சார் பாலியல் அரசியலானது நிகழ்கின்றது என்பதை புரிந்துணர வைப்பதில் பாமாவை விட ஒருபடி உயர்ந்து நிற்கின்றார்.

சாதிய, சமூக, பொருளாதார ஒடுக்கு முறைகள் ஆணி வேராகவும், மத (அ) சமயம் சார்ந்தப் பண்பாட்டு ஒடுக்கு முறைகள் சல்லி வேர்களாகவும் இருந்து கொண்டு தான் பொதுமைய வாழ்வியல் நிலத்தில் வளரும் பெண் எனும் திணைப்பயிரை உடலளவிலும் மனதளவிலும் சிதைக்கின்றது என்பது குறிப்பிடத்தக்கதாகும். பங்கு குரு ஒருவரின் பாலியல் வக்ரத்திற்கு வலுக்கட்டாயமாக ஒரு பெண்ணின் உடல் உள்ளாக்கப்படுகின்றது. இவ்வாறு பாலியல் சார்ந்து ஒரு பெண் கட்டாயப்படுத்தப்படுவது குறித்து, அரங்க மல்லிகா என்பவர், "பாலியல் உறவில் ஒடுக்கப்படும் பெண்களின் மனோநிலையும், ஆளுமையும் பாதிக்கப்படுகின்றன.

ஆணாதிக்கப் பண்பாட்டின் நியதிகள் (Male Deominant Cultural Norms) பெண்ணின் மீது நிகழ்த்தப்படும் ஒடுக்குமுறைகளை நியாயப்படுத்துகின்றது. இந்த வகையில் சமூக இசைவற்ற முறையில் ஒரு பெண்ணைப் பாலியல் பலாத்காரத்திற்கு (Rape) உள்ளாக்குவதால் அவனின் மனோநிலை பாதிப்படைகின்றது. அரசியலாகியுள்ள ஆணாதிக்க அதிகாரத்தில், பெண்ணின் மீதான பாலியல் பலாத்காரம் என்பது அவன் விரும்பிய ஒரு பொருளாகப் பெண் உடலை எண்ணுவதிலும், இயற்கையைப் பயன்படுத்திக் கொள்வதைப் போலவே, பெண்ணுடலை வன்முறையோடு பயன்படுத்திக் கொள்வதிலும் நேர்கோட்டில் செயலாற்றுகின்றது என்பதால்தான் பெண்ணின் உடலை தாக்குதல் என்பது ஒரு பண்பாடாகவே கருதப்படுகின்றது”21 என்று குறிப்பிடுகின்றார். இவரது குறிப்புரைகளின்படி, பிடி வெள்ளியால் எடுத்துக்காட்டப்படுகின்ற பங்கு குருவானவரின் பாலியல் வக்ர நடவடிக்கையை பெண் பாலினப் பாலியல் வன்முறை (அ) ஒடுக்குமுறை என்பதாகவே அடையாளம் காணமுடிகின்றது.

மறைமாவட்ட பொறுப்பாளரின் பதுங்காட்டங்கள் :

பங்கு குருவானர் ஒருவரைத் தொடர்ந்து, மறைமாவட்டத்தில் முக்கியப் பொறுப்பில் உள்ள ஒருவரும் பெண்கள் மற்றும் பெண் துறவிகளின் மீது பாலியல் கொடுமைகளை நிகழ்த்துவதோடு, புனிதர் போன்று முகமூடி அணிந்து கொண்டு மக்களை ஏமாற்றுவதை, “அந்த ஆள் ஒரு முக்கியமான பொறுப்பு வகித்து வந்தவர். ஒரு முக்கிய கூட்டத்திற்குத் தலைமை ஏற்று நடத்த வந்துள்ளவர். மறைமாவட்டத்தில் பெரும் பொறுப்பில் உள்ளவரிடம் ஒரு வேலைகேட்டு மணமான பெண் போகிறாள். கலங்கிய கண்ணோடு திரும்பி வந்து சொன்னாள்.‘என் கையை பிடித்து இழுத்து முத்தமிட முயற்சி செய்தான். என்னை விட்டுடங்கன்னு கெஞ்சினேன் அவனோ.. ‘என்றாள். வேலைப்பார்க்கும் பெண்களும், சகோதரிகளும் அவர் அறைக்குப் போக மாட்டேன் என்று மறுப்பார்கள். ஆனால் அவர் அபிஷேகம் செய்யப்பட்டவர், அரச குலத்தைச் சார்ந்தவர் என்ற தோரணையில்... தூய வெண்ணிற அங்கி தரித்துக் கொண்டு தான் காரில் வந்து ஆலயத்தில் இறங்குவார். அவர் தம் திருக்கரத்தால் திருமணத்தை நடத்தி வைக்கின்றார். அவர் உள்ளே காமப்பிசாசு அலைக்கழித்துக் கொண்டிருப்பதை அவர்தான் அறிவார்.”(1994: 56) என்ற நிகழ்வின் மூலமாக காட்சிப்படுத்துகின்றார்.

துறவு எனும் போர்வைக்குள் பதுங்கிக் கொண்டு காம வெறியாட்டம் போடுகிறவர்களே ஒன்றும் செய்யாத உத்தமர் போன்று சமய சடங்குகளில் கலந்து கொள்வதும், அதனை முன்னின்று நடத்துவதும் மிகவும் கேவலமான ஒரு செயலாகவே உள்ளது. சமயத்தளத்தில் இது போன்ற செயல்கள் திரைமறைவின் கீழாக ஒருபுறம் இன்னமும் அரங்கேற்றப்பட்டுக் கொண்டுதான் இருக்கின்றது. இதனால் ஏற்படும் பல்வேறு ஊமைக்காயங்களால் அவதிப்பட்டு வரும் பெண்கள் பலர் கேட்பாரற்று விதியேயென்று சகித்துக் கொண்டுதான் வாழ்ந்து வருகிறார்கள் என்பதை இவற்றிலிருந்து உணர முடிகின்றது. இதைப்போலவே திருச்சபையில் மேல்மட்டத்தில் உள்ள ஒருவர் அவரது சபலத்திற்குப் பெண்மையை பலிகெடாவாக்குவதையும் காணமுடிகின்றது.

திருச்சபைப் பொறுப்பாளரின் பதுக்காட்டங்கள் :

திருச்சபையின் மேல்மட்டப் பொறுப்பில் உள்ள ஒருவரிடம் ஆசீர்வாதம் வாங்க வருகின்ற ஒரு பெண் தாறுமாறானப் பாலியல் மீறல்களுக்குட்படுவதை, “திருச்சபையின் மேல்மட்டத்தில் இருப்பவர் ஒருவரிடம் ஆசிர்வாதம் வாங்க ஒரு சகோதரி சென்றாள். அழகாக இருப்பவள், அழுகையோடும் பதட்டத்தோடு வந்து நான் எதிர்பார்க்கவே இல்லை. அவர் கூட இப்படி செய்வாரென்று என்றாள். கண்ணியம் இல்லாத பாலியல் பலாத்காரப் பரிமாணங்கள், இப்படி வெளியே சொல்ல முடியாமல் எத்தனை எத்தனை சகோதரிகளோ! ஏழை எளிய பெண்கள், குருக்களைச் சார்ந்த பிழைக்க வேண்டிய நிலையில் தள்ளப்பட்டவர்கள் என எத்தனையோ பேர் அவர்களின் பாலியல் பலாத்காரத்திற்கு இறையாகியுள்ளதாக நான் கேட்டிருக்கிறேன். இதனால்... சில பெண்கள் திருமணமே செய்ய இயலாமல்... தற்கொலைச் செய்து கொண்டதாக அவர்கள் மீது கதை ஜோடிக்கப்பட்டுள்ளது.”*(1994:56)* என்பதாகக் குறிப்பிடுகின்றார்.

வேலை கேட்டு செல்பவர்களிடமும், ஆசீர்வாதம் வாங்க வருபவரிடமும், மற்றுமுள்ள பிறரிடமும் திருச்சபையின் முக்கியப் பொறுப்பாளர்களாகிய ஆயர்கள், குருமார்கள், சாமியார்கள் உள்ளிட்டோர் நிகழ்த்துகின்ற காமக்கொடூரத் தனத்தைப் பெண்ணிய, தலித் பெண்ணிய ஒடுக்குமுறையாகவே அணுக முடிகின்றது. பொதுவாகவே, பெண்களின் மீது நிகழ்த்தப்படுகின்ற ஒடுக்குமுறைகளைக் குடும்ப வன்முறை (Family Violence) சமூக, சமய வன்முறை (Social Violence)

பாலியல் வன்முறை (Sexual Violence) என்பன போன்று பிரித்து வகைப்படுத்தலாம். இந்த அடிப்படையில் வைத்து விடிவெள்ளி பதிவு செய்திருக்கின்ற, அதலித், தலித் பெண் துறவிகள் மீதானக் கொடுமைகளை, கிருத்துவ சமூக, சமய வன்முறை என்பதாகவும், துறவுச் சமூகப் பாலியல் வன்முறை என்பதாகவும் இனங்காணலாம். தனிமனித வாழ்வில் பெண்கள் பல்வேறு நசுக்குதல்களுக்கு உள்ளாவது போலவே, பொது வாழ்விலும் கூட, மறைமுகமாகவும், நேரிடையாகவும் நசுக்கப்படுகின்றனர் என்பதற்கு, கருக்கும், கலக்கலும் தெளிவானச் சாட்சிகளாக உள்ளன.

ஆண் சமூகத்தின் லிங்கமையவாதச் (Phallocentic) செயல்பாட்டு உத்தியே வாய்ப்பு கிடைக்கும் பொழுதெல்லாம் பெண்ணையும், அவளது பெண்மையையும் வல்லுறவிற்கானத் தனது ஆதிக்க அதிகார மையத்திற்குள் அதிநூதன முறைகளில் வளைத்துக் கொள்கின்றது. மனிதச் சமூகத்தினுடைய எல்லாக் கட்டமைப்புகளிலும் இந்தச் செயல்பாடு நடைபெறும் வகையிலேயே ஆணாதிக்கம் தனது கருத்துருவத்தை (Ideology of Male Dominance) வரையறுத்து வைத்திருக்கின்றது. இதன்கீழ் ஆண்களே எல்லா காலகட்டங்களிலும், நுகர்வோர்களாகவும் பெண்களே அவர்களால் நுகரப்படுவதற்குரியப் பண்டமாகவும் இருத்தி வைக்கப்படுகின்றார்கள் என்பதால்தான் பெண்களினுடைய ஆளுமை ஒரு ஆணினுடையப் பாலியல் ஆளுமையால் அமுக்கப்பட்டு எளிதாகச் சிதைக்கப்படுகின்றது. தொன்றுதொட்டு நிகழ்ந்து கொண்டே வருகின்ற இச்செயல்பாட்டிற்கு எதிராக எத்தனையோ சட்டங்கள் இருப்பினும் அவற்றால் தலித் கிறித்தவப் பெண்களுக்கு எதிராக நிகழ்த்தப்படும் உடல்சார்ந்த கொடுமைகளுக்கு எதிராக எதையுமே செய்ய முடியவில்லை.

பெண்கள் மீதான வன்கொடுமைகளைத் தடுக்கின்ற சட்டங்களில் ஒன்றாகிய பாலியல் வன்கொடுமைத் தடுப்புச் சட்டம் குறித்து, முத்து சிதம்பரம் என்பவர், ”பெண்கள், பெண் குழந்தைகளை பாலுறவிற்கு உட்படுத்துவதைக் குற்றமாகக் கூடியச் சட்டம் 1956 ஆம் ஆண்டு நடைமுறைக்கு வந்தது. இதன்படி பாலியல் தொழிலில் ஈடுபடுத்துவதற்கோ, உட்படுத்துவதற்கோ, எந்த ஒரு நபரையும், அழைத்து வருதல், தூண்டுதல், பாலியலில் ஈடுபடுத்துதல், இடம் விட்டு இடம் மாற்றுதல், பாலியலுக்கு கட்டாயப்படுத்துதல் இவை குற்றமாகும். இது பெண்களை வியாபாரப் பொருளாகப் பயன்படுத்துவதையும், அப்படிப் பயன்படுத்தி பொருள்

ஈட்டுவதையும் குற்றமாக்குகின்றது. 1986—இல் கொண்டுவந்த இந்தியக் குற்றவியல் நடைமுறை சட்டத்திருத்தத்தின் படி (மிறிசி) மண உறவிற்கு வெளியில் பாலுறவில் ஈடுபடுகின்ற பெண்களும், தண்டனைக்கு உள்ளாவதையும், பிறரோடு பாலுறவு கொண்டவர்களோடு மட்டுமல்லாது, எந்த ஒரு பெண்ணையும் பாலியல் வற்புறுத்தலுக்கும், அது சார்ந்த கொடுமைகளுக்கும் உபயோகப்படுத்துவதையும் கடுங்குற்றவியல் நடவடிக்கைகளாகக் கொள்கிறது."22 என்று தம் நூலில் தெளிவாக்குகின்றார். இதுபோன்ற எத்தனையோ சட்டங்களும், பெண் உரிமை அமைப்புகளும் இருந்தாலும்கூட பெண்களுக்கெதிரான குறிப்பாகத் தலித் பெண்களுக்கு எதிரானக் குற்றங்கள் குறைந்த பாடில்லை. இருக்கின்ற சட்டங்கள் இந்தப் பெண்களுக்கு ஏற்றவாறு இருக்கிறதே தவிர ஒரு தலித் கிறித்தவ பெண்ணிற்கு இழைக்கப்படும் கொடுமைக்கு நிவாரணம் வழங்கும் முறையில் திருத்தப்பட்டதாகவோ, நீதியைப் பெற்றுத் தரும் வகையில் வடிவமைக்கப்பட்டதாகவோ இல்லை என்பது சிந்திக்கத்தக்கது. ஆணாதிக்க நோக்கில் வரையறுக்கப்பட்டுள்ள இந்த சட்டங்கள் தொடர்ந்து வரும் சட்டங்களாகவே இருக்கின்றதே தவிர அதனால் யாதொரு பலனும் முழுமையாக கிறித்தவப் பெண் சமூகத்திற்குக் கிடைக்கவில்லை என்பதே நடைமுறை யதார்த்தமாக உள்ளது.

அதிர்ச்சிக்குரிய உண்மைகள் பல மறைக்கப்பட்டுக் கிடக்கின்ற துறவு உலகத்திற்குள் இருக்கக்கூடிய மேலாதிக்க ஆண்களும், பெண்களும் தங்களுடையப் பாலியல் சபலத்தைத் துறக்கத் துணியாதவர்களாகவே இருப்பதோடு இவர்கள் தங்களுக்குக் கீழாகச் செயல்படுகின்றவர்களைக் கட்டாயப்படுத்தி, அவர்களோடுத் தன்னினப் பாலியல் புணர்ச்சியிலும் ஈடுபடுகின்றார்கள். இதனால் இவர்களிடம் சிக்கிக் கொண்டுப் பலரும் விரக்திக்கும், மனநிலை கொந்தளிப்பிற்கும், பழி வாங்கப்படுதலுக்கும் இன்னபிறவற்றிற்கும் ஆளாகுகின்றார்கள். பெரும்பாலும் வெளியில் தெரியாமல் நிகழ்த்தப்படுகின்றன இந்த முறையற்றப் பாலியல் உறவை 'ஆண்வூஆண்/ பெண்வூஆண்/பெண்வூபெண்' என்கிற நிலையில் பின்வருமாறுக் காணமுடிகின்றது.

ஓரினப் புணர்ச்சியில் ஈடுபடுகின்ற குருமார்களும், ஈடுபடுத்தப்படும் அருட்சகோதரர்களும் :

இயேசு சபைக் குருமார்களாக இருக்கக்கூடிய துறவிகள், அவர்களைச் சார்ந்து இருக்கக்கூடிய பிற அருட்சகோதரர்களுடன்

வலுக்கட்டாயமாக தன் பாலினப் புணர்ச்சியில் ஈடுபடுகிறனர். இவர்களே, திரைமறைவிற்கு முன்னால் உள்ள மக்கள் கூட்டத்தில் புனிதம் என்ற பெயரால் பல்வேறு மதச் சடங்குகளை செய்யத் தலைமை ஏற்க வேண்டியுள்ளது. இத்தகையோரின் திரைமறைவுச் செயல்பாடுகள் அவர்களின் வெளிப்படையானச் செயல்பாடுகளிலிருந்து முற்றிலும் வேறுபட்டதாகவே இருக்கிறது. இதனால், "தனி மனிதனுடைய எண்ணங்கள், செயல்பாடுகள், நடத்தைகள், அவன் பிறருடன் பழகும் முறை, குழு மனப்பான்மைகள், ஒழுங்கற்ற செயல்பாடுகள், அவனுடைய வாழ்க்கைத் தத்துவங்கள், அறிவாற்றல் உணர்ச்சிகள், அவனுடையத் தந்திரம் ஆகிய யாவும் சேர்ந்த தொகுப்பிலிருந்து அவனுக்கு ஏற்படக்கூடிய ஒரு தனித்தன்மையே ஆளுமை எனப்படுவதாக"23 வாழ்வியல் கலைக்களஞ்சியம் சுட்டிக் காட்டுகின்ற ஆளுமைகள் யாவும் இவர்களிடத்தில் பிளவுபடுவதுடன், உடைந்தும் போகின்றது என்பதை விடிவெள்ளி தன்னினப் பாலுறவு நடவடிக்கையில் (Sexual Relation with Male and Male) ஈடுபடும் துறவிகளின் செயல்பாட்டின் மூலம் காட்டுவதை, "எத்தனையோ குருக்கள், சகோதரர்கள் தங்களிடம் படிக்கும் பையன்கள், வேலை செய்பவர்களை பாலியல் திருப்திக்காகப் பயன்படுத்துவதாகக் கேட்டிருக்கிறேன்.

ஒரு பையன் சொன்னான் 'என்னை பலாத்காரம் செய்றவனைக் கண்டந் துண்டமாக வெட்டணும் போலத்தான்' இருக்கு. ஆனாலும் முடியலையே. இதுபோல வெளியில் சொல்ல முடியாத அவமானத்தால் . . . எத்தனையோ பேர் .... கட்டாயமாக நிர்பந்திக்கப்படுகிறார்கள். இந்த நிர்ப்பந்தத்தால் பயன்படுத்தபடுபவர்கள் பல பாதிப்புகளுக்கு உள்ளாகுகிறார்கள். மன அழுத்தங்கள், இறுக்கங்கள், குற்ற உணர்வு, பல உடல் நோய்கள், மனநோய்கள், வெடித்துக் கிளம்ப இவர்கள் காரணமாகிறார்கள்." *(1994: 57—57)* என்பதாகக் காணமுடிகின்றது. தன்பாலின வல்லுறவுப் புணர்ச்சியென்பது புணர்ச்சியைக் கட்டவிழ்க்கும் ஒருவருடைய உயிர் உறை உணர்வாகவும் (Life Instinet), உயிர் சிதை உணர்வாகும் (Death Instinet) தான் வெளிப்படுகின்றது. இதே நிலையில் தான் ஒரு பெண்ணிடத்தும் கட்டற்ற உணர்ச்சிகள் வெளிப்படுகின்றன. சமூகமும், சமயமும் அங்கீகரிக்கின்ற எதிர் பாலியல் தொடர்பிற்கு நேர் எதிராகவும், இயற்கைக்கு எதிரானதாகவும், துறவு அமைப்பில் நிகழ்கின்ற இந்த தன்பாலினத் தொடர்பில் ஈடுபடுபவர்களால் பாதிக்கப்படுவது தாழ்த்தப்பட்ட, தலித்

பெண் சமூக மக்களாகவே பெரிதும் இருக்கிறார்கள். பொதுவாகச் சமயத்தளத்தில் அரிதாக நிகழும் இந்தக் கொடுமைகள் கிறித்தவத் துறவில் நிகழ்கின்றது என்பதைப் படைப்பாளர் சுட்டிக் காட்டுவதற்கு முன்புவரை எந்த தமிழ் இலக்கியப் பதிவுகளும் சுட்டிக் காட்டவில்லை. இது புதிய செய்தியாகவே வெளிப்பட்டுள்ளது. "பாலியல் நடவடிக்கைகளைப் பொறுத்த அளவில் ஒரு ஆண் பல சந்தர்ப்பங்களிலும் பெண்ணை விட அதிக வன்முறையாளனாக இருக்கிறான்."24 என்று அரங்க மல்லிகா சுட்டிக்காட்டுவதை போலவே, ஆண் துறவிகள் இன் தன்பாலின நடவடிக்கைகள் இருக்கின்றன. இதைப்போலவே பெண் துறவிகளும் தன்பாலினப் புரட்சியாளர்களாகவும், பிறழ்வுபட்ட பாலியல் வாழ்க்கையை நடத்துபவர்களாகவும் இருப்பதை ஆசிரியர் பின்வருமாறு சுட்டிக்காட்டுகின்றார்.

பெண் துறவிகளின் தன்னிடம் பாலியல் பிறழ்வு வாழ்க்கை :

பொதுவாகவே, தன்னினப் பாலியல் பிறழ்வுகளுக்கு ஆண் துறவிகள் அடிமைகளாக இருப்பதை போலவே பெண் துறவிகளும் அடிமைகளாக இருக்கின்றனர். இதுபோன்ற பாலியல் பதுங்காட்டங்களால் தான் அரசுகளும், பல்வேறு சாம்ராஜ்யங்களும் சரிந்துள்ளன என்பதைச் சொல்லும் படைப்பாளர் பெண் துறவி ஒருவரின் மறைமுகமானப் பாலியல் தொடர்பு குறித்து, "பெண் துறவிகள் எனப்படுவோரின் பாலியல் நிலைமையும் பல சிக்கல்கள் கொண்டது. சகோதரி ஒருவர் ஒரு பள்ளியில் பொறுப்பானப் பதவி வகிப்பவர். பத்து பிள்ளைகளுக்குத் தகப்பனான ஒருவரிடம் மறைமுகமானப் பாலியல் தொடர்பிற்குத் தள்ளப்படுகிறாள். குடும்பத்தார் கெஞ்சிக்கேட்டுத் தடுக்கப் பார்க்கிறார்கள். இறுதியில் தகப்பனே சாவைச் சந்திக்க வேண்டியதாயிற்று.

அந்தச்சகோதரியும் சபையை விட்டு ஓடி ஒளிகிறாள்"(1994:57) என்ற வரிகளில் காட்சிப்படுத்துகின்றார். சமூகத்தில் அங்கீகரிக்கப்படாத ஒரு உறவாகக் கருதப்படுகின்ற மேற்கண்ட நடவடிக்கைகளுக்குள் பெண் துறவிகள் தள்ளப்படுவதும், ஈடுபடுவதும் அவர்கள் விரும்பியோ, விரும்பாமலோ தான் நிகழ்கின்றது. சமூகத்தையும், வரலாற்றையும் உற்பத்தி செய்கின்றப் பெண்ணின் உடல், பாலியல் நடவடிக்கையைப் பொருத்த அளவில் (Gender Discrimination) அதிகாரமிக்க ஒரு ஆணுக்குக் கீழாக இருக்கக் கூடியதாகவே உள்ளது என்கிற ஒரே காரணத்தினால் தான் அவர்களது சுயம் நெறிக்கப்படுகின்றது. சமயத்துறவைப் பொறுத்த அளவில் பாலியல் நடவடிக்கையும்

அதன் உள்ளீடான அதிகாரமும் ஆண் மகனை (மேல்) முதலிடத்திலும், (Primary Place) பெண்ணை (கீழ்) இரண்டாம் நிலையிலும் (Secondary Place) தான் இருத்தியிருக்கின்றது. உயர்—சமூக, சமயத் தகுதி (Religious status) நிலையைப் பெண்கள் அடைந்தாலும்கூட அவர்கள் மீது பாலியல் அரசியல் செயல்பாடுகள் அவ்வப்போது நிகழ்கின்றது எனப் புரிந்துகொள்ள முடிகின்றது. இதுபோன்று பெண்கள் இரண்டாம் தரக் குடிகளாக நடத்தப்படுவதற்குரிய காரணமாக சண்முகசுந்தரம் என்பவர், "பெண்ணின் சமூகத் தகுநிலையே அவளது சமத்துவத்தை மறுப்பதோடு, அரசியல், பண்பாடு, சமயம், பொருளாதாரம் உள்ளிட்ட எல்லாவற்றிலும் அவளை இரண்டாமிடத்தில் நிறுத்துகின்றது. வாழ்க்கைக்கானத் தேவைகளை அடைவதற்குரிய வாய்ப்புகளை அவர்களுக்கு மறுக்கின்றது. அறிவார்ந்தத் தளங்களில் உள்ள உரிமையையும், கடமையையும் சமத்துவமற்ற நிலையில் புறக்கணிக்கிறது. பாலியல் அடிப்படையில் குற்றவாளியாக்கி, உயிரியல் அடிப்படையில் பலமற்றவளாக, சக்தியற்றவளாகக் கட்டமைத்து அவளது இயக்கத்தைக் கட்டுப்படுத்துகின்றது."25 என சில கருத்துக்களைத் தெரிவிப்பதிலிருந்து, பெண்கள் ஆணாதிக்க நிர்பந்தத்தினால் டான் நெறிபிறழ்வு நடவடிக்கையில் ஈடுபடுகின்றனர் என்பதும் பாலியலுக்கும் அதுசார்ந்த வன்முறைகளுக்கும் இடையில் தந்தைவழிச் சமூக உறவுகளின் (Patriarchal Relations) வழியமையும் அதிகாரம் செயல்படுகின்றது என்பதும் புலனாகின்றது.

பெண் துறவிகளின் தன்னினப் பாலியல்உறவு சார் நிலைப்பாடுகள் (பெண்வூபெண்) :

சிறைச்சாலைகளில் சூழ்நிலைக் காரணமாகத் தன்னினப் பாலியல் உறவுகளுக்குப் பலர் நிர்பந்திக்கப்படுவதைப் போலவே இளம் பிள்ளைகள் துறவு அமைப்பில் சிக்கித் தவித்து வருவதாகக் குறிப்பிடும் ஆசிரியர், "மற்றப்பாலின நபர்களோடு உறவாடும் சூழலில் அவர்கள் மகிழ்ச்சியில் ஆடி பாடுவதைக் காணலாம். அவர்கள் உடல் நிலையே வழக்கமான நிலைக்கு வந்தது போல் இருக்கும். நோய்நொடி மருந்து மாத்திரைகள் எல்லாம் எங்கு போய் மறைந்தன என்று வியப்பாகயிருக்கும். செயற்கையான அமைப்பும் அதில் செயற்கையான உறவு முறைகளும் அமைவது சரிதானா என்பது என மனிதநேயக் கேள்வியாக இருக்கிறது. பாலியல் இறுக்கத்தினாலோ ஒடுக்கத்தாலோ சிலர் வாழ்க்கையில்

குப்பைகள், கிழிசல்கள், பயன்படாத கழிவுகளைச் சேகரித்து வைப்பவர்களாகத் தெரியும். அவர்கள் சேகரித்துள்ள நிகழ்வுகள், கதைகள் உதாரணங்கள் வழக்கமான இருளான, அஸ்தமன காரியங்களாகவே இருக்கும்"*(1994;58—59)* இன்று பாலியல் நடவடிக்கைகளின் தாக்கத்தினால் தான் பலர் மனித மாண்பை இழந்து போகிறார்கள் என்கிறார்.

மேலும் பெண் துறவிகளினுடைய பாலியல் நிலைப்பாடுகள் மிகச் சிக்கலானதாக இருப்பதையும் அதற்குப் பல இளம் பெண் துறவிகள் பலிகெடாவாக்கப்படுவதையும் *(1994: 57—58)* தெளிவாக்குகின்றதன் வழி, உடலியல் சார்ந்தத் தூண்டுதலுக்கு இயல்பாக உட்படுகின்றன ஒரு பெண்ணினுடைய பாலியல் மனோநிலையே, தன்னினப் பாலியல் அரசியலாகச் செயல்படுகின்றது. இந்தச் செயல்பாட்டில் ஒரு பெண்ணின் உடல் மற்றொரு பெண்ணின் உடலை அடிமையாக்குவதோடு, அதன்மீது அதிகாரத்தையும் செலுத்துகின்றது. இந்த அதிகாரம் பெண்ணின் சுதந்திரத்தை வரையறுப்பதோடு, கட்டுப்படுத்தவும் செய்கின்றது. அதனால் தான் இவ்வுவிற்குப் பயன்படுத்தப்படுபவர்கள் பிறரிடமிருந்து தனிமைப் படுத்தப்படுகின்றார்கள். பல்வேறு தடைகளாலும் தவிக்கின்றார்கள். பெண்மையின் முழுமையில் மலர முடியாமல் சூம்பிச் சுருங்கி, வாடி வதங்கிப் போகின்றார்கள் என யூகிக்க முடிகின்றது. மேலை நாடுகளில் புழக்கத்தில் இருக்கும் இந்த தகாப்புணர்ச்சி உறவு முறைக்கு தமிழகத்தில் தடை உள்ளது. இருப்பினும் வெளியில் தெரியாமல் இதுபோன்ற செயல்கள் நடைபெறவே செய்கின்றது.

ஆண் — பெண் இருவரில், ஒரு பெண்ணினுடைய நனவிலி மனம் (Concious mind) கொள்ளும் உறவில் தான் அவளது ஆளுமையும், பண்பும் தீர்மானிக்கப்படுகின்றது. நனவிலி யுடன் தொடர்புறுத்தப்படும் பெண்மையின் மனமே அவளின் பாலியல் உறவைக் குறிப்படுத்துகின்றது. நனவிலி மனமே கலாச்சாரப் பண்பாட்டு நடவடிக்கையின் மூலம் அவள் காணும் புற உலக அறிகுறிகளையும் நடத்தைகளையும் பதிவு செய்கின்றது. இவற்றில் அவள் மீது திணிக்கப்பட்டிருக்கும் ஒடுக்கப்பட்ட, கட்டுப்படுத்தப்பட்ட எண்ணங்களும், அனுபவச் சூழ்நிலைகளும், இன்ன பிறவும் அவளது ஆளுமையில் மாற்றத்தை ஏற்படுத்துகின்றது. இந்த மாற்றங்களில் ஒன்றாகவே தன்னினப்பாலியல் வேட்கையும், அது சார்ந்தச் செயல்பாடுகளும் அமைகின்றது. இதனுடைய

இருக்கத்தினாலேயே பெண்ணின் மாண்புக்கு மாறானச் செயல்கள் நடைபெறுகின்றது. பெண்ணினுடைய இந்த அத்துமீறியச் செயல்பாடுகள் குறித்து முத்துமோகன் என்பவர், "குழந்தைப் பருவம் முதலாகவே மனிதனுக்குள் இயல்பாக ஏற்படுகின்ற பாலியல் தூண்டுதல்கள், குடும்பம், சமூகம், சமய ஒழுக்க வரைமுறைகளால் தடுக்கப்படுவதால் ஒருவித சிக்கல்கள் நிறைந்தத் தொகுப்பாக மாறி, நனவிலி மனதில் பதிகின்றது. உடலுக்கும் உள்ளத்திற்கும் இடைப்பட்டத் தன்மை கொண்டப் பாலியல் தூண்டல்களை, குடும்பம், சமூக பண்பாடு, ஒழுக்க நியதிகள், மதக் கோட்பாடுகள் ஆகியவை தனி மனித நிலையில் அடக்கி ஒடுக்குகின்றன. ஆனால் தனிமனிதப் பாலியல் தூண்டல்களோ, கட்டுண்டோம், பொறுத்திருப்போம் என இருந்துகொண்டு ஏதாவது ஒரு வகையில் வெளிப்படத் துடித்துக் கொண்டேயிருக்கின்றது"26 என்று விளக்குகின்றார். இவ்வாறு வெளிப்படத் துடிக்கின்ற பாலியல் தூண்டல்களையும், அத்தூண்டல்களால் நிகழும் பாலியல் நெறிபிறழ்வு நடத்தைகளையும் தான் விடிவெள்ளி பல்வேறு சம்பவங்களின் வழியாகக் காட்சிப்படுத்துகின்றார்.

ஆண், பெண் சார்ந்த தன்பாலின உறவு நடத்தைகளால் பாதிப்படைந்தவர்களின் நிலைப்பாடுகளாக, "ஆண் துறவிகளில் சிலர் அளவிற்கு மீறி குடிக்கும் நிலைக்குத் தள்ளப்படுகிறார்கள். சிலர் புகைக்க, கட்டாயப்படுத்தப்படுகிறார்கள்... சிலர் சூழ்ந்துள்ள மக்களின் துயரங்களைப் பற்றிக் கவலைப்படாமல் அன்றாடம், அறுசுவை உணவை சாப்பிடுகிறார்கள். சிலரின் எண்ணமெல்லாம் பதவி, பணம், விளம்பரம் பலரின் அங்கீகாரத்தையும் பாராட்டையும் பெறுவது என்றே சென்று கொண்டே இருப்பதாக உணருகிறேன். காலத்திற்கேற்ற கோலம் போடுதல் இவர்களின் பெரிய யுக்தி. சிலரின் பாலியல் சக்தி நரி வேலை பார்ப்பது, பிறருக்குக் குழி பறிப்பது, பிறர்மேல் சகதியைப் பூசுவது, எப்பொழுதும் யாரைப்பற்றியாவது வத்தி வைப்பது, பேரைக் கெடுப்பது இவைபோன்ற செயல்களுக்காகவே பாழடிக்கபடுவதைக் காணலாம்... மக்களை மலடாகி மாயை வாழ்விற்கு மயக்க மருந்தைச் செலுத்தும் அந்நியத் துறவிகள், குருக்கள், கன்னியர்களைக் கண்டிருக்கிறேன். இவர்களின் பாலியல் சக்தி அழிப்பதற்கும், குழப்புவதற்கும் பயன்படுகின்றது. வேற்றுக் கலாச்சார, மொழியை, சார்ந்தவர்கள் நம் தமிழ் மக்கள் மேல், ஆதி திராவிடர்களாகியத் தலித் மக்களின் தாக்கத்தின் மேல் உண்மையான விடுதலைத் தாகம் கொண்டவர்களாகவா செயல்படுகிறார்கள்? தமிழ் மக்களின் கலாச்சாரம்

அழிந்து போவதற்கு வீரியத்தோடும் தந்திரத்தோடும், செயல்படுகிறார்கள். இவர்கள் தங்களை அண்ணகராக்கிக் கொண்டு போடும் வேடத்திற்கு ஒரு இனம் முழுவதுமே பலியாகின்றதே எனக் கொதித்துள்ளேன்"*(1994:59—60)* என்பதாக விளக்குகின்றார்.

துறவு வாழ்வில் தனிமனிதப் பாலியல் மற்றும் பிறத் தேவையினாலும் அதிகாரத்தில் உள்ளவர்கள் தங்களைச் சார்ந்திருக்கக் கூடியவர்கள் மீது எதேச்சதிகார ஒடுக்கு முறையைப் பல்வேறு வடிவங்களில் திணிக்கின்றார்கள். இதனால் தலித், தமிழகப் பெண் துறவிகளின் உடலும் மனமும் சிதைக்கப்படுகின்றது. ஆதிக்கத் துறவிகளின் பாலியல் சக்திகள் மடைமாற்றத்திற்குட்படுவதால் அது ஒடுக்கப்பட்டவர்களின் விடுதலைக்குப் பயன்படுத்தப்படுவதற்குப் பதிலாக, நிறுவனத்தை நிலைநிறுத்தவும், ஏழை எளிய மக்களை ஏமாற்றவும், மீண்டும் புனிதம் பூசியப் புதிய அடக்குமுறைகளைச் செலுத்தவும் தான் பயன்படுத்தப்படுகின்றது என்பதை இதன் மூலமாக உணர முடிகின்றது. சாதீய மேலாதிக்கப் பிடிக்குள் நிர்வாகத்தை வைத்துக் கொண்டிருக்கும் ஆதிக்க, மன உணர்வுடைய ஆண், பெண்கள் 'சமயத் துறவு' என்கின்ற கவசத்தை அணிந்து கொண்டு, சார்புப் பணியாளர்களாக இருக்கக்கூடிய ஆண் பெண் துறவிகளையும், பிறரையும், ஒடுக்கிப் பல்வேறு மனித விரோதச் செயல்களுக்கு உட்படுத்துகின்றனர்.

இயேசு கிறித்து உண்டாக்கிய ஆதித்திருச்சபைக்கும், இன்றுள்ளச் சாதி வெறி, ஆதிக்க வெறிபிடித்த திருச்சபைக்கும் இடையில் சிக்கிக்கொண்டு தலித்துகளும், தலித் பெண்களும், துறவிகளும் வதைபடுகின்றனர் என்பதை நூலாசிரியர் இனங்கண்ட விதம் குறித்துப் பின்வருமாறு அறியலாம்.

சாதித் துறவிகளின் ஆதிக்க அதிகார நடவடிக்கைகளும் :

திட்டமிட்டு ஆள் பிடிப்பது, அவதூறு ஏற்படுத்துவது, சரியான நபர்களைத் தனிமைப்படுத்துவது, தலித் துறவிகளைக் கேவலப்படுத்துவது, தலித்துகள் பெயரைச் சொல்லி வெளிநாட்டிலிருந்து பணம் பெற்று அதனை நிறுவனத்தின் சொத்தாக மாற்றுவது, அதனைப் பதவிகளில் உள்ள ஆதிக்கச் சாதித் துறவிகளும், அவர்களுடைய சொந்தபந்தங்களும் அனுபவிப்பது முதலானப் பல்வேறு மனித விரோதச் செயல்களையும் தனது தலித் உணர்வினூடாகப் படைப்பாளர் அடையாளம் காட்டுகின்றார். மேலும்,

சாதீய ஆதிக்க, அதிகாரம் சார்ந்த அடிப்படையில் துறவு, மத நிறுவன அமைப்பு, பதவி, பாதுகாப்பு, சமூக அந்தஸ்து உள்ளிட்டவற்றைத் தங்களது சாதி உறவுக்காரர்களின் ஈடேற்றத்திற்காக பயன்படுத்துகிறவர்களே சமயத் துறவு என்பதைக் கவசமாகக் கொண்டு செயல் படுகிறார்கள் என்பதையும் இவர் சாதீய அனலை, சித்திரவதைகளைத் துறவு வாழ்வில் கொடூரமாக அனுபவித்ததின் வழியே பதிவு செய்வதை, "துறவுச் சபையாரின் பாலியல் சக்தி தம் ஜாதியைக் கட்டிக்காக்க ... ஜாதியத்தை வளர்க்க ... தமிழரைத் துண்டாடி, அவர்களில் தாழ்த்தப்பட்டோர் என ஒரு கூட்டத்திற்கு சாயம் பூசி, அவர்களுக்குச் சலுகைப் புரிவதாகச் சொல்லிப் பணம் சேர்த்து, தன் குடும்பத்தை, ஜாதியை, இனத்தை வாழ வைப்பதை தந்திரமாகச் செய்துவரும் துறவிகள் எனப்படுவோரில் பல முதியவர்களை கண்டிருக்கிறேன். இதையெல்லாம் பொதுநிலையினர் ... அவரவர் பங்குகளில் பணித்தளங்களில், துறவிகள் எனப்படுவோர் இன் பாலியல் பதுங்காட்டங்களை அவர்கள் வெளிச்சம் போட்டு காண்பிக்கிறார்கள் தான். குறிப்பாகத் தமிழ் இன உணர்வு கொண்டவர்களும், தலித் இன மாண்பு கொண்டவர்களும் பாலியல் செயல் தந்திர உத்திகளை வெட்ட வெளிச்சமாகப் பேசுகிறார்கள். இருப்பினும் எப்படி துறவிகள் ஒருவர் ஒருவரைப் பார்த்து வணக்கம் செலுத்துகிறார்கள். வெளிப்படையாக பெயர் சொல்லி ஜெபிக்கிறார்கள். சகோதரத் தழுவல் செய்கிறார்கள். சம்பிரதாயக் கும்பிடு, பொறுமையான ஆசீர் போடுவதும், ஆசி வாங்குவதும் எனக்கு வேடிக்கையாயிருக்கும். இறுகிப்போன செயற்கையான அமைப்பு முறை, பொய்மையான உறவுகள், அதேபோன்று அநீதிக்கு இலக்காக்கப்பட்ட மனிதம் வாழ்வின் முதுமை, இறுதிவரை பதுங்காட்டச் செயல்களிலேயே முடிவடைவதைப் பார்த்திருக்கிறேன்" *(1994: 60:61)* எனப் பதிவு செய்வதிலிருந்து பெறமுடிகின்றது.

இந்தியாவில் வசிக்கும் இருபது மில்லியன் கிறித்தவர்களில் அறுபத்து ஐந்து சதவிகிதத்திற்கும் அதிகமானவர்கள் தலித் கிறித்தவர்களாகவே உள்ளனர். தமிழகத்தைப் பொறுத்தவரை கத்தோலிக்கப் பிரிவில் உள்ள 25, 53, 974 க்கும் மேற்பட்ட கிறித்தவ மக்களில் 75 சதவிகிதத்தினர் தலித் கிறித்தவர்களாகவே உள்ளனர். இவ்வளவு பெரும்பான்மையுடையவர்கள் தான் சமய தளத்தில் சாதிய தீண்டாமைக் கொடுமைக்கு உள்ளாக்கப்படுகின்றார்கள். புறக்கணிக்கப்படுகிறார்கள். குறிப்பாக, இவர்கள் கல்வித் தளங்களில் நூதனமாக

ஒடுக்கப்பட்டு ஓரங்கட்டபடுகின்றார்கள். இவற்றோடு தலித் கிறித்தவப் பெண் துறவிகளின் வாழ்க்கையில் நிகழக்கூடியப் பிரச்சினைகளை, வாழ்வியல் சிதைவுகளை, துறவு வாழ்வைப் பெண்கள் ஆதிக்கச் சமூகப் பாலியல் வெறிக்கும், பாலியல் அதிகாரத் சக்திக்கும் பறிகொடுப்பதையும் இதனால் ஒடுங்கி வாழ்வதையும் ஒருங்குபடுத்தி, "நிகழ்ந்தவைகள் அனைத்தையும் ஒன்றுவிடாமல் தொகுத்து நிகழ்ந்த வண்ணமே விவரிப்பதே சரிதை"27 என்று மார்க்கபந்து சர்மா என்பவர் வரையறை செய்திருப்பதற்கேற்றவாறே படைப்பாளர் தம் துறவு வாழ்க்கை அனுபவங்களில் கண்டதை, கேட்டதை, அனுபவித்ததை, சமூக மக்களின் விழிப்புணர்ச்சியும், சமூக விடுதலையையும் கருத்தில் கொண்டு ஒன்று திரட்டி, தலித் மக்களின் விடுதலைக்குக் கலங்கரை விளக்கமாக விளங்கும் என்ற எண்ணத்தில் தான் கலக்கல் என்கின்ற சுயசரிதை இலக்கிய வரலாறாக உருவாக்கித் தந்துள்ளார் எனலாம்.

சமூகத் செயல்பாட்டிலிருந்து தலித்பெண் துறவி ஒருவரைக் தடுத்து முடக்குதல் :

துறவுச் சபையிலுள்ள ஆண், பெண் ஆதிக்கத்துறவிகள் பலரும் துறவின் புனிதத்திலிருந்து விலகி தன்னிச்சையாகச் செயல்படுவதை அனுபவப்பூர்வமாக உணர்ந்த ஆசிரியருக்கு, மெய்யானச் சமூக சமயச் செயல்பாடுகள் குறித்த அறிவியல் ரீதியிலானத் தெளிவு மேலெழும்புகின்றது. இந்த தெளிவோடு சமூகம், அரசியல், பொருளாதாரம், பாலியல், சமய, மத நிறுவன அமைப்புகள், கல்வி நிறுவனங்கள் என எல்லாவற்றையும் உற்று நோக்குகின்றார். இவை அனைத்தும் சாதீய ஆதிக்கமும், பொருளாதார பலமும் மிக்கவர்களின் கைப்பாவையாகவே செயல்படுகின்றது என்பதும் இவற்றின் பிடியில் தான் திருச்சபையும் துறவுச்சபை, மடங்கள், உள்ளிட்ட பிறவும் இயக்குவிக்கப்படுகின்றது என்பதும் புலப்படுகின்றது. இதற்குப் பிறகுதான் ஒடுக்கப்பட்டோருக்கான விடுதலைப் பணியில் முழுமையாக ஈடுபட வேண்டும் என்ற உறுதியோடு, அதே துடிப்புடையச் சபைப் பணியாளர்களுடன் இணைந்து செயல்படுவதற்கானத் திட்டத்தை வகுக்கின்றார்.

அதன்படி, ஏழை எளிய மக்களுடன் உறவு நாட்டத்தை நெருக்கப்படுத்திக் கொள்கிறார். இதன் ஒரு கட்டத்தில் இவருக்குச் சமூக, இயக்க ரீதியில் செயல்படுபவர்களின் அறிமுகமும் ஆதரவும் கிடைக்கின்றது. இவரின் அதிவேகச் செயல்பாடுகள் சபையில் உள்ளச் சில சாதியத் துறவிகளால்,

ஆதிக்கத் தலைமைத் துறவி ஒருவரின் கவனத்திற்குக் கொண்டுச் செல்லப்படுகின்றது. இதனால் தொடர்ந்து, பலராலும் இவர் எச்சரிக்கப்படுகின்றார். தலித் என்ற அடையாளத்தை முன்வைத்த இவரது சமூகச் செயல்பாட்டு நடவடிக்கைகள் அனைத்தையும் மேற்கொண்டவர்கள் தடுத்து தற்காலிகமாக முடக்கிப் போடுகின்றனர் என்பதை, "இப்பொழுதுதான் சபையில் சிலரின் உண்மை உருவம் தெரியவந்தது. ஏழைகளின் சார்பாகச் செயல்பட... நாம் தயாராவோம் என்ற கருத்துக்களை முன்வைத்தால் சில மூத்த சகோதரிகள் முணுமுணுத்தார்கள். 'அவுங்க அந்த தாழ்ந்த ஜாதியில் பொறந்ததுனாலதான் அவுங்க ஜாதிகாரங்களுக்கே உழைக்கணுமுணு சொல்றாங்க.' இதைக் கேட்டவுடன் ஓடிக்கொண்டிருக்கும் இரத்தம் கம்பென உறைவது போலிருந்தது. 'நீங்க என்ன கூடிக்கூடி ஏதோ பேசுறீங்களாம். என்ன நெனச்சுக்கிட்டிருக்கீங்க' என்று சபை மேலிடம் என்னைப் பயமுறுத்தியது.

ஒத்த சிந்தனையாளர்கள் கூடுவதைத் தடை செய்தாற் போலிருந்தது. எங்களுக்குள்ளும் ஏதோ சலனங்களை ஏற்படுத்திச் சேரவிடாமல் செய்தது"*(1994:65)* என்று உண்மையானச் சமூகப் பணியாற்றுவதற்காக ஒத்த சிந்தனையாளர்கள் கூடுவதையும் பேசுவதையும் ஆதிக்கச் சாதிவெறி தடுத்து முடக்கியதைச் சுட்டிக் காட்டுவதோடு, இவர்களுடையச் சுய சாதீய நிலைப்பாடுகளைப் பற்றி, "ஒடுக்கப்பட்ட மக்களின் கொடிய வறுமை . . . அவர்களுக்கு ஏற்பட்டுள்ள அவமானம், அவர்களின் பெண்களுக்கு ஏற்பட்டுள்ளக் மீறல்களும், வேதனையும், அவர்களின் குழந்தைகளுக்கு ஏற்பட்டுள்ளப் பரம்பரை வடுக்களும் மௌன அழுகையும், குமுறல்களும் அவர்களது உள்மனதைத் தொட்டு ஓ! என்று கத்தி அழச் செய்யாதவரை சபையார் மானிட உணர்வோடு செயல்படப் போவதில்லை என உணர்ந்தேன்... அப்படி சபையின் மேலிடம், உணர்வதாகத் தெரியவில்லை. ஆனால் ஏழைகள் மேல் இரக்கம் கொண்டிருப்பதாக நாடகம் நடத்துகிறதோ என்று எண்ணத் தோன்றியது. சபைக்குள்ளே பணியாளர்களிடம் மனித மாண்போடு உறவாடுவது, நீதி வழங்குவது, ஏழை மக்களுக்கு முன்னுரிமை அளிப்பது, இயக்கங்களோடு இணைவது, என்றெல்லாம் பேசப்பட்டபோது சபை தன் சுயரூபத்தைக் காட்டியது.

மறைமுகமாகக் கட்டளையிட்டது... ஏழைகளோடு தோழமை கொண்டிருப்பதாகச் சொல், ஆனால் செயல்படாதே,

என்கிறார்கள். அரசியல் யுக்தி சபையில் திருச்சபையில் நிகழ்கிறதே... அதை ஒரு தந்திர யுக்தியாகப் பயன்படுத்திக் கொண்டு பதவியைப் பிடித்ததை கண்டேன். அது நான் வாழ்ந்த சபையில் மட்டுமல்ல, மற்ற சபைகளிலும் நிகழ்வதைக் காண முடிந்தது. திருச்சபைகளிலும் துறவுச்சபைகளிலும்... முரண்பாடுகளோடு சமரசம் செய்து கொண்டு வாழும் வாழ்க்கை கலாச்சாரம்... வேர்பிடித்திருப்பதாகத் தெரிந்தது. நானோ என்னை அந்த உறவுகளில் இருந்து துண்டித்துக் கொள்ள வேண்டுமென துடித்தேன்."*(1994:65—66)* என்று பட்டவர்த்தமான மதிப்பீட்டை முன்வைக்கின்றார்.

தலித் மனிதத்திற்கு முரணான இந்தப் போலியான அமைப்போடு ஒருகட்டத்தில் சமரசம் செய்து கொள்ள விரும்பாத மன நிலைக்குத் தள்ளப்படுகின்றன இவருக்கு உண்மைக்குத்துறவிலும் திருச்சபையிலும் இடம் இல்லை என்பது விளங்குகின்றது. எனவேதான் துறவு என்கிற கவசத்தைத் தூக்கி எறிவதன் மூலம் தான் சுய உரிமையுடனும் சுதந்திரத்துடனும் சமூகத்திற்கு மெய்யான இறைப் பணியை ஆற்ற முடியும் என்று திடம் கொள்கின்றார். பணவேட்டைகாரர்களும் பதவி வேட்டைக்காரர்களும் ஒருநாளும் சமதர்மச் சமுதாயத்தை விரும்பமாட்டார்கள் என்று பெரியார் சொன்னது, அப்படியே திருச்சபைக்குள் நிகழ்வதை உணர்ந்து துறவை விட்டு விலகுகிறார். *(1994: 66—67)* என்பதாக 'கூட்டுரோட்டில் ஒரு போராட்டம்' என்கிற தலைப்பின் கீழிருந்து செய்திகளைப் பெற முடிகின்றது. "சாதிகளையும், மதங்களையும், மொழிகளையும் இவற்றினுடையப் பிற எல்லைகளையும் கடந்து செயல்படக்கூடியதே மனிதநேயத் தத்துவமாகும்"28 என்று அழகிரி என்பவர் குறிப்பிடுவதை வைத்து ஆசிரி—யரால் எடுத்துக்காட்டப்படும் திருச்சபை, துறவுச்சபை, உள்ளிட்டவற்றின் மனிதச் சமூகச் செயல்பாடுகளைத் தொகுத்து நோக்கும் பொழுதுதான் மனித நேயத்திற்கும் துறவிகளின் வாழ்க்கைக்கும் யாதொரு சம்பந்தமும் இல்லை என்பது புலனாகின்றது. சமயம் சார்ந்தப் பிறத் தளங்களில் தலித் கிறித்தவர்கள் மீது அரங்கேற்றப்படுகின்ற ஒடுக்குமுறைகள் குறித்தும் சில சம்பவம் பகிர்வுகளைப் பின்வருமாறு அடையாளம் காணமுடிகின்றது.

சமயத்தளம் சார்ந்தப் பிற ஒடுக்குமுறைகள் தலித் ஒருவரை சாதியை முன்வைத்து தாக்குதல் (ஆலய நுழைவில்) :

மதம், சாதி, கடவுள் என்பது சமூக, அரசியலோடு நெருங்கியத் தொடர்புடையதாக இருந்து வருகின்றது. இந்த

அரசியலுக்குத் கிறித்தவமும் அதனைப் பின்பற்றுபவர்களும் உட்பட்டவர்களாகவே வாழ்ந்து வருகின்றனர். ஆதிக்கச் சமூகமாகத் தங்களை முன்னிறுத்திக் கொள்கிற கிறித்தவர்கள் அனைவரும் ஒன்று கூடியோ (அ) தனித்தோ ஒதுங்கி வாழ நிர்ப்பந்திக்கப்பட்டிருக்கிற சமூகத்தைச் சேர்ந்த ஒருவரின் சுதந்திரத்தை, சாதியை முன்வைத்துக் கட்டுப்படுத்துவதோடு அவர்களுடைய உடலைத் தீண்டத்தகாத, அருவருக்கத்தக்க பொருளாகவே கருதி ஒதுக்குகின்றார்கள். பொது மனித வெளியில் இயல்பானதாக நடைபெறுகின்ற இந்த ஒதுக்குதல் கிறித்தவச் சமய ஆலயங்களையும் கூடவிட்டு வைக்கவில்லை. தலித்துகளுக்கு எதிராகத் திட்டமிட்டுக் கட்டமைக்கப்பட்டிருக்கும் சாதீயத் தீண்டாமை நடைமுறைகள் மிக மோசமான விளைவுகளை எல்லாவிடத்திலும் ஏற்படுத்திக் கொண்டே வருகின்றன. இதே அடிப்படையில் ஒரு தலித் கிறித்தவர் மீது நடத்தப்படுகிற வன்முறையை கலக்கல் சுயசரிதையில், *"40 ஆண்டுகளுக்குமுன் பங்கில் என் தந்தைக்கு நிகழ்ந்தது எனக்குள் பல அதிர்வுகளை ஏற்படுத்தின. ஒருநாள் மாலைநேரம் வியாகுல மாதா ஆலயத்தில் என் நைனாவின் இதயத்தை ஒருவாள் ஊடுறுவியது. ஆசீர்வாதத்திற்கு மணியடிக்கிறது. நைனா ஆலயத்திற்குள் நுழைகிறார். கதிர்ப்பாத்திர எழுந்தேற்றத்தைக் கண்டவுடன் மண்டியிடுகிறார். மண்டியிட்டவரை மல்லாக்கத் தள்ளி விடுகிறான் ஒருவன். 'ஏண்டா?' எனக் கேட்பதற்குள் பறையர்களுக்குத் தனிச்சாலையிருக்கே. அங்கே போ, என்றான்"(1994:1)* என்கின்ற நிகழ்வின் மூலமாகக் கண்டறிய முடிகின்றது. சாதிவெறி ஆதிக்கம் செய்கின்ற இடங்களிலெல்லாம் இதுபோன்ற தனிநபர் (அ) குழுசார்ந்த தாக்குதல்கள் தொடர்ந்து நிகழ்த்தப்படுகின்றது.

அந்த வகையிலேயே பொது ஆலய தரிசனத்திற்காக மண்டியிடுகின்ற ஒருவரைப் பறையன் என்று அடையாளம் ஆளும் ஆதிக்கச் சாதி மனம், அவரை சாதியை முன்வைத்து பலங்கொண்ட மட்டும் வலுவாகத் தாக்குகின்றது. இதுபோன்ற ஆலய அவமதிப்பு குறித்து பிறத் தன்வரலாற்று படைப்பாளர்கள் யாரும் விடிவெள்ளியைப் போல் பதிவு செய்திருக்கவில்லை. ஆனால், தலித் கிறித்தவர்கள் ஆலயங்களில் கீழ்த்தரமாக நடத்தப்படுவதை மாற்கு தனது யாத்திரை நாவலில், "ரெட்டியார் சாதிக்காரர் ஒருவரின் ஆதிக்கச் செயல்பாட்டின் வழியாகவும், கிறிஸ்தவத்தில் சாதீயம் என்கிற கட்டுரையின் வழியாகவும்"29 ராஜ்கௌதமன், "பொய் + அபத்தம் = உண்மை என்கிற நூலின் குறிப்பின் கீழும்"30 ஆலயம் சார்ந்து தலித்

மக்கள் ஒடுக்கப்படுகிறார்கள் ஒதுக்கப்படுகிறார்கள் என்பதை உணர்த்துகின்றனர். சாதிவெறி தலை விரித்தாடுகின்ற தமிழ்ச் சமூகத்திற்குள் நிலப்பிரபுத்துவ சமூக அமைப்பும், நிறுவன மயமாக்கப்பட்ட சாதியச் சமய அமைப்பும் தினமும் பல்வேறு வெறியுணர்வுகளைத் தூண்டிக் கொண்டே இருக்கின்றன. இந்தத் தூண்டலினால்தான் சமூக, சமயம் சார்ந்த சாதீய அதிர்வுகள் கிராமப்புறங்களில் உள்ளத் தலித்துகள் வாழும் இடங்களில்தான் குறிவைத்தாற் போன்று அழுத்தமாக நிகழ்கின்றது. இதனால் பலக் கொடுமைகளும், கொடூரங்களும் நேரிடையாகவும் மறைமுகமாகவும் நிகழ்கின்றது. நகர வெளிகளில் இதனுடையத் தாக்கங்கள் சொற்பமாகவே நிகழ்த்தப்படுகின்றது.

அப்படி நகர வெளியில் வாழும் ஒரு தலித் சாதியடிப்படையில் ஆலய அவமதிப்பிற்கு உள்ளாக்கப்படுவதைப் போன்றே, அவருடைய குடும்பத்தார்களும், ஒடுக்குதலுக்கும் அச்சுறுத்தல்களுக்கும் உள்ளாகின்றார்கள். தலித்துகளிடையே புரையோடிப் போயுள்ள உட்சாதி முரண்பாடு ஆதிக்கச் சமூகத்தால் கவனமாகப் பிரித்தாளப்படுகின்றது. இந்தப் பிரித்தாளும் சூழ்ச்சி சமயத் தளத்திலும் தலித்துக்களைத் துண்டுபடுத்துவதை ஆசிரியர் உணர்த்துவதன் (1994: 3) கீழ் உறுதி செய்ய முடிகின்றது.

வழிபாட்டு இடத்தில் தலித் பெண் ஒருவரை அச்சுறுத்தல் :

சாதி அடிப்படையில் பிரிக்கப்பட்டிருக்கின்ற பாவ சங்கீர்த்தனக் கூண்டிற்குச் செல்லுகின்ற தலித் பெண் ஒருவரை அவரது கணவர் மீதானப் பகையை, வெறுப்பை முன்வைத்து குருக்களும், பிரதர்களும் அச்சுறுத்துவதை, “குருக்கள், பிரதர்களுக்கு நிமிர்ந்து ஒரு மனிதர் வளர்வது சரியாகப்படவில்லை. அவரைக் குனியவைத்துப் பணியுமாறு செய்ய, கொடிய யுக்தியை கையாளத் துணிந்தார்கள். என் அம்மாவின் தாலி மேல் ஒருவன் குறி வைத்தான். அன்று அம்மா சங்கீர்த்தனக் கூண்டிற்குச் சென்றார்கள்.

அம்மா : நான் பாவியாயிருக்கிறேன் . . . மன்னியும்.

சாமியார் : நீங்க சின்னப்ப வாத்தியார் மனைவி தானே?

அம்மா : ஆமாம், சாமி.

சாமியார் : உங்க தாலி பத்திரமா இருக்கணுமுனா ஒங்க புருஷன ஒழுங்கா இருக்கச் சொல்லுங்க

அம்மா : என்ன சாமி சொல்றீங்க?

சாமியார் : அவர் சேரிக்கு போறத நிறுத்தச் சொல்லு! இத நான் சொன்னேன்னு சொல்லாதே.

அம்மா : எப்படி சொல்லாம இருக்கிறது? என் தாலி போகப் போகுன்னா, அவருகிட்ட

சொல்லாம வேறு யாருகிட்ட சொல்றது? பாவத்தைக் கழுவ ஆலயத்திற்குச் சென்றவர்கள், நெருப்பு பற்றிக் கொண்டாற் போல் பதறிக்கொண்டு வீட்டிற்குள் நுழைந்தார்கள்" (1994: 3,4) என்ற உரையாடல் வழியாகத் தெளியலாம். தன்னுடையச் சமூக மேன்மைக்காக நேர்மையுடனும் சுயமரியாதையுடனும் செயல்படுகின்ற ஒரு தலித் சமூகச் செயல்பாட்டாளரை முடக்கிப் போடும் விதமாகவே, சமயக் குருமார்கள், மேலாதிக்கச் சாமியார்கள், பிரதர்கள், உள்ளிட்டோர் அவரது மனைவியின் மூலமாகக் கொலை மிரட்டல் விடுக்கின்றனர்"

வழிபாட்டிடங்களிலும், ஆலயம் தொடர்பான நிர்வாக பிரிவிலும் வைத்து தலித்துகள் நசுக்கப்படுவதற்கான காரணங்கள் குறித்து ஆ. சிவசுப்பிரமணியன், "ஆரம்பக் காலகட்டத்தில் ஊர் மரத்தடி, வயல்வெளி மந்தை, களத்துமேடு, உள்ளிட்ட இடங்களிலிருந்து கட்டடங்களற்ற பீடங்களையும், கிராமத் தெய்வங்களையும் வணங்குவதோடு மனநிறைவு கொண்டிருந்த இ எந்த வழிபாட்டு கட்டடங்களுக்குள்ளும், அனுமதிக்கப்படவே இல்லை. மதமாற்றத்திற்கு பிறகு இவர்களுக்கு ஆலய நுழைவு என்பது சாத்தியமாகிறது. உரிமைகள் கிடைத்தது. இதுவே தலித்துகள் மதமாற்றத்திற்கு முக்கிய பின்னணியாகும். இவர்களோடு மெல்ல மெல்ல ஆதிக்கச் சாதியினரும் மதம் மாறினர். இவ்வாறு மதம் மாறியவர்கள் தங்களுடையச் சாதி வெறியையும் சுமந்து கொண்டே வந்தார்கள். இதனால் கிறித்தவத்திற்குள்ளும் சாதிய வெறியும், பாகுபாடுகளும் பெருகியது. இதன் நீட்சியில் சாதிக்கொரு தேவாலயங்களும் வேறுபாடுகளின் அடிப்படையிலமைந்த வழிபாட்டிடங்களைக் கொண்ட ஆலயங்களும் வடிவமைக்கப்பட்டது. தனித்தனியே இருப்பிடப் பகுதிகளோடு அவைகள் அமைந்தது"31 என்பதாக விளக்குகின்றார்.

தலித்துகள் இந்துத்துவ சாதீய, தீண்டாமைக் கொடுமையினல்தான் கிறித்துவத்திற்கு மதம் மாற்றம் கொண்டனர். ஆனால் அங்கும் இதனுடையத் தீவிரத்தை அனுபவித்தே வருகின்றார்கள். மதம் மாறியதால் சாதியும்

தீண்டாமையும் தலித்துகளை விட்டு போய்விடவில்லை. இதுகுறித்து ஆனைமுத்து என்பவர், பெரியார் கூறிய கருத்து ஒன்றை, "தலித்துக்கள் மற்றவர்களுடன் இணைந்து ஆலய நுழைவு பெறுவதால் மட்டும் சாதியும் தீண்டாமையும் ஒழிந்துவிடவோ, சமத்துவம் ஏற்பட்டுவிடவோ போவதில்லை"32 என்பதாக முன்வைக்கின்றார். இவரது கருத்துக்களை வைத்துப் பார்க்கும்போது, தலித்துகளின் மீதானச் சாதியும் தீண்டாமை ஒழிய வேண்டுமானால் ஆதிக்கச் சாதி மனக் கருத்தியல் பதிவுகளில் (அ) பதிவுகளை வெடி வைத்துத் தகர்க்க வேண்டும். இந்தத் தகர்ப்பில் தான் சமத்துவம், விடுதலையும் சாத்தியமாகும் என்பது விளங்குகின்றது.

தலித் மக்களை மண்டுகளாக நினைத்து சுரண்டுதல் :

தமிழ் மக்களின் நம்பிக்கையை மூலதனமாகக் கொண்டு அவர்களைச் சுரண்டுகின்ற வாத்தியார்கள், பங்குச்சாமியார்கள் குருக்கள் உள்ளிட்டவர்கள், அவர்களை விழாக்காலங்களில் மண்டுகளாக நினைத்து ஏசவும் பேசவும் செய்கின்றனர். இதனைக் காண்கின்ற சின்னப்ப வாத்தியார் கண்டனம் செய்வதோடு, தம்மக்கள் இன்னமும்கூட அறியாமையில் இருக்கிறார்களே என்று வருந்தவும் செய்கின்றார். இதனை, "எம் தலித் மக்கள் ஆலயங்களில் நடத்தப்படும் விதத்தை கண்டனம் செய்தார். சேத்துப்பட்டு லூர்து மாதா திருவிழா ஒரு கோலாகல விழாவாக நடக்கும் மக்களின் கூட்டம் வந்து அப்பிக் கொண்டேயிருக்கும். சுற்றி உழைப்பாளிகளின் வியர்வை நெடியோடு ஜன நெருக்கடி, சந்தடி, பரிதாபமான அறியாமை முகத்தோடு ஏழைபாழைகள், காணிக்கைகளை செலுத்தும், காசை உண்டியல்ல கொட்டும். குழந்தைகளை காணிக்கையாகக் கொடுக்கும், தாலியையும் கொடுக்கும், இதையெல்லாம் வாத்தியாருங்க பீடத்துல நின்று வாங்கணும். இந்த ஏழை மக்களை இன்னும் அறியாமைக்கு தள்ளுகிறார்களே இந்த சுவாமிமார்கள். நான் எப்படி என் மக்களின் அறியாமைக்கும், அடிமைத்தனத்திற்கும் கைகொடுப்பது என்று நைனா பொருமுவார். சில சாமியார்கள் பிரசங்கத்தில் மக்களை மண்டுகளாக நினைத்து ஏசிப் பேசிக் கொண்டிருப்பார்கள். ஆலயத்தில் அமர்வதே அவருக்கு போராட்டமாக இருக்கும். கிறிஸ்துமசுக்கு தட்டு பழத்தோடு சாமியார்களைக் கண்டுக்க போகணும், மண்டியிட்டு ஆசிர் வாங்கணும். என் நைனா பக்திப் போர்வை போர்த்திக்கொண்டு சாமியாருங்களுக்குத் தூபம் போட்டு, நாரதர் வேலை பார்ப்பவங்களோடு நைனா

ஒட்டாமலிருந்தார்."(1994:8) எனச் சுட்டுவதிலிருந்து பார்க்க முடிகின்றது. "இயற்கையின் பதிவான செயலை அறிவுக்கண் கொண்டு உணர இயலாதபோதும், மனித வாழ்வில் நிகழும் பல்வேறு ஊறுகளுக்கு காரணம் கற்பிக்க இயலாத போதும், மனித மனம் சிலவற்றை படைத்துக் காணப்படுத்திக் கொள்கின்றது. இவைகளே பின்னாளில் நம்பிக்கைகளாக உருபெருகின்றது."33என்று அருள்தாஸ் என்பவர் சுட்டுகின்ற மனித நம்பிக்கைகள் தலித் கிறித்தவர்களிடம் இயல்பாகவே பெருத்துப்போய் உள்ளது. இதை மூலதனமாக வைத்தே சமய ஆதிக்கவாதிகள் சடங்குகளின் பெயரில் அவர்களைச் சுரண்டுவதுடன், அறியாமை இருளிலேயே வைத்துக் கொள்கின்றனர். பல்வேறு சடங்குகளைச் செய்ய அவர்கள் பழக்கப்பட்டிருப்பதும் கூட நம்பிக்கை அடிப்படையில் செய்யப்படும் ஒரு சுரண்டலாதிக்கச் சூழ்ச்சி எனில் மிகையன்று.

தலித் ஒருவரின் இறப்புச் சடங்கில் அந்நியரை போல நடந்து கொள்ளுதல் :

சேத்துப்பட்டி என்கிற ஊரில் உள்ளப் பள்ளி ஒன்றில் பணி செய்து வரும் சின்னப்பன் என்கிற தலித் ஆசிரியர் ஒருவர், தம் சமூக மக்களின் விழிப்புணர்வுக்காகவும், உரிமைகளுக்காகவும் பல்வேறு செயல்களில் ஈடுபடுவதைப் பொறுத்துக் கொள்ளாத சாதிய மேலாதிக்க வெறிபிடித்த பள்ளி நிர்வாகத்தினர், அவரை பல்வேறு சூழ்ச்சிகளின் மூலமாகப் பணியிலிருந்து தூக்கியெறிகின்றனர். 13 ஆண்டுகால பணியிலிருந்து விலக்கப்பட்டதற்குப் பிறகு மனம் நொந்து போகின்ற இவரின் உடல்நிலை பாதிப்படைகின்றது. பின்னர் 1980ஆம் ஆண்டில் 70 ஆவது வயதில் இறந்து போகின்றார். இவரின் இறப்புச் சடங்கை, இவரை வேலையில் இருந்து வெளியேற்றியப் பள்ளி நிர்வாகியாகியக் குரு ஒருவரே செய்ய வருகின்றார். இந்தக் குரு ஆசிரியரின் இறப்புச் சடங்கில் ஒரு அந்நியர் போல நடந்து கொள்கின்றார் என்பதை உணர்வுப்பூர்வமாக ஆசிரியரின் மகளாகிய விடிவெள்ளி சுயசரிதையாகிய கலக்களில், "நைனா சேத்துப்பட்டிலே மௌனம் எதிர்ப்பு செய்துகொண்டிருந்தார் . . . அவரை வளைப்பதற்காக இத்தாலிய குரு, உன்னை வேலையில் சேர்க்க வேண்டாமென்று அனுப்பப்பட்டுள்ள கடிதத்தைப் பார் என்றார். நைனா பார்த்தார், வந்துவிட்டார் 13 ஆண்டுகள் அங்கே பணியாற்றிவிட்டு 70வது வயதில் 1980 ஆம் ஆண்டு மே 5ஆம் நாள் அவர் சாவின் படுக்கையில் இருக்கும்போது,

சேத்துப்பட்டு இத்தாலிய குருவே பங்குசாமியாராகவிருந்தார். அடக்கச் சடங்கிலே ஓர் அந்நியனை அடக்கம் செய்வது போல் நடந்துகொண்டார். தந்தையை இழந்த நாங்கள் தலித்துகள் தரக்குறைவாகத் திருச்சபையாரால் நடத்தப்படுகிறோமே என்று குமுறினோம். நம்ம சார இந்தச் சாமியாருங்க தொந்தரவு செய்யாமயிருந்தா தென்னாற்காடு அம்பேத்கராகச் செயல்பட்டு இருப்பார் என்று அடக்கத்திற்கு வந்தவர்களில் சிலர் கண்ணீர் வடித்தனர்." *(1994: 9)* என்பதாகச் சொல்லி வருத்தப்படுகின்றார்.

ஒரு தலித்தினுடைய பிறப்பு முதல் இறப்பு வரையிலும் சாதீய அரசியல் ஒடுக்குமுறைத் தொடர்கின்றது என்பதற்கு மேற்கண்ட நிகழ்வு ஒன்றே சான்றாக அமைந்துள்ளது எனலாம். "எந்தவொரு சமூக நிகழ்வுகளுக்குப் பின்னாலும் ஓர் அரசியல் உள்ளது. அது வெளிப்படையாகவோ, உள்ளார்ந்ததாகவோ காணப்படுகிறது"34 என்று இதயவேந்தன் என்பவர் கூறுவதற்கு ஏற்பவே தலித்துகளினுடைய வாழ்வியல் பல்வேறு அரசியலுக்குட்பட்ட நிகழ்வுகளைக் கொண்டே துவங்குகின்றது. அதே நிகழ்வுகளுடனேயே துவண்டும் போகின்றது. அதுபோல், "எந்த ஒரு மனிதனுக்குள்ளும் அவனை அறியாமலேயே அவன் சார்ந்திருக்கின்ற மதமும் சாதியும் வர்க்கமும் இயங்கும்"35 என்று மார்க்சிய தலித்தியச் சிந்தனையாளர்கள் கூறுவதை எடுத்துரைக்கும் ஞானதிரவியம் என்பவரின் கூற்று அடக்குகின்ற சமூகத்தினருக்கும், அடங்குகின்ற சமூகத்தினருக்கும் பொருந்தக் கூடியதாக உள்ளதையும் காணவியலுகின்றது.

தலித் கிறித்தவர்களின் வாழ்வியல் நிலைப்பாடுகள் அவர்கள் சார்ந்திருக்கின்ற கத்தோலிக்கச் சமயத் திருச்சபை, பெண் துறவுச்சபைகள், துறவு மடங்கள் இவற்றின் கீழாக இயங்குகின்ற பள்ளி, கல்லூரி உள்ளிட்ட இன்ன பிறக் கல்வி நிறுவனங்கள் அனாதை இல்லங்கள், ஆலயங்கள், பிற வழிபாட்டிடங்கள் துறவுப்பயிற்சி பணிமையங்கள் என்பன போன்ற தளங்களைச் சார்ந்ததாகவே பெரும்பாலும் அமைவதால் அவர்கள் மீது நிகழ்த்தப்படுகின்ற ஒடுக்குமுறைகளும் சமூகத்தளங்களை விட, மேற்கூறியச் சமயத் தளங்களிலேயே அதிகமாக அரங்கேற்றப்படுகின்றன.

இதனுடைய தீவிரத்தைக் கல்வி நிறுவனங்களில் பல்வேறு பொறுப்புகளையும் வகிக்கக்கூடியவர்களாக ஆண்களைவிட, பெண்களே, குறிப்பாகப் பெண் துறவிகளே பெரிதும்

அனுபவிக்கக் கூடியவர்களாக இருக்கின்றனர். அறிவு உற்பத்தி என்கின்ற கூர்மையான ஆயுதமே படிநிலைப்படுத்தப்பட்டச் சமூக, சமய அமைப்பையும் சாதிய ஆதிக்க அதிகாரத்தையும் உடைதெறிவதற்கானச் சக்தியை கொண்டிருக்கின்றது. இத்தகையச் சக்தியை தலித்துக்கள், இவ்விடத்தில் தலித் கிறித்தவர்கள் பெற்று விடக்கூடாது என்பதற்காகத்தான் அறிவுசார் தங்களை ஆக்கிரமித்துள்ள (அ) உருவாகியுள்ள ஆதிக்க மையக் குழுவினரால் கண்காணிக்கப்பட்டு மேற்கண்ட சமூகத்தவர்கள் மேலும் மேலும் ஒடுக்கப்படுகின்றனர். தலித் சமூக வரலாறு நெடுகிலும் இத்தகைய அறிவுசார் ஒடுக்குதலை அடையாளம் காணலாம்.

துறவுச்சபை, மடம், பணிமையம் என்பன போன்ற தளங்களின் நிர்வாகப் பொறுப்பில் உள்ள மேலாதிக்க சமூக, சாதிய அதிகாரக் குணமுடைய ஆண் துறவிகளும், பெண் துறவிகளும் அவர்களைப் பல நிலைகளிலும் சார்ந்து இயங்குகின்ற தாழ்த்தப்பட்ட, தலித் சமூகப் பெண்களையும், பெண் துறவிகளையும் நாயினும் கீழாக நடத்துவதுடன் அவர்களைக் குறிவைத்தே வரம்பு மீறியப் பல்வேறு அடக்குமுறைகளையும் ஒடுக்குமுறைகளையும் நிகழ்த்துகின்றனர். இதனால் துறவுச் சமூக பரப்பிற்குள் உள்ள பெண்களின் இருப்பிற்கான வெளி என்பது ஆக்கிரமிப்பு செய்யப்பட்டச் சுருக்கிய வெளியாகவே உள்ளது.

இத்தகையச் சுருங்கிய வெளிக்குள் இயல்பான வாழ்க்கையை விடுத்து எவை எவற்றின் காரணமாகவோ சிக்கிக் கொள்கின்ற இளம் பெண்கள் குறிப்பாகத் தலித்துகளை கிறித்துவிற்கும், கிறித்துவ மெய்ஞ்ஞான வாழ்விற்கும் கூர்மைப்படுத்தாமல் அவர்களை அவர்களிடமிருந்தே அந்நியப்படுத்தி, மழுங்கடிக்கின்ற விதத்தில் தான் ஆதிக்க அதிகாரத் திமிர் பிடித்த ஆண்/பெண் துறவிகள் செயல்படுகின்றனர். சமூக, சாதீய, பொருளாதார மற்றும் பல் அடிப்படையில் செயல்படக்கூடிய இத்தகையத் துறவிகள் ஈனத்தனமானப் பாலியல் வேட்கை கொண்டவர்களாகவும் இருப்பதோடு, அவர்களின் காமப்பசிக்குத் தாழ்த்தப்பட்ட, தலித் பெண் துறவிகளையே பலிகெடாவாக்குகின்றனர். குறிப்பாகத் தலைமைப் பதவியில் உள்ளச் சில ஆண் பெண் துறவிகளின் கட்டாயத் தன்பாலினப் புணர்ச்சி வெறிக்கு இளம் ஆண்/ பெண் துறவிகள் உட்படுத்தப்படுகின்ற அவலங்களும் கூட நிகழ்கின்றன. திரைமறைவுச் செயலாக மேற்கண்ட நெறிபிறழ்வு

குற்ற நடவடிக்கைகளில் ஈடுபடுகின்ற துறவிகளே சமூக, சமயம் சார்ந்தச் சடங்குகளை முன்னின்று ஒன்றும் அறியாதவர்கள் போல நடத்துகின்ற கேடுகெட்டப் போக்கையும் தெள்ளத் தெளிவாக அறியவியலுகின்றது.

ஆதிக்க துறவிகளுடனும் அவர்களது அதிகாரச் சிந்தனைப் போக்குகளுடனும் முத்து போக மறுக்கின்றவர்களை நயவஞ்சகமாகப் பழி வாங்குகின்றனர். தனிமைப்படுத்திக் சித்திரவதை செய்கின்றனர். இந்த வகையில் திட்டமிட்டு அவதூறு ஏற்படுத்துவது, சரியான நபர்களை ஓரங்கட்டுவது, துறவிகளைக் கேவலப்படுத்துவது, நிறுவனத்தின் சொத்துக்களை ஆதிக்கசாதி துறவிகளும் அவர்களது சொந்த பந்தங்களும் அனுபவிப்பதற்காகத் தாழ்த்தப்பட்டத் தலித் பெண் துறவிகளைச் சீரழிவிற்குள்ளாக்குவது என்பன போன்றப் பல்வேறு மனித விரோத குறிப்பாகத் தலித் விரோதப் போக்குகளை இனங்காண முடிகின்றது.

மற்றையச் சமய நிறுவனங்களைப் போலவே, கிறித்தவ மத (அ) சமய நிறுவனமும் அதனுடைய தொடக்ககால புரட்சித் தன்மையை இழந்து, புரோகிதத்தனத்தையும், ஆதிக்க அதிகார சாதியச் சமூக வன்முறையையும் கொண்டக் கேந்திரமாக மாறிவிட்டது என்ற எதார்த்த உண்மையை ஒரு தலித் + பெண் + துறவி என்ற மூவகை கண்ணோட்டத்திலிருந்தும் தெளிவுபடுத்துகின்ற விடிவெள்ளி, ஒடுக்கப்பட்ட உரிமைகள் மறுக்கப்பட்ட அதனால் உடைமைகள் பறிக்கப்பட்ட மக்களின் விடுதலைக்கும் விடுதலைப் போராட்டத்திற்கும் கிறித்தவ சமய (அ) மத நிறுவனம், துறவு நிறுவன அமைப்பு உள்ளிட்ட பிறவற்றிற்கும் இடையில் யாதொரு சம்பந்தமும் இருக்கவே முடியாது என்று ஆணித்தரமானச் சான்றுகளுடன் நிரூபித்துள்ளார். இதற்கு அவரது தந்தையும், தாயும் அனுபவித்த சமயத்தளம் சார்ந்தப் பிற ஒடுக்குமுறைகளும், அதன் வழியமைந்தப் பாதிப்புகளின் தாக்கங்களும் ஏ முதல்நிலை அனுபவச் சான்றுகளாக அமைந்திருக்கின்றன எனக் கருதலாம்.

ஒட்டு மொத்தத்தில் கத்தோலிக்கத் திருச்சபை, துறவுச்சபை, மடங்கள் இவற்றின் கீழுள்ள கல்வி நிறுவன அமைப்புகள் என எல்லா இடங்களும் ஒரு கிறித்தவ தலித்தின், தலித் பெண்ணின், துறவியின் பார்வையில் வைத்து மதிப்பிடும் பொழுது, இன்னும் துப்புரவாக்கப்பட வேண்டிய கசடுகள் சாதீயம், தீண்டாமை நிறைந்த இடங்களாகவே இருப்பதை உணரவியலுகின்றது என்பன போன்ற சில புரிதல்களை

முடிவுகளாக முன்வைக்கலாம்.

அடிக்குறிப்புகள் :

1. மாற்கு, கிறிஸ்தவத்தில் தீண்டாமை, வல்லினம் காலாண்டிதழ், ப.58.
2. ச. விசயலெட்சுமி, பெண்ணெழுத்து களமும் அரசியலும், ப.110.
3. தினமலர் நாளிதழ், நீதிபதி கர்ணன் பேட்டி. 4.11.2011. ப.5.
4. விசயலெட்சுமி, மு.க.நூ., ப.95.
5. கெய்ல் ஓம்வெட், வர்க்கம் சாதி நிலம். ப.41.
6. விசயலெட்சுமி, மு.க.நூ., ப.24.
7. அண்ணல் அம்பேத்கர், இந்துயிசத்தின் தத்துவம், ப.152.
8. சேதுமணிமணியன், தமிழ் நாவல்களில் மதிப்புகள், ப.261.
9. ராஜ்கௌதமன், கலக்கல் சுயசரிதை, அணிந்துரை குறிப்பு, ப. VIII.
10. ராஜ்கௌதமன், மு.க.நூ., ப. க்ஷிமிமிமி.
11. சிவ. மங்கையர்கரசி, இலக்கிய இயக்கங்கள், ப.103
12. இருதயராஜ், விடுதலை இறையியல் சுடர் கட்டுரைத் தொகுப்பு, ப.175.
13. பாவண்ணன், புதைந்தகாற்று, ப.152.
14. முகில், தமிழில் தலித் இலக்கியம். ப.40.
15. மோகன் லார்பியர், தலித் விடுதலைக்கான இயல், ப.28.
16. தி. பாக்கியமுத்து, தமிழ் நாவல்களில் மனித உரிமை மீறல்களும் மக்கள் போராட்டமும், ப.5.
17. ராஜ்கௌதமன், தலித் பண்பாடு. ப.25
18. தோதாத்ரி, தமிழ் நாவல்களில் சில அடிப்படைகள். ப.80.
19. நாகார்ச்சுனன், கலாச்சாரம், அககலாச்சாரம், எதிர்கலாச்சாரம், ப.24.
20. கவிதா, மார்க்சியமும் பெண்ணியவாதமும், ப.28.
21. அரங்கமல்லிகா, தமிழ் இலக்கியமும் பெண்ணியமும், பக்.80—83.
22. முத்துசிதம்பரம், பெண்ணியம் தோற்றமும் வளர்ச்சியும், பக்.162—163.
23. வாழ்வியல் களஞ்சியம் — தொகுதி — 2, ப.678.
24. அரங்கமல்லிகா, மு.க.நூ., ப.116.
25. சு. சண்முகசுந்தரம், பெண்ணியம். ப.109.

26. ந. முத்துமோகன், அமைப்பியல் பின் அமைப்பியல், ப.131.

27. மார்க்கபந்து சார்மா, சிலம்பின் கொடிகள் நூலின் முன்னுரைக் குறிப்பு, ப.VII.

28. வீரா. அழகிரிசாமி, தமிழக வரலாற்றில் சமயப் பூசல், ப.21.

29. மாற்கு, கிறித்தவத்தில் சாதியம், ப.54.

30. ராஜ் கௌதமன், பொய் + அபத்தம் = உண்மை. ப.54.

31. ஆ. சிவசுப்பிரமணியன், கிறிஸ்தவமும் சாதியும், ப.23.

32. வே. ஆனைமுத்து, ஈ.வெ.ரா. பெரியார் சிந்தனைகள், ப.60.

33. செ. அருள்தாஸ், தலித் விடியலுக்கு ஆய்வு நூல், ப.6.

34. விழி.பா. இதயவேந்தன், தலித் இலக்கியப் போக்குகள், ப.3.

35. ந. ஞானதிரவியம், சமகாலப் படைப்புகளில் சாதி, ப.86.

தொகுப்புரை

தமிழ் இலக்கியங்கள் பல்வேறு பிரிவுகளை உள்ளடக்கிய மிகப் பெரிய பரப்பாகும். இப்பரப்பில் இடம்பெற்றிருக்கின்ற மக்கள் தொடர்பு இலக்கியங்களுள் முக்கிய ஒன்றாகத் தலித் இலக்கியங்கள் அமைகின்றன. தலித் இலக்கியங்கள் என்ற பிரிவில் தான் தன்வரலாற்று இலக்கியங்கள் தமிழில் படைக்கப்பட்டுள்ளன. இந்திய — தமிழக அளவிலானத் தலித் சுயசரிதைகளின் முன்னோடிகள் என்று அம்பேத்கரையும் இரட்டைமலை சீனிவாசனையும் குறிப்பிடலாம். மராட்டிய, கன்னட மொழிகளிலிருந்து தமிழுக்கு அதிக அளவில் தன் வரலாறுகள் மொழிபெயர்ப்புச் செய்யப்பட்டு வருகின்றன. தமிழிலேயே படைக்கப்பட்டத் தலித் தன்வரலாறுகள் எண்ணிக்கையில் குறைவானதாக உருப்பெற்றுள்ளன. இங்குத் தமிழில் படைக்கப்பட்டப் பாமாவின் கருக்கும், விடிவெள்ளியின் கலக்கலுமாகிய தன்வரலாறுகள் குறித்த மேற்கொள்ளப்பட்ட ஆய்வு முடிவுகள் யாதெனில், தமிழில் வாழ்க்கை வரலாற்று இலக்கியம் வகைமைகளின் அடிக்கூறுகளாகவே, தன் வரலாறும், தலித்தியத் தன்வரலாறுகளும் அமைகின்றன. எனினும் எழுதப்படுநர் என்ற அடிப்படையில் இவை ஒவ்வொன்றும் வேறுபட்டத் தளங்களிலேயே இயங்குகின்றன. மராட்டியத்தில் தோன்றிப் பின் கன்னடத்தின் வழியாகத் தமிழ்மொழிப் புலத்தினை வந்தடைந்திருக்கின்ற இத்தலித் தன்வரலாறுகளைத் தமிழ்ச் சமூக வெளிக்கட்டமைப்பு வரலாற்றிலிருந்து புறந்தள்ளப்பட்ட நிலையில் கிறித்தவ மதமாற்றத்தினை மேற்கொண்டப் பறையர் சமூகத்தைச் சார்ந்தப் படைப்பாளிகளே அறிமுகம் செய்துள்ளனர்.

தீண்டாமைச் சாதி என்ற அடிப்படையில் சமூகப் பொதுமையை வெளியிலிருந்து வருண பேதங்களை முன்வைத்து விலக்கத்திற்குட்பட்ட பறையர் சமூக மக்களே தொடர்ந்து ஒடுக்கவும் ஒதுக்கவும் படுகின்றனர். இவர்கள் எந்தச் சமூகத்தை, சமயத்தைச் சேர்ந்தவர்களாக இருந்தாலும் சரி, எத்தகைய உயர் பதவிகளை வகித்தாலும் சரி, தீண்டத் தகாதவர்களாகவே தான் மதிக்கவும் அணுகவும் படுகின்றார்கள். இந்த வகையில் மேற்கண்டச் சமூக மக்களையே தலித் என்கிற மராட்டியச் சொல் பெரிதும் சுட்டுகின்றது எனவும் இச்சமூகத்தவர்களால்

எழுதப்படுவதே அசலானத் தலித் இலக்கியம் எனவும் நாம் வரையறைச் செய்கிறோம்.

சாதியை மையமாகக் கொண்டு நடைபெற்ற தமிழ்ச் சமூக இயக்க, அரசியல் வரலாற்று நிகழ்வுகளிலிருந்து பல்வேறு படிப்பினைகளைப் பெற்றுக் கொண்ட மதம் மாறியத் தலித் சமூக அறிவாளர்கள் தங்களுக்குள் ஒன்றிணைந்து புதிய இயக்க, அரசியல் வெளியை மதமாற்றத்திற்குப் பிந்தைய நிலையில் கட்டமைத்துக் கொண்டனர். இதனால் அன்று உருவாகிய உணர்வுப் பூர்வமான எழுச்சியும், இயக்கம் சார்ந்த ஒன்றிணைவும் தான் இன்றையச் சமகால அரசியல், இலக்கியத் தளத்தில் எவராலும் புறக்கணிக்க முடியாத அளவிற்குப் பல்வேறு மாற்றங்களையும், அதிர்வுகளையும் தொடர்ந்து நிகழ்த்திக் கொண்டே இருக்கின்றது.

தலித் சமூக மக்களின் வாழ்வியல் முதன் முதலாக இலக்கிய உள்ளடக்கமாக ஆக்கப்பட்டதற்கும், இன்று தன் வரலாறுகளாக உருப்பெற்றதற்கும் மேற்கூறிய, விடுதலைக்கு முன்னும் பின்னுமாக அமைந்த இந்திய தமிழ்ச் சமூக, இயக்க அரசியல் வரலாற்று நிகழ்வுகளும் பிறழ்வுகளும் முதற் காரணமாக அமைந்துள்ளன எனலாம்.

மத மாற்றத்திற்குட்பட்டச் சமூக மக்களின் தமிழக அளவிலான இயக்க, அரசியல் இலக்கியச் செயல்பாடு, நரவடிக்கைகளின் நீட்சியாகவே தலித் தன் வரலாறுகள் தமிழில் படைக்கப்பட்டிருப்பதாகச் சுட்டலாம். கறுப்பர் இலக்கியங்களைப் போலவே இத் தன்வரலாற்று இலக்கியங்களும் சாதிய ஆதிக்க எதிர்ப்பையே உட்பொருளாகக் கொண்டுள்ளன. சாதியச் சமூக, சமயம் சார்ந்த இழிவுகளைத் தொடர்ந்து அனுபவித்து வருகின்ற தலித் கிறித்தவச் சமூகம் ஒன்றில், தானும் ஒருவராக வாழ்ந்து, சாதிய, தீண்டாமை சார்ந்தச் சமூக — சமய இழிவுகளையும் அனுபவித்தும், உற்று உணர்ந்தும் கொள்கின்ற சமூக அக்கறையுடைய பெண் படைப்பாளி ஒருவர், அவரது பாதிப்பிற்கும், அவலத்திற்கும் உட்பட்ட வாழ்க்கை வரலாற்றை, சமூக வரலாற்றினூடாகக் கோர்த்து. வெளிபுலகத்தார்கள் அறியும் வகையில் இலக்கியத் தன்மையே அந்த ஒருவரே சித்திரித்திருக்கின்ற எழுச்சி மிகு படைப்பையே தலித் தன் வரலாற்றிலக்கியம் என்பதாக வரையறை செய்யலாம். மேலும் இவற்றைத் தலித் ஒருவருடைய சுய இனவரைவியல் எனலாம்.

சம காலத்திய வாழ்க்கை வரலாற்று இலக்கியங்களானக் 'கருக்கு'ம் கலக்கல்'(லு)ம் ஒரே சமூகத்தையும் சமயத்தையும் சார்ந்தப் படைப்பாளர்களால் படைக்கப்பட்டிருக்கின்றன. இவர்கள் கிறித்தவ சமயத் துறவு வாழ்வில் வெறுப்புற்று வெளியேறிய நிலையில் தான் இவற்றைப் படைத்துள்ளனர். இவற்றுள் 'கருக்கு' நூலே தலித் மொழிநடையினையும், கதையாடல் வடிவிலான உரைநடையையும் கொண்டுள்ளது என்பதும், தமிழில் வெளிவந்துள்ளத் தலித் தன் வரலாறுகளில் இதுவே முதன்மையானது என்பதும் குறிப்பிடத்தக்கதாகும்.

சுமார் இருபது ஆண்டுகளுக்கு முன்னால் வெளிவந்து, தமிழ் இலக்கிய உலகில் பரப்பரப்பான விவாதத்தை எழுப்பி அடங்கியிருக்கும் ஒரு தன் வரலாற்றிலக்கிய நூலே கருக்கு. ஒரு தலித் கிறித்தவ பெண் துறவி ஒருவருடையச் சுய வாழ்க்கையை இதன் பின்புலமாகவிருக்கின்ற சாதிய ஒருங்கமைப்பு, தலித்துக்களினுடைய ஒடுக்குதலுக்குட்பட்டச் சமூக, சமயப் பண்பாட்டு வாழ்வியல் சூழல் எனும் தளத்தில் பொருத்தி அமைக்கப்பட்டிருக்கும். இதை ஒரு வரலாற்று வரைவியல் என்று சொல்லி நிறுத்திக் கொள்ளாமல், ஒட்டுமொத்தச் சமூகத்தினுடையக் கூட்டுப் பண்பாட்டுப் பரிணாம வரலாற்றையும் உள்ளடக்கியத் தன்னின வரலாற்று வரைவியல் என்பதாகவே அடையாளப்படுத்தலாம்.

படைப்பாளர் பாமா தான் நேரிடையாக உற்று நோக்கியதும், கேள்விப்பட்டதுமாகியச் சமூக, சமய உலகின் பலவகையானக் கூறுகளைப் பற்றியும், அக்கூறுகளைச் சார்ந்திருக்கின்ற பறையர் கிறித்தவ மக்களின் மீதானச் சாதிய ஒடுக்குமுறைகள் பற்றியும் மிகத் தெளிவாகப் பேசுகின்றார். இவரது பேசுபொருளில் ஒரு தலித் கிறித்தவப் பெண்ணின் சமூக, சமயத் துறவுசார் பண்பாட்டு வாழ்வியல் வரலாறும், அவரது மக்களின் மீது சமூகத் தளங்களில் குறிப்பாகச் சமயத் தளங்கில் நிகழ்த்தப்படுகின்ற ஒடுக்குமுறைகளை எதிர்ப்பதுமாகிய அவர்களது சமகாலத்திய வரலாறும் தெளிவுப்படுத்தப்படுகின்றன. அதைப்போலவே கிறித்தவத்தில் நிலவுகின்ற சாதியத் தீண்டாமைக் கொடுமைகளையும் புறக்கணிப்புக்களையும் இன்ன பிறவற்றையும் சமயத் திருச்சபைகள், பெண்கள் துறவுச் சபைகள் மடங்கள் இவற்றின் கீழ் இயங்குகின்ற பிற நிறுவன அமைப்புகளின் வழியாக எடுத்துரைப்படுகின்றது. மேற்கண்டப் பின்புலத்தில் ஒரு சாமானியத் தலித் கிறித்தவக் குடும்பத்தில் பிறந்த ஒரு

பெண், சிறுமி, மாணவி, ஆசிரியர், துறவி என்பன போன்ற நிலைகளில் எல்லாம் இருந்து படைப்பாளர் எதிர்கொண்ட யதார்த்த வாழ்க்கையைப் பற்றி சுயப்பிரக்ஞையோடும் சமூக அக்கறையோடும் கிறித்தவச் சமூக, சமயம் குறித்த மதிப்பீட்டுப் பார்வையோடும் இவ்வரலாறு பல்வேறு செய்திகளையும் பதிவு செய்துள்ளது. இத்தகையப் பதிவுகளின் அடிப்படையில் தான் இந்நூல் சுயவரலாற்று வரைவியல் என்கின்ற நோக்கில் அடுத்தக்கட்டப் பரிமாணத்தை அடைவதை உணரவியலுகின்றது. இத்தன் வரலாற்றில் சொல்லப்பட்டுள்ளச் செய்திகள் வாய்மொழிப் பண்பைத் தழுவிய்ப் பேச்சு வழக்கிலேயே விவரிப்பு செய்யப்பட்டுள்ளன. இந்த வாய்மொழிப் பண்புதான் படைப்பினுள் நிறைந்திருக்கும் சமூகக் கூட்டுத்திரளினுடையக் குரலை ஒருவிதக் கதையாடலின் வழியே பிரதிபலிக்கின்றது என்பது குறிப்பிடத்தக்கதாகும்.

கலக்கல் தன் வரலாற்றில் இப்பண்பே வேறொரு வடிவத்தில் காண வழி வகுத்துள்ளது. பல்வேறு சாதியச் சமூகங்களையும் கிறித்தவச் சமூக, சமய நிறுவனங்களையும் அவற்றுடனான உறவுகளையும் கொண்டு இயங்கக்கூடியத் தலித் பறையர் கிறித்தவச் சமூக ஒழுங்கமைப்பையே சிதைத்து அழித்தொழிப்பிற்குள்ளாக்குகின்ற வலைப்பின்னல் சக்தியாகச் சாதி என்பது நீண்டநெடுங்காலமாகவே இருந்து வருகின்றது. இந்தச் சாதிதான் கிறித்தவத் தலித்துக்களின் கல்வியறிவு சார்ந்த முன்னகர்வுகளைத் தொடர்ந்து தடை செய்துகொண்டே இருக்கின்றது. இதற்கு வ. புதுப்பட்டியின் பொது மைய வாழிடப்பரப்பில் உள்ளச் சமூக வெளிக்கட்டமைப்பு, புறக்கணிப்பும் குறித்து பாமா விவரித்துள்ளச் செய்திகளே போதுமான நேரடிச் சான்றுகளாக உள்ளதைக் காணலாம்.

இந்தச் சூழலில் பின்புலத்தில், சமயம் சார்ந்து நடத்தப்படுகின்ற பள்ளி, கல்லூரி, துறவுப் பயிற்சி மையம், பணிமையம், இவற்றின் கீழ் செயல்படுகின்ற விடுதிகளை பெண்கள் துறவுச் சபை நிர்வாகிகள் இம்மடங்கள் உள்ளிட்டப் பிற திருச்சபைச் சார்ந்த அமைப்புகளோடும், உறவுகொண்டு இயங்கக் கூடியத் தலித் சமூக மாணவர்கள் குறிப்பாக, மாணவிகள், பெண் துறவிகளாகிய ஆசிரியர்கள் பிற கீழ்நிலைப் பணியாளர்கள் உள்ளிட்டவர்கள் மீது தான் ஒடுக்குமுறைகளும், ஒதுக்குமுறைகளும் மிகக் கடுத்தமாகச் சாதியை முன்வைத்த நிலையில் அரங்கேற்றப்படுகின்றது என்பது கண்டறியப்பட்டது.

இங்கு தலித் பெண் ஒருவரால் மேன்மையடைய முடிகின்றது என்பதே நிதர்சனமாகவிடுக்கின்றது. இப்படைப்பிலக்கியல் வழி சமூகத் தளத்தைவிட சாதிய ஏற்றத்தாழ்வுகளையும் தீண்டாமை சார்ந்தக் காழ்ப்புணர்ச்சிகளையும் இன்னபிறக் கொடுமைகளையும் கிறித்தவச் சமயத் தளங்களில் தான் மிகப் பரவலாக இருப்பதை இனங்காண முடிகின்றது. இக்கொடுமைகளைத் துறவுசார் மையங்களில் உள்ளத் தலித் பெண் துறவிகளும் எதிர்கொள்கின்றனர் என்பது குறிப்பிடத்தக்கதாகும். இவற்றையெல்லாம் பார்க்கும் பொழுது கிறித்தவத்திலும் கிறித்தவத்திற்கு மாறிய தலித்துக்களின் மீதும் சாதியமும், தீண்டாமையும் கடைப்பிடிக்கப்படுகின்றது என்பதை இவ்வரலாற்றின் வழியே உறுதி செய்ய முடிகிறது. தலித் சமூகத்தவர்கள் துறவிகளாக, குறிப்பாகப் பெண்கள் துறவிகளாகப் போனாலும் கூட இதனால் தான் ஒதுக்கவும் ஓரங்கட்டவும் படுவதோடு,துறவில் மேன்மை பெறுவதிலிருந்தும் பின் தங்கியவர்களாக்கப்படுகின்றனர் என்பன போன்ற தெளிவுகளையும் கூடுதலாகப் பெற முடிகின்றது.

அறிவு உற்பத்தி என்கின்ற கூர்மையான ஆயுதமே படிநிலைப்படுத்தப்பட்டச் சமூக, சமய அமைப்பையும் சாதிய ஆதிக்க அதிகாரத்தையும் உடைத்தெறிவதற்கானச் சக்தியைக் கொண்டிருக்கின்றது. இத்தகையச் சக்தியை தலித்துக்கள் இவ்விடத்தில் தலித் கிறித்தவர்கள் பெற்று விடக்கூடாது என்பதற்காகத்தான் அறிவுசார் தங்களை ஆக்கிரமித்துள்ள உருவாக்கியுள்ள ஆதிக்கமையக் குழுவினரால் கண்காணிக்கப்பட்டு மேற்கொண்டச் சமூகத்தவர்கள் மேலும் மேலும் ஒடுக்கப்படுகின்றனர். தலித் சமூக வரலாறு நெடுகிலும் இத்தகைய ஒடுக்குதலை அடையாளம் காணலாம்.

துறவுச்சபை, மடம், பணிமையம் என்பன போன்ற தளங்களின் நிர்வாகப் பொறுப்பிலுள்ள மேலாதிக்கச் சமூக, சாதிய அதிகாரக் குணமுடைய ஆண் துறவிகளும், பெண் துறவிகளும் அவர்களைப் பல நிலைகளிலும் சார்ந்து இயங்குகின்ற தாழ்த்தப்பட்ட, தலித் சமூகப் பெண்களையும், பெண் துறவிகளையும் நாயினும் கீழாக நடத்துவதுடன் அவர்களைக் குறி வைத்தே வரம்புமீறியப் பல்வேறு அடக்கு முறைகளையும் ஒடுக்குமுறைகளையும் நிகழ்த்துகின்றனர். இதனால் துறவுச் சமூகப் பரப்பிற்குள் உள்ள பெண்களின் இருப்பிற்கான வெளி என்பது ஆக்கிரமிப்பு செய்யப்பட்டச் சுருக்கிய வெளியாகவே உள்ளது. இத்தகையச் சுருங்கிய

வெளிக்குள் இயல்பான வாழ்க்கையை விடுத்து எவை எவற்றின் காரணமாகவோ சிக்கிக்கொள்கின்ற இளம்பெண்கள் குறிப்பாகத் தலித்துக்களைக் கிறித்துவிற்கும், கிறித்துவ மெய்ஞ் ஞான வாழ்விற்கும் கூர்மைப்படுத்தாமல் அவர்களை அவர்களிடமிருந்தே அந்நியப்படுத்தி, மழுங்கடிக்கின்ற விதத்தில் தான் ஆதிக்க அதிகாரத் திமிர்ப்பிடித்த ஆண் / பெண் துறவிகள் செயல்படுகின்றனர். சமூக, சாதீய, பொருளாதார மற்றும் பல அடிப்படையில் செயல்படக் கூடிய இத்தகையத் துறவிகள் ஈனத்தனமாகப் பாலியல் வேட்கை கொண்டவர்களாகவும் இருப்பதோடு, அவர்களின் காமப்பசிக்குத் தாழ்த்தப்பட்ட, தலித் பெண் துறவிகளையே பலிகெடாவாக்குகின்றனர். குறிப்பாகத் தலைமைப் பதவியிலுள்ளச் சில ஆண் / பெண் துறவிகள் கட்டாயத் தன்பாலியனப் புணர்ச்சி வெறிக்கு இளம் ஆண் / பெண் துறவிகள் உட்படுத்தப்படுகின்ற அவலங்களும் கூட நிகழ்கின்றன. திரைமறைவுச் செயலாக மேற்கண்ட நெறிபிறழ்வுக் குற்ற நடவடிக்கைகளில் ஈடுபடுகின்ற துறவிகளே சமூக, சமயம் சார்ந்தச் சடங்குகளை முன்னிறு ஒன்றும் அறியாதவர்கள் போல நடத்துகின்ற கேடுகெட்டப் போக்கையும் தெள்ளத்தெளிவாக அறியவியலுகின்றது.

ஆதிக்கத் துறவிகளுடனும் அவர்களது அதிகாரச் சிந்தனைப் போக்குகளுடனும் ஒத்துப் போக மறுக்கின்றவர்களை நயவஞ்சகமாகப் பழி வாங்குகின்றனர். தனிமைப்படுத்தி சித்திரவதை செய்கின்றனர். இந்த வகையில் திட்டமிட்டு அவதூறு ஏற்படுத்துவது, சரியான நபர்களை ஓடங்கட்டுவது, துறவிகளைக் கேவலப்படுத்துவது, நிறுவனச் சொத்துக்களை ஆதிக்கச் சாதித் துறவிகளும் அவர்களது சொந்தபந்தங்களும் அனுபவிப்பதற்காகத் தாழ்த்தப்பட்ட, தலித் பெண் துறவிகளைச் சீரழிவிற்குள்ளாக்குவது என்பன போன்றப் பல்வேறு மனித விரோத, குறிப்பாகத் தலித் விரோதப் போக்குகளை இனங்காண முடிகின்றது.

மற்றையச் சமய நிறுவனங்களைப் போலவே, கிறித்தவ சமய நிறுவனமும் அதனுடைய தொடக்க காலப் புரட்சித் தன்மையை இழந்து, புரோகிதத்தனத்தையும், ஆதிக்க அதிகார சாதியச் சமூக வன்முறையையும் கொண்ட கேந்திரமாக மாறிவிட்டது என்ற யாதார்த்த உண்மையை ஒரு தலித் + பெண் + துறவி என்ற மூவகைக் கண்ணோட்டத்திலிருந்தும் தெளிவுபடுத்துகின்ற விடிவெள்ளி, ஒடுக்கப்பட்ட உரிமைகள் மறுக்கப்பட்ட அதனால் உடைமைகள் பறிக்கப்பட்ட மக்களின்

விடுதலைக்கும் விடுதலைப் போராட்டத்திற்கும் கிறித்தவச் சமய(அ) மத நிறுவனம், துறவு நிறுவன அமைப்பு உள்ளிட்ட பிறவற்றிற்கும் இடையில் யாதொரு சம்பந்தமும் இருக்கவே முடியாது என்பது உணரப்பட்டது.

ஒட்டு மொத்தத்தில் கத்தோலிக்கத் திருச்சபை, துறவுச் சபை, மடங்கள் இவற்றின் கீழுள்ள கல்வி நிறுவன அமைப்புகள் என எல்லா இடங்களும் ஒரு கிறித்தவ தலித்தின், பெண்ணின், துறவியின் பார்வையில் மதிப்பிடும் பொழுது, இன்னும் துப்புரவாக்கப்பட்ட வேண்டியக் கசடுகள் நிறைந்த இடங்களாகவே இருப்பதை உணரலாம்.

தலித் கிறித்தவச் சமூகப் படைப்பாளர்களால் படைக்கப்பட்டிருக்கும் படைப்புக்கள் தன்வரலாற்று இலக்கிய வடிவமாகவே உள்ளதோடு, படைப்பாளர்களின் ஒடுக்குமுறைக்குள்ளாகப் பட்டச் சுயவாழ்வியலுடன், அவர்களது சமூக மக்களின் ஒடுக்குதலுக்குள்ளாகும் வாழ்வியல் குறித்தும் உரக்கப் பேசுகின்றது. சமூகம் சார்ந்த ஒடுக்கு முறைகளைவிட, கிறித்தவச் சமயம் சார்ந்த தளங்களில் உள்ள தலித் கிறித்தவர்கள் மீது அதிலும் பெண்களின் மீதான ஒடுக்கு முறைகளையே மிக அதிகமாகச் சித்திரிக்கின்றன. சமயம் சார்ந்து நடத்தப்படுகின்ற கல்வி நிறுவனங்களின் தான் தலித்துக்கள் மீதான ஒடுக்குமுறைகள் ஆதிக்க வீச்சு கொண்டதாக உள்ளது என்பவையே இவ்வாய்விற்கானக் கருதுகோள்களாக எடுத்துக் கொள்ளப்பட்டு ஆய்வு செய்யப்பட்டுள்ளது.

இக்கருத்துகளோடு ஆய்வினுடைய ஒவ்வொரு பகுதியிலும் முடிவுகள் கண்டறியப்பட்டு, அதனை ஒப்பிட்டு கீழ்க்கண்ட முடிவிற்கு வர நான் முனைகிறேன். அதன்கீழ், ஒரே சமூகத்தையும் (பறையர்) சமயப்பின் புலத்தையும் (கத்தோலிக்கம்) துறவு வெளிச் சார்ந்த அனுபவப் பின்னணியையும் கொண்டப் பெண் படைப்பாளிகளானப் பாமாவும், விடிவெள்ளியும் சமயம் சார்ந்து நடத்தப்படுகின்றனர். கல்விப் புலங்களிலும் சமயத் திருச்சபை, பெண்கள் துறவுச்சபை, துறவு மடங்கள் இவற்றுன் கீழ் இயங்குகின்ற பிற நிறுவன அமைப்புகள் மற்றும் அவற்றிலானப் பல்வேறு பொறுப்புகள் உள்ளிட்டவற்றிலும், நேரிடையாகவும் மறைமுகமாகவும் எதிர்கொண்டச் சாதிய ரீதியிலான ஒடுக்குமுறைகள், ஒதுக்குமுறைகள் இவற்றோடு இவர்கள் கண்டும், கேட்டும் உற்றும் உணர்ந்த துறவுச் சமூகப் பரப்பினைச் சார்ந்திருக்கின்ற தாழ்த்தப்பட்டத் தலித்துக்கள், குறிப்பாகப் பெண்கள். பெண் துறவிகள்

மீதான ஒடுக்குமுறைகள் பாலியல் ரீதியிலான ஆணாதிக்க பெண்ணாதிக்க அத்துமீறல்கள் உள்ளிட்டனக் குறித்தும் பெற்ற சமூக, சமயப் பகுப்பாய்வு சார் அறிவெழுச்சியின் பயனாகவே கருக்கையும் கலக்கலையும் படைத்துள்ளனர்.

சாதியிலும் தீண்டாமையிலும் புறக்கணிப்பிற்குள்ளாகி வருகின்ற பறையர் சமூகக் கிறித்தவப் படைப்பாளர்கள் வெறும் நிகழ்வுகளை மட்டுமே கோர்த்து புனையப்படுகின்ற மரபான இலக்கிய வடிவங்களில் இருந்து இவ்வகை இலக்கியங்கள் மாறுபட்டுள்ளன.

இந்த வகையில் இவ்விரு வரலாற்றாசிரியர்களும் சமூகம் சார்ந்த ஒடுக்குமுறைகளைவிட, சமயம் சார்ந்து நிகழ்த்தப்படுகின்ற ஒடுக்கு முறைகளையே குறிப்பாகக் கல்வி நிறுவனங்களில் நிலவுகின்ற ஒடுக்குமுறைகளையே மிகத் தீவிரமாகச் சித்திரித்திருக்கின்றனர். படைப்புகளின் அடிப்படையில் கருக்கு வரலாறே கல்வித்தளம் சார்ந்த ஒடுக்குதல்களை உள்ளார்ந்த நிலையில் முன்வைக்கின்றது. அதைப் போலவே கலக்கல், வரலாறே சமயத் துறவு சார்ந்து துறவுப் பரப்பில் உள்ள தாழ்த்தப்பட்டத் தலித்துக்கள், தலித் பெண்கள், பெண் துறவிகள் உள்ளிட்டவர்கள் மீதான ஒடுக்குமுறைகளை மிகப் பரந்த நிலையினூடாக கவனப்படுத்துகின்றது. மேற்கண்டக் கவனப்படுத்தலின் உச்சமாக, மூத்தப் பதவியிலுள்ள ஆண் பெண் துறவிகளின் பாலியல் மற்றும் தன்னைப் பாலியல் வக்கிரத்திற்கும், ஆதிக்க அதிகார வன்கொடுமைகளுக்கும் இளம் ஆண், பெண் துறவிகள் உள்ளாக்கப்படுகின்ற அவலத்தைக் குறிப்பிடலாம்.

மேற்கண்ட ஒப்பீட்டுப் புரிதல்களின் அடிப்படையில் கருக்கும், கலக்கலும் சமூகம் சார்ந்தப் பல்வேறு தளங்களோடும் உறவுகொண்டு இயங்குகின்ற தலித் கிறித்தவர்கள் மீதானச் சாதிய, தீண்டாமையடிப்படையிலான ஒடுக்குமுறைகளை எடுத்துக்காட்டினாலும், கத்தோலிக்கச் சமயம் சார்ந்த தளங்களில் நிலவுகின்ற ஒடுக்கு முறைகளையே அதிலும் குறிப்பாகக் கல்வி நிறுவனங்களில் சாதியை முன்வைத்து அரங்கேற்றப்படுகின்ற ஒடுக்கு முறைகளையே தீவிரத் தன்மையோடு வெளிப்படுத்துகின்றன என்கின்ற தெளிவான ஆய்வு முடிவிற்கு வரலாம்.

எதிர்கால ஆய்வும் பயனும்

தமிழில் உள்ள தலித் தன்வரலாறுகள் குறித்த இந்த ஆய்வுப் பயணத்தில் தொடர்ந்து நிகழ்த்த வேண்டியவற்றைப் பின்வருமாறு கணக்கிடலாம். அதன்கீழ்,

1. தமிழிலுள்ளத் தலித் தன்வரலாறுகளில் சிதறிக் கிடக்கின்ற சமூகம் சார்ந்தப் பண்பாட்டுத் தரவுகளின் அடிப் படையில் அந்தந்தச் சமூகத்திற்கானச் சுய இனவரைவியலைச் சமூகப் பயன் கருதி உரிய அறிவியல் கண்ணோட்டத்தில் உருவாக்கலாம்.

2. தமிழகத் தலித் தன் வரலாறுகளையும் மொழிமாற்றம் செய்யப்பட்டப் பிறமொழி வரலாறுகளையும் வாழ்க்கை வரலாற்றிலக்கிய நோக்கில் ஒப்பீட்டு ஆய்வு மேற்கொள்ளலாம். இதேபோல் தமிழில் மொழிமாற்றம் செய்யப்பட்டிருக்கும் தலித் தன்வரலாறுகளை அதன் மூலமொழியிலுள்ளத் தன் வரலாறுகளுடன் ஒப்பீட்டு மொழி பெயர்ப்பு சார்ந்த நிலையில் நிகழ்கின்ற மாற்றங்கள் குறித்து விரிவான நிலைகளில் ஆராயலாம்.

3. இந்திய அளவிலானத் தலித் தன்வரலாறுகள் குறித்துப் பரந்த நிலையில் கலைப்புல ஆய்வை முன் எடுத்துச்செல்லலாம். தமிழகத் தலித் தன் வரலாறுகளின் வழியே கிறித்தவர்களுக்கானச் சமூக, சமய நீதிக்கானக் கோட்பாட்டு முன்வரைவுகளை வரலாற்று அடிப்படையில் உருவாக்கலாம்.

4. சாதிய ஆதிக்க அதிகாரப்பலம் மிக்கச் சமூகத்தவர்களின் சமயக் கலாச்சாரப் பண்பாடு நடவடிக்கைகளுடன் கலந்து, சுய அடையாளம் இழந்து கிடக்கின்ற தலித் கிறித்தவர்களின் சமூக, சமயப் பண்பாட்டு நிகழ்வினங்கள் குறித்தும் அவற்றின் சாதிக் கிறித்தவர்களின் பங்களிப்புகள் குறித்துமான ஆய்வு நாட்டார் வழக்காற்றியல் கள ஆய்வு முறைமைகளின் கீழ் மேற்கொள்ளலாம்.

5. தலித் கிறித்தவர்களின் மதமாற்றத்திற்கு முந்தையச் சமூக சமய வாழ்வியல் வரலாற்றைப் பிந்தைய வரலாற்றுடன் ஒப்பிட்டுப் பார்த்து வரலாற்று மீளாய்வு ஒன்றைப் புதிதாகக் கட்டமைக்கலாம். பார்ப்பானுக்கு மூத்தவன் பறையன் என்கின்ற முதுமொழியின் பின்னால் மறைந்திருக்கின்ற

அல்லது மறைக்கப்பட்டிருக்கின்ற வரலாறு குறித்து ஆய்வு மேற்கொள்ளலாம் என்பன போன்று பல்வேறு நிலைகளிலும் சமூகப் பயனுள்ள ஆய்வுகளை வரலாற்றடிப்படையில் எதிர்காலத்தில் மேற்கொள்ளலாம்.

துணை நூற்பட்டியல்

அ) முதன்மை ஆதாரங்கள்

1. பாமா— தழும்புகள் காயங்களாகி (கருக்கு — சங்கதி) விடியல் பதிப்பகம், கோவை, இரண்டாம் பதிப்பு — 2004

2. விடிவெள்ளி— கலக்கல், சமுதாயச் சிந்தனை செயல் ஆய்வு மையம், மதுரை பதிப்பு — 1994

ஆ) துணைமை ஆதார நூல்கள்

1. அந்தோணி குருசு — தலித்தியக் கருத்தாடல்கள், செண்பகா பதிப்பகம், சென்னை, பதிப்பு — 2003

2. அம்பேத்கர், பி.ஆ.(மொ.பெ) — தாழ்த்தப்பட்டோரும் இந்துக்களும், சமூக நீதிப்பதிக்கம் , திருப்பூர், இரண்டாம் பதிப்பு — 1955

3. அம்பேத்கர் — மக்கள் தத்துவம் (டாக்டர் அம்பேத்கர் பேச்சும், எழுத்தும்), முல்லை அச்சகம், சென்னை, பதிப்பு — 2009

4. அம்பேத்கர் இந்து இசத்தின் தத்துவம் சமூக நீதிப் பதிப்பகம், திருப்பூர், பதிப்பு — 1992

5. அம்பேத்கர், செங்கோடன்(மொ.பெ)— இந்தியாவில் சாதிகள், கார்முகில் பதிப்பகம், மதுரை, பதிப்பு — 1995

6. அம்பேத்கர், பாபா சாகேப் — டாக்டர் பாபா சாகேப் அம்பேத்கர் நுல், தொகுப்பு எண் — 1, இந்திய அரசின் செய்தி ஒளிபரப்பு, அமைச்சக புத்தக வெளியீட்டுப் பிரிவு, சென்னை, பதிப்பு — 1993

7. அர்ஜீன் டாக்ளே, தீ.சி. சதாசிவம் (மொ.பெ)— தலித் இலக்கியம் (போக்கும் வரலாறும்), தாமரைச் செல்வி பதிப்பகம், சென்னை, பதிப்பு — 1972

8. அரங்கமல்லிகா — தலித் பெண்ணிய அழகியல், அறிவுப் பதிப்பகம், சென்னை, பதிப்பு — 2008

9. அரங்கமல்லிகா — தமிழ் இலக்கியமும் பெண்ணியமும் நியூ செஞ்சுரி புக் ஹவுஸ் (பி) லிட், சென்னை, பதிப்பு — 2002

10. அரங்கசாமி. கோ.வி., — சிவகாமியின் சபதம் (கல்கி), மங்களா நூல் பதிப்பகம், சென்னை, பதிப்பு — 1975

11. அருட்கடல் அருள் வெளியீடு — வேர்களைத் தேடி...

தலித்தான்மை மீட்டுருவாக்கம், சென்னை, பதிப்பு — 1995

12. அருள்தாஸ் உள்ளிட்டப் பலர்— தலித் விடுதலைக்கு..., இறையியல் கல்லூரி வெளியீடு, மதுரை, பதிப்பு — 1971

13. அழகிரிசாமி.வீரா., —தமிழக வரலாற்றில் சமயப் பூசல், (பண்டையக் காலமும் இடைக்காலமும்), மதுரைக் காமராசர் பல்கலைக்கழக வெளியீடு, மதுரை, பதிப்பு — 1992

14. ஆனைமுத்து.வே.,— பெரியார் ஈ.வெ.ரா.சிந்தனைகள், சிந்தனையாளர் பதிப்பகம், திருச்சிராப்பள்ளி, பதிப்பு — 1974

15. இதய வேந்தன் விழி.பா., —தலித் இலக்கியப் போக்குகள், பண்பாடு — மக்கள் தொடர்பகம் மற்றும் வைகறைப் பதிப்பகம், சென்னை, பதிப்பு — 2001

16. இந்திரன் (தொ.ஆ) — பிணத்தை எரித்தே வெளிச்சம், (தலித் இலக்கியத் தொகுப்பு), அலைகள் வெளியீட்டகம்,, சென்னை, பதிப்பு — 1995

17. இராசேந்திரசோழன்., — தலித் அரசியல் — இலக்கிய — பண்பாடு, குறித்த ஒருவிவாதம், உதயம் வெளியீடு, திண்டிவனம் வட்டம், பதிப்பு — 1997

18. இராமலிங்கம்.மா., — இருபதாம் நூற்றாண்டுத் தமிழ் இலக்கியம், தமிழ்ப் புத்தகாலயம் வெளியீடு, சென்னை, பதிப்பு — 1975

19. இளங்குமரன்., — கிளர்ந்தெழுகிறது கிழக்கு முகவை, தழை அமுதம் வெளியீடு, சென்னை, பதிப்பு — 1976

20. கணேசன். பி.சி., — வாழ்க்கை ஒரு மறுபரிசீலனை, நர்மதா வெளியீடு, சென்னை, பதிப்பு — 2000

21. கருணா மனோகரன் — சாதிய அமைப்பும் தமிழ்த்தேசிய இனப் பிரச்சனையும் ரவிக்குமார் (தொ.ஆ)., சமூக நீதிப்பதிப்பகம், திருப்பூர், பதிப்பு — 1991

22. கருணா மனோகரன், ரவிக்குமார் (தொ.ஆ)., — தலித்— கலை — இலக்கியம் — அரசியல், தலித் கலை விழாக்குழு நெய்வேலி, பதிப்பு — 1996

23. கலியபெருமாள்.எஸ்., — தமிழர் உண்மை வரலாறு, (தலித் ஆய்வு நூல்), பாலம் வெளியீடு, சென்னை, பதிப்பு — 2002

24. கவிதா (மொ.பெ)., — மார்க்சியமும் பெண்ணிலைவாதமும், பொன்னி பதிப்பகம், சென்னை, பதிப்பு — 1998

25. காஞ்சா அய்லய்யா.மு.,, தங்கவேலு, ராஜமுருகு, பாண்டியன் (மொ.பெ) — நான் ஏன் இந்து அல்ல, அடையாளம் வெளியீடு, பூதநாதம், பதிப்பு — 2000

26. குணசேகரன்.கே.ஏ., — ஒடுக்கப்பட்டோர் அரங்கியல் (தலித் பெண்ணியம்), நியூ செஞ்சுரி புக் ஹவுஸ் (பி) லிட், சென்னை, பதிப்பு — 2005

27வடு (சுயசரிதை), காலச்சுவடு பதிப்பகம், நாகர்கோவில், பதிப்பு — 2005

28. தலித் கலை — கலாச்சாரம், ராகாஸ் வெளியீடு, சென்னை, பதிப்பு — 1999

29. குணா.,தமிழர் வரலாறு, பாவாணர் பதிப்பகம்

சென்னை], பதிப்பு — 1994

30. கேசவன்., கோ., தலித் அரசியல், சரவணபாலு பதிப்பகம், விழுப்புரம், பதிப்பு — 1998

31 தாழ்த்தப்பட்டோர் இலக்கியம், பஃறுளி பதிப்பகம், சென்னை, 1995

32.மண்ணும் மனித உறவுகளும், பூதநாதம், சென்னை புக் ஹவுஸ் வெளியீடு, சென்னை, பதிப்பு — 1979

33.அம்பேத்கரியலும் இலக்கியமும் தலித் அரசியலில் மார்க்சியப் பங்கு, பட்டைய வகுப்பு பாடத்திட்ட நூல், அம்பேத்கர் ஆய்வு மையம், தூய சவேரியர் கல்லூரி, பாளையங்கோட்டை

34.தலித் வாழ்வியலும் கலாச்சாரமும், இணையதளப் புத்தகப் பகுதி, <http://www.dalithindia.org>., ப.2 ,

35. பள்ளு இலக்கியம் ஒரு சமூகவியல் பார்வை, அன்னம் வெளியீடு, சிவகங்கை, பதிப்பு — 1991

36. சாதீயம் சரவணபாலி பதிப்பகம், விழுப்புரம், பதிப்பு — 1994

37. கெய்ல் ஓம் வெட்., — வர்க்கம் சாதி — நிலம், அலைகள் வெளியீட்டகம், சென்னை, பதிப்பு — 1986

38. கோவிந்தசாமி.ஆ., — சாதியும் வர்க்கமும், அலைகள் வெளியீட்டகம், சென்னை, இரண்டாம் பதிப்பு — 1997

39. சக்திவேல்.சு., — நாட்டுப்புற இயல் ஆய்வு, மணிவாசகர் பதிப்பகம், சென்னை, பதிப்பு — 1983

40. சண்முகசுந்தரம்.சு., — தலித்தியம், காவ்யா வெளியீடு, சென்னை, பதிப்பு — 1996

41. தமிழில் வட்டார நாவல்கள், காவ்யா வெளியீடு, பெங்களூர், பதிப்பு — 1991

42.பெண்ணியம், காவ்யா வெளியீடு, சென்னை, பதிப்பு — 1993

43. சந்திரசேகரன். இரா., — தமிழ் இலக்கியக் கொள்கைகள், உள்ளிட்ட மூவர் குழு தமிழ்த்துறை வெளியீடு, பாரதியார் பல்கலைக்கழகம், கோவை, 2004

44. சமுத்திரம்.சு., — ஒரு கோட்டுக்கு வெளியே, மணிவாசகர் பதிப்பகம், சென்னை, பதிப்பு — 1992

45. சஜன்., அ., — தலித்தியம் (இயக்கமும் இலக்கியமும்), காலசகம் பதிப்பகம், கன்னியாகுமரி மாவட்டம், பதிப்பு — 2004

46. சாமிநாதையர். உ.வே.,(ப.ஆ) — புறநானூறு மூலமும் உரையும், தமிழ்ப் பல்கலைக்கழக வெளியீடு, தஞ்சை, பதிப்பு — 1985

47. சாமி சிதம்பரனார்., — மணிமேகலை காட்டும் மனித வாழ்வு, இலக்கிய நிலையம், சென்னை, மூன்றாம் பதிப்பு — 1995

48. சாரங்கபாணி.இரா., (ப.ஆ).,— சங்க இலக்கியப் பொருட்களஞ்சியம் (தொகுப்பு நூல்), தமிழ்ப் பல்கலைக்கழக வெளியீடு, தஞ்சை, பதிப்பு 1983

49. சாலன்.ஏ.எம்., — தலித் பண்பாடு சில பார்வைகள், நியூ செஞ்சுரி புக் ஹவுஸ் (பி)லிட், சென்னை, பதிப்பு — 2005

50. சாலினி இளந்திரையன்., — வாழ்க்கை வரலாற்று இலக்கியம், தமிழ்ப் புத்தகாலயம், சென்னை, பதிப்பு — 1974

51. சிவசுப்பிரமணியன்.ஆ., — கிறிஸ்துவமும் சாதியும், காலச்சுவடு பதிப்பகம், நாகர்கோவில், பதிப்பு — 2002

52. அடித்தள மக்கள் வரலாறு, மக்கள் வெளியீடு, சென்னை, பதிப்பு — 2002

53. இனவரைவியலும் தமிழ் நாவலும் (இதழ் தொகுப்பு நூல்), மக்கள் அச்சகம், சென்னை, பதிப்பு — 1995

54. சிவகாமி., — தமிழ் வாழ்க்கை வரலாற்று இலக்கியம் உலகத் தமிழாராய்ச்சி நிறுவனம், சென்னை, பதிப்பு — 1985

55. தமிழ் இலக்கியக் கொள்கை, உலகத் தமிழாராய்ச்சி நிறுவனம், சென்னை, பதிப்பு — 1985

56. சிவகாமி., — பழையன கழிதலும்...தமிழ்ப் புத்தகாலயம் வெளியீடு, சென்னை, இரண்டாம் பதிப்பு — 1996

57. சிவராமன்., க., — தலித் விடுதலை சித்தாந்தத்தேடல், திணை வெளியீட்டகம், நாகர்கோவில், பதிப்பு — 1997

58. சிவத்தம்பி.கா., — பண்பாட்டின் மீள் உருவாக்கம், நியூ செஞ்சுரி புக் ஹவுஸ் (பி)லிர்., சென்னை, பதிப்பு — 1988

59. சிவதாணு.எஸ்., — ஒடுக்கப்பட்ட மக்கள் மீதான மீறல்கள்,

கார்முகில் பதிப்பகம், மதுரை, பதிப்பு — 1995

60. சிவபாத சுந்தரம்.சோ (சிட்டி).,— தமிழ் நாவல் நூற்றாண்டு வரலாறும் சுந்தரராஜன்.பெ.கே., (தொ.ஆ).,வளர்ச்சியும், கிறிஸ்தவ இலக்கியச் சங்க வெளியீடு, சென்னை, பதிப்பு — 1977

61. சீனிவாசன்.ச.,— ஒப்பிலக்கியம் — இனவரைவியல் சமூகம், காவ்யா வெளியீடு, சென்னை, பதிப்பு — 2008

62. சுகன்., (தொ.ஆ)., — தீண்டத்தகாதவன் முதலான ஈழத்து தலித் சிறுகதைகள், நிச்சாமம் வெளியீடு, மல்லிகா புத்தகப் பண்ணை, சென்னை, பதிப்பு — 2007

63. சுப்பிரமணியன்.ச.வே., — ஆய்வுக் கோவை, கேரளப் பல்கலைக்கழக வெளியீடு, திருவனந்தபுரம், பதிப்பு — 1974

64. திராவிட மொழியிலக்கியங்கள், உலகத் தமிழாராய்ச்சி நிறுவனம், சென்னை, பதிப்பு — 1983

65. சுப்பையா.அரங்க., — இலக்கியத் திறனாய்வு (இசங்கள் — கொள்கைகள்), நலங்கிள்ளிப் பதிப்பகம், தஞ்சாவூர், பதிப்பு — 2006,

66. செல்லப்பெருமாள்.ஆ., — சமூக மானிடவியல், இலக்கியத் தேடல், நாட்டார் வழக்காற்றியல் ஆய்வு மைய, வெளியீடு, தூய சவேரியார் தன்னாட்சிக் கல்லூரி, பாளையங்கோட்டை, பதிப்பு — 1998

67. சேதுமணியன்., — தமிழ் நாவல்களில் மதிப்புகள், செண்பகம் வெளியீடு, மதுரை, பதிப்பு — 1994

68. சேவியர்.எம்.ஏ., — மையத்திலிருந்து விளிம்பை நோக்கி, முகில் வெளியீடு, சமுதாயச் சிந்தனை செயல் ஆய்வு மையம், மதுரை, பதிப்பு — 1998

69. சேவியர். எஸ்.பி.பி., — இல்லற வாழ்க்கை, கத்தோலிக்க மிஷின் அச்சகம், புதுவை, பதிப்பு — 1959

70. ஞானதிரவியம்.ஃஅ., — சமகாலப் படைப்புக்களில் சாதி, நியூ செஞ்சுரி புக் ஹவுஸ் (பி).லி.,, சென்னை, பதிப்பு — 2008

72. ஞானசேகரன்., தே.ஏ., — தலித் சிந்தனை விவாதம், விடியல் டிரஸ்ட்., கோவை, பதிப்பு — 1996

73. டாம்னிக் ஜெயக்குமார். உள்ளிட்டப் பலர் — தலித் அடையாளத் தேடல், வைகறைப் பதிப்பகம், பெஸ்கி கல்லூரி, திண்டுக்கல், பதிப்பு — 2006

74. தமிழவன்.., — ஸ்ர்டச்சுரலிசம், பாரிவேள் பதிப்பகம், திருநெல்வேலி, பதிப்பு — 1982

75. தருமராஜன்.டி., — அம்பேத்கரின் பன்முகம்,

அம்பேத்கர் ஆய்வு மையம், தூய சவேரியர் தன்னாட்சிக் கல்லூரி, பாளையங்கோட்டை, பதிப்பு — 2006

76. நான் பூர்வ பௌத்தன், அம்பேத்கர் ஆய்வு மையம், தூய சவேரியார் தன்னாட்சிக் கல்லூரி, பாளையங்கோட்டை, பதிப்பு — 2007

77. அடித்தள மக்கள் வரலாறு — ஒரு கையேடு, நாட்டார் வழக்காற்றியல் ஆய்வு மையம், தூய சவேரியர் தன்னாட்சிக் கல்லூரி, பாளையங்கோட்டை, பதிப்பு — 2010

78. தனஞ்செயன்.ஆ., — விளிம்பு நிலை மக்கள் வழக்காறுகள் (இனவரைவியல் ஆய்வு), வல்லினம், புதுவை, பதிப்பு — 2006

79. தாமஸ்.சு.,— திராவிட பூமி, தாய் மண் ஆராய்ச்சி மையம்,

அரிய நாயகிபுரம் அஞ்சல், தூத்துக்குடி, பதிப்பு — 2010

80. தொல்காப்பியர்., — தொல்காப்பியம், கணேசையர் பதிப்பு, சுன்னாகம். பதிப்பு — 1948

81. தோதாத்ரி.எஸ்., — தமிழ் நாவல் சில அடிப்படைகள், அகரம் வெளியீடு, சிவகங்கை, பதிப்பு — 1978

82. நாகார்ச்சுனன்., — கலாச்சாரம் — அகலாச்சாரம் எதிர்க் கலாச்சாரம், கார்முகில் பதிப்பகம், சென்னை, பதிப்பு — 1991

83. நாராயணன், (மொ.பெ)., —வறுமையின் பின்னணி, (ஒரு தமிழ்க் கிராமத்தின் உருவாக்கம்) நியூ செஞ்சுரி புக் ஹவுஸ்.(பி) லிட், சென்னை, பதிப்பு — 1984

84. பக்தவத்சலபாரதி., — பண்பாட்டு மானியவியல், மெய்யப்பன் பதிப்பகம், சிதம்பரம், பதிப்பு — 1990

85. பண்பாட்டு மானிடவியல், மணிவாசகர் பதிப்பகம், சென்னை, பதிப்பு — 1993

86. பாக்கியமுத்து.தி., (ப.ஆ)., —தமிழ் நாவல்களில் மனித உரிமை மீறல்களும் மக்கள் போராட்டமும், கிறிஸ்தவ இலக்கியச் சங்க வெளியீடு, சென்னை, பதிப்பு — 1980

87. பாலசுப்பிரமணியன், (சிற்பி). — இலக்கியச் சிந்தனை, கோலம் வெளியீடு, பொள்ளாச்சி, பதிப்பு — 1989

88. பாவண்ணன்., (மொ.பெ).,— புதைந்த காற்று, விடியல் பதிப்பகம், கோவை, பதிப்பு — 1996

89. பிள்ளை.கே.கே., — தமிழக வரலாறும் பண்பாடும், / தமிழ்நாட்டுப் பாடநூல் நிறுவன வெளியீடு, சென்னை, பதிப்பு — 1972

90. பேராசிரியர் உரை., — தொல்காப்பியம், கழக வெளியீடு,

பதிப்பு — 1951

91. மங்கையர்கரசி., — இலக்கிய இயக்கங்கள், நியூ செஞ்சுரி புக்ஹவுஸ்(பி).லிட், சென்னை, பதிப்பு — 2004

92. மனோகரன்.ப., — சு.சமுத்திரம் நாவல்களில் கிராமிய வாழ்வு, பிரவீன் வெளியீடு, திருநெல்வேலி, பதிப்பு — 2007

93. மார்க்கபந்து சர்மா., — சிலம்பின் கோடிகள், ஈஸ்வரி பதிப்பகம், சென்னை, பதிப்பு — 2004,

94. மாற்று., — யாத்திரை, சமுதாயச் சிந்தனை செயல் ஆய்வு மையம், மதுரை, இரண்டாம் பதிப்பு — 1994

95. முத்துக்குமாரசுவாமி., — பிற்கால அமைப்பியலும் குறியியலும், தமிழ்த்துறை ஆய்வு மைய வெளியீடு, தூய சவேரியர் தன்னாட்சி கல்லூரி, பாளையங்கோட்டை

96. முகில்., — தமிழில் தலித் இலக்கியம், பாரதி புத்தகாலயம், சென்னை, பதிப்பு — 1996

97. முத்துச்சிந்தம்பரம்., — பெண்ணியம் தோற்றமும் வளர்ச்சியும், முத்துப் பதிப்பகம், திருநெல்வேலி, பதிப்பு — 2005

98. முத்துமோகன்., — அமைப்பியல் பின் அமைப்பியல், காவ்யா வெளியீடு, சென்னை, பதிப்பு — 1998

99. மோகன் லார்பியர் — தலித் விடுதலைக்கான இயல் தலித் ஆய்வு மையம், தமிழ்நாடு இறையியல் கல்லூரி, மதுரை, பதிப்பு — 1973

100. ரவிக்குமார்., — கண்காணிப்பின் அரசியல், விடியல் பதிப்பகம், கோவை, பதிப்பு — 1995

101. ராமசாமி.அ.,— மையம் களைத்த விளிம்புகள், ஆழி பதிப்பகம், சென்னை, பதிப்பு — 2002

102. ராஜ்கௌதமன்., — பொய் + அபத்தம் உண்மை, விடியல் பதிப்பகம், கோவை, பதிப்பு — 1995

103. தமிழக தலித்தும் தலித் இலக்கியமும், சமுதாயச் சிந்தனை செயல் ஆய்வு, மைய வெளியீடு, மதுரை, பதிப்பு — 1994

104. தலித் பண்பாடு, கௌரி பதிப்பகம், புதுமை, பதிப்பு — 1993

105. சிலுவைராஜ் சரித்திரம், தமிழினி பதிப்பகம், சென்னை, பதிப்பு — 2002

106. காலச்சுமை, தமிழினி பதிக்கம், சென்னை, பதிப்பு — 2003

107. ராஜசேகர்.வி.டி., — தலித் விடுதலையும் கிறிஸ்தவமும், அமுதல் வெளியீட்டகம், மதுரை, பதிப்பு — 2004

108. ரேவதி.வீ., — தமிழகத்தின் தலித் முன்னோடிகள், நவஜோதி வெளியீடு, பாண்டிச்சேரி, 1997.

109. லூர்து.தே., — நாட்டார் வழக்காற்றியல் கள ஆய்வு, பாரிவேள் பதிப்பகம், திருநெல்வேலி, பதிப்பு — 1986

110. வரதராசனார்.மு — வெற்றித்திருநகர் (அகிலன்), பாரிப் புத்தகப் பண்ணை, சென்னை, பதிப்பு — 1975

111. வாசுகி.பி., — தலித்திய சிக்கல்களும் தீர்வுகளும், நியூ செஞ்சுரி புக் ஹவுஸ்(பி). லிட்., சென்னை, பதிப்பு — 2007

112. வித்யாநந்தன்., — தமிழர் சால்பு, பாரி புத்தகப் பண்ணை, சென்னை, பதிப்பு — 1985

113. விஜயலெட்சுமி.சு.,— பெண்ணெழுத்து (களமும் அரசியலும்), தமிழ்நாடு முற்போக்கு எழுத்தாளர் கலைஞர்கள் — சங்க வெளியீடு, பாரதி புத்தகாலயம், விருதுநகர், பதிப்பு — 2011

114. ஜகந்நாதன், கி.வ., — தமிழ் நாவலின் தோற்றமும் வளர்ச்சியும், தமிழ் எழுத்தாளர் கூட்டுறவு சங்க வெளியீடு, சென்னை, பதிப்பு — 1976

115. ஜார்ஜினா பீட்டர் (மொ.பெ).,—வன்முறைக்கு அப்பால், கண்ணதாசன் பதிப்பகம், சென்னை, பதிப்பு — 1994

116. ஜீவன் ப்ரமோத் சுவாமி.,— இந்திய வாழ்க்கையும் ஆன்மீகமும், நிவேதிதா புத்தகப் பூங்கா, சென்னை, பதிப்பு — 2004

117. ஜெர்லின்.அ.,— தலித் மானிடவியல், வைகறை பதிப்பகம், திண்டுக்கல், பதிப்பு — 2006

118. ஜெயந்தி.க., — நாவல் இலக்கியம், மெய்யப்பன் பதிப்பகம், சிதம்பரம், பதிப்பு — 2006

119. ஜெயபாண்டியன்.எஸ்.டி., — நாட்டார் வரலாறு, மணிவாசகர் பதிப்பகம், சென்னை, பதிப்பு — 2001

120. ஸ்மித்தா நெரூலா (மொ.பெ).,— நொறுக்கப்பட்ட மக்களுக்கான உரிமைகள், மனித உரிமை கண்காணிப்பு மைய வெளியீடு, நியூயார்க், பதிப்பு — 2002, இ) இதழ்கள்

1. கர்ணன்., — நீதிபதி (தலித்) பரப்பு பேட்டி., பலமுறை அவமானப்படுத்தப்பட்டேன், தினமலர் தினசரி நாளிதழ், வண்ணார்பேட்டை, திருநெல்வேலி, 4—11—2011

2. சபாநாயகம்.வே., — தன் வரலாற்றின் தன்மை, இந்திய ஒப்பிலக்கியம், காலாண்டு செய்தி இதழ், இந்தியாவியல் ஆய்வுக் கழக வெளியீடு, காந்திகிராமம், திண்டுக்கல், ஜனவரி — 2005

3. சாலன்., ஏ.எம்., — உபாரா அந்நியன் — மராத்தி தலித் சுயசரிதை, கவிதாசரண் (டிசம்பர் — ஜனவரி), 2003

4. சிவகாமி — நேர்காணல், தமிழன் எக்ஸ்பிரஸ், மார்ச் — 26, சென்னை1995

5. சுகுமார், ஆழிக்கோ.,—சுயசரிதை — ஒரு விளக்கம், இந்திய ஒப்பிலக்கியம் காலாண்டு, செய்தி இதழ், இந்தியவியல் ஆய்வுக் கழக வெளியீடு, காந்திகிராமம், திண்டுக்கல், ஜனவரி — 2005

6. சூர்யநிலா., —தலித் படைப்பாளிகளின் தன்வரலாறு ஒரு பார்வை தமிழ்ச்சிறகு இதழ், இதழ் எண் : 16 (மார்ச்), 2005

7. ஞானசேகரன்.,தே.ஏ.,— தலித் சிந்தனை விவாதம், மள்ளர் மலர் (நவம்), கோவை], 1996

8. தயாபவார்., — தலித் விடுதலைச் சித்தாந்த தேடல், நேர்காணல், சுபமங்களா (மே), சென்னை, 1995

9. பிரபஞ்சன்.ச., — உடைந்த அம்புகளும் உடையாத வில்லும், சமூக விரோதிகள் — பிரபஞ்சனுடன் ஓர் நேர்காணல், உண்மை வார இதழ் (செப்டம்பர்), சென்னை, 1995

11. மாற்று., — கிறித்வத்தில் தீண்டாமை, வல்லினம் காலாண்டிதழ், ஆகஸ்டு — ஜனவரி, 2004

11. கிறிஸ்தவத்தில் சாதியம், வல்லினன் காலாண்டிதழ், ஜனவரி — மார்ச், 1992

12. ரகுபதி.கோ., — கல்வியிலிருந்து விலக்கப்படும் தலித்துக்கள், விசை காலாண்டிதழ், ஜூலை —செப்டம்பர், 2009

13. ராஜ்கௌதம் — தமிழ்க் கதைகளில் தலித்தியம், கோடாங்கி (காலாண்டிதழ்), ஜனவரி — மார்ச், சென்னை, 1995

14. விஜயவேணுகோபால்.கோ.,— தீண்டாமை எனும் கருத்துருவாக்கம், தலித் இதழ், நவம்பர், நெய்வேலி — 1997

15. கேசவன்.கோ.,— தலித் வாழ்வியலும் கலாச்சாரமும்

இணையதள இதழ்க் குறிப்புரைகள்

Dalitculture//http://www.dalithininidia.org./p/2

ஈ) ஆய்வுக் கட்டுரைகள் :

1. இக்னேஷியஸ் சேவியர்.அ.கு., — கலக்கலும் தலித்தியப் பார்வையும், அகல் ஆய்வுக் கட்டுரைத்தொகுப்பு நூல், தமிழ்த்துறை வெளியீடு, தூய சவேரியார் தன்னாட்சிக் கல்லூரி, பாளையங்கோட்டை, *2003*

2. இருதயராஸ்.ஆ., — விடுதலை இறையியல், சுடர் ஆய்வுக் கட்டுரைத் தொகுப்பு நூல், தமிழ்த்துறை வெளியீடு, தூய சவேரியார் தன்னாட்சிக் கல்லூரி, பாளையங்கோட்டை, *2004.*

3. கருப்பையா.த.,—தலித்திய புதினங்களும் தன்வரலாற்று வடிவமும், தமிழ் இலக்கிய வகைமையியல் தொ.—*3*, உலகத் தமிழாராய்ச்சி நிறுவனம், சென்னை, *2005*

4. கலாகோபி.க.,—பாமாவின் கருக்கு நாவலின் சமூக மதிப்பும், மதிப்பு மாற்றங்களும், சங்கப் பலகை, ஆய்வுக் கட்டுரைத் தொகுப்பு நூல், தமிழ்த்துறை வெளியீடு, கோவிந்தம்மாள் ஆதித்தனார் மகளிர் கல்லூரி, திருசெந்தூர், *2006*, உ) கலைக்களஞ்சியம்

1. அவினாசிலிங்கம்.தி.க., — வாழ்வியல் கலைக்களஞ்சியம் (பொது) தொகுதி — *2*, தமிழ் வளர்ச்சிக் கழக வெளியீடு, சென்னை, *1982*

2. கலைக்களஞ்சியம் தொகுதி — *9*, தமிழ் வளர்ச்சிக் கழக வெளியீடு, சென்னை, *1963*

3. பிரிட்டானிகா தகவல் களஞ்சியம் (தமிழ்) தொகுதி — *2.3* இந்தியா பிரைவேட் லிம்டெட், ஆனந்த விகடன் அச்சகம், சென்னை, *2007*

4. வாழ்வியல் களஞ்சியம், தொகுதி — *1*, தமிழ்ப் பல்கலைக்கழக வெளியீடு, தஞ்சாவூர், *1998*, ஊ) அகராதிகள்

1. சிதம்பரநாத செட்டியார்., ஏ.சி — சென்னைப் பல்கலைக் கழகராதி (ஆங்கிலம் — தமிழ்), சென்னை, இரண்டாம் பதிப்பு *1992*

2. சுப்பிரமணியன்., ப.ரா., — க்ரியாவின் தற்காலத் தமிழகராதி, க்ரியா, சென்னை, *1992*

3. The Little Lifco Dictionary, The Little Flower Publishers & Co.,Madras Fifteenth Edition, *1998*

9789391480189

FCW - #0030 - 061026 - C0 - 216/140/15 - PB - 9789391480189 - Matt Lamination